English-Gujarati
Gujarati-English

Word to Word® Bilingual Dictionary

Compiled by:
C. Sesma, M.A.

Translated & Edited by:
Nehal Mehta
Rasiklal Patel
Madhu Barbhaya

Bilingual Dictionaries, Inc.

Gujarati Word to Word® Bilingual Dictionary
2nd Edition © Copyright 2013

All rights reserved. No part of this book may be reproduced or transmitted in any form or by any means.

Published in the United States by:

Bilingual Dictionaries, Inc.
PO Box 1154
Murrieta, CA 92564
T: (951) 296-2445 • F: (951) 296-9911
www.BilingualDictionaries.com

ISBN13: 978-0-933146-98-3
ISBN: 0-933146-98-1
Printed in India

Table of Contents

Preface	4
Word to Word®	5
List of Irregular Verbs	7-10
English - Gujarati	11-194
Gujarati - English	195-366
Order/Contact Information	367-370

Preface

Bilingual Dictionaries, Inc. is committed to providing schools, libraries and educators with a great selection of bilingual materials for students. Along with bilingual dictionaries we also provide ESL materials, children's bilingual stories and children's bilingual picture dictionaries.

Sesma's Gujarati Word to Word® Bilingual Dictionary was created specifically with students in mind to be used for reference and testing. This dictionary contains approximately 20,000 entries targeting common words used in the English language.

Word to Word®

Bilingual Dictionaries, Inc. is the publisher of the Word to Word® bilingual dictionary series with over 30 languages that are 100% Word to Word®. The Word to Word® series provides ELL students with standardized bilingual dictionaries approved for state testing. Students with different backgrounds can now use dictionaries from the same series that are specifically designed to create an equal resource that strictly adheres to the guidelines set by districts and states.

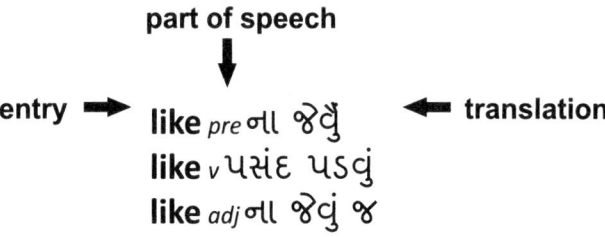

part of speech
↓

entry ➡ **like** *pre* ના જેવું ⬅ **translation**

like *v* પસંદ પડવું

like *adj* ના જેવું જ

entry: our selection of English vocabulary includes common words found in school usage and everyday conversation.

part of speech: part of speech is necessary to ensure the translation is appropriate. Entries can be spelled the same but have different translations and meanings depending on the part of speech.

translation: our translation is Word to Word® meaning no definitions or explanations. Purely the most simple common accurate translation.

List of Irregular Verbs

present - past - past participle

arise - arose - arisen
awake - awoke - awoken, awaked
be - was - been
bear - bore - borne
beat - beat - beaten
become - became - become
begin - began - begun
behold - beheld - beheld
bend - bent - bent
beseech - besought - besought
bet - bet - betted
bid - bade (bid) - bidden (bid)
bind - bound - bound
bite - bit - bitten
bleed - bled - bled
blow - blew - blown
break - broke - broken
breed - bred - bred
bring - brought - brought
build - built - built
burn - burnt - burnt *
burst - burst - burst
buy - bought - bought
cast - cast - cast
catch - caught - caught
choose - chose - chosen
cling - clung - clung
come - came - come
cost - cost - cost
creep - crept - crept
cut - cut - cut
deal - dealt - dealt

dig - dug - dug
do - did - done
draw - drew - drawn
dream - dreamt - dreamed
drink - drank - drunk
drive - drove - driven
dwell - dwelt - dwelt
eat - ate - eaten
fall - fell - fallen
feed - fed - fed
feel - felt - felt
fight - fought - fought
find - found - found
flee - fled - fled
fling - flung - flung
fly - flew - flown
forebear - forbore - forborne
forbid - forbade - forbidden
forecast - forecast - forecast
forget - forgot - forgotten
forgive - forgave - forgiven
forego - forewent - foregone
foresee - foresaw - foreseen
foretell - foretold - foretold
forget - forgot - forgotten
forsake - forsook - forsaken
freeze - froze - frozen
get - got - gotten
give - gave - given
go - went - gone
grind - ground - ground
grow - grew - grown
hang - hung * - hung *
have - had - had

hear - heard - heard
hide - hid - hidden
hit - hit - hit
hold - held - held
hurt - hurt - hurt
hit - hit - hit
hold - held - held
keep - kept - kept
kneel - knelt * - knelt *
know - knew - known
lay - laid - laid
lead - led - led
lean - leant * - leant *
leap - lept * - lept *
learn - learnt * - learnt *
leave - left - left
lend - lent - lent
let - let - let
lie - lay - lain
light - lit * - lit *
lose - lost - lost
make - made - made
mean - meant - meant
meet - met - met
mistake - mistook - mistaken
must - had to - had to
pay - paid - paid
plead - pleaded - pled
prove - proved - proven
put - put - put
quit - quit * - quit *
read - read - read
rid - rid - rid
ride - rode - ridden

ring - rang - rung
rise - rose - risen
run - ran - run
saw - sawed - sawn
say - said - said
see - saw - seen
seek - sought - sought
sell - sold - sold
send - sent - sent
set - set - set
sew - sewed - sewn
shake - shook - shaken
shear - sheared - shorn
shed - shed - shed
shine - shone - shone
shoot - shot - shot
show - showed - shown
shrink - shrank - shrunk
shut - shut - shut
sing - sang - sung
sink - sank - sunk
sit - sat - sat
slay - slew - slain
sleep - sleep - slept
slide - slid - slid
sling - slung - slung
smell - smelt * - smelt *
sow - sowed - sown *
speak - spoke - spoken
speed - sped * - sped *
spell - spelt * - spelt *
spend - spent - spent
spill - spilt * - spilt *
spin - spun - spun

spit - spat - spat
split - split - split
spread - spread - spread
spring - sprang - sprung
stand - stood - stood
steal - stole - stolen
stick - stuck - stuck
sting - stung - stung
stink - stank - stunk
stride - strode - stridden
strike - struck - struck (stricken)
strive - strove - striven
swear - swore - sworn
sweep - swept - swept
swell - swelled - swollen *
swim - swam - swum
take - took - taken
teach - taught - taught
tear - tore - torn

tell - told - told
think - thought - thought
throw - threw - thrown
thrust - thrust - thrust
tread - trod - trodden
wake - woke - woken
wear - wore - worn
weave - wove * - woven *
wed - wed * - wed *
weep - wept - wept
win - won - won
wind - wound - wound
wring - wrung - wrung
write - wrote - written

Those tenses with an * also have regular forms.

English-Gujarati

Bilingual Dictionaries, Inc.

Abbreviations

a - article
n - noun
e - exclamation
pro - pronoun
adj - adjective
adv - adverb
v - verb
iv - irregular verb
pre - preposition
c - conjunction

A

abandon *v* છોડી દેવું
abandonment *n* સ્વૈરાચાર
abbey *n* સંન્યાસિનીઓનો મઠ
abbot *n* મઠાધિપતિ
abbreviate *v* સંક્ષિપ્ત કરવું
abbreviation *n* સંક્ષિપ્ત
abdicate *v* પદ ત્યાગ કરવો
abdication *n* પદત્યાગ
abdomen *n* પેટ
abduct *v* અપહરણ કરવું
abduction *n* અપહરણ
aberration *n* ચિત્તભ્રમ
abhor *v* તિરસ્કાર કરવો
abide by *v* ને વફાદાર રહેવું
ability *n* આવડત
ablaze *adj* ધગધગતું
able *adj* સમર્થ
abnormal *adj* અસાધારણ
abnormality *n* અસાધારણતા
aboard *adv* વહાણ કે હવાઈ જહાજ પર
abolish *v* નાબૂદ કરવું
abort *v* ગર્ભપાત થવો
abortion *n* ગર્ભપાત
abound *v* સમૃદ્ધ હોવું
about *pre* આશરે
about *adv* આસપાસ
above *pre* ઉપર
abreast *adv* ખભેખભો મિલાવીને
abridge *v* ટૂંકાવવું
abroad *adv* દેશની બહાર
abrogate *v* રદ કરવું
abruptly *adv* આકસ્મિક રીતે
absence *n* ગેરહાજરી
absent *adj* ગેરહાજર
absolute *adj* સંપૂર્ણ
absolution *n* છુટકારો
absolve *v* માફ કરવુ
absorb *v* શોષી લેવું
absorbent *adj* શોષી લેનારો પદાર્થ
abstain *v* થી દૂર રહેવું
abstinence *n* સુખચેનથી દૂર રહેવું
abstract *adj* અમૂર્ત
absurd *adj* વાહિયાત
abundance *n* વિપુલતા
abundant *adj* વિપુલ
abuse *v* દુરુપયોગ કરવો
abuse *n* દુરુપયોગ
abusive *adj* અપમાનકારક
abysmal *adj* અગાધ
abyss *n* બહુ ઊંડી ખીણ
academic *adj* વિદ્વત્તાને લગતું
academy *n* તાલીમની સંસ્થા
accelerate *v* વેગ વધારવો
accelerator *n* વેગ વધારનાર
accent *n* ઉચ્ચારની ઢબ
accept *v* સ્વીકાર કરવો
acceptable *adj* સ્વીકારવા યોગ્ય
acceptance *n* સ્વીકૃતિ
access *n* પહોંચવાનો માર્ગ

accessible *adj* સુલભ
accident *n* અકસ્માત
accidental *adj* આકસ્મિક
acclaim *v* વધાવવું
acclimatize *v* અનુકૂળ કરવું
accommodate *v* મેળ સાધવો
accompany *v* સાથ આપવો
accomplice *n* ગુનામાં સાગરીત
accomplish *v* પૂર્ણ કરવું
accomplishment *n* સમાપ્તિ
accord *n* સુસંગત
according to *pre* મુજબ
accordion *n* ધમણવાળું વાદ્ય
account *n* ખાતું, વૃત્તાન્ત
account for *v* –નો જવાબ આપવો
accountable *adj* જવાબદાર
accountant *n* હિસાબનીસ
accumulate *v* સતત વધતું જવું
accuracy *n* ચોક્સાઇ
accurate *adj* ચોક્કસ
accusation *n* દોષારોપણ
accuse *v* આરોપ મૂકવો
accustom *v* ટેવ પાડવી
ace *n* ગંજીફાનો એક્કો
ache *n* સતત વેદના
achieve *v* પ્રાપ્ત કરવું
achievement *n* સિદ્ધિ
acid *n* તેજાબ
acidity *n* પ્રવાહી ખટાશ
acknowledge *v* ખરાપણું કબૂલ કરવું
acorn *n* ઓકનું ફળ

acoustic *adj* શ્રવણેન્દ્રિયને લગતું
acquaint *v* થી પરિચિત કરવું
acquaintance *n* થોડીક ઓળખાણ
acquire *v* મેળવવું
acquisition *n* પ્રાપ્ત કરેલી વસ્તુ
acquit *v* નિર્દોષ જાહેર કરવું
acquittal *n* નિર્દોષ છુટકારો
acre *n* ૪૦૪૬ ચોરસમીટર
acrobat *n* બજાણિયો
across *pre* આરપાર
act *n* ક્રિયા; કૃત્ય
act *v* ક્રિયા કરવી
action *n* કરવાની ક્રિયા
activate *v* સક્રિય બનાવવું
activation *n* સક્રિયકરણ
active *adj* સક્રિય
activity *n* પ્રવૃતિ
actor *n* અભિનેતા
actress *n* અભિનેત્રી
actual *adj* વાસ્તિવક
actually *adv* વાસ્તવિકપણે
acute *adj* ઉત્કટ
adamant *adj* મક્કમ
adapt *v* અનુકૂળ કરવું
adaptable *adj* અપનાવી શકાય તેવું
adaptation *n* અનુકૂલન
adapter *n* અનુકૂળ કરનાર
add *v* ઉમેરવું
addicted *adj* વ્યસની
addiction *n* વ્યસન
addictive *adj* વ્યસન લગાડનારું

15 affair A

addition *n* સરવાળો
additional *adj* વધારાનું
address *n* સરનામું
address *v* સંબોધન
adequate *adj* પૂરતું
adhere *v* વળગી રહેવું
adhesive *adj* ચીકટ પદાર્થ
adjacent *adj* અડોઅડ
adjective *n* વિશેષણ
adjoin *v* જોડાયેલું હોવું
adjoining *adj* નિકટવર્તી
adjourn *v* મોકૂફ રાખવું
adjust *v* ગોઠવવું
adjustable *adj* બંધબેસતું કરી શકાય તેવું
adjustment *n* સમાયોજન
administer *v* સંચાલન કરવું
admirable *adj* પ્રશંસાપાત્ર
admiral *n* નૌસેનાપતિ
admiration *n* ચાહના
admire *v* વખાણવું
admirer *n* પ્રશંસક
admissible *adj* ગ્રાહ્ય
admission *n* પ્રવેશ, કબૂલાત
admit *v* દાખલ કરવું
admittance *n* પરવાનગી
admonish *v* ચેતવણી આપવી
admonition *n* ચેતવણી
adolescence *n* કિશોરાવસ્થા
adolescent *n* કિશોર
adopt *v* દત્તક તરીકે લેવું
adoption *n* દત્તક
adoptive *adj* દત્તક લીધેલું
adorable *adj* પૂજ્ય
adoration *n* આરાધના
adore *v* પ્રેમાદરપૂર્વક પૂજવું
adorn *v* શણગારવું
adrift *adv* અસહાય
adulation *n* ખુશામત
adult *n* પુખ્ત ઉંમરની વ્યક્તિ
adulterate *v* ખાદ્યમાં ભેળસેળ કરવી
adultery *n* વ્યભિચાર
advance *v* આગળ વધવું
advance *n* આગોતરી રકમ
advantage *n* લાભ
Advent *n* મહત્ત્વની વ્યક્તિ કે ઘટના
adventure *n* સાહસ
adverb *n* ક્રિયાવિશેષણ
adversary *n* હરીફ
adverse *adj* પ્રતિકૂળ
adversity *n* પ્રતિકૂળતા
advertise *v* જાહેરાત કરવી
advertising *n* જાહેરાત
advice *n* સલાહ
advisable *adj* સલાહપાત્ર
advise *v* સલાહ આપવી
adviser *n* સલાહકાર
advocate *v* વકીલાત કરવી
aesthetic *adj* કળાત્મક
afar *adv* લાંબા અંતરે
affable *adj* મળતાવડું
affair *n* બાબત, પ્રણય

affect *v* અસર કરવી
affection *n* લાગણી
affectionate *adj* પ્રેમાળ
affiliate *v* જોડાવું
affiliation *n* જોડાણ
affinity *n* સગપણ સંબંધ
affirm *v* અનુમતિ આપવી
affirmative *adj* હકારાત્મક
affix *v* જોડવું
afflict *v* રિબાવું
affliction *n* પીડા કે દુખનું કારણ
affluence *n* સંપત્તિ
affluent *adj* સાધન સંપન્ન
afford *v* પરવડવું
affordable *adj* પરવડી શકે તેવું
affront *v* મન દૂભવવું
affront *n* આક્રમણ
afloat *adv* તરતું
afraid *adj* ભયભીત
afresh *adv* નવેસરથી
after *pre* પાછળ
afternoon *n* બપોર પછી
afterwards *adv* પછીથી
again *adv* ફરીથી
against *pre* વિરુદ્ધ
age *n* ઉંમર
agency *n* એજન્સી
agenda *n* કાર્યસૂચિ
agent *n* મારફતિયો
agglomerate *v* એકત્રિત કરવું
aggravate *v* ઉગ્ર બનાવવું
aggravation *n* પરિસ્થિતિમાં બગાડો
aggregate *v* નો સરવાળો થવો
aggression *n* અકારણ હુમલો
aggressive *adj* આક્રમક
aggressor *n* હુમલાખોર
aghast *adj* હેબતાઇ ગયેલું
agile *adj* ચપળ
agitator *n* આંદોલનકાર
agnostic *n* અજ્ઞેયવાદી
agonize *v* રિબાવવું
agonizing *adj* પીડાદાયક
agony *n* મહાકષ્ટ
agree *v* સહમત હોવું
agreeable *adj* સહમત
agreement *n* સમજૂતી
agricultural *adj* ખેતીવાડીને લગતું
agriculture *n* ખેતી
ahead *pre* આગળ
aid *n* મદદ
aid *v* મદદ કરવી
aide *n* મદદનીશ
ailing *adj* બિમાર
ailment *n* બિમારી
aim *v* ઉદ્દેશ
aimless *adj* નિરુદ્દેશ
air *n* હવા, વાયુ
air *v* નું પ્રદર્શન કરવું
aircraft *n* વિમાન
airfare *n* વિમાનના દર
airfield *n* હવાઈક્ષેત્ર
airline *n* વિમાની કંપની
airliner *n* મોટું વિમાન
airplane *n* વિમાન

17 alteration A

airport *n* હવાઈમથક
airspace *n* દેશની ઉપરનો વાતાવરણનો ભાગ
airstrip *n* ઉતરાણપટ્ટી
airtight *adj* હવાબંધ
aisle *n* રસ્તાવાળી પરસાળ
ajar *adj* અધખુલ્લું
akin *adj* આપ્ત
alarm *n* ચેતવણી
alarm clock *n* નિયત સમયે વાગે એવું ઘડિયાળ
alarming *adj* ચેતવણીસૂચક
alcoholic *adj* મદ્યાર્કવાળું
alcoholism *n* મદિરાપાનનો અતિરેક
alert *adj* ચપળ
alert *v* જાગરૂક
algebra *n* બીજગણિત
alien *n* પારકું
alight *adv* બળતું
align *v* એક લીટીમાં મૂકવું
alignment *n* સીધ–નિર્ધારણ
alike *adj* સરખું
alive *adj* જીવતું
all *adj* બધા
allegation *n* આક્ષેપ
allege *v* આક્ષેપ મૂકવો
allegedly *adv* આરોપ મુજબ
allegiance *n* પ્રજાધર્મ
allegory *n* રૂપક
allergic *adj* વાયડું
allergy *n* વાયડાપણું
alleviate *v* હળવું કરવું
alley *n* સાંકડી ગલી
alliance *n* જોડાણ
allied *adj* જોડાયેલું
alligator *n* મગર
allocate *v* ફાળવવું
allot *v* વહેંચી આપવું
allotment *n* વહેંચણી
allow *v* પરવાનગી આપવી
allowance *n* ભથ્થું
alloy *n* મિશ્રધાતુ
allure *n* આકર્ષકતા
alluring *adj* પ્રલોભનકારી
allusion *n* અછડતો ઉલ્લેખ
ally *v* જોડાવું
ally *n* સંધિ
almanac *n* વાર્ષિક પંચાંગ
almighty *adj* સર્વશક્તિમાન
almond *n* બદામ
almost *adv* મોટે ભાગે
alms *n* દાન
alone *adj* એકાકી
along *pre* ની સાથે
alongside *pre* ની પડખે
aloof *adj* અળગું
aloud *adv* મોટેથી
alphabet *n* વર્ણમાળા
already *adv* અગાઉથી
alright *adv* બરાબર
also *adv* પણ
altar *n* નૈવેદ્ય ધરાવવાની વેદી
alter *v* ફેરફાર કરવો
alteration *n* ફેરફાર

altercation *n* ઝઘડો
alternate *v* વારાફરતી કરાતું
alternate *adj* વારાફરતી
alternative *n* વિકલ્પ
although *c* તેમ હોવાં છતાં
altitude *n* ઊંચું પદ
altogether *adj* સાથેસાથે
aluminum *n* એલ્યુમિનિયમ ધાતુ
always *adv* હંમેશાં
amass *v* સંગ્રહ કરવો
amateur *adj* કલાપ્રેમી
amaze *v* આશ્ચર્યચકિત કરવું
amazement *n* વિસ્મય
amazing *adj* વિસ્મયકારક
ambassador *n* રાજદૂત
ambiguous *adj* સંદિગ્ધાર્થ
ambition *n* મહાત્વાકાંક્ષા
ambitious *adj* મહાત્વાકાંક્ષી
ambivalent *adj* દ્વિધાવૃત્તિવાળું
ambulance *n* ઘાયલ કે માંદાનું વાહન
ambush *v* ઓચિંતો હુમલો કરવો
amenable *adj* વશ કરી શકાય એવું
amend *v* સુધારા કરવા
amendment *n* સુધારો
amenities *n* સુવિધા
American *adj* અમેરિકાનું રહેવાસી
amiable *adj* મળતાવડું
amicable *adj* મૈત્રીભર્યું
amid *pre* ની વચ્ચે
ammonia *n* નવસાર
ammunition *n* સ્ફોટક સાધનો
amnesia *n* સ્મૃતિભ્રંશ
amnesty *n* સર્વક્ષમા
among *pre* ના સમુદાયમાં
amoral *adj* અનૈતિક
amorphous *adj* ચોક્કસ આકાર વિનાનું
amortize *v* નાણાં ચૂકવવા
amount *n* રકમ
amount to *v* ની સમકક્ષ થવું
amphibious *adj* ઉભયસ્થલીય
amphitheater *n* અર્ધ કે લંબગોળાકાર નાટકશાળા
ample *adj* પૂરતું
amplifier *n* ધ્વનિવર્ધક
amplify *v* મોટું કરવું
amputate *v* કાપી નાખવું
amputation *n* અંગ ઉચ્છેદ
amuse *v* રમૂજ પમાડવી
amusement *n* મનોરંજન
amusing *adj* મનોરંજક
an *a* એકવચની નામ પહેલાં મુકાતું અનિશ્ચિત ઉપપદ
analogy *n* અનુરૂપતા
analysis *n* વિશ્લેષણ
analyze *v* વિશ્લેષણ કરવું
anarchist *n* અરાજકતાવાદી
anarchy *n* અરાજકતા
anatomy *n* શરીરરચના શાસ્ત્ર
ancestor *n* પૂર્વજ
ancestry *n* વંશ
anchor *n* લંગર

anchovy *n* તીખા સ્વાદવાળી નાની માછલી
ancient *adj* પ્રાચીન
and *c* અને
anecdote *n* ટુચકો
anemia *n* પાંડુરોગ
anemic *adj* પાંડુરોગથી પીડાતું
anesthesia *n* સંવેદનાહરણ
anew *adv* નવેસરથી
angel *n* દેવદૂત
angelic *adj* દૈવીગુણ ધરાવતું
anger *v* ગુસ્સે કરવું
anger *n* ગુસ્સો
angina *n* ઉર:શૂળ
angle *n* બે લીટીઓ કે સપાટીઓ વચ્ચેનો ખૂણો
angle *v* આંકડા અને ગલ વતી માછલાં પકડવાં
Anglican *adj* ઇંગ્લેન્ડના સુધરેલા ચર્ચનો સભ્ય
angry *adj* ક્રોધિત
anguish *n* સંતાપ
animal *n* પ્રાણી
animate *v* પ્રાણ ફૂંકવો
animation *n* પ્રાણસંચાર
animosity *n* વેર
ankle *n* પગની ઘૂંટી
annex *n* પરિશિષ્ટ
annexation *n* જોડાણ
annihilate *v* સદંતર નાશ કરવો
annihilation *n* સદંતર નાશ
anniversary *n* જયંતી વર્ષગાંઠ
annotate *v* ચોપડીમાં નોંધો ઉમેરવી
annotation *n* સમજૂતી ઉમેરવી
announce *v* જાહેર કરવું
announcement *n* જાહેરાત
announcer *n* ઉદઘોષક
annoy *v* પજવવું
annoying *adj* ત્રાસદાયક
annual *adj* વાર્ષિક
annul *v* નાબૂદ કરવું
annulment *n* નાબૂદી
anoint *v* અભિષેક કરવો
anonymity *n* નનામું
anonymous *adj* અજ્ઞાત
another *adj* અન્ય
answer *v* જવાબ આપવો
answer *n* જવાબ
ant *n* કીડી
antagonize *v* વિરોધ કરવો
antecedent *n* અગાઉનું
antecedents *n* પૂર્વ ઇતિહાસ
antelope *n* કાળિયાર
antenna *n* વીજળીનાં મોજાં ગ્રહણ કરનાર તાર
anthem *n* સ્તુતિ ગીત
antibiotic *n* જીવાણુનાશક
anticipate *v* ની અપેક્ષા કરવી
anticipation *n* અભિલાષા
antidote *n* વિષમારણ
antipathy *n* તીવ્ર અણગમો
antiquated *adj* જુનવાણી
antiquity *n* મધ્યયુગ પૂર્વેનો પ્રાચીનકાળ

anvil *n* એરણ
anxiety *n* ચિંતા
anxious *adj* ચિંતાતુર
any *adj* કોઇપણ
anybody *pro* કોઇ પણ માણસ
anyhow *pro* ગમે તેમ કરીને
anyone *pro* કોઇ પણ એક
anything *pro* કોઇપણ જાતની વસ્તુ
apart *adv* એક બાજુએ
apartment *n* અપાર્ટમેન્ટ
apathy *n* ઉદાસીનતા
ape *n* વાંદરો
aperitif *n* ભોજન પહેલાં પીવાતું મદ્ય
apex *n* શિરોબિંદુ
aphrodisiac *adj* કામોદ્દીપક
apiece *adv* માથા દીઠ
apocalypse *n* સાક્ષાત્કાર
apologize *v* માફી માગવી
apology *n* ક્ષમાયાચના
apostle *n* સુધારાનો આગેવાન
apostolic *adj* સુધારાના પ્રણેતાનું
appall *v* આઘાત પમાડવું
appalling *adj* અઘાતજનક
apparel *n* સુંદર વસ્ત્રો
apparent *adj* દેખીતું
apparently *adv* દેખીતી રીતે
apparition *n* આભાસ
appeal *n* અરજી
appeal *v* આજીજી કરવી
appealing *adj* આકર્ષક
appear *v* દેખાવું, હાજર થવું
appearance *n* દેખાવ
appease *v* સંતુષ્ટ કરવું
appeasement *v* શમાવવું
appendicitis *n* આંત્રપુચ્છનો સોજો
appendix *n* આંત્રપુચ્છ
appetite *n* ભૂખ
appetizer *n* ભૂખ ઉઘાડનાર
applaud *v* તાળીઓ પાડવી
applause *n* અભિવાદન
apple *n* સફરજન.
appliance *n* ઉપકરણ
applicable *adj* લાગુ પડે એવું
applicant *n* અરજદાર
application *n* અરજી
apply *v* પ્રયોજવું, અરજી કરવી
apply for *v* ની માટે અરજી કરવી
appoint *v* નિમણૂક કરવી
appointment *n* નિમણૂક
appraisal *n* મૂલ્ય નિર્ધારણ
appraise *v* નું મૂલ્ય નક્કી કરવું
appreciate *v* યોગ્ય મુલવણી કરવી
appreciation *n* કિંમત આંકણી, કદર
apprehend *v* ધરપકડ કરવી
apprehensive *adj* અસ્વસ્થ
apprentice *n* તાલીમી
approach *v* સંપર્ક કરવો
approach *n* અભિગમ
approachable *adj* પહોંચી શકાય તેવું
approbation *n* મંજૂરી
appropriate *adj* યોગ્ય

approval *n* માન્યતા
approve *v* મંજૂર કરવું
approximate *adj* આશરે
apricot *n* જરદાળુ
April *n* એપ્રિલ મહિનો
apron *n* આગળ પહેરવાનું વસ્ત્ર
aptitude *n* અભિરુચિ
aquarium *n* માછલી ઘર
aquatic *adj* પાણીમાં કે પાણી ઉપર રમાતું
aqueduct *n* પાણીની નહેર
Arabic *adj* અરબી
arable *adj* ખેતી લાયક
arbiter *n* મધ્યસ્થી
arbitrary *adj* મનસ્વી
arbitrate *v* ઝઘડો પતાવવો
arbitration *n* પંચ કે લવાદ તરીકે ફેંસલો કરવો
arc *n* વૃત્તખંડ
arch *n* કમાન
archaeology *n* પુરાતત્ત્વવિદ્યા
archaic *adj* પ્રાચીન
archbishop *n* વડો પાદરી
architect *n* સ્થપતિ
architecture *n* સ્થાપત્ય
archive *n* સરકારી દફતર
arctic *adj* ઉત્તર ધ્રુવપ્રદેશનું
ardent *adj* ઉત્સાહી
ardor *n* ધગશ
arduous *adj* મુશ્કેલ
area *n* વિસ્તાર
arena *n* અખાડો
argue *v* દલીલ કરવી
argument *n* દલીલ
arid *adj* સૂકું
arise *iv* ઉત્પન્ન થવું
aristocracy *n* ઉમરાવોનું વર્ચસ્વ
aristocrat *n* ઉમરાવ
arithmetic *n* અંકગણિત
ark *n* છાપરાવાળું તરતું વહાણ
arm *n* હાથ
arm *v* શસ્ત્રસજ્જ કરવું
armaments *n* શસ્ત્ર સરંજામ
armchair *n* હાથાવાળી ખુરશી
armed *adj* શસ્ત્રસજ્જ
armistice *n* યુદ્ધવિરામ
armor *n* બખતર
armpit *n* બગલ
army *n* લશ્કર
aromatic *adj* ખુશ્બોદાર
around *pre* આજુબાજુ
arouse *v* જાગ્રત કરવું
arrange *v* વ્યવસ્થિત કરવું
arrangement *n* વ્યવસ્થા
array *n* ભવ્ય પોશાક
arrest *v* ધરપકડ કરવી
arrest *n* ધરપકડ
arrival *n* આગમન
arrive *v* આવવું
arrogance *n* અહંકાર
arrogant *adj* અહંકારી
arrow *n* તીર
arsenal *n* શસ્ત્રાગાર
arsenic *n* સોમલ નામનું ઝેર

arson *n* ગુનાહિત આગ
arsonist *n* આગ ચાંપનાર
art *n* કળા
artery *n* રક્તવાહિની
arthritis *n* સંધિવા
artichoke *n* કાંટાળી ખાદ્ય વનસ્પતિ
article *n* લેખ, વસ્તુ; સ્વતંત્ર લેખ
articulate *v* સાંધા વતી જોડવું
articulation *n* સ્પષ્ટ અભિવ્યક્તિ
artificial *adj* બનાવટી
artillery *n* તોપખાનું
artisan *n* કારીગર
artist *n* કળાકાર
artistic *adj* કળાત્મક
artwork *n* કળાકૃતિ
as *c* જે રીતે
as *adv* જેથી કરીને
ascend *v* ઊંચે જવું
ascendancy *n* વર્ચસ્વ
ascertain *v* શોધી કાઢવું
ascetic *adj* સંયમી
ash *n* રાખ
ashamed *adj* શરમિંદું
ashore *adv* કાંઠા તરફ
ashtray *n* રાખદાની
aside *adv* એક બાજુએ
aside from *adv* તે ઉપરાંત
ask *v* પૂછવું, વિનંતી કરવી
asleep *adj* ઊંઘી ગયેલું
asparagus *n* શતાવરી
aspect *n* મોઢાપરનો ભાવ
asphalt *n* ડામર
asphyxiate *v* ગૂંગળાવવું
asphyxiation *n* ગૂંગળાવવાની ક્રિયા
aspiration *n* મહત્વાકાંક્ષા
aspire *v* ઉત્કટ ઇચ્છા હોવી
aspirin *n* શરદી-તાવની એક દવા
assail *v* હુમલો કરવો
assailant *n* હુમલાખોર
assassin *n* ભાડૂતી ખૂની
assassinate *v* દગાથી ખૂન કરવું
assassination *n* દગાથી કરેલ ખૂન
assault *n* હુમલો
assault *v* હુમલો કરવો
assemble *v* એકત્ર કરવું
assembly *n* સભા
assent *v* અનુમતિ આપવી
assert *v* મક્કમતાપૂર્વક જાહેર કરવું
assertion *n* પ્રતિજ્ઞા
assess *v* નક્કી કરવું
assessment *n* આકારણી
asset *n* મિલકત
assets *n* અસ્કયામતો
assign *v* ફાળવવું
assignment *n* ફાળવણી
assimilate *v* આત્મસાત કરવું
assimilation *n* આત્મસાત
assist *v* મદદ કરવી
assistance *n* સહાયતા
associate *v* જોડાવું
association *n* જોડાણ

assorted *adj* વર્ગવાર ગોઠવેલું
assortment *n* વસ્તુ વૈવિધ્ય
assume *v* ધારવું
assumption *n* ધારણા
assurance *n* ખાતરી
assure *v* ખાતરી આપવી
asterisk *n* તારક ચિહ્ન
asteroid *n* લઘુગ્રહ
asthma *n* દમ
asthmatic *adj* દમ થયો હોય એવું
astonish *v* આશ્ચર્ય પમાડવું
astonishing *adj* આશ્ચર્યજનક
astound *v* આશ્ચર્યચકિત કરવું
astounding *adj* વિસ્મયકારક
astray *v* કુમાર્ગે જવું
astrologer *n* જ્યોતિષી
astrology *n* જ્યોતિષ વિજ્ઞાન
astronaut *n* અવકાશયાત્રી
astronomer *n* ખગોળશાસ્ત્રી
astronomic *adj* ખગોળશાસ્ત્રીય
astronomy *n* ખગોળશાસ્ત્ર
astute *adj* ધૂર્ત
asunder *adv* છૂટું છવાયું
asylum *n* રાજકીય આશ્રય
at *pre* પાસે, નજીક, આગળ
atheism *n* નાસ્તિકતા
atheist *n* નાસ્તિક
athlete *n* વ્યાયામના ખેલોમાં નિષ્ણાત
athletic *adj* તાકાતવાન
atmosphere *n* વાતાવરણ
atmospheric *adj* વાતાવરણને લગતું
atom *n* અણુ
atomic *adj* આણ્વિક
atone *v* પ્રાયશ્ચિત કરવું
atonement *n* પ્રાયશ્ચિત
atrocious *adj* મહાઘાતકી
atrocity *n* અત્યાચાર
atrophy *v* શારીરિક કૃશતા
attach *v* જોડવું
attached *adj* જોડાયેલું
attachment *n* જોડાણ, સંબંધ
attack *n* હુમલો
attack *v* હુમલો કરવો
attacker *n* હુમલાખોર
attain *v* પ્રાપ્ત કરવું
attainable *adj* પ્રાપ્ત કરવા યોગ્ય
attainment *n* પ્રાપ્તિ
attempt *v* પ્રયત્ન કરવો
attempt *n* પ્રયત્ન
attend *v* ધ્યાન આપવું
attendance *n* હાજરી
attendant *n* સેવક
attention *n* ધ્યાન
attentive *adj* ધ્યાન આપનારું
attenuate *v* બારીક બનાવવું
attenuating *adj* બારીક બનાવનાર
attest *v* સાક્ષી પૂરવી
attic *n* કાતરિયું
attitude *n* અભિગમ
attorney *n* મુખત્યાર
attract *v* આકર્ષવું
attraction *n* આકર્ષણ
attractive *adj* આકર્ષક

A attribute 24

attribute *v* આરોપણ કરવું
auction *n* લિલામ
auction *v* લિલામ કરવું
auctioneer *n* લિલામ કરનાર
audacious *adj* સાહસિક
audacity *n* સાહસિકતા
audible *adj* સંભળાય એવું
audience *n* શ્રોતા
audit *v* હિસાબ તપાસવો
auditorium *n* શ્રોતાપ્રેક્ષકગૃહ
augment *v* વધારવું
August *n* ઑગસ્ટ મહિનો
aunt *n* ફોઇ, કાકી, માસી
auspicious *adj* માંગલિક
austere *adj* સંયમી
austerity *n* સંયમન
authentic *adj* પ્રમાણભૂત
authenticate *v* પ્રમાણપત્ર આપવું
authenticity *n* વિશ્વાસપાત્રતા
author *n* લેખક
authoritarian *adj* આપખુદ વ્યક્તિ
authority *n* સત્તા
authorization *n* અધિકૃતિ
authorize *v* અધિકૃત કરવું
auto *n* ઑટો
autograph *n* પોતાના હસ્તાક્ષર
automatic *adj* સ્વયંસંચાલિત
automobile *n* મોટરગાડી
autonomous *adj* સ્વાયત્ત
autonomy *n* સ્વાયત્તતા
autopsy *n* શબ પરીક્ષણ
autumn *n* પાનખર
auxiliary *adj* સહાયક
avail *v* ઉપયોગી થવું
availability *n* ઉપલબ્ધતા
available *adj* ઉપલબ્ધ
avalanche *n* હિમપ્રપાત
avarice *n* ધનલોભ
avaricious *adj* લોભી
avenge *v* વેર વાળવું
avenue *n* એવન્યુ
average *n* સરેરાશ
averse *adj* પ્રતિકૂળ
aversion *n* પ્રતિકૂળ વલણ
avert *v* અટકાવવું
aviation *n* વિમાન સંચાલન
aviator *n* વૈમાનિક
avid *adj* ઉત્સુક
avoid *v* થી દૂર રહેવુ
avoidable *adj* ટળાય તેવું
avoidance *n* ટાળવું
avowed *adj* સ્વીકાર કરેલું
await *v* રાહ જોવી
awake *iv* જાગવું
awake *adj* જાગ્રત
awakening *n* જાગૃતિ
award *v* પુરસ્કાર આપવો
award *n* પુરસ્કાર
aware *adj* વાકેફ
awareness *n* જાગરૂકતા
away *adv* દૂર
awe *n* આદરયુક્ત ભય
awesome *adj* પ્રભાવશાળી
awful *adj* ભયાનક

awkward *adj* કઢંગુ
awning *n* ચંદરવો
ax *n* કુહાડી
axiom *n* પ્રસ્થાપિત સિદ્ધાંત
axis *n* અક્ષરેખા
axle *n* ધરી

B

babble *v* બકબક કરવી
baby *n* નાનું બાળક
babysitter *n* નાના બાળકની સંભાળ રાખનાર
bachelor *n* કુંવારો, સ્નાતક
back *n* માણસની પીઠ
back *adv* પાછલા ભાગમાં
back *v* ટેકો આપવો
back down *v* હાર સ્વીકારવી
back up *v* ભેગુ થવું, કોમ્પ્યૂટરના ડેટાનો બેકઅપ
backbone *n* કરોડરજ્જુ
backdoor *n* પાછલો દરવાજો
backfire *v* કસમયનો અચાનક વિસ્ફોટ
background *n* પૂર્વભૂમિકા
backing *n* પીઠબળ
backlash *n* ખરાબ પ્રતિક્રિયા
backlog *n* કામનો ભરાવો
backpack *n* પીઠ પરનું પોટલું

backup *n* ટેકો
backward *adj* પછાત
backwards *adv* પાછળની બાજુએ
backyard *n* વાડો
bacon *n* ભૂંડનું માંસ
bacteria *n* જીવાણુ
bad *adj* ખરાબ
badge *n* બિલ્લો
badly *adv* ખરાબ રીતે
baffle *v* ગૂંચવણમાં નાખવું
bag *n* થેલી
baggage *n* સામાન
baggy *adj* ઘેરદાર
baguette *n* લાંબો ફ્રેન્ચ પાંઉ
bail *n* જામીન
bail out *v* વિમાનમાંથી ઉતરવું
bailiff *n* બજાવણીદાર
bait *n* પજવવું
bake *v* શેકવું
baker *n* ભઠિયારો
bakery *n* ભઠિયારખાનું
balance *v* સરખું કરવું
balance *n* સ્થિરતા, સિલક
balcony *n* અટારી
bald *adj* ટાલવાળું
bale *n* આફત
ball *n* દડો; દડાની એક ફેંક
balloon *n* ગુબ્બારો
ballot *n* મતપત્ર
ballroom *n* નૃત્યખંડ
balm *n* રાહત
balmy *adj* ખુશબોદાર

bamboo 26

B

bamboo *n* વાંસ
ban *n* મનાઇ
ban *v* પ્રતિબંધ મૂકવો
banana *n* કેળું
band *n* બાંધવાનો લીરો
bandage *n* જખમની પટ્ટી
bandage *v* પાટો બાંધવો
bandit *n* બહારવટિયો
bang *v* પછાડવું
bangs *n* કપાળ સુધીની વાળની લટો
banish *v* દેશનિકાલ કરવું
banishment *n* દેશનિકાલ
bank *n* કિનારો; કૃત્રિમ ઢાળ
bankrupt *v* નાદાર બનાવવું
bankrupt *adj* નાદાર
bankruptcy *n* દેવાળિયાપણું
banner *n* ઝંડો
banquet *n* મિજબાની
baptism *n* ખ્રિસ્તી ધર્મની દીક્ષાની વિધિ
baptize *v* ખ્રિસ્તી બનાવવું
bar *n* સળિયો, નડતર
bar *v* અટકાવવું
barbarian *n* જંગલી
barbaric *adj* અસંસ્કારી
barbarism *n* જંગલિયત
barbecue *n* જાળી પર મૂકીને માંસ શેકવું
barber *n* હજામ
bare *adj* વસ્ત્રહીન
barefoot *adj* ખુલ્લા પગે
barely *adv* ભાગ્યે જ
bargain *n* સોદો
bargain *v* સોદો કરવો
bargaining *n* સોદાબાજી
barge *n* માલવાહક નૌકા
bark *v* ભસવું
bark *n* ઝાડની છાલ, હોડી
barley *n* જવ
barmaid *n* દારૂ કે નાસ્તાની દુકાનની નોકરડી
barman *n* દારૂ કે નાસ્તાની દુકાનનો નોકર
barn *n* કોઠાર
barometer *n* દબાણમાપક યંત્ર
barracks *n* લશ્કરી સિપાઈઓને રહેવાના મકાનો
barrage *n* સતત ભારે તોપમારો
barrel *n* પીપ
barren *adj* ઉજ્જડ
barricade *n* ઝાડ, માટી
barrier *n* અવરોધ
barring *pre* મર્યાદા
bartender *n* દારૂ કે નાસ્તાની દુકાનનો નોકર
barter *v* વિનિમય કરવો
base *n* આધાર
base *v* આધાર આપવો
baseball *n* અમેરિકાની એક રમતમાં વપરાતો દડો
baseless *adj* પાયાવિહીન
basement *n* ભોંયરું
bashful *adj* શરમાળ
basic *adj* પાયારૂપ
basics *n* પાયાના સિદ્ધાંતો

basin *n* કૂંડી
basis *n* આધાર
bask *v* તડકે બેસવું
basket *n* ટોપલી
basketball *n* બે ટુકડી દ્વારા રમાતી રમત
bass *n* પુખ્ત પુરુષનો મન્દ્ર સ્વર; નીચો અવાજ
bastard *n* અનૌરસ
bat *n* ચામાચીડિયું, ક્રિકેટ
batch *n* જૂથ
bath *n* સ્નાન
bathe *v* નાહવું
bathrobe *n* રૂવાંવાળા કાપડનો ઝભ્ભો
bathroom *n* સ્નાનકક્ષ
bathtub *n* નહાવા માટેનું ટબ
baton *n* હોદ્દાનો દંડૂકો
battalion *n* સૈનિકોની લશ્કરી ટુકડી
batter *v* ઝૂડવું
battery *n* બેટરી
battle *n* લડાઇ
battle *v* લડવું
battleship *n* યુદ્ધજહાજ
bay *n* ઉપસાગર
bayonet *n* સંગીન
bazaar *n* બજાર
be *iv* હોવું, અસ્તિત્વ ધરાવવું
be born *v* જન્મ થવો
beach *n* સમુદ્ર કિનારો
beacon *n* દીવાદાંડી
beak *n* ચાંચ
beam *n* પ્રકાશનું કિરણ
bean *n* કઠોળનો દાણો, દાણો
bear *n* રીંછ
bear *iv* ઊંચકીને લઈ જવું
bearable *adj* સહ્ય
beard *n* દાઢી
bearded *adj* દાઢીવાળું
bearer *n* ધારક
beast *n* પશુ
beat *iv* મારવું, જીતવું
beat *n* તાલનો ઠેકો
beaten *adj* પરાજિત
beating *n* પરાજય
beautiful *adj* સુંદર
beautify *v* સુંદર કરવું
beauty *n* સૌન્દર્ય
beaver *n* એક ઉભચર પ્રાણી
because *c* કારણ કે
because of *pre* ના કારણે
beckon *v* ઇશારો કરવો
become *iv* થવું
bed *n* પથારી, નદીનો પટ
bedding *n* પાથરણું
bedroom *n* શયનખંડ
bedspread *n* પથારી માટેની ચાદર
bee *n* મધમાખી
beef *n* ગોમાંસ
beef up *v* બળવાન બનાવવું
beehive *n* મધપૂડો
beer *n* બીયર, જવનો દારૂ
beet *n* બીટનો કંદ

beetle 28
B

beetle *n* ઢાલિયું જીવડું
before *adv* આગળ
before *pre* પહેલાં
beforehand *adv* અગાઉથી
befriend *v* મિત્રની જેમ વર્તવું
beg *v* ભીખ માગવી
beggar *n* ભિખારી
begin *iv* શરૂ કરવું
beginner *n* શરૂ કરનાર
beginning *n* શરૂઆત
beguile *v* ફસાવવું
behalf (on) *adv* કોઈના તરફથી
behave *v* અમુક રીતે વર્તવું
behavior *n* વર્તન
behead *v* શિરચ્છેદ કરવો
behind *pre* પાછળ
behold *iv* નજરે જોવું
being *n* અસ્તિત્વ
belated *adj* મોડું પડેલું
belch *v* ઓડકાર ખાવો
belch *n* ઓડકાર
belfry *n* ઘંટવાળો મિનારો
Belgian *adj* બેલ્જિયમને લગતું
Belgium *n* બેલ્જિયમ દેશ
belief *n* માન્યતા
believable *adj* માની શકાય તેવું
believe *v* માનવું
believer *n* શ્રદ્ધાળુ
belittle *v* ઉતારી પાડવું
bell *n* ઘંટ
bell pepper *n* મીઠા મરીનો છોડ
belligerent *adj* યુદ્ધરત
belly *n* પેટ
belly button *n* ડૂંટી
belong *v* માલિકીનું હોવું
belongings *n* અંગત માલમત્તા
beloved *adj* ખૂબ વહાલુ
below *adv* નીચે
below *pre* તળે
belt *n* પટ્ટો
bench *n* બાંકડો
bend *iv* વાંકુ કરવું
bend down *v* નીચે વળવું
beneath *pre* હેઠળ
benediction *n* સ્વસ્તિવાચન
benefactor *n* શુભેચ્છક
beneficial *adj* લાભદાયી
beneficiary *n* લાભાન્વિત
benefit *n* લાભ
benefit *v* લાભ થવો
benevolence *n* હિતકારીવૃત્તિ
benevolent *adj* હિતકારી
benign *adj* કૃપાળુ
bequeath *v* છોડી જવું
bereaved *adj* વંચિત
bereavement *n* વિયોગ
beret *n* ઊની ટોપી
berserk *adv* આવેશમાં આવેલું
berth *n* વહાણ કે રેલગાડીમાં સૂવાની જગ્યા કે પાટિયું
beseech *iv* આજીજી કરવી
beset *iv* ઘેરી લેવું
beside *pre* નજીક
besides *pre* ઉપરાંત

besiege *iv* ટોળે વળવું
best *adj* શ્રેષ્ઠ
best man *n* અણવર, ખેલાડી, સારો માણસ
bestial *adj* પાશવી
bestiality *n* પાશવીપણું
bestow *v* બક્ષિસ આપવી
bet *iv* શરત મારવી
bet *n* શરત
betray *v* વિશ્વાસઘાત કરવો
betrayal *n* વિશ્વાસઘાત
better *adj* બહેતર
between *pre* વચ્ચે
beverage *n* પીણું
beware *v* સાવધ રહેવું
bewilder *v* ગૂંચવણમાં નાખવું
bewitch *v* કામણ કરવું
beyond *adv* પેલી પાર
bias *n* પૂર્વગ્રહ
bible *n* ખ્રિસ્તી ધર્મગ્રંથ
biblical *adj* બાઇબલ ને લગતું
bibliography *n* ગ્રંથસૂચિ
bicycle *n* સાઇકલ
bid *n* બોલી
bid *iv* બોલી લગાવવી
big *adj* મોટું
bigamy *n* દ્વિપત્નીત્વ
bigot *adj* ધર્માંધ માણસ
bigotry *n* પૂર્વગ્રહ
bike *n* મોટરસાઇકલ
bile *n* પિત્ત
bilingual *adj* દ્વિભાષી

bill *n* ફરસીનો ભાલો
bill *v* માલનો આંકડો મોકલવો
billion *n* એક અબજ
billionaire *n* અબજપતિ
bimonthly *adj* દ્વિમાસિક
bin *n* ડબો
bind *iv* બાંધવું
binding *adj* બંધનકારક
binoculars *n* દૂરબીન
biography *n* જીવનચરિત્ર
biological *adj* જીવવિજ્ઞાન વિષયક
biology *n* જીવવિજ્ઞાન
bird *n* પક્ષી
birth *n* જન્મ
birthday *n* જન્મ તારીખ
biscuit *n* બિસ્કિટ
bishop *n* પાદરી
bison *n* જંગલી ભેંસ
bit *n* નાનો ટુકડો
bite *iv* બચકું ભરવું
bite *n* કોળિયો
bitter *adj* કડવું
bitterly *adv* કડવાશથી
bitterness *n* કડવાશ
bizarre *adj* ઉટપટાંગ
black *adj* કાળું
blackberry *n* જાંબુ
blackboard *n* પાટિયું
blackmail *n* બદનામી
blackmail *v* બદનામ કરવું
blackness *n* કાળાશ
blackout *n* અંધારપટ

blacksmith *n* લુહાર
bladder *n* મૂત્રાશય
blade *n* પતરી
blame *n* દોષારોપણ
blame *v* દોષ કાઢવો
blameless *adj* નિર્દોષ
bland *adj* વિનયી
blank *adj* કોરું
blanket *n* કામળો
blaspheme *v* ઇશ્વર નિંદા કરવી
blasphemy *n* ઇશ્વર નિંદા
blast *n* વિસ્ફોટ
blaze *v* પ્રકાશિત કરવું
bleach *v* રાસાયણિક પ્રક્રિયાથી ધોવું
bleach *n* રાસાયણિક પ્રક્રિયાથી ધોયેલું
bleak *adj* ઉજ્જડ
bleed *iv* લોહી નીકળવું
bleeding *n* રક્તસ્ત્રાવ
blemish *n* કલંક
blemish *v* કલંક લગાડવું
blend *n* મિશ્રણ
blend *v* મિશ્રણ કરવું
blender *n* સંમિશ્રણ કરનાર યંત્ર
bless *v* આશીર્વાદ આપવો
blessed *adj* ધન્ય
blessing *n* આશીર્વાદ
blind *v* આંધળું કરવું
blind *adj* આંધળું હોવું
blindfold *n* વિવેકબુદ્ધિ વિનાનું
blindfold *v* આંખે પાટા બાંધેલું
blindly *adv* આંધળિયાં કરીને
blindness *n* અંધાપો
blink *v* ખસવું
bliss *n* સ્વર્ગસુખ
blissful *adj* આનંદી
blister *n* ફોલ્લો
blizzard *n* હિમવર્ષા સાથે સખત વાવાઝોડું
bloat *v* ફુલાવવું
bloated *adj* ફૂલેલું
block *n* નડતર, મોટી ઇમારત
block *v* વિધ્ન નાખવું
blockade *v* નાકાબંધી કરવી
blockade *n* નાકાબંધી
blockage *n* નાકાબંધીની સ્થિતિ
blond *adj* સોનેરી વાળવાળું
blood *n* લોહી
bloodthirsty *adj* લોહીતરસ્યું
bloody *adj* દુષ્ટ
bloom *v* ફૂલ બેસવાં
blossom *v* ફૂલ ખીલવાં
blot *n* શાહીનો ડાઘો
blot *v* ડાઘો પાડવો
blouse *n* ચોળી
blow *n* ફટકો
blow *iv* ફૂંકાવું
blow out *iv* ધડાકા સાથે ફૂટવું
blow up *iv* ઉડાડી મૂકવું
blowout *n* ટાયરમાં પંક્ચર
bludgeon *v* દંડૂકા વડે ઝૂડવું
blue *adj* ચોખ્ખું ભૂરું આકાશ; લાગણી

blueprint *n* તાંત્રિક રેખાકૃતિ
bluff *v* છેતરવું
bluff *n* છેતરપિંડી
blunder *n* મોટી ભૂલ
blunt *adj* જડ
bluntness *n* આખાબોલાપણું
blur *v* ઝાંખું કરવું
blurred *adj* અસ્પષ્ટ
blush *v* લજ્જા અનુભવવી
blush *n* શરમનો શેરડો
boar *n* ડુક્કર
board *n* લાકડાનું પાટિયું
board *v* વાહનમાં ચડવું
boast *v* બડાઇ હાંકવી
boat *n* હોડી
bodily *adj* શારીરિક
body *n* શરીર, વસ્તુ
bog *n* પોચી જમીન
bog down *v* પોચી જમીનમાં ખૂંપેલું
boil *v* ઉકાળવું
boil down to *v* વાતના અંતે
boil over *v* ઉકળીને ઉપરથી વહેવું
boiler *n* પાણી ગરમ કરવાની ટાંકી
boisterous *adj* જોરદાર
bold *adj* હિંમતવાળું
boldness *n* હિંમત
bolster *v* તકિયાનો ટેકો આપવો
bolt *n* ખીલો
bolt *v* ચાળવું
bomb *n* બૉમ્બ
bomb *v* બૉમ્બ નાખવો
bombing *n* બૉમ્બ વડે હુમલો
bombshell *n* તોપનો ગોળો
bond *n* સાથે જોડનાર બળ, દસ્તાવેજ
bondage *n* ગુલામી
bone *n* હાડકું
bone marrow *n* અસ્થિમજ્જા
bonfire *n* વિજયની સૂચક હોળી
bonus *n* બક્ષિસ
book *n* પુસ્તક
bookcase *n* પુસ્તકોની અલમારી
bookkeeper *n* હિસાબનીસ
bookkeeping *n* નામું
booklet *n* પુસ્તિકા
bookseller *n* પુસ્તક વિક્રેતા
bookstore *n* પુસ્તકોનો સ્ટોર
boom *n* તેજી
boom *v* ધૂધવવું
boost *v* ઉત્તેજના આપવી
boost *n* ઉત્તેજન, વૃદ્ધિ
boot *n* જોડો
booth *n* ઓરડી
booty *n* સહિયારી લૂંટ
booze *n* મદિરાપાન
border *n* સરહદ, કિનારી
border on *v* તદ્દન છેડે પહોંચવું
borderline *adj* સીમારેખા
bore *v* કંટાળો ઉપજાવવો
bored *adj* કંટાળેલું
boredom *n* કંટાળો
boring *adj* કંટાળાજનક
born *adj* જન્મેલું

borough *n* મ્યુનિસિપાલિટીવાળું શહેર
borrow *v* ઉછીનું લેવું
bosom *n* છાતી
boss *n* ઉપરી
boss around *v* હુકમ કરવો
bossy *adj* શેઠાઇ કરનારું
botany *n* વનસ્પતિશાસ્ત્ર
botch *v* પાયમાલ કરવું
both *adj* બંને
bother *v* હેરાન કરવું
bothersome *adj* ત્રાસ આપવો
bottle *n* બાટલી
bottle *v* શીશી
bottleneck *n* સાંકડી જગ્યા
bottom *n* તળિયું
bottomless *adj* તળિયા વિનાનું
bough *n* ઝાડની ડાળી
boulder *n* ખડક
boulevard *n* કુંજમાર્ગ
bounce *v* કૂદવું
bounce *n* ઉછાળ
bound *adj* પ્રદેશની સીમા
bound for *adj* અમુક ઠેકાણે જવા તૈયાર થયેલું
boundary *n* હદ
boundless *adj* અસીમ
bounty *n* બક્ષિસ
bourgeois *adj* રૂઢિપરસ્ત
bow *n* મેઘધનુષ્ય
bow *v* નમવું
bow out *v* પીછેહઠ કરવી
bowels *n* આંતરડાં
bowl *n* પવાલું, વાટકો, ચલાણું
box *v* ખોખામાં ભરવું; બિડવું
box *n* ખોખું
boxer *n* મુષ્ટિયોદ્ધો
boxing *n* બૉક્સિંગની રમત
boy *n* છોકરો
boycott *v* બહિષ્કાર કરવો
boyfriend *n* પુરૂષમિત્ર
boyhood *n* તારુણ્ય
bra *n* કાંચળી, સ્ત્રીનું વક્ષસ્થળ વસ્ત્ર
brace for *v* તૈયાર કરવું
bracelet *n* બાજુબંધ
bracket *n* લાકડાનો આધાર
brag *v* બડાઇ હાંકવી
braid *n* વેણી
brain *n* મગજ
brainwash *v* મગજનું ધોવાણ
brake *n* ગતિરોધક
brake *v* બ્રેક મારવી
branch *n* ઝાડની ડાળી
branch office *n* શાખા કાર્યાલય
branch out *v* કંઈક અલગ કરવું
brand *n* મશાલ, માર્કાનો માલ
brand-new *adj* નવું નક્કોર
brandy *n* એક જાતનો કડક દારૂ
brat *n* બદમિજાજી છોકરું
brave *adj* બહાદુર
bravely *adv* બહાદુરીથી
bravery *n* બહાદુરી
brawl *n* કજિયો

33 British

B

breach *n* ગાબડું
bread *n* પાઉંરોટી
breadth *n* પહોળાઈ
break *n* વિરામ, તક
break *iv* તોડવું
break away *v* છૂટું થવું
break down *v* વાહન બંધ પડવું, રાસાયણિક વિઘટન
break free *v* જતું રહેવું
break in *v* જબરદસ્તીથી ચોરની જેમ અંદર ઘૂસવું
break into *v* દાખલ થવું
break off *v* તોડીને અલગ કરવું
break open *v* કેદ તોડવી
break out *v* અચાનક ઉપસી આવવું
break up *v* ફાટવું
breakable *adj* બરડ
breakdown *n* ભાંગી પડવું તે
breakfast *n* સવારનો નાસ્તો
breakthrough *n* મહત્ત્વની પ્રગતિ
breast *n* સ્તન
breath *n* શ્વાસ
breathe *v* શ્વાસ લેવો
breathing *n* શ્વાસોચ્છવાસ
breathtaking *adj* ઉત્તેજના પ્રેરક
breed *iv* સંતાન ઉત્પન્ન કરવું
breed *n* જાતિ
breeze *n* પવનની હળવી લહેર
brethren *n* કોઇ ધાર્મિક સંપ્રદાય
brevity *n* સંક્ષેપ
brew *v* બિયર બનાવવો
brewery *n* બિયર ગાળવાની ભઠ્ઠી
bribe *v* લાંચ આપવી
bribe *n* લાંચ
bribery *n* લાંચ
brick *n* ઇંટ
bricklayer *n* કડિયો
bridal *adj* વધૂનું કે લગ્નનું
bride *n* નવવધૂ
bridegroom *n* વરરાજા
bridesmaid *n* કન્યાની સહિયર
bridge *n* પુલ
bridle *n* લગામ
brief *adj* ટૂંકું
brief *v* જણાવવું
briefcase *n* વકીલનું પાકીટ
briefing *n* ઝીણવટભરી સમજ
briefly *adv* સંક્ષેપમાં
briefs *n* દસ્તાવેજના સંક્ષેપો
brigade *n* લશ્કરી ટુકડી
bright *adj* ચળકતું; હોંશિયાર; ખુશમિજાજ
brighten *v* ચમકાવવું
brightness *n* તેજસ્વિતા
brilliant *adj* બુદ્ધિશાળી
brim *n* પ્યાલો
bring *iv* લાવવું
bring back *v* પાછું લાવવું
bring down *v* નીચે પાડવું
bring up *v* ઉછેરવું
brink *n* ધાર
brisk *adj* ઝડપી
Britain *n* બ્રિટન દેશ
British *adj* બ્રિટીશ

brittle *adj* બરડ
broad *adj* પહોળું
broadcast *v* પ્રસારણ કરવું
broadcast *n* પ્રસારણ
broadcaster *n* પ્રસારક
broaden *v* પહોળું કરવું
broadly *adv* વ્યાપક રીતે
broadminded *adj* મુક્ત મનનું
brochure *n* માહિતીપત્રિકા
broil *v* ખૂબ ગરમ કરવું
broiler *n* પેટી જેવો ચૂલો
broke *adj* તૂટેલું
broken *adj* ખંડિત
bronchitis *n* શ્વાસનળીનો સોજો
bronze *n* કાંસું
broom *n* ઝાડું
broth *n* માંસમચ્છીનું સૂપ
brothel *n* વેશ્યાગૃહ
brother *n* સગો ભાઇ
brotherhood *n* ભાઈચારો
brother-in-law *n* સાળો, બનેવી
brotherly *adj* બરોબરિયો
brow *n* ભમ્મર
brown *adj* તપખીરિયા રંગનું
browse *v* ચરવું
browser *n* વેબ બ્રાઉઝર
bruise *n* ઉઝરડો
bruise *v* ઉઝરડો પડવો
brunch *n* બપોરનું ખાણું
brunette *adj* કાળા વાળવાળી
brush *n* કૂચડો
brush *v* બ્રશ મારવો

brush aside *v* નકારવું
brush up *v* પરિચય તાજો કરવો
brusque *adj* અસભ્ય
brutal *adj* ક્રૂર
brutality *n* ક્રૂરતા
brutalize *v* ક્રૂર વર્તન કરવું
brute *adj* વિચારશકિત વિનાનું
bubble *n* પરપોટો
bubble gum *n* મોઢામાં મમળાવવાનો ગુંદર જેવો પદાર્થ
buck *n* હરણ
bucket *n* ડોલ
buckle *n* કમર પટ્ટાની આંકડી
buckle up *v* બકલ બાંધવું
bud *n* ફણગો
buddy *n* દોસ્ત
budge *v* ખસવું
budget *n* અંદાજપત્ર
buffalo *n* ભેંસ
bug *n* નાનું જીવડું
build *iv* ચણવું
builder *n* કંત્રાટી
building *n* ઇમારત
buildup *n* જમાવ
built-in *adj* અખંડિત હિસ્સો
bulb *n* મૂળ; વીજળી ગોળો
bulge *n* સોજો
bulk *n* મોટો જથ્થો
bulky *adj* કદાવર
bull *n* આખલો
bull fight *n* બે આખલાની લડાઇ
bull fighter *n* આખલા સાથે સાઠમારી કરનાર

bulldoze *v* તોડી પાડવું
bullet *n* બંદૂકની ગોળી
bulletin *n* પત્રિકા
bully *adj* ગુંડો
bulwark *n* લશ્કરી કિલ્લો
bum *n* નિતંબ
bump *n* ધબ્બો
bump into *v* આકસ્મિક મળવું
bumper *n* છલોછલ પ્યાલો
bumpy *adj* ઢીમણું કરે તેવું
bun *n* ગળ્યો પાઉં
bunch *n* ઝૂમખું
bundle *n* પોટલું
bundle *v* પોટલું વાળવું
bunk bed *n* એક ઉપર બીજી એવી પથારી
bunker *n* આશરો
buoy *n* લંગર સાથે બાંધેલું તરતું નિશાન
burden *n* બોજો
burden *v* વજન ભરવું
burdensome *adj* બોજાવાળું
bureau *n* સરકારી ખાતું
bureaucracy *n* અમલદારશાહી
bureaucrat *n* નોકરીશાહીનો અંગભૂત નોકર
burger *n* એક જાતના પાઉંની સેન્ડવીચ
burglar *n* ઘરફોડુ
burglarize *v* ચોરી કરવી
burglary *n* ચોરી
burial *n* દફનવિધિ
burly *adj* ખડતલ બાંધાનું

burn *iv* બળવું
burn *n* દાઝ્યાની નિશાની
burp *v* ઓડકાર આવવો
burp *n* ઓડકાર
burrow *n* દર
burst *iv* ધડાકા સાથે ફાટવું
bury *v* દફન કરવું
bus *n* બસ
bush *n* ઝાડવું
busily *adv* વ્યસ્તતાથી
business *n* વેપાર
businessman *n* વેપારી માણસ
bust *n* વક્ષસ્થળ
bustling *adj* દોડધામવાળું
busy *adj* વ્યસ્ત
but *c* પરંતુ
butcher *n* કસાઈ
butchery *n* કસાઈપણું
butler *n* ખાનસામો
butt *n* મોટું પીપ
butter *n* માખણ
butterfly *n* પતંગિયું
button *n* બટન
buttonhole *n* બોરિયાનો ગાજ
buy *iv* ખરીદવું
buy off *v* લાંચ આપવી
buyer *n* ખરીદદાર
buzz *n* ગુંજારવ
buzz *v* ગણગણાટ કરવો
buzzard *n* ગીધ
buzzer *n* વરાળની સિસોટી
by *pre* દ્વારા

bye *e* આવજો
bypass *n* વૈકલ્પિક રસ્તો
bypass *v* વૈકલ્પિક રસ્તો કરવો
by-product *n* આડપેદાશ
bystander *n* મૂકપ્રેક્ષક

C

cab *n* ભાડાની મોટરગાડી
cabbage *n* કોબી
cabin *n* ઓરડી
cabinet *n* ખાનાંવાળી પેટી
cable *n* તારનું દોરડું
cafeteria *n* ભોજનાલય
caffeine *n* કૉફી અને ચાના છોડમાં રહેલું એક રાસાયણિક દ્રવ્ય
cage *n* પાંજરું
cake *n* કેક
calamity *n* આપત્તિ
calculate *v* ગણતરી કરવી
calculation *n* ગણતરી
calculator *n* ગણક યંત્ર
calendar *n* કૅલેન્ડર
calf *n* ગાયનું બચ્ચું
caliber *n* બૌદ્ધિક શક્તિ
calibrate *v* માપવું
call *n* હુકમ, જરૂરિયાત
call *v* બૂમ પાડવી
call off *v* રદ કરવું
call on *v* -ને મળવા જવું
call out *v* બૂમ પાડવી
calling *n* ધંધો
callous *adj* રીઢું
calm *adj* શાંત
calm *n* સંપૂર્ણ સ્થિરતા
calm down *v* શાંત પાડવું
calorie *n* ઉષ્ણતાનો એકમ
calumny *n* નિંદા
camel *n* ઊંટ
camera *n* ફોટો પાડવાનું સાધન
camouflage *n* છદ્માવરણ
camp *n* લશ્કરની છાવણી
camp *v* છાવણી નાખવી
campaign *v* અભિયાન ચલાવવું
campaign *n* અભિયાન
campfire *n* હોળી
can *n* ડબ્બો, બરણી
can *iv* કરી શકવું
can opener *n* કૅન ખોલવાનું સાધન
canal *n* નહેર
canary *n* પીળાં પીછાંવાળું એક ગાનારું પક્ષી
cancel *v* રદ કરવું
cancellation *n* રદ કરવાની ક્રિયા
cancer *n* કરચલો, કર્ક (ચોથી) રાશિ, નાસૂર, કર્કરોગ
cancerous *adj* કર્કરોગવાળું
candid *adj* નિખાલસ
candidacy *n* ઉમેદવારી
candidate *n* ઉમેદવાર
candle *n* મીણબત્તી

candlestick *n* શમાદાન
candor *n* નિખાલસતા
candy *n* સાકરની એક મીઠાઈ, કેન્ડિ આઇસ્ક્રીમ
cane *n* સોટી, નેતરનો છોડ
canister *n* ધાતુનું પીપ
canned *adj* કેનમાં સાચવેલું
cannibal *n* નર માંસભક્ષી
cannon *n* તોપ
canoe *n* નાની હલકી હોડી
canonize *v* -નો મહિમા વધારવો
cantaloupe *n* પાસાવાળી ટેટી
canteen *n* કાર્યાલય કે કારખાનામાં નાસ્તાની દુકાન
canvas *v* કેનવાસ વડે ઢાંકવું
canvas *n* શણનું જાડું મજબૂત કપડું
canyon *n* ઊંડી ખીણ
cap *n* ટોપી; ઢાંકણું
cap *v* ટોપી પહેરાવવી
capability *n* ક્ષમતા
capable *adj* સક્ષમ
capacity *n* ક્ષમતા
cape *n* ભૂશિર
capital *n* રાજધાની; મૂડી; અંગ્રેજીના મોટા અક્ષરો
capital letter *n* મોટો અક્ષર
capitalism *n* મૂડીવાદ
capitalize *v* મૂડી પૂરી પાડવી
capitulate *v* સોંપી દેવું
capsize *v* ઊંધુ વળવું
capsule *n* દવાની બાહ્ય ટોટી
captain *n* કપ્તાન
captivate *v* ચિત્ત હરી લેવું
captive *n* કેદી
captivity *n* બંધન
capture *v* કેદ કરવું
capture *n* ધરપકડ કરવી
car *n* ગાડી
carat *n* સોનાની શુદ્ધતા માપવાનો એકમ
caravan *n* સાથે પ્રવાસ કરનાર કાફલો
carburetor *n* વાહનનું કાર્બ્યુરેટર
carcass *n* હાડપિંજર
card *n* પૂંઠાનો કાગળ
cardboard *n* પૂઠું
cardiac *adj* હૃદયને લગતું
cardiac arrest *n* હૃદયરોગનો હુમલો
cardiology *n* હૃદય સંલગ્ન
care *n* સંભાળ
care *v* સંભાળ લેવી
care about *v* દરકાર કરવી
care for *v* સંભાળ રાખવી
career *n* કારકીર્દિ
carefree *adj* નચિંત
careful *adj* સાવધ
careless *adj* નફિકરું
carelessness *n* બેપરવાઈ
caress *n* આલિંગન
caress *v* પંપાળવું
caretaker *n* રખેવાળ
cargo *n* નૌકાભાર
caricature *n* ઠઠ્ઠાચિત્ર
caring *adj* કાળજી લેનાર
carnage *n* કત્લેઆમ

C

carnal *adj* લૈંગિક
carnation *n* આછા ગુલાબી રંગનું
carol *n* નાતાલનું પ્રાર્થનાગીત
carpenter *n* સુથાર
carpentry *n* સુથારીનું કામ
carpet *n* શેતરંજી
carriage *n* માલનું વહન
carrot *n* ગાજર
carry *v* ઊંચકીને લઈ જવું
carry on *v* ચાલુ રાખવું
carry out *v* નો અમલ કરવો
cart *n* ખટારો
cart *v* ખટારાથી માલનું વહન કરવું
cartoon *n* વ્યંગ્યચિત્ર
cartridge *n* કારતૂસ
carve *v* કોતરવું, માંસ કાપવું
cascade *n* પાણીનો ધોધ
case *n* કિસ્સો; રોગનો દાખલો; મુકદ્દમો
cash *n* રોકડ
cashier *n* ખજાનચી
casino *n* જુગારનો અડ્ડો
casket *n* મડદાપેટી
casserole *n* તવો
cast *iv* ફેંકવું, ઘાટ પાડવો
cast *n* ઢાળકામથી બનેલી વસ્તુ
castaway *n* ભગ્નનૌકાનો નાવિક
caste *n* જાત, જ્ઞાતિસંસ્થા
castle *n* કિલ્લો
casual *adj* આકસ્મિક
casualty *n* ભોગ
cat *n* બિલાડી
cataclysm *n* હોનારત
catacomb *n* કબર
catalog *v* સૂચિમાં નોંધવું
catalog *n* વિગતવાર ભાવયાદી
cataract *n* ધોધ, આંખનો મોતિયો
catastrophe *n* ભારે ઉત્પાત
catch *iv* પકડવું
catching *adj* ચેપી
catchword *n* પોકારનો શબ્દ
catechism *n* પ્રશ્નોત્તર પદ્ધતિથી અપાતું શિક્ષણ
category *n* વર્ગ
cater to *v* અભિરુચિ પ્રમાણે પોષણ આપવું
caterpillar *n* ઇયળ
cathedral *n* ખ્રિસ્તી દેવળ
catholic *adj* કેથલિક
Catholicism *n* રોમન કેથલિક સંપ્રદાયને વળગી રહેનારું
cattle *n* ઢોર
cauliflower *n* ફૂલગોબી
cause *n* નિમિત્ત
cause *v* નું કારણ બનવું
caution *n* ચેતવણી
cautious *adj* સાવચેત
cavalry *n* મોટરદળ
cave *n* ગુફા
cave in *v* ઢળી જવું
cavern *n* ભોયરું
cavity *n* પોલાણ
cease *v* બંધ કરવું
cease-fire *n* શસ્ત્રવિરામ
ceaselessly *adv* અવિરતપણે

ceiling *n* છત
celebrate *v* ઊજવવું
celebration *n* ઉજવણી
celebrity *n* સુપ્રસિદ્ધ માણસ
celery *n* કોથમીર જેવો એક છોડ
celestial *adj* સ્વર્ગીય
celibacy *n* બ્રહ્મચર્ય
celibate *adj* બ્રહ્મચારી
cell phone *n* સેલ ફોન
cellar *n* ભોંયરું
cellphone *n* મોબાઈલ ફોન
cement *n* સિમેન્ટ
cemetery *n* કબ્રસ્તાન
censorship *n* દોષશોધન
censure *v* નિંદા કરવી
census *n* વસ્તી ગણતરી
cent *n* સેન્ટ
centenary *n* શતાબ્દી
center *n* કેન્દ્ર
center *v* મધ્યમાં લાવવું
centimeter *n* સેન્ટિમીટર
central *adj* કેન્દ્રીય
centralize *v* કેન્દ્રીકરણ કરવું
century *n* સો વરસ
ceramic *n* ચીકણી માટીને તપાવવાની પ્રક્રિયાથી બનતી વસ્તુ
cereal *n* અનાજ
cerebral *adj* બુદ્ધિશાળી
ceremony *n* ધાર્મિક કૃત્ય
certain *adj* પાકી ખાતરીવાળું
certainty *n* પૂરેપૂરી ખાતરી
certificate *n* પ્રમાણપત્ર
certify *v* પ્રમાણપત્ર આપવું
chagrin *n* તીવ્ર સંતાપ
chain *n* સાંકળ
chain *v* સાંકળ વતી બાંધવું
chainsaw *n* લાકડા કાપવાનું ચેનથી ચાલતું યંત્ર
chair *n* ખુરશી
chair *v* અધ્યક્ષ થવું
chairman *n* સભા, સમિતિનો પ્રમુખ
chalet *n* ગામડાનું ઘર
chalice *n* દારૂનો પ્યાલો
chalk *n* ચૉક
chalkboard *n* લખવા માટેનું પાટિયું
challenge *v* પડકાર આપવો
challenge *n* પડકાર
challenging *adj* પડકારજનક
chamber *n* ઓરડી
champ *n* બચડ બચડ ચાવવું
champion *n* સર્વવિજેતા
champion *v* ટેકો આપવો
chance *n* તક, સંભાવના
chancellor *n* વિદ્યાપીઠનો કુલપતિ
chandelier *n* ઝુમ્મર
change *v* બદલવું
change *n* ફેરફાર
channel *n* ખાડી; રેડિયો કે ટી.વી. ની ચેનલ
chant *n* મંત્રોચ્ચાર
chaos *n* અંધાધૂંધી
chaotic *adj* વેરવિખેર

C

chapel *n* સંસ્થાનું દેવઘર
chaplain *n* પાદરી
chapter *n* પુસ્તકનું પ્રકરણ
char *v* ભડથું થવું
character *n* ચાલચલગત; પાત્ર; અક્ષર
characteristic *adj* લાક્ષણિકતા
charade *n* શબ્દસમસ્યા
charbroil *adj* કોલસા ઉપરની માંસ પકવવાની જાળી
charcoal *n* લાકડાંનો કોલસો
charge *v* કિંમત વસૂલવી; તહોમત લગાવવું; બેટરી ચાર્જ કરવી
charge *n* બંદૂક, કિંમત
charisma *n* પ્રેરણાદાયી પ્રભાવ
charitable *adj* દાનશીલ
charity *n* દાન
charm *v* વશ કરવું
charm *n* મોહકતા
charming *adj* આનંદદાયક
chart *n* આલેખ
charter *n* ખતપત્ર
charter *v* ભાડે રાખવું
chase *n* પીછો
chase *v* પાછળ પડવું
chasm *n* ભારે તફાવત
chaste *adj* ચારિત્ર્યશીલ
chastise *v* સજા કરવી
chastisement *n* સજા કરવી તે
chastity *n* ચારિત્ર્યની શુધ્ધતા
chat *v* ગપસપ કરવી
chauffeur *n* વાહન હાંકનાર
cheap *adj* સસ્તું
cheat *v* છેતરવું
cheater *n* છેતરનાર
check *n* શેહ, હૂંડી
check *v* ચકાસવું
check in *v* હવાઇ મથક
check up *n* ઝીણવટભરી તપાસ
checkbook *n* ચેકબૂક
cheek *n* ગાલ
cheekbone *n* ગાલ ઉપરનું હાડકું
cheeky *adj* ઉદ્ધત
cheer *v* શાબાશી આપવી
cheer up *v* આનંદિત કરવું
cheerful *adj* ખુશમિજાજ
cheers *n* હર્ષનાદ
cheese *n* ચીઝ
chef *n* રસોઇયો
chemical *adj* રાસાયણિક
chemist *n* રસાયણશાસ્ત્રી
chemistry *n* રસાયણશાસ્ત્ર
cherish *v* મનમાં સંઘરવું
cherry *n* ચેરી નામનું ફળ
chess *n* શેતરંજની રમત
chest *n* તિજોરી; વક્ષ:સ્થળ
chew *v* ચાવવું
chick *n* પક્ષીનું બચ્ચું
chicken *n* પાળેલું મરઘું
chicken out *v* બીને પાછું હઠવું
chicken pox *n* અછબડા
chide *v* ઠપકો આપવો
chief *n* વડો
chiefly *adv* મુખ્યત્વે
child *n* બાળક

C

childhood *n* બાળપણ
childish *adj* બાલિશ
childless *adj* નિ:સંતાન
children *n* બાળકો
chill *n* ઠંડી, ધ્રૂજારી
chill *v* ઠંડું કરવું
chill out *v* હળવા થવું
chilly *adj* ઉદાસીન
chimney *n* ચીમની
chimpanzee *n* વાંદરો
chin *n* હડપચી
chip *n* બટાકાની કાતરી
chisel *n* ફરસી
chocolate *n* ચોકલેટ
choice *n* પસંદગી
choir *n* ગાયકવૃંદ
choke *v* ગૂંગળાવવું
cholera *n* કૉલેરા
cholesterol *n* માનવ શરીરના કોષોમાં મળતો 'સ્ટેરોઇડ' મદ્યાર્ક
choose *iv* પસંદ કરવું
choosy *adj* પસંદગી કરવામાં ચોખલિયો
chop *v* સમારવું
chop *n* ટુકડો
chopper *n* ટૂંકા હાથાવાળી કુહાડી, કસાઈનો છરો, હેલિકૉપ્ટર
chore *n* દૈનિક કામ
chorus *n* ગાયકવૃંદ
christen *v* બાપ્તિસ્માનો સંસ્કાર કરીને નામ પાડવું
christening *n* નામકરણ વિધિ
Christian *adj* ખ્રિસ્તી ધર્મનું
Christianity *n* ખ્રિસ્તી ધર્મ
Christmas *n* નાતાલ
chronic *adj* સ્થાયી
chronicle *n* તવારીખ
chronology *n* કૅલેન્ડર
chubby *adj* હૃષ્ટપુષ્ટ
chuckle *v* ગાલમાં દાબીને હસવું
chunk *n* ગઠ્ઠો
church *n* ખ્રિસ્તી દેવળ
chute *n* હવાઈ છત્રી
cider *n* સફરજનના રસનો આસવ
cigar *n* સિગાર
cigarette *n* સિગારેટ
cinder *n* ચિનગારી
cinema *n* ચલચિત્રપટ, સિનેમા
cinnamon *n* તજ
circle *n* વર્તુળ
circle *v* ગોળ ફરવું
circuit *n* ચક્રાકાર માર્ગ
circular *adj* વર્તુળાકાર
circulate *v* ફરતું કરવું
circulation *n* ફેલાવો
circumcise *v* સુન્નત કરવી
circumcision *n* સુન્નત
circumstance *n* સંજોગો
circumstantial *adj* સાંજોગિક
circus *n* સર્કસ
cistern *n* પાણીની ટાંકી
citizen *n* નાગરિક
citizenship *n* નાગરિકત્વ
city *n* શહેર
city hall *n* નગર હૉલ

C

civic *adj* નાગરિકત્વનું
civil *adj* નાગરિકોનું
civilization *n* સંસ્કૃતિ
civilize *v* સંસ્કારી બનાવવું
claim *v* દાવો કરવો, જીવ લેવો
claim *n* દાવો, જમીનનો ટુકડો
clam *n* છીપવાળી ખાદ્ય માછલી, મીંઢો માણસ
clamor *v* મોટેથી રડવું
clamp *v* બાંધી દેવું
clan *n* કુટુંબ–કબીલો
clandestine *adj* ચોરીછૂપીનું
clap *v* તાળીઓ પાડવી
clarification *n* ખુલાસો
clarify *v* સ્પષ્ટતા કરવી
clarinet *n* મોંથી વગાડવાનું લાકડાનું એક વાદ્ય
clarity *n* સ્પષ્ટતા
clash *v* સામસામા અથડાવું
clash *n* અથડામણ
class *n* સમાજનો વર્ગ; સ્કૂલનો વર્ગ
classic *adj* ઉત્તમ
classify *v* વર્ગીકરણ કરવું
classmate *n* સહાધ્યાયી
classroom *n* વર્ગખંડ
classy *adj* ચડિયાતું
clause *n* ઉપવાક્ય
claw *n* તીક્ષ્ણ નહોર
claw *v* નહોર મારવો
clay *n* માટી
clean *adj* સ્વચ્છ
clean *v* સફાઈ કરવી
cleaner *n* સફાઈ કરનાર
cleanliness *n* સ્વચ્છતા
cleanse *v* સ્વચ્છ કરવું
cleanser *n* સ્વચ્છ કરનાર
clear *adj* સ્પષ્ટ
clear *v* ચોખ્ખું કરવું
clearance *n* નિવારણ
clear-cut *adj* સ્પષ્ટ
clearly *adv* સ્પષ્ટપણે
clearness *n* સ્પષ્ટપણું
cleft *n* વિભાજીત
clemency *n* ક્ષમા
clench *v* મજબૂત પકડવું
clergy *n* ધર્મોપદેશકો
clergyman *n* ખ્રિસ્તી ધર્મોપદેશક
clerical *adj* કારકુનોનું
clerk *n* ક્લાર્ક
clever *adj* હોશિયાર
click *v* ટકટક અવાજ થવો
client *n* ઘરાક
clientele *n* ઘરાકો
cliff *n* ઊભો ખડક
climate *n* આબોહવા
climatic *adj* આબોહવાને લગતું
climax *n* પરાકાષ્ઠા
climb *v* ચડવું
climbing *n* ચડાણ
clinch *v* સજ્જડ બાંધવું
cling *iv* વળગી રહેવું
clinic *n* ઇસ્પિતાલ
clip *v* સજ્જડ કરવું
clipping *n* કાપલી, છાંટ, કતરણ

cloak *n* ડગલો
clock *n* ઘડિયાળ
clog *v* રૂંધાવું
cloister *n* ધાર્મિક સમાજ
clone *v* લૈંગિક પ્રક્રિયા વિના પેદા કરવું
cloning *n* લૈંગિક પ્રક્રિયા રહિત
close *v* બંધ કરવું
close *adj* નજીકનું
close to *pre* ની નજીક
closed *adj* બંધ થયેલું
closely *adv* ઝીણવટભરી રીતે
closet *n* કબાટ
closure *n* બંધ સ્થિતિ
clot *n* લોહીનો ગઠ્ઠો
cloth *n* કાપડ
clothe *v* ને કપડા પહેરાવવાં
clothes *n* પહેરવાનાં કપડાં
clothing *n* કપડાં
cloud *n* વાદળું
cloudless *adj* વાદળ વિનાનું
cloudy *adj* વાદળછાયું
clown *n* વિદૂષક
club *n* ગદા; સમાન હિત ધરાવનારની મંડળી
club *v* મંડળી બનાવવી
clue *n* કડી
clumsiness *n* બેડોળપણું
clumsy *adj* અણઘડ
cluster *n* ઝૂમખું
cluster *v* ટોળે વળવું
clutch *n* પકડ
coach *v* તાલીમ આપવી
coach *n* દરબારી ગાડી
coaching *n* તાલીમ
coagulate *v* ઘટ્ટ થવું
coagulation *n* જામવું તે
coal *n* કોલસો
coalition *n* ગઠબંધન
coarse *adj* ખરબચડું, અશ્લીલ
coast *n* દરિયાકિનારો
coast *v* દરિયાકાંઠો
coastal *adj* દરિયાકિનારાનું
coastline *n* કિનારાનો આકાર
coat *n* હૂંફાળું બહિર્વસ્ત્ર
coax *v* પટાવવું
cob *n* સવારીનું ટટ્ટુ
cobblestone *n* કપચી
cobweb *n* કરોળિયાની જાળ
cocaine *n* નશો ચઢાવતી દવા
cock *n* કૂકડો
cockpit *n* વિમાનના ચાલકની બેસવાની જગ્યા
cockroach *n* વંદો
cocktail *n* પીણું
cocky *adj* ગર્વિષ્ઠ
cocoa *n* કોકોની ભૂકી સાથે દૂધ અને ખાંડ મેળવેલ પીણું
coconut *n* નાળિયેર
cod *n* એક મોટી દરિયાઈ ખાદ્ય માછલી
code *n* કાયદાની સંહિતા
codify *v* સંકલન કરવું
coefficient *n* ગુણક સંખ્યા
coerce *v* જબરદસ્તી કરવી

coercion 44

C

coercion *n* જબરદસ્તી
coexist *v* સહઅસ્તિત્વ ધરાવવું
coffee *n* કૉફીનો છોડ
coffin *n* મડદાપેટી
cohabit *v* સાથે રહેવું
coherent *adj* સુસંગત
cohesion *n* સ્નેહાકર્ષણ
coin *n* સિક્કો
coincide *v* ભેગું થવું
coincidence *n* યોગાનુયોગ
coincidental *adj* સાંયોગિક
cold *adj* ઠંડુ
coldness *n* ઠંડક
colic *n* પેટશૂળ
collaborate *v* સહકાર સાધવો
collaboration *n* સહકાર
collaborator *n* સાથે મળીને કામ કરનાર
collapse *v* પડી ભાંગવું તે
collapse *n* ધબડકો
collar *n* ગળાપટી
collarbone *n* હાંસડીનું હાડકું
collateral *adj* પાસે પાસેનું
colleague *n* સાથી
collect *v* ભેગું કરવું
collection *n* સંગ્રહ
collector *n* અજાયબ ચીજો ભેગી કરનારો, જિલ્લાનો વડો અધિકારી
college *n* મહાવિદ્યાલય
collide *v* સામસામા અથડાવું
collision *n* અથડામણ
cologne *n* કોલન વૉટર
colon *n* નળ
colonel *n* લશ્કરનો ઉંચી પાયરીનો અધિકારી
colonial *adj* વસાહતી
colonization *n* વસાહત વસાવવી
colonize *v* વસાહતમાં વસવું
colony *n* વસાહત
color *n* રંગ
color *v* રંગવું
colorful *adj* રંગીન
colossal *adj* પ્રચંડ
colt *n* વછેરો
column *n* ગોળ થાંભલો
coma *n* મૂર્છા
comb *n* કાંસકી
comb *v* વાળ હોળવા
combat *n* લડાઈ
combat *v* લડવું
combatant *n* લડવૈયો
combination *n* સંયોજન
combine *v* એક સાથે જોડવું
combustible *n* દહનશીલ
combustion *n* દહન
come *iv* આવવું
come about *v* બનવું
come across *v* અચાનક મળવું
come apart *v* ફાટી જવું
come back *v* પાછું આવવું
come down *v* ઘટવું, નીચે આવવું
come forward *v* આગળ આવવું
come from *v* નું હોવું
come in *v* અંદર આવવું

come out *v* બહાર આવવું
come over *v* પક્ષ બદલવો, અસરની શરૂઆત
come up *v* અચાનક છતું થવું
comeback *n* પુનરાગમન
comedian *n* હાસ્ય કલાકાર
comedy *n* વિનોદી ચિત્રપટ
comet *n* ધૂમકેતુ
comfort *n* રાહત
comfortable *adj* સુખદાયક
comforter *n* સુખચેન આપનાર
comical *adj* હાસ્યાસ્પદ
coming *n* આગમન
coming *adj* આગામી
comma *n* અલ્પવિરામ
command *v* હુકમ કરવો
commander *n* સેનાપતિ
commandment *n* દૈવી આદેશ
commemorate *v* ઊજવવું
commence *v* શરૂ કરવું
commend *v* સોંપવું
commendation *n* સ્તુતિ
comment *v* ટિપ્પણી કરવી
comment *n* ટિપ્પણી
commerce *n* વાણિજ્ય
commercial *adj* વેપારને લગતું
commission *n* હુકમ, આજ્ઞા, સોંપેલું કામ, આડત
commit *v* હવાલે કરવું
commitment *n* પ્રતિબદ્ધતા
committed *adj* પ્રતિબદ્ધ
committee *n* સમિતિ
common *adj* સામાન્ય
commotion *n* ખળભળાટ
communicate *v* સંપર્ક કરવો
communication *n* પત્રવહેવાર
communion *n* સહભાગિતા
communism *n* સામ્યવાદ
communist *adj* સામ્યવાદી
community *n* સમુદાય
commute *v* અદલાબદલી કરવી
compact *adj* ટૂંકું કરવું
compact *v* વ્યવસ્થિતપણે ગોઠવવું
companion *n* સાથી
companionship *n* સોબત
company *n* સંગત
comparable *adj* સરખું
comparative *adj* તુલનાત્મક
compare *v* સરખાવવું
comparison *n* સરખામણી
compartment *n* અલગ પાડેલો ભાગ
compass *n* હોકાયંત્ર
compassion *n* દયા
compassionate *adj* દયાળુ
compatibility *n* સુસંગતતા
compatible *adj* સુસંગત
compatriot *n* દેશબંધુ
compel *v* ફરજ પાડવી
compelling *adj* અનિવાર્ય
compendium *n* સંક્ષેપ
compensate *v* નુકસાન ભરી આપવું
compensation *n* નુકસાન ભરપાઈ

C

C

compete *v* હરીફાઈ કરવી
competence *n* ક્ષમતા
competent *adj* સુયોગ્ય
competition *n* હરીફાઈ
competitive *adj* સ્પર્ધાત્મક
competitor *n* હરીફ
compile *v* સંકલન કરવું
complain *v* ફરિયાદ કરવી
complaint *n* ફરિયાદ
complement *n* પૂરક વસ્તુ
complete *adj* સંપૂર્ણ
complete *v* પૂરું કરવું
completely *adv* સંપૂર્ણ રીતે
completion *n* સમાપન
complex *adj* જટિલ
complexion *n* અંગકાંતિ
complexity *n* જટિલતા
compliance *n* પૂર્તતા
compliant *adj* કહ્યાગરું
complicate *v* મુશ્કેલ બનાવવું
complication *n* ગુંચવાડો
complicity *n* અપકૃત્યમાં સામેલપણું
compliment *n* પ્રશંસા
complimentary *adj* અભિનંદનાત્મક
comply *v* માન્ય કરવું
component *n* ઘટક
compose *v* સંગીત રચવું
composed *adj* શાંત, સંગીત રચેલું
composer *n* સંગીતકાર
composition *n* રચના
compost *n* મિશ્ર ખાતર
composure *n* શાંતિ
compound *n* સંયોજન
compound *v* વણસવું
comprehend *v* સમજવું
comprehensive *adj* વ્યાપક
compress *v* દાબવું
compression *n* દબાણ
comprise *v* નું બનેલું હોવું
compromise *n* સમાધાન
compromise *v* તડજોડ કરવી
compulsion *n* જબરદસ્તી
compulsive *adj* આવેગી
compulsory *adj* ફરજિયાત
compute *v* ગણવું
computer *n* કોમ્પ્યૂટર
comrade *n* સાથી
con man *n* છેતરનાર
conceal *v* છુપાવવું
concede *v* સ્વીકારવું
conceited *adj* અહંકારી
conceive *v* સગર્ભા થવું
concentrate *v* એકાગ્રતા સાધવી
concentration *n* એકાગ્રતા
concentric *adj* એકકેન્દ્રી
concept *n* વિભાવના
conception *n* ગર્ભધારણા
concern *v* માં રસ લેવો
concern *n* નિસબત
concerning *pre* ને લગતું
concert *n* સંગીત જલસો
concession *n* છૂટછાટ

conciliate v પ્રસન્ન કરવું
conciliatory adj સમાધાન કરાવે તેવું
concise adj સંક્ષિપ્ત
conclude v પૂરું કરવું
conclusion n સમાપન, નિષ્કર્ષ
conclusive adj નિર્ણાયક
concoct v ઉપજાવી કાઢવું
concoction n ઉપજાવી કાઢેલું
concrete n સિમેંટ કોંક્રિટ
concrete adj નક્કર
concur v એકમત થવું તે
concurrent adj એકી વખતે થતું
concussion n સખત આઘાતથી મગજને થયેલી ઈજા
condemn v વખોડવું
condemnation n નિંદા
condensation n વરાળ ઘટ્ટ થવાથી બનતું પ્રવાહી
condense v ટૂંકાવવું
condescend v મોટાઈ બતાવવી
condiment n મીઠું મસાલો
condition n શરત
conditional adj શરતી
conditioner n કન્ડિશનર
condo n અપાર્ટમેન્ટ
condolences n દિલાસો
condone v દરગુજર કરવું
conducive adj મુખ્ય, આગળ પડતું
conduct n વર્તન
conduct v દોરવું, વર્તવું
conductor n વાહન હાંકનાર
cone n શંકુ

confer v બક્ષવું, સલાહ લેવી
conference n પરિષદ
confess v કબૂલ કરવું
confession n પાપનો એકરાર
confessional n કબૂલાતને લગતું
confessor n પાપનો એકરાર સાંભળનાર પાદરી
confidant n રહસ્યમિત્ર
confide v કામ સોંપવું
confidence n દૃઢ વિશ્વાસ
confident adj આત્મવિશ્વાસવાળું
confidential adj ખાનગી
confine v મર્યાદામાં રાખવું
confinement n અટકાયત
confirm v મંજૂર કરવું
confirmation n પુષ્ટિ આપનાર નિવેદન
confiscate v સ્પષ્ટપણે સમજવું
confiscation n રક્તાઘાત
conflict n વિરોધ
conflict v વિસંગતતા થવી
conflicting adj વિસંગતતા કરે તેવું
conform v બેસતું કરવું, મળતું કરવું, અનુકૂળ કરવું
conformist adj સ્થાપિત ધર્મમતને અનુસરનાર
conformity n અનુસરણ
confound v ઉથલાવી દેવું
confront v સામસામા લાવવું
confrontation n સામસામા હોવું
confuse v ગૂંચવી નાખવું
confusing adj ગૂંચવી નાખનારું
confusion n ગૂંચવાડો

C

congenial *adj* સહાનુભૂતિશીલ
congested *adj* ભીડ હોય તેવું
congestion *n* ચક્કાજામ
congratulate *v* અભિનંદન કરવું
congratulations *n* અભિનંદન
congregate *v* સમુદાય ભેગો કરવો
congregation *n* સમુદાય
congress *n* પ્રતિનિધિઓની સભા
conjecture *n* અટકળ
conjugal *adj* વૈવાહિક
conjugate *v* જોડવું
conjunction *n* ઉભયાન્વયી અવ્યય
conjure up *v* ખીલવું
connect *v* જોડવું
connection *n* જોડાણ
connive *v* આંખ આડા કાન કરવા
connote *v* સૂચિત કરવું
conquer *v* વિજયી થવું
conqueror *n* વિજેતા
conquest *n* જીતવું તે
conscience *n* અંતરાત્માનો અવાજ
conscious *adj* સચેત
consciousness *n* ભાન
conscript *n* ભરતી
consecrate *v* પવિત્ર બનાવવું
consecration *n* પુરોહિતપદે અભિષેક
consecutive *adj* સતત
consensus *n* સર્વસંમતિ
consent *v* સંમતિ આપવી
consent *n* સંમતિ
consequence *n* પરિણામ
consequent *adj* તર્કસંગત
conservation *n* સંરક્ષણ
conservative *adj* રૂઢિચુસ્ત
conserve *v* સાચવવું
conserve *n* મુરબ્બો
consider *v* વિચારવું
considerable *adj* વિચારણીય, ગણનાપાત્ર, નોંધપાત્ર
considerate *adj* બીજાની લાગણીઓનો વિચાર કરવો
consideration *n* વિચારણા, કિંમત
consignment *n* રવાના કરેલો માલ
consist *v* નું બનેલું હોવું
consistency *n* સુસંગતપણું
consistent *adj* સુસંગત
consolation *n* આશ્વાસન
console *v* દિલાસો આપવો
consolidate *v* મજબૂત બનાવવું
consonant *n* વ્યંજન
conspicuous *adj* તરત નજરે પડતું
conspiracy *n* કાવતરું
conspirator *n* કાવતરું કરનાર
conspire *v* કાવતરું કરવું
constancy *n* સ્થિરતા
constant *adj* સ્થાયી
constellation *n* નક્ષત્ર
consternation *n* બેબાકળાપણું
constipate *v* કબજિયાત થવી
constipated *adj* કબજિયાતવાળું
constipation *n* કબજિયાત

constitute *v* સ્થાપન કરવું
constitution *n* બંધારણ
constrain *v* કેદમાં રાખવું
constraint *n* જબરદસ્તી, મૂંઝવણ
construct *v* નિર્માણ કરવું
construction *n* ઇમારત
constructive *adj* રચનાત્મક
consul *n* મુખ્ય એલચી
consulate *n* 'કૉન્સલ'નું કાર્યાલય
consult *v* ની સલાહ લેવી
consultation *n* સલાહમસલત
consume *v* ઉપયોગ કરવો
consumer *n* ઉપભોક્તા
consumption *n* વપરાશ
contact *v* સંપર્ક સાધવો
contact *n* સંપર્ક
contagious *adj* ચેપી
contain *v* સમાવેશ કરવો
container *n* પાત્ર
contaminate *v* ચેપ લગાડવો
contamination *n* ચેપ
contemplate *v* વિચારવું
contemporary *adj* સમકાલીન
contempt *n* તિરસ્કાર
contend *v* દલીલ કરવી
contender *n* દલીલ કરનાર
content *adj* સંતુષ્ટ
content *v* સમાધાન કરવું
contentious *adj* ઝઘડાળું
contents *n* વિષય
contest *n* ચર્ચા, હરીફાઇ
contestant *n* હરીફાઇ કરનાર
context *n* સંદર્ભ
continent *n* પૃથ્વીના ખંડોમાંથી કોઈપણ એક
continental *adj* ખંડને લગતું
contingency *n* આકસ્મિકતા
contingent *adj* પ્રાસંગિક
continuation *n* આગળનો ભાગ
continue *v* ચાલુ રાખવું
continuity *n* સાતત્ય
continuous *adj* સળંગ
contour *n* રૂપરેખા
contraband *n* દાણચોરીનો માલ
contract *v* કરાર કરવો
contract *n* કરાર
contraction *n* સંક્ષિપ્ત રૂપ
contradict *v* ઇનકાર કરવો
contradiction *n* વિરોધાભાસ
contrary *adj* વિપરીત
contrast *v* ભેદ કરવો
contrast *n* ભિન્નતા
contribute *v* ફાળો આપવો
contribution *n* ફાળો, પ્રદાન
contributor *n* પ્રદાનકર્તા
contrition *n* શોક
control *n* નિયંત્રણ
control *v* નિયમન કરવું
controversial *adj* વિવાદાસ્પદ
controversy *n* વિવાદ
convalescent *adj* સુધારો
convene *v* (સભા) બોલાવવી, એકત્ર કરવું
convenience *n* અનુકૂળતા

C

C

convenient *adj* સગવડભર્યું
convent *n* ધાર્મિક સમાજ
convention *n* સંમેલન
conventional *adj* રૂઢિચૂસ્ત
converge *v* મળવું
conversation *n* વાર્તાલાપ
converse *v* વાતચીત કરવી
conversely *adv* ઊલટી રીતે
conversion *n* પરિવર્તન
convert *v* ફેરવવું
convert *n* ધર્માન્તર
convey *v* વહન કરવું, પહોંચાડવું
convict *v* ગુનેગાર જાહેર કરવું
conviction *n* પૂરેપૂરી ખાતરી
convince *v* ને ખાતરી કરાવવી
convincing *adj* પ્રતીતિજનક
convoluted *adj* ગૂંચળું વળેલું
convoy *n* વાહનોનો કાફલો
convulse *v* ખૂબ જોરથી હલાવવું
convulsion *n* આંકડી
cook *v* રાંધવું
cook *n* રસોઇયો
cookie *n* ગળી બિસ્કિટ
cooking *n* રસોઈ
cool *adj* ઠંડું; ઉત્સાહ વિનાનું
cool *v* ઠંડું કરવું
cool down *v* ઠંડું કરવું, શાંત પાડવું
cooling *adj* ઠંડક
coolness *n* ઠંડક, સ્વસ્થતા
cooperate *v* સહકાર આપવો
cooperation *n* સહકાર
cooperative *adj* સહકાર આપે તેવું
coordinate *v* સમન્વય કરવો
coordination *n* સમન્વય
coordinator *n* સમન્વયક
cop *n* પોલીસમેન
cope *v* મુકાબલો કરવો, પહોંચી વળવું
copier *n* નકલ કરનાર યંત્ર
copper *n* તાંબુ
copy *v* નકલ કરવી
copy *n* નકલ
copyright *n* ગ્રંથસ્વામિત્વનો હક
cord *n* પાતળું દોરડું
cordial *adj* હૃદયપૂર્વકનું
cordless *adj* તાર વિનાનું
cordon *n* પોલીસોનો ઘેરો
cordon off *v* ઘેરવું
core *n* ગર્ભ, હાર્દ
cork *n* બૂચના ઝાડ
corn *n* મકાઇ
corner *n* ખૂણો, એકાંત જગ્યા
cornerstone *n* પાયાનો પથ્થર
cornet *n* મોઢે વગાડવાનું એક વાદ્ય, આઈસક્રીમનો કોન
corollary *n* ઉપ–સિદ્ધાંત
coronary *adj* મુગટના જેવું
coronation *n* રાજ્યાભિષેકની વિધિ
corporal *adj* શારીરિક
corporation *n* નિગમ
corpse *n* મડદું
corpulent *adj* માંસલ
corpuscle *n* નાનામાં નાનો કણ

correct *v* સુધારવું
correct *adj* સાચું
correction *n* સુધારો
correlate *v* સંબંધમાં આણવું
correspond *v* લખવું, મળવું
correspondent *n* પત્રકાર
corresponding *adj* તદનુસાર
corridor *n* રસ્તાવાળી પરસાળ
corroborate *v* સમર્થિત કરવું
corrode *v* કાટ ચડવો
corrupt *v* ભ્રષ્ટ કરવું
corrupt *adj* ભ્રષ્ટ
corruption *n* ભ્રષ્ટાચાર
cosmetic *n* પ્રસાધન
cosmic *adj* વૈશ્વીક
cosmonaut *n* અવકાશયાત્રી
cost *iv* પૈસા આપવા
cost *n* કિંમત
costly *adj* મોંઘું
costume *n* પોશાક
cottage *n* ઝુપડું
cotton *n* કપાસ
couch *n* બાંકડો
cough *n* ઉધરસ
cough *v* ઉધરસ ખાવી
council *n* સ્વરાજસંસ્થા
counsel *v* સલાહ આપવી
counsel *n* વકીલ, સલાહકાર
counselor *n* વકીલ
count *v* ગણવું
count *n* ગણતરી
countdown *n* ઊલટા ક્રમથી શૂન્ય સુધી સંખ્યાની ગણતરી
countenance *n* ઉપરઉપરનો દેખાવ
counter *n* પેટા વિભાગ
counter *v* વિરોધ કરવો
counteract *v* પ્રતિક્રિયા કરવી
counterfeit *v* બનાવટ કરવી
counterfeit *adj* બનાવટી
counterpart *n* અડધિયું
countess *n* ઉમરાવનો ખિતાબ ધરાવનાર સ્ત્રી
countless *adj* અસંખ્ય
country *n* દેશ, ગ્રામીણ પ્રદેશ
countryman *n* દેશબાંધવ
countryside *n* ગ્રામવિસ્તાર
county *n* પરગણો
coup *n* સફળ ચાલ
couple *n* પતિપત્ની
coupon *n* ટિકિટ અથવા ચિઠ્ઠી
courage *n* હિંમત
courageous *adj* બહાદુર
courier *n* ખેપિયો
course *n* ગમનની દિશા
court *n* અદાલત; રમતગમની જગ્યા
court *v* ખુશામત કરવી
courteous *adj* વિનયી
courtesy *n* સૌજન્ય
courthouse *n* અદાલત
courtship *n* પ્રણયયાચન, સંવનન
courtyard *n* વાડો
cousin *n* પિતરાઈ
cove *n* નાનો અખાત
covenant *n* કરાર

cover 52

C

cover *n* બહાનું, આડ
cover *v* પાથરવું, ઢાંકી દેવું
cover up *v* છાવરવું
coverage *n* વ્યાપેલું ક્ષેત્ર
covert *adj* છાનું
cover-up *n* છાવરવું
covet *v* લોભ કરવો
cow *n* ગાય
coward *n* બાયલો, બીકણ
cowardice *n* કાયરતા
cowardly *adv* કાયર
cowboy *n* ગોપ
cozy *adj* હૂંફાળું
crab *n* કરચલો
crack *n* તિરાડ, ચીરો
crack *v* તિરાડ પડવી, ચીરો પડવો
cradle *n* પારણુ
craft *n* ચતુરાઈ, હસ્તકલા
craftsman *n* કારીગર
cram *v* ઠાંસીને ખીચોખીચ ભરવું, ગોખણપટ્ટી કરવી
cramp *n* તાણ
cramped *adj* બહુ જ નાનું દુર્વાચ્ય
crane *n* ઊંટડો
crank *n* ઘેલછા
cranky *adj* તરંગી
crap *n* વાહિયાત વાત
crappy *adj* ઉકરડા જેવું
crash *n* કકડભૂસનો અવાજ
crash *v* ધડાકા સાથે ખસવું
crass *adj* મૂરખ
crater *n* જ્વાળામુખીનું મુખ
crave *v* ઝંખવું
craving *n* ભારે તલપ
crawl *v* ધીમે ધીમે ખસવું
crayon *n* રંગીન ચાક
craziness *n* ગાંડપણ
crazy *adj* ગાંડું
creak *v* ચૂંચૂં અવાજ કરવો
creak *n* ચૂંચૂં અવાજ
cream *n* દૂધ પરની મલાઈ
creamy *adj* દૂધ પરની મલાઈવાળું
crease *n* વાળવાથી પડેલો સળ
crease *v* સળ પાડવા
create *v* નિર્માણ કરવું
creation *n* નિર્માણ
creative *adj* સર્જનાત્મક
creativity *n* સર્જનાત્મકતા
creator *n* નિર્માતા
creature *n* પ્રાણી
credibility *n* વિશ્વસનીયતા
credible *adj* વિશ્વસનીય
credit *n* વિશ્વાસ
creditor *n* લેણદાર
creed *n* પંથ
creek *n* નાની ખાડી
creep *v* ધીમે ધીમે ખસવું
creepy *adj* વિચિત્ર
cremate *v* બાળવું, અગ્નિદાહ સંસ્કાર કરવો
crematorium *n* સ્મશાન
crest *n* શિખર
crevice *n* તરાડ
crew *n* વહાણ

cry

crib *n* પારણુ
cricket *n* એક જીવડું, રાતકીડો, ક્રિકેટની રમત
crime *n* ગુનો
criminal *adj* ગુનાહિત
cripple *adj* લંગડો
cripple *v* જોર તોડી નાખવું તે
crisis *n* કટોકટી
crisp *adj* કકરું
crispy *adj* કડક
crisscross *v* આરપાર લીટી દોરવી
criterion *n* માપદંડ
critical *adj* ટીકાત્મક, આખરી
criticism *n* ટીકા
criticize *v* ટીકા કરવી
critique *n* વિવેચક
crockery *n* ચીની માટીનાં વાસણ
crocodile *n* મગર
crony *n* જાની દોસ્ત
crook *n* ગુનેગાર
crooked *adj* અપ્રામાણિક
crop *n* પાક
crop *v* માથાના વાળ કાપીને ટૂંકા કરવા તે
cross *n* શૂળી, વધસ્તંભ
cross *adj* ગુસ્સામાં
cross *v* ઓળંગવું
cross out *v* રદ કરવું
crossfire *n* બે કે તેથી વધુ દિશામાંથી બંદૂક વડે ગોળીબાર
crossing *n* ક્રોસિંગ
crossroads *n* માર્ગ સંગમ
crosswalk *n* ચાલનારાઓ માટે રસ્તો ઓળંગવાની જગ્યા
crossword *n* શબ્દ વ્યૂહ
crouch *v* નીચા નમવું
crow *n* કાગડો
crow *v* કલ્લોલ કરવો
crowbar *n* પરાળ
crowd *n* ભીડ
crowd *v* ટોળે વળવું
crowded *adj* ભીડ હોય તેવું
crown *n* મુગટ
crown *v* મુગટ પહેરાવવો
crowning *n* શિરમોરસમું
crucial *adj* નિર્ણાયક
crucifix *n* ક્રૂસારૂઢ ઇશુની મૂર્તિ
crucifixion *n* ઇશુનું ક્રૂસારોપણ
crucify *v* મન મારવું
crude *adj* અપકવ
cruel *adj* ક્રૂર
cruelty *n* ક્રૂરતા
cruise *v* નૌકાવિહાર કરવો
crumb *n* ટુકડા
crumble *v* નિષ્ફળ થવું
crunchy *adj* કકરું
crusade *n* ધર્મયુદ્ધ
crusader *n* જેહાદ જગાડનાર
crush *v* કચરવું
crushing *adj* કચરી નાખે તેવું
crust *n* પોપડો, લોટનું પડ
crusty *adj* પોપડાવાળું
crutch *n* આધાર
cry *n* વિલાપ

C

cry *v* રડવું
cry out *v* મોટેથી રડવું
crying *n* દાદ માગનારુ
crystal *n* સ્ફટિક
cub *n* સિંહનું બચ્ચું
cube *n* ઘન
cubic *adj* ઘનાકૃતિ
cubicle *n* નાનકડી ઓરડી
cucumber *n* કાકડી
cuddle *v* પંપાળવું
cuff *n* હાથકડીઓ
cuisine *n* રાંધણની પદ્ધતિ
culminate *v* અંત આણવો
culpability *n* દોષપાત્ર
culprit *n* અપરાધી
cult *n* ધાર્મિક સંપ્રદાય
cultivate *v* ઉગાડવું
cultivation *n* ખેડવાની ક્રિયા
cultural *adj* સાંસ્કૃતિક
culture *n* સંવર્ધન
cumbersome *adj* અડચણ કરનારું
cunning *adj* લુચ્ચું
cup *n* પ્યાલો
cupboard *n* કબાટ
curable *adj* ઈલાજથી મટી શકે તેવું
curator *n* સંગ્રહાલયનો વસ્તુપાલ
curb *v* અંકુશમાં રાખવું
curb *n* અંકુશ
curdle *v* ઘટ્ટ કરવું
cure *v* રોગ મટાડવો
cure *n* ઉપચાર
curfew *n* સંચારબંધી
curiosity *n* જિજ્ઞાસા
curious *adj* જાણવા ઉત્સુક
curl *v* વાંકું વાળવું
curl *n* ગૂંચળું
curly *adj* ગુચ્છાદાર
currency *n* ચલણ
current *adj* વર્તમાન
current *n* વિદ્યુત પ્રવાહ
currently *adv* હાલમાં
curse *v* શાપ આપવો
curtail *v* કાપવું
curtain *n* પડદો
curve *n* વળાંક
curve *v* વળાંક લેવો
cushion *n* તકિયો
cushion *v* ઉશીકુ, તકિયો, રબ્બરનું કુશન
cuss *v* શાપ આપવો
custard *n* દૂધની વાનગી
custodian *n* રખેવાળ
custody *n* હવાલો
custom *n* રિવાજ
customary *adj* પ્રચલિત
customer *n* ગ્રાહક
custom-made *adj* વરદીથી ખાસ તૈયાર કરેલું
customs *n* જકાત
cut *n* કાપ
cut *iv* કાપવું
cut back *v* ખરચમાં કાપ મૂકવો
cut down *v* દલીલ તોડી પાડવી

cut off *v* અચાનક અંત આણવો
cut out *v* કાપીને આકાર આપવો
cute *adj* હોંશિયાર
cutlery *n* ઘરવપરાશની વસ્તુઓ
cutter *n* કંઇક કાપનાર વસ્તુ કે વ્યક્તિ
cyanide *n* એક અત્યંત ઝેરી પદાર્થ
cycle *n* ઘટનાચક્ર
cycle *v* સાયકલ ચલાવવી
cyclist *n* સાયકલ ચલાવનાર
cyclone *n* ચક્રવાત
cylinder *n* નળાકાર
cynic *adj* દંભી
cynicism *n* દંભી
cypress *n* સરુનું ઝાડ
cyst *n* ફોલ્લો
czar *n* રશિયાનો ઝાર રાજા

D

dad *n* બાપ
dagger *n* કટારી
daily *adv* રોજ
dairy farm *n* દૂધ ઉત્પાદનની જગ્યા
daisy *n* ડેઇઝી નામનું એક ફૂલ
dam *n* નદી પરનો બંધ
damage *n* નુકસાન
damage *v* નુકસાન કરવું
damaging *adj* હાનિકારક
damn *v* ખૂબ ટીકા કરવી
damnation *n* ચિરંતન નરકવાસ
damp *adj* ભીનું
dampen *v* ભીનું કરવું
dance *n* નૃત્ય
dance *v* નાચવું
dancing *n* નૃત્ય
dandruff *n* ખોડો
danger *n* ભય
dangerous *adj* જોખમમકારક
dangle *v* લટકવું
dare *v* હિંમત કરવી
dare *n* સાહસ
daring *adj* સાહસિક વૃત્તિ
dark *adj* અંધારામાં
darken *v* અંધારું કરવું
darkness *n* અંધારું
darling *adj* વહાલી વ્યક્તિ
darn *v* રફૂ કરવું
dart *n* નિશાનબાજી રમત
dart *v* અમુક દિશામાં ઝડપથી ખસવું
dash *v* જોરથી પછાડવું
dashing *adj* જુસ્સાદાર
data *n* આધારભૂત માહિતી
database *n* માહિતીનો જથ્થો
date *n* તારીખ; સામાજિક રોમાંટિક મુલાકાતની તારીખ
date *v* તારીખ મારવી
daughter *n* દીકરી
daughter-in-law *n* પુત્રવધૂ

D

daunt *v* બિવડાવવું
daunting *adj* પડકારજનક
dawn *n* પરોઢ
day *n* દિવસ
daydream *v* દિવા સ્વપ્ન જોવું
daze *v* દિગ્મૂઢ થવું
dazed *adj* દિગ્મૂઢ
dazzle *v* આંજી નાખવું
dazzling *adj* ઝળહળતું
deacon *n* પ્રીસ્ટથી ઊતરતી કક્ષાનો પાદરી
dead *adj* મૃત
dead end *n* અવરજવરના માર્ગનો અંત
deaden *v* સંવેદનશૂન્ય કરવું
deadline *n* સમયમર્યાદા
deadlock *adj* મડાગાંઠ
deadly *adj* જીવલેણ
deaf *adj* બહેરું
deafen *v* બધિર કરવું
deafening *adj* બહેરાશ લાવે તેવું
deafness *n* બહેરાશ
deal *iv* સોદો કરવો
deal *n* સોદો
dealer *n* વેપારી
dealings *n* લેવડદેવડ
dean *n* વિભાગનો વડો
dear *adj* પ્રિય
dearly *adv* ઉત્કટતાથી
death *n* મૃત્યુ
death toll *n* મૃત્યુનો આંકડો
death trap *n* મોતનો સંકજો
deathbed *n* મરણપથારી
debase *v* ગુણવત્તા કે કિંમત ઘટાડવી
debatable *adj* ચર્ચાને પાત્ર
debate *v* ચર્ચા કરવી
debate *n* વાદવિવાદ
debit *n* ઉધાર લખેલી રકમ
debrief *v* પ્રશ્ન કરવો
debris *n* કાટમાળ
debt *n* દેવું
debtor *n* દેવાદાર
debunk *v* ખોટું સાબિત કરવું
debut *n* ધમાકેદાર પ્રવેશ
decade *n* દસ વર્ષનો સમૂહ
decadence *n* સાહિત્ય અને કળાની પડતી
decaf *adj* કેફીન વિનાનું
decapitate *v* શિરચ્છેદ કરવો
decay *v* સડવું
decay *n* સડો
deceased *adj* મૃત
deceit *n* છેતરપિંડી
deceitful *adj* કપટી
deceive *v* ભુલાવવું
December *n* ડિસેમ્બર
decency *n* શિષ્ટાચાર
decent *adj* સુઘડ
deception *n* છળકપટ
deceptive *adj* ભ્રામક
decide *v* નક્કી કરવું
deciding *adj* નિર્ણાયક
decimal *adj* દશાંશ

decimate *v* ઘટાડવું
decipher *v* અર્થ સમજાવવો
decision *n* નિર્ણય
decisive *adj* નિર્ણાયક
deck *n* વહાણ કે હોડીનું તૂતક
declaration *n* એકરારનામું
declare *v* જાહેર કરવું
declension *n* વિભક્તિ રૂપાખ્યાન
decline *v* ઘટવું
decline *n* પતન
decompose *v* કોહવડાવવું
décor *n* મકાન અથવા રંગમંચની સજાવટ
decorate *v* સુશોભિત કરવું
decorative *adj* સુશોભનાત્મક
decorum *n* સભ્ય વર્તન
decrease *v* ઓછું થવું
decrease *n* ઘટાડો
decree *n* હુકમનામું
decree *v* ફરમાન કરવું
decrepit *adj* ભાંગી ગયેલું
dedicate *v* અર્પણ કરવું
dedication *n* સમર્પણ
deduce *v* હકીકત તારવવી
deduct *v* બાદ કરવું
deductible *adj* કપાતપાત્ર
deduction *n* બાદ કરેલી રકમ
deed *n* કૃત્ય
deem *v* ગણવું
deep *adj* ઊંડું
deepen *v* ઊંડું કરવું
deer *n* હરણ
deface *v* કુરૂપ કરી નાખવું
defame *v* બદનામ કરવું
defeat *v* હરાવવું
defeat *n* પરાજય
defect *n* ખામી
defect *v* પોતાનો દેશ કે પક્ષ છોડી બીજામાં ભળવું
defection *n* પક્ષત્યાગ
defective *adj* ખામીભર્યું
defend *v* રક્ષણ કરવું
defendant *n* પ્રતિવાદી
defender *n* સંરક્ષક
defense *n* સંરક્ષણ
defenseless *adj* સંરક્ષણ વિનાનું
defer *v* મુલતવી રાખવું
defiance *n* અવગણના
defiant *adj* અવગણના કરનાર
deficiency *n* ઊણપ
deficient *adj* ઊણપવાળું
deficit *n* ખાધ
defile *v* ગંદુ બનાવવું
define *v* વ્યાખ્યા કરવી
definite *adj* ચોક્કસ
definition *n* વ્યાખ્યા
definitive *adj* નિર્ણાયક
deflate *v* ફુગાવો ઘટાડવો
deform *v* આકાર બગાડવો
deformity *n* કદરૂપતાપણું
defraud *v* છેતરવું
defray *v* પૈસા ચૂકવવા
defrost *v* બરફ પીગળવો
deft *adj* નિપુણ

D

D

defuse *v* શાંત પાડવું
defy *v* પડકારવું
degenerate *v* વણસવું
degenerate *adj* અધઃપતિત
degeneration *n* ભ્રષ્ટ થવું તે
degradation *n* માનભંગ
degrade *v* નીચલી પાયરીએ ઉતારવું
degrading *adj* અપમાનજનક
degree *n* કોણના માપ; તાપમાનનો એકમ; પદવી
dehydrate *v* પાણી કાઢી નાખવું, સૂકવવું
deign *v* કૃપા કરવી
deity *n* દેવ
dejected *adj* ગમગીન
delay *v* મોડું કરવું
delay *n* વિલંબ
delegate *v* પ્રતિનિધિ બનવું
delegate *n* પ્રતિનિધિ
delegation *n* પ્રતિનિધિ મંડળ
delete *v* કાઢી નાખવું
deliberate *v* સલાહ લેવી, મસલત કરવી
deliberate *adj* ઈરાદાપૂર્વકનું
delicacy *n* નજાકત
delicate *adj* નાજુક
delicious *adj* સ્વાદિષ્ટ
delight *n* આનંદ
delight *v* આનંદ આપવો
delightful *adj* આનંદપ્રદ
delinquency *n* અપરાધ
delinquent *n* અપરાધી
deliver *v* સોંપવુ
delivery *n* છુટકારો, પ્રસૂતિ
delude *v* છેતરવું
deluge *n* મહાપૂર
delusion *n* ભ્રમણા
deluxe *adj* ઉત્કૃષ્ટ
demand *v* માગણી કરવી
demand *n* માંગ
demanding *adj* વધારે માંગ્યા કરવું
demean *v* પ્રતિષ્ઠાને હાનિ પહોંચાડવી
demeaning *adj* અપમાનજનક
demeanor *n* રીતભાત
demented *adj* ગાંડું
demise *n* મૃત્યુ
democracy *n* લોકશાહી
democratic *adj* લોકશાહી રાજ્યતંત્રને લગતું
demolish *v* તોડી પાડવું
demolition *n* ખંડન કરવું તે
demon *n* રાક્ષસ
demonstrate *v* જાહેર પ્રદર્શન કરવું
demonstrative *adj* લાગણીઓ ખુલ્લી રીતે વ્યકત કરનારું
demoralize *v* હતોત્સાહ કરવું
demote *v* ઉતારવું
den *n* જંગલી પશુની બોડ
denial *n* ઈનકાર
denigrate *v* બદનામ કરવું
Denmark *n* ડેન્માર્ક દેશ
denominator *n* ભાજક

59 design

D

denote *v* સૂચવવું
denounce *v* સખત ટીકા કરવી
dense *adj* ગીચ, ઘન
density *n* ગીચતા
dent *v* ગોબો પડવો
dent *n* ગોબો
dental *adj* દાંતનું કે દાંતોનું
dentist *n* દન્તવૈદ્ય
dentures *n* દાંતનું ચોકઠું
deny *v* ઇનકાર કરવો
deodorant *n* દુર્ગંધ દૂર કરનાર
depart *v* રવાના થવું
department *n* વિભાગ
departure *n* વિદાય
depend *v* આધાર રાખવો
dependable *adj* વિશ્વસનીય
dependence *n* આધાર કે ભરોસો
dependent *adj* પરાધીન
depict *v* છબી ચીતરવી
deplete *v* ખાલી કરવું
deplorable *adj* શોચનીય
deplore *v* શોક કરવો
deploy *v* લશ્કર ખડકવું
deployment *n* વ્યૂહ રચવો તે
deport *v* દેશપાર કરવું
deportation *n* દેશપારી
depose *v* પદભ્રષ્ટ કરવું
deposit *n* થાપણ
depot *n* વખાર
deprave *adj* નીતિભ્રષ્ટ કરવું
depravity *n* નીતિ ભ્રષ્ટતા
depreciate *v* હલકું પાડવું
depreciation *n* ઘસારો
depress *v* ગમગીન બનાવવું
depressing *adj* ગમગીન કરે તેવું
depression *n* ઉત્સાહભંગ; મંદી
deprivation *n* વંચિતતા
deprive *v* વંચિત કરવું
deprived *adj* ગૃહજીવનથી વંચિત હોવું
depth *n* ઊંડાણ
derail *v* નિષ્ફળ બનાવવું
derailment *n* પાટા પરથી ઉતરેલું
deranged *adj* વિક્ષિપ્ત
derelict *adj* નધણિયાતું
deride *v* હસી કાઢવું
derivative *adj* મૌલિક ન હોય તેવું
derive *v* તારવવું
derogatory *adj* અપમાનાસ્પદ
descend *v* નીચે જવું
descendant *n* વંશજ
descent *n* પતન, અચાનક હુમલો
describe *v* વર્ણવવું
description *n* વર્ણન
descriptive *adj* વર્ણનાત્મક
desecrate *v* અપવિત્ર બનાવવું
desegregate *v* વર્ણભેદ દૂર કરવો
desert *n* રણપ્રદેશ
desert *v* ત્યાગ કરવો
deserted *adj* ઉજ્જડ
deserter *n* ભાગેડુ સૈનિક
deserve *v* હકદાર હોવું
deserving *adj* લાયકાતવાળું
design *n* રુપરેખા, રચના

D

designate *v* ઓળખાવવું
desirable *adj* ઇચ્છનીય
desire *n* ઈચ્છા
desire *v* ઈચ્છવું
desist *v* અટકવું, થંભી જવું
desk *n* ટેબલ, પેટા વિભાગ
desolate *adj* એકલું પડેલું
desolation *n* પાયમાલ કરવું તે
despair *n* આશાભંગ
desperate *adj* મરણિયું
despicable *adj* તિરસ્કારને પાત્ર
despise *v* તિરસ્કાર કરવો
despite *c* છતાં
despondent *adj* નિરાશા પ્રેરક
despot *n* જુલમગાર
despotic *adj* તુંડમિજાજી
dessert *n* ભોજનને અંતે પીરસાતી મધુર વાની
destination *n* નિર્ધારિત લક્ષ્ય
destiny *n* નિયતિ
destitute *adj* નિરાધાર
destroy *v* નાશ કરવો
destroyer *n* નાનકડી ઝડપી યુદ્ધનૌકા
destruction *n* વિનાશ
destructive *adj* વિનાશક
detach *v* છોડીને અલગ કરવું
detachable *adj* છૂટું થાય તેવું
detail *n* વિગત
detail *v* વિગતવાર કહેવું
detain *v* મજબૂત પકડવું
detect *v* શોધી કાઢવું
detective *n* જાસૂસ
detector *n* વસ્તુની હાજરી શોધી કાઢવાનું સાધન
detention *n* બંદી અવસ્થા
deter *v* નિરુત્સાહ કરવું
detergent *n* સફાઈ કરનાર
deteriorate *v* ક્રમશ: ખરાબ થવું
deterioration *n* બગાડ
determination *n* નિર્ધાર
determine *v* નક્કી કરવું
deterrence *n* નિવારણ
detest *v* તિરસ્કાર કરવો
detestable *adj* તિરસ્કરણીય
detonate *v* ફાટવું
detonation *n* ધડાકા સાથે સ્ફોટ
detonator *n* ધડાકો કરવાનું સાધન
detour *n* ફેરવાળો રસ્તો
detriment *n* અપાયકારક વસ્તુ
detrimental *adj* નુકશાનકારક
devaluation *n* અવમૂલ્યન
devalue *v* અવમૂલ્યન કરવું
devastate *v* વેરાન કરવું
devastating *adj* વિનાશક
devastation *n* વિનાશ
develop *v* વિકસાવવું
development *n* વિકાસ
deviation *n* વિષયાંતર
device *n* સાધન
devil *n* અસુર
devious *adj* બેઇમાન
devise *v* યોજના કરવી

D

devoid *adj* વિનાનું
devote *v* અર્પણ કરવું
devotion *n* ઉપાસના
devour *v* ખાઈ જવું, હોઈયાં કરવું
devout *adj* ચુસ્તપણે ધાર્મિક
dew *n* ઝાકળ
diabetes *n* મધુમેહ
diabetic *adj* મધુમેહનો દરદી
diabolical *adj* રાક્ષસી
diagnose *v* રોગનું નિદાન કરવું
diagnosis *n* રોગનું નિદાન
diagonal *adj* કર્ણ
diagram *n* આલેખ
dial *n* ઘડિયાળનો ચંદો
dial *v* ડાયલ કરવું
dial tone *n* ફોનનો ડાયલ ટોન
dialect *n* બોલી
dialogue *n* સંવાદ
diameter *n* વ્યાસ
diamond *n* હીરો; સમબાજુ ચતુષ્કોણ
diaper *n* બાળોતિયું
diarrhea *n* અતિસાર
diary *n* રોજનીશી
dice *n* જૂગટું, પાસું
dice *v* પાસા જેવા કકડા કરવા
dictate *v* બોલીને લખાવવું
dictator *n* સરમુખત્યાર
dictatorial *adj* તુંડમિજાજી
dictatorship *n* સરમુખત્યારશાહી
dictionary *n* શબ્દકોશ
die *v* મરી જવું
die out *v* ક્રમશ: નાશ પામવું
diet *n* આહાર
diet *v* પરહેજી પાળવી
differ *v* ભિન્ન હોવું
difference *n* ભિન્નતા
different *adj* જુદું, અલગ, ભિન્ન
difficult *adj* મુશ્કેલ
difficulty *n* મુશ્કેલી
diffuse *v* વિખેરાવું
dig *iv* ખોદવું
digest *v* ખોરાક પચાવવો
digestion *n* પચાવવું તે
digestive *adj* પાચક
digit *n* આંકડો
dignify *v* ગૌરવ આપવું
dignitary *n* ઊંચો હોદ્દો ધરાવનાર
dignity *n* ગૌરવયુકત વર્તન
digress *v* ફંટાવું
dike *n* પાળ
dilapidated *adj* નાદુરસ્ત થયેલું, ખંડિયેર હાલતમાં
dilemma *n* દ્વિધાભાવ
diligence *n* ખંત
diligent *adj* ખંતીલું
dilute *v* ઓગાળવું
dim *adj* ઝાંખું
dim *v* ઝાંખુ કરવું
dime *n* સેન્ટનો સિક્કો
dimension *n* કદ, વિસ્તાર
diminish *v* ઓછું કરવું કે થવું, ઘટાડવું કે ઘટવું
dine *v* જમવું

D

diner *n* જમનાર
dining room *n* જમવાનો ખંડ
dinner *n* સાંજનું ભોજન
dinosaur *n* વિશાળકાય કદાવર પ્રાણી ડાયનાસોર
diocese *n* બિશપની દેખરેખ નીચેનો પ્રદેશ
diphthong *n* સંયુક્ત સ્વર
diploma *n* ડિગ્રીની સનદ
diplomacy *n* મુત્સદ્દીગીરી
diplomat *n* મુત્સદ્દી
diplomatic *adj* મુત્સદ્દીગીરીવાળું
dire *adj* ભયંકર
direct *adj* સીધું
direct *v* ચીંધવું
direction *n* દિશા; સૂચના
director *n* દિગ્દર્શક
directory *n* ટેલિફોનના ગ્રાહકો
dirt *n* મેલ
dirty *adj* મેલું
disability *n* અક્ષમતા
disabled *adj* અપંગ
disadvantage *n* ગેરલાભ
disagree *v* સંમત ન થવું
disagreeable *adj* અણગમતું
disagreement *n* મતભેદ
disappear *v* અદ્રશ્ય થવું
disappearance *n* અદ્રશ્ય થવું તે
disappoint *v* નિરાશ કરવું
disappointing *adj* નિરાશ કરે તેવું
disappointment *n* નિરાશા
disapproval *n* નાપસંદગી
disapprove *v* નાપસંદ કરવું
disarm *v* નિ:શસ્ત્ર કરવું
disarmament *n* નિ:શસ્ત્રીકરણ
disaster *n* હોનારત
disastrous *adj* દુર્ઘટનાકારક
disband *v* વિખેરવું
disbelief *n* સાચું ન માનવું તે
disburse *v* પૈસા આપવા
discard *v* કોરે મૂકવું, ફેંકી દેવું, કાઢી નાખવું
discern *v* સ્પષ્ટપણે જોવું
discharge *v* ખાલી કરવું
discharge *n* છુટકારો
disciple *n* શિષ્ય
discipline *n* શિસ્ત
disclaim *v* ઇનકાર કરવો, નાકબૂલ કરવું
disclose *v* ખુલ્લું કરવું, ઉઘાડું પાડવું, પ્રગટ કરવું
discomfort *n* અસ્વસ્થતા, વ્યગ્રતા, અગવડતા, પ્રતિકૂળતા
disconnect *v* જોડાણ તોડી નાખવું તે
discontent *adj* અસંતોષ
discontinue *v* પડતું મૂકવું
discord *n* કુસંપ
discordant *adj* વિસંવાદી
discount *n* વળતર
discount *v* વળતર આપવું
discourage *v* નાઉમેદ કરવું, નાહિંમત કરવું
discouragement *n* બિનપ્રોત્સાહન
discouraging *adj* નાઉમેદ કરનારું, નાહિંમત કરનારું

63 disoriented

discourtesy *n* અવિનય
discover *v* શોધી કાઢવું
discovery *n* શોધેલી વસ્તુ
discredit *v* અપયશ આપવો
discreet *adj* સાવધ
discrepancy *n* અસંગતતા
discretion *n* મુનસફી
discriminate *v* જુદું પાડવું, ભેદ કે તફાવત જોવો
discrimination *n* ભેદભાવ
discuss *v* ચર્ચા કરવી
discussion *n* ચર્ચા
disdain *n* તિરસ્કાર
disease *n* રોગ
disembark *v* કિનારે ઊતરવું
disenchanted *adj* નિરાશા
disentangle *v* ગૂંચ ઉકેલવી
disfigure *v* વિરૂપ કરવું, બેડોળ કરવું
disgrace *n* માનહાનિ
disgrace *v* નામોશી લગાડવી
disgraceful *adj* માનહાનિકારક
disgruntled *adj* અસંતુષ્ટ
disguise *v* વેષ પલટવો, છાવરવું
disguise *n* વેષપલટો
disgust *n* નફરત
disgusting *adj* ઘૃણાસ્પદ
dish *n* થાળી
dishearten *v* નાહિંમત કરવું
dishonest *adj* અપ્રામાણિક
dishonesty *n* અપ્રામાણિકતા
dishonor *n* માનભંગ
dishonorable *adj* સન્માનીય નહિ તેવું
dishwasher *n* ડિશ ધોવાનું સાધન
disillusion *n* ભ્રમ દૂર થવો તે
disinfect *v* ચેપરહિત કરવું
disinfectant *v* જંતુનાશક
disinherit *v* વારસહક લઈ લેવો
disintegrate *v* વિઘટન કરવું કે થવું
disintegration *n* વિઘટન
disinterested *adj* તટસ્થ
disk *n* ગોળ
dislike *v* ન ગમવું
dislike *n* અણગમો
dislocate *v* મચકોડવું
dislodge *v* દૂર કરવું
disloyal *adj* બેવફા
disloyalty *n* બેવફાઇ
dismal *adj* ઉદાસ
dismantle *v* તોડી પાડવું
dismay *n* ગભરામણ
dismay *v* હિંમત ખોવી તે
dismiss *v* વિખેરી નાખવું
dismissal *n* રુખસદ
dismount *v* ઊતરવું
disobedience *n* આજ્ઞાનો અનાદર
disobedient *adj* આજ્ઞાભંગ કરનાર
disobey *v* હુકમ ન માનવો
disorder *n* ગરબડ
disorganized *adj* તોડી પડાયેલ તંત્ર
disoriented *adj* મૂંઝવણમાં નાખેલું

D

D

disown *v* માલિકી જવા દેવી, હક છોડી દેવો
disparity *n* વિષમતા
dispatch *v* મોકલી આપવું
dispel *v* ઉડાડી દેવું
dispensation *n* વહેંચણી
dispense *v* વહેંચવું
dispersal *n* વિખેરાયેલું
disperse *v* વિખેરવું
displace *v* ખસેડવું
display *n* પ્રદર્શન
display *v* પ્રદર્શન કરવું
displease *v* નાખુશ કરવું
displeasing *adj* નાખુશ કરે તેવું
displeasure *n* નામરજી
disposable *adj* એક વાર વાપરીને ફેંકી દઈ શકાય એવું
disposal *n* નિકાલ
dispose *v* નિકાલ કરવો
disprove *v* ખોટું સાબિત કરવું
dispute *n* મતભેદ
dispute *v* વાંધો ઉઠાવવો
disqualify *v* ગેરલાયક ઠરાવવું
disregard *v* અવગણના કરવી
disrepair *n* બિસમાર હાલત
disrespect *n* અનાદર
disrespectful *adj* અનાદરયુક્ત
disrupt *v* ભાંગવું
disruption *n* વિક્ષેપ કરવો તે
dissatisfied *adj* અસંતુષ્ટ
disseminate *v* ચોમેર વિખેરવું
dissent *v* સંમત ન થવું
dissident *adj* અસંતુષ્ટ
dissimilar *adj* ભિન્ન
dissipate *v* ઉડાડી દેવું
dissolute *adj* દુરાચારી
dissolution *n* વિસર્જન
dissolve *v* ઓગાળવું
dissonant *adj* બેસૂરું
dissuade *v* ન કરવા સમજાવવું
distance *n* અંતર
distant *adj* દૂર આવેલું
distaste *n* અરુચિકર
distasteful *adj* બેસ્વાદ
distill *v* વરાળ બનાવી તેમાંથી પાણી મેળવવું
distinct *adj* વિશિષ્ટ
distinction *n* ભિન્નતા
distinctive *adj* લાક્ષણિક
distinguish *v* ભેદ કરવો
distort *v* વિકૃત કરવું
distortion *n* વિકૃતિ
distract *v* ધ્યાન દૂર ખેંચી જવું
distraction *n* બેધ્યાનપણું
distraught *adj* ખૂબ અસ્વસ્થ
distress *n* માનસિક પીડા
distress *v* ત્રાસ આપવો
distressing *adj* ઉદાસ
distribute *v* વહેંચવું
distribution *n* વિતરણ
district *n* જિલ્લો
distrust *n* અવિશ્વાસ
distrust *v* શંકા કરવી, અવિશ્વાસ
distrustful *adj* અવિશ્વાસયુક્ત

disturb *v* ખલેલ પહોંચાડવી
disturbance *n* ખલેલ, તોફાન
disturbing *adj* ખલેલ પહોંચાડતું
disunity *n* ભાગલા
disuse *n* બિનવહીવટ
ditch *n* તજી દેવું
dive *v* પાણીમાં ડૂબકી મારવી
diver *n* મરજીવો
diverse *adj* વિવિધ, અસમાન, વિષમ
diversify *v* વિવિધતા આણવી
diversion *n* બીજે વાળવું તે
diversity *n* વિવિધતા
divert *v* બીજે વાળવું
divide *v* ભાગ પાડવા
dividend *n* ભાગ તરીકે અપાતી રકમ
divine *adj* દૈવી
diving *n* કૂદનારું
divinity *n* દિવ્યત્વ
divisible *adj* વિભાજ્ય
division *n* ભાગ; વિભાગ
divorce *n* લગ્નવિચ્છેદ
divorce *v* છૂટાછેડા લેવા
divorcee *n* છૂટાછેડા લેનાર
divulge *v* જાહેર કરવું
dizziness *n* ચક્કર
dizzy *adj* અસ્થિર
do *iv* કામ કરવું
docile *adj* કેળવી શકાય એવું
docility *n* કહ્યાગરાપણું
dock *v* ગોદીમાં આણવું
dock *n* ગોદી
doctor *n* તબીબ
doctrine *n* સિદ્ધાંત
document *n* દસ્તાવેજ
documentary *n* દસ્તાવેજી ચિત્રપટ
documentation *n* દસ્તાવેજીકરણ
dodge *v* એકદમ ખસી જવું
dog *n* કૂતરો
dogmatic *adj* તુમાખીવાળું
dole out *v* થોડું થોડું આપવું
doll *n* ઢીંગલી
dollar *n* અમેરિકાનું એક નાણું
dolphin *n* એક દરિયાઈ પ્રાણી
dome *n* ઘુંમટ, ગુંબજ
domestic *adj* ઘરગથ્થું
domesticate *v* પાળવું
dominate *v* પ્રભુત્વ ધરાવવું
domination *n* પ્રભુત્વ
domineering *adj* નિરંકુશ સત્તાધારી
dominion *n* આધિપત્ય
donate *v* દાનમાં આપવું
donation *n* દાન
donkey *n* ગધેડો
donor *n* દાતા
doom *n* વિનાશ
doomed *adj* વિનાશ તરફ ધકેલાવું
door *n* બારણું
doorbell *n* ઘંટડી
doorstep *n* પ્રવેશ
doorway *n* દરવાજાનો રસ્તો

D

dope *n* ઘેન લાવનાર દવા
dope *v* નિયંત્રિત દવાનું સેવન કરવું
dormitory *n* સામૂહિક શયનગૃહ
dosage *n* દવાની માત્રા
dossier *n* કાનસ, ફાઇલ
dot *n* ટપકું
double *adj* બમણું
double *v* બમણું થવું
double-check *v* બે વખત તપાસવું
double-cross *v* વિશ્વાસઘાત કરવો
doubt *n* શંકા
doubt *v* શંકા કરવી
doubtful *adi* શંકાસ્પદ
dough *n* લોટ
dove *n* કબૂતર
down *adv* નીચે
down *adj* નીચે તરફ
down payment *n* તત્કાળ ચૂકવણી
downcast *adj* હતાશ
downfall *n* પડતી
downhill *adv* નીચે ઊતરતું
downpour *n* ધોધમાર વરસાદ
downsize *v* ઘટાડો
downstairs *adv* નીચે તરફ
down-to-earth *adj* વહેવારું
downtown *n* શહેરનો મધ્ય ભાગ
downtrodden *adj* દલિત
downturn *adj* મંદી
dowry *n* દહેજ
doze *n* અલ્પનિદ્રા
doze *v* ઝોકું ખાવું
dozen *n* બારનો જુમલો
draft *n* રૂપરેખા, મુસદ્દો
draft *v* મુસદ્દો ઘડવો
draftsman *n* ડ્રાફ્ટ્સમેન
drag *v* ઘસડીને ખેંચવું
dragon *n* કાલ્પનિક રાક્ષસ
drain *v* વહી જવું કે જઈને ખાલી થવું
drainage *n* ગટરવ્યવસ્થા
dramatic *adj* નાટ્યમય
dramatize *v* નાટકનું રૂપ આપવું
drape *n* પડદો
drastic *adj* કઠોર
draw *n* લૉટરી
draw *iv* ખેંચવું તે, દોરવું
drawback *n* ખામી
drawer *n* ટેબલનું ખાનું
drawing *n* રેખાકૃતિ
dread *v* દહેશત હોવી
dreaded *adj* ભયાવહ
dreadful *adj* ભયાનક
dream *iv* સ્વપ્ન જોવા
dream *n* સ્વપ્ન
dress *n* કપડાં
dress *v* કપડાં પહેરવા
dresser *n* રસોડાનું છાજલીઓવાળું કબાટ
dressing *n* વસ્ત્ર પરિધાન
dried *adj* સૂકવેલું
drift *v* પ્રવાહથી તણાવું
drift apart *v* છૂટું પાડવું

67 **dusk**

drifter *n* પ્રવાહપતિત માણસ
drill *v* કાણું પાડવું; કવાયત કરવી
drill *n* કાણું પાડવાનું યંત્ર; પરેડ ગ્રાઉન્ડ
drink *iv* પીવું
drink *n* પીણું
drinkable *adj* પીવાલાયક
drinker *n* પીનાર
drip *v* ટીપાં પાડવાં
drip *n* ટપકતું પ્રવાહી
drive *n* વાહનની સહેલ; જોરજબરદસ્તી; ઝુંબેશ
drive *iv* ચલાવવું; જોરજબરદસ્તી કરવી; ઝુંબેશ ચલાવવી
drive at *v* આડકતરી રીતે સૂચવવું
drive away *v* હંકારી જવું
driver *n* વાહન હાંકનાર
driveway *n* ઝાંપાથી ઘર સુધીનો ખાનગી રસ્તો
drizzle *n* ઝરમર વરસાદ
drop *n* ટીપું, પતન
drop *v* નીચે પડવું તે
drop in *v* મળવા જવું
drop off *v* ઊંઘી જવું
drop out *v* છોડી દેવું
drought *n* દુકાળ, સૂકો કાળ
drown *v* ડૂબવું
drowsy *adj* ઊંઘના ઘેનમાં
drug *n* ઔષધીય પદાર્થ
drug *v* દવા આપવી
drugstore *n* દવાની દુકાન
drum *n* ઢોલ
drunk *adj* પીધેલ
drunkenness *n* પીધેલાપણું
dry *v* સૂકવવું
dry *adj* કોરું
dry-clean *v* વરાળ થઇને ઊડી જાય એવા પ્રવાહીથી કપડું ધોવું
dryer *n* શોષક
dual *adj* બેવડું
dubious *adj* શંકાસ્પદ
duchess *n* ડ્યૂકની પત્ની અથવા વિધવા
duck *n* બતક
duck *v* નીચે નમવું
duct *n* નલિકા
due *adj* લેણી રકમ
duel *n* દ્વન્દ્વ યુદ્ધ
dues *n* દેય, માંગણાં
dull *adj* મંદબુદ્ધિ
duly *adv* પૂરતું
dumb *adj* મૂંગું, મૂરખ
dummy *n* નકલી ચીજ
dummy *adj* બનાવટી
dump *v* ઢગલો કરવો
dump *n* કામચલાઉ વખાર
dung *n* છાણ
dungeon *n* ભોંયરાનું બંદીખાનું
dupe *v* ભુલાવવું
duplicate *v* પ્રતિકૃતિ કરવી
duplication *n* અનુલિપિકરણ
durable *adj* ટકાઉ
duration *n* સમયગાળો
during *pre* દરમિયાન
dusk *n* સૂર્યાસ્ત

D

D E

dust *n* ધૂળ
dusty *adj* ધૂળવાળું
Dutch *adj* નેધરલેન્ડનો વતની
duty *n* કર્તવ્ય
dwarf *n* વામન
dwell *iv* લંબાણથી બોલવું
dwelling *n* ઘર
dwindle *v* ક્ષીણ થવું
dye *v* રંગ દેવો
dye *n* રંગદ્રવ્ય
dying *adj* રંગવાની ક્રિયા
dynamic *adj* જોમવાળું
dynamite *n* સુરંગ
dynasty *n* રાજવંશ

E

each *adj* પ્રત્યેક
each other *adj* એકબીજાને
eager *adj* આતુર
eagerness *n* આતુરતા
eagle *n* ગરુડ
ear *n* ડૂંડું, કાન
earache *n* કાનનો દુ:ખાવો
eardrum *n* કાનનો પડદો
early *adv* વહેલું
earmark *v* ફાળવવું
earn *v* કમાવું
earnestly *adv* ગંભીરતાથી
earnings *n* કમાણી
earphones *n* સાંભળવા માટે કાનમાં ભરાવવાનું યંત્ર
earring *n* કર્ણકુંડલ
earth *n* પૃથ્વી
earthquake *n* ધરતીકંપ
earwax *n* કાન બહાર લગાડાતું પીળું દ્રવ્ય
ease *v* હળવું કરવું
ease *n* આરામ
easily *adv* સરળતાથી
east *n* પૂર્વ
eastbound *adj* પૂર્વ તરફનું
Easter *n* ઈસ્ટર તહેવાર
eastern *adj* પૂર્વનું
easterner *n* પૂર્વનો રહેવાસી
eastward *adv* પૂર્વ તરફથી
easy *adj* સહેલું
eat *iv* ખાવું
eat away *v* ધીમે ધીમે ખવાવું
eavesdrop *v* સાંભળવું
ebb *v* ઓટ થવી
eccentric *adj* તરંગી
echo *n* પડઘો
eclipse *n* ગ્રહણ
ecology *n* પરિસ્થિતિ વિજ્ઞાન
economical *adj* કરકસરયુક્ત
economize *v* કરકસર કરવી
economy *n* અર્થતંત્ર
ecstasy *n* પરમાનંદ
ecstatic *adj* ભાવોન્માદવાળું
edge *n* ધાર

edge *v* હદની ધાર કાઢવી, વસ્તુની ધાર કાઢવી
edgy *adj* ચીઢિયું
edible *adj* ખાવાયોગ્ય
edifice *n* ઇમારત
edit *v* કાપકૂપ કરવી
edition *n* આવૃત્તિ
educate *v* કેળવણી આપવી
educational *adj* શૈક્ષણિક
eerie *adj* વિચિત્ર
effect *n* અસર
effective *adj* અસરકારક
effectiveness *n* અસરકારકતા
efficiency *n* કાર્યક્ષમતા
efficient *adj* કાર્યક્ષમ
effigy *n* નનામી
effort *n* પ્રયત્ન
effusive *adj* મળતાવડું
egg *n* ઇંડું
egg white *n* ઇંડાનો સફેદ ભાગ
egoism *n* સ્વાર્થીપણું
egoist *n* અહંભાવી
eight *adj* આઠ
eighteen *adj* અઢાર
eighth *adj* આઠમો
eighty *adj* એંશી
either *adj* બેમાંથી કોઇપણ એક
either *adv* સુદ્ધાં
eject *v* કાઢવું
elapse *v* પસાર થવું
elastic *adj* સ્થિતિસ્થાપક
elated *adj* ઉત્તેજિત
elbow *n* કોણી
elder *n* પ્રૌઢ
elderly *adj* વડીલ
elect *v* પસંદ કરવું
election *n* ચૂંટણી
electric *adj* વીજળીથી ચાલતું
electrician *n* વિદ્યુતશાસ્ત્રી
electricity *n* વીજળી
electrify *v* વીજળી આપવી
electrocute *v* વીજળી દ્વારા મોત નીપજાવવું
electronic *adj* વીજાણુઓનું
elegance *n* લાલિત્ય
elegant *adj* લાલિત્યપૂર્ણ
element *n* તત્વ
elementary *adj* પ્રાથમિક
elephant *n* હાથી
elevate *v* ઊંચું કરવું
elevation *n* ઊંચે ચડાવવું તે
elevator *n* લિફ્ટ
eleven *adj* અગિયાર
eleventh *adj* અગિયારમું
eligible *adj* યોગ્ય
eliminate *v* દૂર કરવું
elm *n* ખરબચડાં અને બેવડા દાંતાવાળાં પાંદડાંવાળું એક ઝાડ
eloquence *n* વકતૃત્વ
else *adv* અન્યથા
elsewhere *adv* બીજે કોઈ ઠેકાણે
elude *v* થી દૂર રહેવુ
elusive *adj* ભ્રામક
emaciated *adj* પાતળું

E

E

emanate *v* પેદા થવું
emancipate *v* મુક્ત કરવું
embalm *v* મડદાને મસાલા વડે ટકાવી રાખવું
embark *v* વહાણમાં ચડાવવું
embarrass *v* શરમિંદૃ કરવું
embassy *n* એલચીની કચેરી
embellish *v* સુશોભિત કરવું
embers *n* અંગારા
embezzle *v* ઉચાપત કરવી
embitter *v* કડવું બનાવવું
emblem *n* ચિહ્ન
embody *v* મૂર્ત સ્વરૂપ આપવું
emboss *v* આકૃતિ કોતરવી
embrace *v* બાથમાં લેવું
embrace *n* આલિંગન
embroider *v* ભરત ભરવું
embroidery *n* ભરતકામ
embroil *v* મૂંઝવણમાં નાખવું
embryo *n* ગર્ભ
emerald *n* નીલમ
emerge *v* બહાર આવવું, દેખા દેવું
emergency *n* કટોકટી
emigrant *n* પરદેશમાં વસવા જનાર
emigrate *v* પરદેશમાં વસવા જવું
emission *n* સ્ત્રાવ
emit *v* બહાર કાઢવું
emotion *n* લાગણી
emotional *adj* ભાવનાશીલ
emperor *n* સમ્રાટ
emphasis *n* પ્રાધાન્ય
emphasize *v* ભાર મૂકવો
empire *n* સામ્રાજ્ય
employ *v* કામમાં રોકવું.
employee *n* કર્મચારી
employer *n* નોકરીદાતા
employment *n* રોજગારી
empress *n* સમ્રાટની પત્ની
emptiness *n* ખાલીપણું
empty *adj* ખાલી
empty *v* ખાલી કરવું
enable *v* શક્ય બનાવવું
enchant *v* આનંદિત કરવું
enchanting *adj* આનંદિત કરનારું
encircle *v* ઘેરવું
enclave *n* પોતાના દેશમાં પરદેશી સત્તાનો મુલક
enclose *v* બંધ કરવું
enclosure *n* બિડાણ
encompass *v* ઘેરવું
encounter *v* અચાનક ભેટો થવો
encounter *n* સભા
encourage *v* પ્રોત્સાહિત કરવું
encroach *v* અતિક્રમણ કરવું
encyclopedia *n* જ્ઞાનકોશ
end *n* અંત
end *v* અંત લાવવો
end up *v* ઉપસંહાર કરવો
endanger *v* જોખમમાં નાખવું
endeavor *v* પ્રયત્ન કરવો
endeavor *n* પ્રયત્ન
ending *n* અંત ભાગ
endless *adj* અનંત

71 envoy

endorse *v* સહી કરવી
endorsement *n* બિડાણ, શેરો
endure *v* સહન કરવું
enemy *n* દુશ્મન
energetic *adj* જુસ્સાવાળું, ઉત્સાહી, ઉત્સાહિત
energy *n* જુસ્સો, ક્રિયાશક્તિ
enforce *v* દબાણ કરવું
engage *v* વચનબદ્ધ થવું
engaged *adj* વચનબદ્ધ
engagement *n* વિવાહ
engine *n* યંત્ર
engineer *n* ઇજનેર
England *n* ઈંગ્લેંડ દેશ
English *adj* અંગ્રેજી
engrave *v* કોતરવું
engraving *n* છાપેલી આકૃતિ
engrossed *adj* તલ્લીન
engulf *v* ઘેરી લેવું, ગળી જવું
enhance *v* વધુ તીવ્ર બનાવવું
enjoy *v* આનંદ માણવો
enjoyable *adj* ઉપભોગ્ય
enjoyment *n* આનંદ
enlarge *v* વિસ્તૃત કરવું
enlargement *n* મોટું કરવું તે
enlighten *v* બોધ આપવો
enlist *v* દાખલ થવું
enormous *adj* પ્રચંડ
enough *adv* પૂરતું
enrage *v* ગુસ્સે કરવું
enrich *v* ધનવાન બનાવવું
enroll *v* નોંધ કરવી
enrollment *n* નોંધણી
ensure *v* સુનિશ્ચિત કરવું
entail *v* ઇશારો કરવો
entangle *v* જાળમાં પકડવું
enter *v* દાખલ થવું
enterprise *n* ઉદ્યોગ
entertain *v* પરોણાગત કરવી
entertaining *adj* મનોરંજક
entertainment *n* મનોરંજન
enthrall *v* મોહ પમાડવું
enthralling *adj* મંત્રમુગ્ધ કરે તેવું
enthuse *v* ઉત્સાહિત કરવું
enthusiasm *n* ઉત્સાહ
entice *v* લલચાવવું
enticement *n* લોભાવવું તે
enticing *adj* લલચાવે તેવું
entire *adj* આખું
entirely *adv* સંપૂર્ણપણે
entrance *n* પ્રવેશ
entreat *v* આજીજી કરવી
entree *n* વિશેષાધિકાર
entrenched *adj* ઘેરું
entrepreneur *n* ઉદ્યોગ સાહસિક
entrust *v* જવાબદારી સોંપવી
entry *n* પ્રવેશ
enumerate *v* ગણવું
envelop *v* લપેટવું
envelope *n* પરબીડિયું
envious *adj* ઈર્ષાળુ
environment *n* વાતાવરણ
envisage *v* કલ્પના કરવી
envoy *n* રાજદૂત

E

envy 72

E

envy *n* ઈર્ષ્યા
envy *v* અદેખાઈ કરવી
epidemic *n* વ્યાપક રોગચાળો
epilepsy *n* વાઈ
episode *n* પ્રાસંગિક કથા, કથાઘટક
epistle *n* પત્રના રૂપમાં કાવ્ય
epitaph *n* સમાધિલેખ
epitomize *v* સજીવારોપણ કરવું
epoch *n* યુગ
equal *adj* સરખું
equality *n* સમાનતા
equate *v* સમાન ગણવું
equation *n* સમીકરણ
equator *n* વિષુવવૃત્ત
equilibrium *n* સમતોલપણું
equip *v* સજ્જ કરવું
equipment *n* સાધનસામગ્રી
equivalent *adj* સમાનાર્થ
era *n* યુગ
eradicate *v* દૂર કરવું
erase *v* ભૂસી નાખવું
eraser *n* ભૂસી નાખનાર
erect *v* ટટાર કરવું
erect *adj* ટટાર
err *v* ભૂલો કરવી
errand *n* ફાળવણી
erroneous *adj* ભૂલભરેલું
error *n* ભૂલ
erupt *v* ફાટવું
eruption *n* જ્વાળામુખી
escalate *v* ક્રમશઃ વધારો થવો
escalator *n* યંત્રથી ખસતી સીઢી
escapade *n* તોફાન
escape *v* નાસી જવું
escort *n* સાથ આપવો
esophagus *n* અન્નનળી
especially *adv* ખાસ કરીને
espionage *n* જાસૂસી
essay *n* નિબંધ
essence *n* સત્વ
essential *adj* આવશ્યક
establish *v* સ્થાપવું
estate *n* મિલકત
esteem *v* ઊંચો ખ્યાલ રાખવો
estimate *v* અડસટ્ટો કરવો
estimation *n* ગણતરી, અડસટ્ટો
estranged *adj* અલગ થયેલું
estuary *n* નદીમુખ
eternity *n* અનંતકાળ
ethical *adj* નૈતિક
ethics *n* નીતિશાસ્ત્ર
etiquette *n* રીતભાત
euphoria *n* ઉત્સાહ
Europe *n* યુરોપ ખંડ
European *adj* યુરોપનું વતની
evacuate *v* ખાલી કરવું
evade *v* ટાળવું
evaluate *v* મૂલ્યાંકન કરવું
evaporate *v* બાષ્પીભવન થવું
evasion *n* ઉડાડવું તે, ઉડાઉ જવાબ
evasive *adj* ઉડાઉ
eve *n* પ્રસંગ

73 exhausting

even *adj* સપાટ; સમાન
even if *c* તેમ હોય તો પણ
even more *c* હોય તેથી પણ વધુ
evening *n* સાંજ
event *n* બનાવ
eventuality *n* સંભાવ્ય ઘટના
eventually *adv* છેવટે
ever *adv* હંમેશાં
everlasting *adj* સદાકાળ ટકનારું
every *adj* દરેક
everybody *pro* દરેક જણ
everyday *adj* દરરોજ
everyone *pro* દરેક જણ
everything *pro* બધી વસ્તુઓ
evict *v* ખાલી કરાવવું
evidence *n* પુરાવો
evil *n* દુષ્ટ
evil *adj* અનિષ્ટ
evoke *v* બોલાવવું
evolution *n* ઉત્ક્રાંતિ
evolve *v* ખીલવું
exact *adj* આબેહૂબ
exaggerate *v* અતિશયોક્તિ કરવી
exalt *v* સ્તુતિ કરવી
examination *n* પરીક્ષા
examine *v* તપાસ કરવી
example *n* દાખલો
exasperate *v* ગુસ્સે કરવું
excavate *v* ખોદવું
exceed *v* ઓળંગી જવું, વટાવી જવું
exceedingly *adv* અતિશય
excel *v* સર્વશ્રેષ્ઠ હોવું
excellence *n* શ્રેષ્ઠતા
excellent *adj* ઉત્તમ
except *pre* સિવાય
exception *n* અપવાદ
exceptional *adj* અપવાદરૂપ
excerpt *n* અંશ
excess *n* અતિરેક
excessive *adj* અતિશય
exchange *v* વિનિમય કરવો
excite *v* ઉત્તેજિત કરવું
excitement *n* ઉત્તેજના
exciting *adj* ઉત્તેજક
exclaim *v* આશ્ચર્ય ઉદ્ગાર કાઢવો
exclamation *n* ઉદ્ગારવાચક ચિહ્ન
exclude *v* બાકાત રાખવું
excruciating *adj* પીડાજનક
excursion *n* આનંદપર્યટન
excuse *v* માફ કરવું
excuse *n* બહાનું
execute *v* નો અમલ કરવો
executive *n* કાર્યકારી
exemplary *adj* દાખલારૂપ
exemplify *v* દાખલો આપવો
exempt *adj* છૂટ આપવી
exemption *n* છૂટ
exercise *n* કસરત
exercise *v* પ્રયોગ કરવો
exert *v* ક્રિયાશીલ કરવું
exertion *n* પ્રયત્ન
exhaust *v* બહાર કાઢવું
exhausting *adj* થકવી નાખે એવું

E

exhaustion *n* થકાવટ
exhibit *v* પ્રદર્શન કરવું
exhibition *n* પ્રદર્શન
exhilarating *adj* આનંદિત કરે તેવું
exhort *v* બોધ આપવો
exile *v* દેશનિકાલ કરવું
exile *n* દેશનિકાલ
exist *v* અસ્તિત્વનાં હોવું
existence *n* અસ્તિત્વ
exit *n* બહાર જવાનો માર્ગ
exodus *n* હિજરત
exonerate *v* દોષમુક્ત કરવું
exorbitant *adj* બેસુમાર
exorcist *n* ભૂવો
exotic *adj* અસામાન્ય
expand *v* ફેલાવવું, વધારવું
expansion *n* ફેલાવો, વધારો
expect *v* ધારવું, આશા રાખવી
expectancy *n* અપેક્ષા
expectation *n* અભિલાષા
expediency *n* અનુકૂળતા
expedient *adj* અનુકૂળ
expedition *n* હેતુપૂર્વક પ્રવાસ
expel *v* બહાર કાઢવું
expenditure *n* ખર્ચેલી રકમ
expense *n* ખર્ચ
expensive *adj* મોંઘું
experience *n* અનુભવ
experiment *n* પ્રયોગ
expert *adj* જાણકાર
expiate *v* પ્રાયશ્ચિત કરવું
expiation *n* પ્રાયશ્ચિત
expiration *n* મુદત પૂરી થવી તે
expire *v* અંત આવવો
explain *v* સમજાવવું
explicit *adj* સાફ
explode *v* ધડાકા સાથે ફૂટવું
exploit *v* શોષણ કરવું
exploit *n* પરાક્રમ
exploitation *n* શોષણ
explore *v* શોધી કાઢવું
explorer *n* અન્વેષક
explosion *n* વિસ્ફોટ
explosive *adj* સ્ફોટક
export *v* નિકાસ કરવી
expose *v* ખુલ્લું મૂકવું
exposed *adj* ઉઘાડું પડેલું
express *v* વ્યક્ત કરવું
express *adj* વ્યક્ત કરી શકાય તેવું
express *n* ખૂબ વેગવાળું
expression *n* અભિવ્યકિત
expressly *adv* સ્પષ્ટપણે
expropriate *v* સ્પષ્ટપણે સમજવું
expulsion *n* હકાલપટ્ટી
exquisite *adj* ખૂબ સુંદર
extend *v* ફેલાવવું, વધારવું
extension *n* વિસ્તરણ, વધારો
extent *n* વ્યાપેલી જગ્યા
extenuate *v* ઓછું કરવું
exterior *adj* બહારનું
exterminate *v* સદંતર નાશ કરવો
external *adj* બહારનું
extinct *adj* લુપ્ત
extinguish *v* હોલાવવું

extort *v* લાંચ
extortion *n* લાંચ
extra *adv* વધારાનું
extract *v* તારવવું
extradite *v* પાછું લાવવું
extradition *n* પ્રત્યારોપણ
extraneous *adj* બહારનું
extravagance *n* અતિખર્ચાળપણું
extravagant *adj* ઉડાઉ
extreme *adj* હદ વટાવી જનારું
extremist *adj* અંતિમવાદી
extremities *n* ભારે મોટા સંકટો
extricate *v* ગૂંચ ઉકેલવી
extroverted *adj* બહિર્મુખી
exude *v* બહાર કાઢવું
exult *v* અતિ આનંદ પામવો
eye *n* આંખ
eyebrow *n* ભમ્મર
eye-catching *adj* ચિત્તાકર્ષક
eyeglasses *n* ચશ્માં
eyelash *n* પાંપણ
eyelid *n* પોપચું
eyesight *n* નજર
eyewitness *n* નજરે જોનાર સાક્ષી

F

fable *n* બોધકથા
fabric *n* પોત
fabricate *v* ઉપજાવી કાઢવું
fabulous *adj* આશ્ચર્યકારક
face *n* ચહેરો
face *v* કોઇ વ્યક્તિ કે વસ્તુ સામે મોઢું કરવું
facet *n* હીરાનો પાસો
facilitate *v* હળવું કરવું
fact *n* હકીકત
factor *n* પરિબળ
factory *n* કારખાનું
factual *adj* વાસ્તવિક
faculty *n* આવડત
fad *n* તુક્કો
fade *v* ઝાંખું પડવું
faded *adj* ઝાંખું પડેલું
fail *v* નિષ્ફળ જવું
failure *n* નિષ્ફળતા
faint *v* બેભાન થવું
faint *n* નબળું
faint *adj* બેભાન
fair *adj* ન્યાયી; સુંદર
fair *n* મેળો
fairness *n* ન્યાય
fairy *n* પરી
faith *n* શ્રદ્ધા, ધર્મ
faithful *adj* વફાદાર
fake *v* ઢોંગ કરવો

F

fake *adj* નકલી
fall *n* પાણીનો ધોધ; સત્તા ગુમાવવી; પાનખર ઋતુ
fall *iv* ઉપરથી નીચે પડવું
fall back *v* પીછેહઠ કરવી
fall behind *v* પાછળ પડવું
fall down *v* નિષ્ફળ થવું
fall through *v* પડી ભાંગવું
fallacy *n* ભૂલભરેલી માન્યતા
fallout *n* પરિણામ
falsehood *n* જૂઠાણું
falsify *v* ખોટી રજૂઆત કરવી
falter *v* અસ્થિરપણે ચાલવું
fame *n* નામના
familiar *adj* સુપરિચિત
family *n* કુટુંબ
famine *n* દુકાળ
famous *adj* પ્રખ્યાત
fan *n* પંખો, ચાહક
fanatic *adj* ઝનૂની
fancy *adj* કલ્પના
fang *n* શૂળિયો દાંત
fantastic *adj* અજબ
fantasy *n* ભ્રમ
far *adv* દૂરનું
faraway *adj* ખૂબ દૂરનું
farce *n* ફારસ
fare *n* ભાડું
farewell *n* વિદાય સમારંભ
farm *n* ખેતર
farm *v* ખેતીવાડી કરવી
farmer *n* ખેડૂત
farming *n* ખેતી
farmyard *n* ખેતર પરના ઘરનું આંગણું
farther *adv* વધારે દૂર
fascinate *v* મંત્રમુગ્ધ કરવું
fashion *n* ટાપટીપ
fashionable *adj* ટાપટીપવાળું
fast *adj* ઝડપી
fast *v* વધુ ગતિમાં જવું
fasten *v* બાંધી દેવું
fat *n* ચરબી
fat *adj* જાડું
fatal *adj* જીવલેણ
fate *n* વિધાતા, નિયતિ
fateful *adj* નિયત થયેલું, નિર્ણાયક
father *n* બાપ
fatherhood *n* પિતૃત્વ
father-in-law *n* સસરો
fatherly *adj* પિતૃ તુલ્ય
fathom *v* પાણીનું ઊંડાણ માપવું
fatigue *n* થાક, થકાવટ
fatten *v* જાડું થવું તે
fatty *adj* જાડો માણસ
faucet *n* પીપની ચકલી
fault *n* દોષ
faulty *adj* દોષયુક્ત
favor *n* મદદ
favorable *adj* અનુકૂળ, સાનુકૂળ
favorite *adj* માનીતું
fear *n* બીક
fearful *adj* ભયંકર
feasible *adj* કરી શકાય એવું, શક્ય હોય એવું

feast *n* મિજબાની
feat *n* અદ્દભુત કામગીરી
feather *n* પીછું
feature *n* ચહેરાનો ભાગ
February *n* ફેબ્રુઆરી મહિનો
fed up *adj* કંટાળેલું
federal *adj* સમવાયી
fee *n* લવાજમ
feeble *adj* નબળું
feed *iv* ખાવાનું આપવું, ખવડાવવું, ખાવું
feedback *n* પ્રતિક્રિયા
feel *iv* સ્પર્શ કરીને જાણવું, લાગવું
feeling *n* લાગણી
feelings *n* લાગણીઓ
feet *n* પગ
feign *v* દેખાવ કરવો
fellow *n* બિરાદર, સોબતી, સાથી, સમોવડિયો
fellowship *n* સાથીદાર
felon *n* ગુનેગાર
felony *n* મહાઅપરાધ
felt *n* બનાતનું કાપડ
felt *v* જટા જેવું ગૂંચળું વાળવું
female *n* માદા
feminine *adj* સ્ત્રીલિંગી
fence *n* વાડ
fence *v* રક્ષણ કરવું
fencing *n* તલવારની પટાબાજી
fend *v* અટકાવવું
fend off *v* કોઈકને ધક્કો મારવો
fender *n* કશાકને દૂર રાખવાનું સાધન
ferment *v* ઊભરો આણવો
ferment *n* આથો
ferocious *adj* વિકરાળ
ferocity *n* વિકરાળતા
ferry *n* વહાણ
fertile *adj* ફળદ્રુપ
fertility *n* પ્રજનનક્ષમતા
fertilize *v* ગર્ભાધાન કરવું
fervent *adj* ઉત્સાહી
fester *v* પાકવું
festive *adj* ઉત્સવ કે ઉજાણીનું
festivity *n* આનંદોત્સવ
fetid *adj* ગંધાતું
fetus *n* ગર્ભ
feud *n* બે કુટુંબો વચ્ચેનો કલહ
fever *n* તાવ
feverish *adj* તાવનાં લક્ષણોવાળું
few *adj* થોડા
fewer *adj* બહુ થોડા
fiancé *n* નવવધૂ
fiber *n* રેસો
fickle *adj* અસ્થિર
fiction *n* નવલકથા સાહિત્ય
fictitious *adj* કાલ્પનિક
fiddle *n* એક તંતુવાદ્ય
fidelity *n* વફાદારી
field *n* ખેતર; વિદ્યાશાખા; રમતગમતનું મેદાન
field *v* સામનો કરવો
fierce *adj* હિંસક
fiery *adj* જલદ
fifteen *adj* પંદર

F

fifth *adj* પાંચમો
fifty *adj* પચાસ
fifty-fifty *adv* સરખે ભાગે
fig *n* અંજીર
fight *iv* લડવું
fight *n* લડાઇ
fighter *n* યોદ્ધો
figure *n* અંદાજવું; બાહ્યરૂપ; આકૃતિ
figure out *v* અંદાજ કાઢવો
file *n* કાનસ; ફાઇલ; કોમ્પ્યૂટરની ફાઇલ
file *v* ફાઇલમાં મૂકવું
fill *v* ભરવું
filling *n* પુરણ
film *n* સિનેમા
film *v* ચિત્રપટ માટે ફોટા પાડવા
filter *n* ગળણી
filter *v* નીતરવું
filth *n* અશ્લીલતા
filthy *adj* અશ્લીલ
fin *n* માછલીનો પાંખ જેવો અવયવ
final *adj* આખરી
finalize *v* આખરી રૂપ આપવું
finance *v* નાણાં પૂરાં પાડવાં
financial *adj* નાણાકીય
find *iv* શોધવું
find out *v* શોધી કાઢવું
fine *n* દંડ
fine *v* દંડ કરવો
fine *adv* ઉચ્ચ કક્ષાનું
fine *adj* સરસ
finger *n* આંગળી
fingernail *n* આંગળીનો નખ
fingerprint *n* આંગળાંની છાપ
fingertip *n* આંગળીનું ટેરવું
finish *v* અંત આણવો
Finland *n* ફિનલેન્ડ દેશ
Finnish *adj* ફિન લોકોની ભાષાને લગતું
fire *v* ગોળી છોડવી
fire *n* આગ
firearm *n* બંદૂક
firecracker *n* ફટાકડાં
firefighter *n* આગ ઓલવવાનો બંધો
fireman *n* બંબાવાળો
fireplace *n* ચૂલો
firewood *n* શબ્દ
fireworks *n* આતશબાજી
firm *adj* અડગ
firm *n* વેપારી પેઢી
firmness *n* દ્રઢતા
first *adj* પ્રથમ
fish *n* માછલી
fish *v* માછલાં પકડવા
fisherman *n* માછીમાર
fishy *adj* શંકાશીલ
fist *n* બંધ વાળેલી મુઠ્ઠી
fit *n* આંચકી
fit *v* યોગ્ય કદમાપનું હોવું
fit *adj* તંદુરસ્ત
fitness *n* શારીરિક સજ્જતા
fitting *adj* બંધબેસતું

79 flush

five *adj* પાંચ
fix *v* સ્થિર કરવું, બેસાડવું, જડવું
fjord *n* દરિયાની સાંકડી ખાડી
flag *n* ધ્વજ
flagpole *n* ધ્વજસ્તંભ
flamboyant *adj* ભભકાદાર
flame *n* જ્યોત
flammable *adj* જ્વલનશીલ
flank *n* કમર
flare *n* ભડકો
flare-up *v* એકદમ સળગી ઊઠવું
flash *n* એકાએક થતો ઝબકારો
flashlight *n* ફોટો પાડવા માટેનો પ્રકાશ
flashy *adj* ભપકાદાર
flat *n* ફ્લેટ પ્રકારના આવાસ
flat *adj* સમતલ
flatten *v* સપાટ કરવું
flatter *v* બહુ વખાણ કરવા
flattery *n* ખુશામત
flaunt *v* ભપકો કરવો
flavor *n* લહેજત
flaw *n* દોષ
flawless *adj* દોષરહિત
flea *n* ચાંચડ
flee *iv* નાસી જવું
fleece *n* ઘેટાનું ઊની આવરણ
fleet *n* નૌકાસૈન્ય
fleet *v* ચંચળ અને વેગીલું
fleeting *adj* ક્ષણભંગુર
flesh *n* માંસ
flex *v* સ્નાયુ હલાવવો
flexible *adj* લવચીક
flicker *v* ઝબૂક ઝબૂક થવું
flier *n* વિમાનચાલક
flight *n* ઊડવું તે, ઉડાણ
flimsy *adj* ઊપલકિયું
flip *v* ઉછાળવું તે
flirt *v* પ્રણયચેષ્ટાઓ કરવી
float *v* પ્રવાહી પર તરવું
flock *n* ઊનનો ગુચ્છો
flog *v* ફટકારવું
flood *v* પૂર આવવું
flood *n* પૂર
floodgate *n* પૂરદ્વાર
flooding *n* પૂર ચાલુ હોવું
floodlight *n* ચારેબાજુથી પ્રકાશ ફેંકી રોશની કરવી
floor *n* ભોંય
flop *n* નિષ્ફળ ગયેલું નાટક, નિષ્ફળ ગયેલી સિનેમા
floss *n* કોશેટાની ઉપરનું જાડું રેશમ
flour *n* લોટ
flourish *v* સમૃદ્ધ થવું
flow *v* વહેવું
flow *n* પ્રવાહ, વહેણ
flower *n* ફૂલ
flowerpot *n* ફૂલદાની
flu *n* સળેખમ સાથે તાવ
fluctuate *v* વારે વારે બદલાવું
fluently *adv* અસ્ખલિત રીતે
fluid *n* પ્રવાહી
flunk *v* નિષ્ફળ કરવું
flush *v* બહાર ધસી આવવું

F

flute 80

F

flute *n* વાંસળી
flutter *v* પાંખો ફફડાવવી
fly *iv* ઊડવું
fly *n* માખી
foam *n* ફીણ
focus *n* કિરણસંપાત બિંદુ
focus on *v* એકાગ્રતા સાધવી
foe *n* શત્રુ
fog *n* ધુમ્મસ
foggy *adj* ધુમ્મસવાળું
foil *v* નિષ્ફળ બનાવવું
fold *v* ગડી કરવી
folder *n* ફોલ્ડર
folks *n* લોકો
folksy *adj* લોકકળાનું
follow *v* પાછળ જવું
follower *n* અનુયાયી
folly *n* મૂર્ખતા
fond *adj* ભાવનાશીલ, ભોળું
fondle *v* લાડ લડાવવાં
fondness *n* ભાવનાશીલતા
food *n* ખોરાક
foodstuff *n* ખોરાકની ચીજ
fool *v* મૂર્ખ બનાવવું
fool *adj* મૂર્ખ
foolproof *adj* જડબેસલાક
foot *n* પગ; છેડો; ૧૨ ઇંચનું માપ
football *n* ફૂટબૉલ
footnote *n* પાદટીપ
footprint *n* પગલાની છાપ
footstep *n* પાદચિહ્ન
footwear *n* પગના જોડા
for *pre* માટે
forbid *iv* મનાઈ કરવી
force *n* બળ
force *v* જબરદસ્તી કરવી, દબાણ કરવું
forceful *adj* પ્રબળ
forcibly *adv* જબરદસ્તીથી
forecast *iv* અંદાજ કરવો
forefront *n* આગળપડતું
foreground *n* અગ્રભૂમિ
forehead *n* કપાળ
foreign *adj* પરદેશી, બીજા પ્રદેશનું
foreigner *n* બીજા દેશમાં જન્મેલું
foreman *n* જૂરીનો પ્રમુખ, સરપંચ, વડો કારીગર
foremost *adj* સૌથી પહેલું
foresee *iv* આગળથી જોવું
foreshadow *v* પૂર્વ સૂચન
foresight *n* અગમચેતી
forest *n* જંગલ
foretaste *n* પૂર્વાનુભવ
foretell *v* ભવિષ્ય ભાખવું
forever *adv* હંમેશાં
forewarn *v* મનાઈ કરવી, અગાઉથી ચેતાવવું
foreword *n* પુસ્તકની પ્રસ્તાવના
forfeit *v* જપ્ત કરવું
forge *v* ખોટી રજૂઆત કરવી
forgery *n* બનાવટી દસ્તાવેજ
forget *v* ભૂલી જવું
forgivable *adj* ક્ષમ્ય
forgive *v* દરગુજર કરવું
forgiveness *n* ક્ષમા

fork *n* કાંટો
form *n* સ્વરૂપ
formal *adj* ઔપચારિક
formality *n* ઔપચારિકતા
formalize *v* ઔપચારિક બનાવવું
formally *adv* ઔપચારિક રીતે
format *n* સ્વરૂપ
formation *n* રચના
former *adj* અગાઉનું
formerly *adv* જૂના વખતમાં
formidable *adj* જોરાવર
formula *n* સૂત્ર
forsake *iv* છોડી દેવું
fort *n* કિલ્લો
forthcoming *adj* આગામી
forthright *adj* નિખાલસ
fortify *v* મજબૂત બનાવવું
fortitude *n* ધૈર્ય
fortress *n* લશ્કરી કિલ્લો
fortunate *adj* નસીબદાર
fortune *n* પ્રારબ્ધ
forty *adj* ચાળીસ
forward *adv* આગળનું
fossil *n* અવશેષના જેવું
foster *v* સંવર્ધન કરવું
foul *adj* બગડેલું
foundation *n* સ્થાપના, પાયો
founder *n* સ્થાપક
foundry *n* ધાતુ કે કાચનું ઢાળકામનું કારખાનું
fountain *n* ફુવારો
four *adj* ચાર
fourteen *adj* ચૌદ
fourth *adj* ચોથો
fox *n* શિયાળ
foxy *adj* શિયાળના જેવું
fraction *n* અપૂર્ણાંક
fracture *n* અસ્થિભંગ
fragile *adj* બરડ
fragment *n* ભાંગી ગયેલો ભાગ
fragrance *n* સુગંધ
fragrant *adj* ખુશબોદાર
frail *adj* નાજુક
frailty *n* નબળાઈ
frame *n* ચોકઠું, ખોખું
frame *v* આકાર આપવો
framework *n* ઢાંચો
France *n* ફ્રાંસ દેશ
franchise *n* કંપની કે સરકારની એજન્સી
frank *adj* નિખાલસ
frankly *adv* નિખાલસતાથી
frankness *n* નિખાલસતા
frantic *adj* મરણિયું
fraternal *adj* ભાઇઓનું
fraternity *n* ભ્રાતૃત્વ
fraud *n* છેતરપિંડી
fraudulent *adj* દગાબાજ
freckle *n* ચામડી પર આછા ભૂરા રંગનો ડાઘો
freckled *adj* તલકાં તલકાંવાળું
free *v* મુક્ત કરવું
free *adj* સ્વતંત્ર, મફત
freedom *n* સ્વતંત્રતા

F

freeway *n* ધોરી માર્ગ
freeze *iv* ઠારવું
freezer *n* શીત ઓરડો
freezing *adj* ઠારી શકે તેવું
freight *n* ભાડું

French *adj* ફ્રાંસનું વતની
frenetic *adj* ઝનૂની
frenzied *adj* બેબાકળું
frenzy *n* ઝનૂન
frequency *n* આવર્તન
frequent *adj* વારંવારનું
frequent *v* વારંવાર થતું, સામાન્ય, સંખ્યાબંધ
fresh *adj* તાજું
freshen *v* તાજું બનાવવું
freshness *n* તાજગી
friar *n* ભિક્ષુક
friction *n* ઘર્ષણ, સંઘર્ષ
Friday *n* શુક્રવાર
fried *adj* તળેલું
friend *n* મિત્ર
friendship *n* મૈત્રી
fries *n* તળેલા માંસનું ભોજન
frigate *n* મોટું વળાવાનું વહાણ
fright *n* ફાળ
frighten *v* બિવડાવવું, ફાળ પાડવી
frightening *adj* ડરામણું
frigid *adj* નીરસ
fringe *n* કોર
frivolous *adj* મૂર્ખતાભર્યું
frog *n* દેડકો
from *pre* માંથી, પાસેથી
front *n* લશ્કરની મોખરાની હાર; બાહ્ય દેખાવ
front *adj* મોખરાનું
frontage *n* રસ્તા કે પાણીમાં ઉપર આવેલી જમીન
frontier *n* સીમા
frost *n* હિમ
frostbite *n* હિમડંખ
frostbitten *adj* ઠંડીથી સૂજી ગયેલું
frosty *adj* હિમવાળું
frown *v* ભવાં ચડાવવાં
frozen *adj* ઠંડું કરેલું
frugal *adj* કરકસરિયું
frugality *n* કરકસર
fruit *n* ફળ
fruitful *adj* ફળદાયી
fruity *adj* ફળના જેવું
frustrate *v* નિષ્ફળ બનાવવું
frustration *n* નિરાશા
fry *v* તળવું
frying pan *n* કડાઈ
fuel *n* બળતણ
fuel *v* ઇંધણ પૂરું પાડવું
fugitive *n* ભાગેડુ
fulfill *v* પારી પાડવી
fulfillment *n* પરિપૂર્ણતા
full *adj* ભરેલું.
full stop *n* પૂર્ણવિરામ
fully *adv* પૂર્ણપણે
fumes *n* ધુમાડો
fumigate *v* ધૂણી દેવી
fun *n* ગમ્મત

function *n* સમારંભ
fund *n* ભંડોળ
fund *v* નાણાં આપવા
fundamental *adj* આધારભૂત
funds *n* નાણાં
funeral *n* અન્ત્ય વિધિ
fungus *n* ફૂગ
funny *adj* રમૂજી
fur *n* રુંવાટી
furious *adj* ખિજાયેલું
furiously *adv* આવેશપૂર્વક
furnace *n* ભઠ્ઠી
furnish *v* પૂરું પાડવું
furnishings *n* રાચરચીલાથી સજાવટ
furniture *n* રાચરચીલું
furor *n* બૂમબરાડા
furrow *n* ખાંચ
furry *adj* રુંવાટીવાળું
further *adv* વધુ આગળ
furthermore *adv* વધુમાં, વળી, ઉપરાંત
fury *n* પ્રચંડ રોષ
fuse *n* જામગરી
fusion *n* એકીકરણ
fuss *n* ધાંધલ
fussy *adj* ધાંધલિયું
futile *adj* નકામું
futility *n* વ્યર્થતા
future *n* ભવિષ્ય
fuzzy *adj* ધૂંધળું

G

gadget *n* ઉપકરણ
gag *n* વિનોદ
gag *v* ઠઠ્ઠામશ્કરી કરવી
gage *v* માપવું
gain *v* મેળવવું
gain *n* નફો
gal *n* છોકરી અથવા યુવાન સ્ત્રી
galaxy *n* આકાશગંગા
gale *n* જોરદાર પવન
gall bladder *n* પિત્તાશય
gallant *adj* બહાદુર
gallery *n* પરસાળ
gallon *n* પ્રવાહીનું એક માપ
gallop *v* છલંગો મારતા દોડવું
gallows *n* ફાંસીનો માંચડો
galvanize *v* ઢોળ ચડાવવો
gamble *v* જુગાર રમવો
game *n* રમત
gang *n* ટોળી
gangrene *n* સડો
gangster *n* ધાડપાડુ, લુંટારો, બદમાશ
gap *n* ગાબડું, તફાવત
garage *n* વાહનનો તબેલો
garbage *n* કચરો
garden *n* બગીચો
gardener *n* માળી
gargle *v* કોગળો કરવો
garland *n* માળા

F G

garlic 84

G

garlic *n* લસણ
garment *n* વસ્ત્ર
garnish *v* શણગારવું
garnish *n* સજાવટ
garrison *n* રક્ષણાર્થે મૂકાયેલું લશ્કર
garrulous *adj* વાતોડિયું
garter *n* મોજું નીચે ન ઊતરે તે માટે બાંધવાનો બંધ
gas *n* કોઈપણ વાયુરૂપ પદાર્થ
gash *n* લાંબો અને ઊંડો કાપો
gasoline *n* પેટ્રોલ
gasp *v* હાંફવું
gastric *adj* પેટ કે હોજરીનું
gate *n* દરવાજો
gather *v* ભેગુ થવું
gathering *n* મેળાવડો
gauge *v* માપવું
gauze *n* ઝીણું કાપડ
gaze *v* એકીટસે જોવું
gear *n* દાંતાચક્રો
geese *n* હંસ, હંસની માદા
gem *n* રત્ન
gender *n* જાતિ
gene *n* જનીન
general *n* સાધારણ
generalize *v* સામાન્ય રૂપ આપવું
generate *v* નિર્માણ કરવું
generation *n* પેઢી
generator *n* વિજળી પેદા કરનાર યંત્ર
generic *adj* કોઇ જાતિ કે વર્ગનું
generosity *n* ઉદારતા
genetic *adj* જનનશાસ્ત્રનું
genial *adj* હુંફાળું
genius *n* પ્રતિભા સંપન્ન માણસ
genocide *n* જાતિ સંહાર
genteel *adj* સંસ્કારિતાનો ડોળ કરવો
gentle *adj* વિનયશીલ
gentleman *n* સદગૃહસ્થ
gentleness *n* સંસ્કારિતા
genuflect *v* ઘૂંટણ વાળવી
genuine *adj* અસલ
geography *n* ભૂગોળ
geology *n* ભૂસ્તરશાસ્ત્ર
geometry *n* ભૂમિતિ
germ *n* જંતુ
German *adj* જર્મનીનું વતની
Germany *n* જર્મની દેશ
germinate *v* અંકુર ફૂટવો
gerund *n* કૃદન્તનામ
gestation *n* ગર્ભાવસ્થા
gesticulate *v* ભાવસૂચક અંગચેષ્ટા કરવી
gesture *n* અંગચેષ્ટા
get *iv* મેળવવું
get along *v* ચલાવી લેવું
get away *v* નાસી જવું
get back *v* બદલો લેવો, પછી મળવું
get by *v* સતત મુશ્કેલીઓનો સામનો
get down *v* ઉતારી પાડવું, ઉતારવું, ગળામાં મુશ્કેલીથી ઉતારવું

get down to *v* ગંભીરતાથી ધ્યાન આપવું
get in *v* પહોંચવું, ચૂંટાવું
get off *v* સજામાંથી છૂટકારો
get out *v* જાહેર થવું, બહાર જવું
get over *v* સાજા થવું, મુશ્કેલીમાંથી બહાર આવવું
get together *v* ભેગા થવું
get up *v* ઉભા થવું
geyser *n* વીજળીથી પાણી ગરમ કરવાનું સાધન
ghastly *adj* વિકરાળ
ghost *n* ભૂત
giant *n* રાક્ષસ
gift *n* ભેટ
gifted *adj* પ્રતિભાસંપન્ન
gigantic *adj* કદાવર
giggle *v* ખીખી કરીને હસવું
gimmick *n* ચાલાકીભરી યુક્તિ
ginger *n* આદુ
gingerly *adv* ખૂબ સાવધાનીપૂર્વક
giraffe *n* આફ્રિકાનું એક પ્રાણી
girl *n* છોકરી
girlfriend *n* સ્ત્રીમિત્ર
give *iv* આપવું
give away *v* ત્યજી દેવું તે
give back *v* કશુંક પરત કરવું તે
give in *v* નમતુ આપવું
give out *v* જાહેર કરવું
give up *v* છોડી દેવું
glacier *n* હિમનદી
glad *adj* રાજી
gladiator *n* જીવને સાટે લડનાર યોધ્ધો
glamorous *adj* મોહક કે આકર્ષક
glance *v* નજર નાખવી
glance *n* ઉતાવળો દ્રષ્ટિક્ષેપ
gland *n* રસ ઝરતી ગ્રંથિ
glare *n* ચળકવું
glass *n* કાચ; કાચનો પ્યાલો; ચશ્માં
glasses *n* ચશ્મા
glassware *n* કાચના વાસણો
gleam *n* ક્ષણિક પ્રકાશ
gleam *v* કિરણ બહાર નીકળવું
glide *v* એંજિન વિના ઊડવું
glimmer *n* ઝાંખો પ્રકાશ
glimpse *n* ઝાંખી
glimpse *v* ઝાંખી કરવી
glitter *v* ચળકવું
globe *n* ગોળો
globule *n* પ્રવાહીનો ગોળ કણ
gloom *n* અંધારું
gloomy *adj* નિરાશાજનક
glorify *v* ઉલ્લસિત બનાવવું
glorious *adj* ભવ્ય
glory *n* ભવ્યતા
gloss *n* ઉપરનો ચળકાટ
glossary *n* પારિભાષિક શબ્દોનો કોશ
glossy *adj* ચળકાટવાળું
glove *n* હાથમોજું
glow *v* પ્રકાશવું
glucose *n* ફળ
glue *n* ગુંદર

G

glue *v* ચોંટાડવું
glut *n* અતિતૃપ્તિ
glutton *n* ખાઉધરો
gnaw *v* સતત કરડયા કરવું
go *iv* જવું
go ahead *v* આગળ જવું
go away *v* ચાલ્યા જવું
go back *v* પાછા જવું
go down *v* ડૂબવું
go in *v* દાખલ થવું
go on *v* કર્યા કરવું
go out *v* બહાર જવું
go over *v* નિરીક્ષણ કરવું
go through *v* સહન કરવું
go under *v* હારી જવું, નિષ્ફળ જવું
go up *v* ને પ્રમાણ બનાવવું
goad *v* ત્રાસ દઇને હાંકવું
goal *n* લક્ષ્ય
goalkeeper *n* ગોલરક્ષક
goat *n* બકરી
gobble *v* ઉતાવળે ખાવું
God *n* પરમેશ્વર
goddess *n* દેવી
godless *adj* નાસ્તિક
goggles *n* નંબર વિનાના ચશ્માં
gold *n* સોનું
golden *adj* સોનેરી
good *adj* સારું
good-looking *adj* દેખાવડું
goodness *n* સદગુણ
goods *n* માલ
goodwill *n* ભલમનસાઇ
goof *v* મોટી ભૂલ કરવી
goof *n* મોટી ભૂલ
goose *n* હંસ
gorge *n* કોતર
gorgeous *adj* ખૂબ સુંદર
gorilla *n* પુચ્છવિહોણું મોટું વાંદરું
gory *adj* લોહીથી ખરડાયેલું
gospel *n* ખ્રિસ્તી સાક્ષાત્કાર
gossip *v* કુથલી કરવી
gossip *n* ગપ્પાં
gout *n* સંધિવા
govern *v* સત્તા ચલાવવી
government *n* સરકાર
governor *n* રાજ્યપાલ
gown *n* સ્ત્રીનું ઉપરથી પહેરવાનું લાંબું રૂપાળું વસ્ત્ર
grab *v* એકદમ પકડવું
grace *n* સંસ્કારિતાની મોહકતા
graceful *adj* લાલિત્યપૂર્ણ
gracious *adj* દયાળુ
grade *n* પાયરી
grade *v* શ્રેણી આપવી
gradual *adj* ક્રમશ:
graduate *v* ક્રમાનુસાર ગોઠવવું
graduation *n* સ્નાતક અભ્યાસક્રમ
graft *n* ઝાડમાં કરેલી કલમ
graft *v* સજીવમાં કલમ આરોપણ કરવું
grain *n* અનાજનો દાણો
gram *n* ચણો
grammar *n* વ્યાકરણ
grand *adj* ભવ્ય

grandchild *n* પૌત્ર, પૌત્રી
granddad *n* દાદા
grandfather *n* દાદા
grandmother *n* દાદી
grandparents *n* દાદા-દાદી, નાના–નાની
grandson *n* પૌત્ર, દૌહિત્ર
grandstand *n* પ્રેક્ષકોને બેસવાનું મુખ્ય સ્ટૅન્ડ
granite *n* અડદિયો પથ્થર
granny *n* દાદીમા
grant *v* આપવાનું કબૂલ કરવું
grant *n* અનુદાન
grape *n* દ્રાક્ષ
grapefruit *n* દ્રાક્ષનું ફળ
grapevine *n* દ્રાક્ષનો વેલો
graphic *adj* આલેખન
grasp *n* પ્રભુત્વ
grasp *v* મજબૂત પકડવું
grass *n* ઘાસચારો
grassroots *adj* પાયો
grateful *adj* કૃતજ્ઞ
gratify *v* આનંદ આપવો
gratifying *adj* આનંદદાયક
gratitude *n* કૃતજ્ઞતા
gratuity *n* નિવૃતિલાભ
grave *adj* ગંભીર
grave *n* કબર
gravel *n* નાના પથરા
gravely *adv* ગંભીરતાથી
gravestone *n* કબર પાસેનો લેખવાળો પથ્થર
graveyard *n* કબ્રસ્તાન
gravitate *v* ગુરુત્વાકર્ષણથી હાલવું
gravity *n* ગુરુત્વાકર્ષણ
gravy *n* રસો
gray *adj* ભૂખરા રંગનું
grayish *adj* રાખોડી રંગનું
graze *v* ચરવું
graze *n* સહેજ સ્પર્શ કરવો
grease *v* ઊંજવું
grease *n* ઊંજણ
greasy *adj* ચરબી ચોપડેલું
great *adj* મહાન
greatness *n* મહાનતા
Greece *n* ગ્રીસ દેશ
greed *n* દ્રવ્યલોભ
greedy *adj* ધનલોભી
Greek *adj* ગ્રીસ દેશનું વતની
green *adj* લીલું
green bean *n* લીલા મગ
greenhouse *n* છોડવાઓ માટેનું કાચ ઘર
Greenland *n* ગ્રીનલેન્ડ દેશ
greet *v* સ્વાગત કરવું
greetings *n* શુભેચ્છા
gregarious *adj* જૂથવાસી
grenade *n* બૉમ્બ
greyhound *n* પાતળો લાંબો શિકારી કૂતરો
grief *n* શોક
grievance *n* ફરિયાદ
grieve *v* દુભાવવું
grill *v* શેકવું
grill *n* જાળીદાર પડદો

G

grim *adj* કઠોર
grimace *n* મોંનો ચાળો
grime *n* અશ્લીલતા
grin *n* અટ્ટહાસ્ય
grin *v* વેદનામાં કે હસવામાં દાંત કાઢવા
G
grind *iv* દળવું
grip *v* પકડવું
grip *n* મજબૂત પકડ
gripe *n* પેટમાં ચૂંક
grisly *adj* બિહામણું
groan *v* કણસવું
groan *n* વેદના
groceries *n* કરિયાણું
groin *n* જંઘામૂળ
groom *n* વર
groove *n* ખાંચ
gross *adj* ૧૨ ડઝન, કુલ રકમ
grossly *adv* કુલ મળીને
grotesque *adj* વિલક્ષણ
grotto *n* ચિત્રમય ગુફા
grouch *v* ફરિયાદ કરવી
grouchy *adj* તકરારી
ground *n* જમીન
ground floor *n* ભોંયતળિયું
groundless *adj* આધાર વિનાનું
groundwork *n* પાયાનું કાર્ય
group *n* જૂથ
grow *iv* વિકસવું
grow up *v* મોટું થવું
growl *v* ઘુરકવું
grown-up *n* પુખ્ત ઉંમરનું
growth *n* વૃદ્ધિ
grudge *n* રોષ
grudgingly *adv* રોષપૂર્વક
grueling *adj* થકવી નાખનારું
gruesome *adj* ભયંકર કંટાળાજનક
grumble *v* બબડવું તે
grumpy *adj* મિજાજી
guarantee *v* બાંયધરી આપવી
guarantee *n* બાંયધરી
guarantor *n* બાંયધરી આપનાર
guard *n* સંરક્ષક
guardian *n* વાલી
guerrilla *n* ગેરિલા સિપાઇ
guess *v* અંદાજ કરવો
guess *n* અંદાજ
guest *n* મહેમાન
guidance *n* માર્ગદર્શન
guide *v* માર્ગદર્શન આપવું
guide *n* માર્ગદર્શક
guidebook *n* માર્ગદર્શિકા
guidelines *n* દિશાસૂચન
guild *n* મહાજન
guile *n* દગો
guillotine *n* શિરચ્છેદ યંત્ર
guilt *n* પાપની લાગણી
guilty *adj* દોષી
guise *n* ડોળ, ઢોંગ
guitar *n* છ તારવાળું વાદ્ય
gulf *n* અખાત
gull *n* દરિયાઈ પક્ષી
gullible *adj* ભોળું
gulp *v* ઉતાવળથી ગળી જવું

gulp *n* ઘૂંટડો
gulp down *v* ગળી જવું
gum *n* દાંતનું પેઢું, ગુંદર
gun *n* બંદૂક
gun down *v* બંદૂકથી ઢાળી દેવું
gunfire *n* તોપમારો
gunman *n* સશસ્ત્ર બહારવટિયો
gunpowder *n* બંદૂકનો દારુ
gunshot *n* ધડાકો
gust *n* સ્વાદ
gusto *n* લિજ્જત
gusty *adj* રુચિવર્ધક
gut *n* આંતરડુ
guts *n* ચારિત્રયબળ
gutter *n* પરનાળ
guy *n* છોકરો
guzzle *v* ગળી જવું
gymnasium *n* વ્યાયામ શાળા
gynecology *n* સ્ત્રીરોગવિજ્ઞાન
gypsy *n* રખડુ જાતિનું માણસ

H

habit *n* ટેવ
habitable *adj* વસવા યોગ્ય
habitual *adj* હંમેશનું
hack *v* કાપવું
haggle *v* રકઝક કરવી
hail *n* બરફના કરા; બંદૂકની ગોળીઓનો વરસાદ
hail *v* બરફના કરા પડવા; સતત બોંબનો મારો થવો
hair *n* વાળ
hairbrush *n* વાળ ઓળવાનું બ્રશ
haircut *n* કેશકર્તન
hairdo *n* કેશભૂષાની શૈલી
hairdresser *n* હજામ
hairpiece *n* બનાવટી વાળ
hairy *adj* વાળ જેવી વસ્તુવાળું
half *n* અડધો ભાગ
half *adj* અડધું
hall *n* મોટો સાર્વજનિક ઓરડો
hallucinate *v* ભ્રમ થવો
hallway *n* પ્રવેશ ખંડ
halt *v* મુકામ કરવો
halve *v* અડધુ કરવું
ham *n* જાંઘનો પાછલો ભાગ
hamburger *n* છૂંદેલા ગોમાંસની તળેલી કેક
hamlet *n* નાનકડું ગામડું
hammer *n* હથોડો
hammer *v* હથોડાનો ફટકો
hammock *n* કંતાન કે જાળીદાર કાપડની ઝૂલતી પથારી
hand *n* હાથ
hand down *v* વારસામાં આપવું
hand in *v* કશુંક સુપ્રત કરવું
hand out *v* વહેંચવું
hand over *v* હવાલે કરવું
handbag *n* હાથ થેલી
handbook *n* માર્ગદર્શક લઘુગ્રંથ

handcuff 90

handcuff *v* હાથકડી પહેરાવવી
handcuffs *n* હાથકડીઓ
handful *n* હાથમાં માય તેટલું
handgun *n* હાથ બંદૂક
handicap *n* વિકલાંગ
handkerchief *n* હાથરૂમાલ
handle *v* હાથથી પકડવું
handle *n* હાથો
handmade *adj* હાથની બનાવટનું
handout *n* દાન
handrail *n* નિસરણી પરનો કઠેરો
handshake *n* હસ્તધૂનન
handsome *adj* દેખાવડું
handwriting *n* હસ્તાક્ષર
handy *adj* હાથવગુ
hang *iv* લટકાવવું
hang around *v* આસપાસ ભટકવું
hang on *v* લટકવું
hang up *v* આંકડામાં લટકાવવું
hanger *n* લટકનાર
hang-up *n* મુશ્કેલી
happen *v* થવું, બનવું
happening *n* ઘટના
happiness *n* પ્રસન્નતા
happy *adj* સુખી
harass *v* પજવવું
harassment *n* પજવણી
harbor *n* બંદર
hard *adj* કઠણ
harden *v* કઠણ બનાવવું
hardly *adv* જવલ્લે જ
hardness *n* સખ્તાઈ
hardship *n* કષ્ટ
hardware *n* ધાતુનો સામાન, શસ્ત્રો, યંત્રો
hardwood *n* પાનખર ઝાડનું લાકડું
hardy *adj* હિંમતવાળું
hare *n* સસલું
harm *v* નુકશાન કરવું
harm *n* નુકશાન
harmful *adj* હાનિકારક
harmless *adj* નિરુપદ્રવી
harmonize *v* સુમેળમાં હોવું
harmony *n* સુમેળ
harp *n* એક તંતુવાદ્ય
harpoon *n* કાંટાળો ભાલો
harrowing *adj* ત્રાસદાયક
harsh *adj* કર્કશ
harshly *adv* કર્કશતાથી
harshness *n* કર્કશતા
harvest *n* લણણી
harvest *v* લણણી કરવી
hashish *n* ભાંગનાં સૂકાં પાંદડાં
hassle *v* ઝઘડો કરવો
hassle *n* તકરાર
haste *n* ઉતાવળ
hasten *v* ઉતાવળ કરવી
hastily *adv* ઉતાવળે
hasty *adj* ઉતાવળું
hat *n* ટોપો
hatchet *n* નાની હલકી કુહાડી
hate *v* નફરત કરવી
hateful *adj* દ્વેષી

hatred *n* તીવ્ર અણગમો
haughty *adj* અભિમાની
haul *v* જોરથી ખેંચવું
haunt *v* વળગવું
have *iv* પાસે હોવું
have to *v* કરવાની જરૂર પડવી
haven *n* આશ્રયસ્થાન
havoc *n* પાયમાલી
hawk *n* બાજ પક્ષી
hay *n* ઘાસ
haystack *n* ઘાસની ગંજી
hazard *n* જોખમ
hazardous *adj* જોખમી
haze *n* ધુમ્મસ
hazelnut *n* એક જાતનો સૂકો મેવો
hazy *adj* ધુમ્મસવાળું
he *pro* તે, પહેલી વિભક્તિનું રૂપ
head *n* માથું
head for *v* ની દિશામાં જવું
headache *n* માથાનું દરદ
heading *n* શીર્ષક
head-on *adv* વાહનના આગળના ભાગે
headphones *n* મસ્તક ઉપર લટકાવાતું યંત્ર
headquarters *n* મુખ્ય મથક
headway *n* પ્રગતિ
heal *v* મટવું
healer *n* વૈદ
health *n* તંદુરસ્તી
healthy *adj* તંદુરસ્ત
heap *n* ઢગલો
heap *v* ઢગલો કરવો
hear *iv* સાંભળવું
hearing *n* સુનાવણી
hearsay *n* અફવા
hearse *n* મડદાગાડી
heart *n* હૃદય
heartbeat *n* હૃદયના ધબકારા
heartburn *n* છાતીમાં બળતરા
hearten *v* હિંમત આપવી
heartfelt *adj* ખરા દિલનું
hearth *n* ચૂલો
heartless *adj* લાગણી વિનાનું
hearty *adj* ઉત્સાહી
heat *v* ગરમ કરવું
heat *n* ગરમી
heat wave *n* ગરમીનું મોજું
heater *n* ભઠ્ઠી
heathen *n* મૂર્તિપૂજક
heating *n* ગરમ કરવાની ક્રિયા
heatstroke *n* લૂ લાગવી
heaven *n* સ્વર્ગ
heavenly *adj* સ્વર્ગીય
heaviness *n* ભારેપણું
heavy *adj* ભારે
heckle *v* ખલેલ પહોંચાડવી
hectic *adj* આવેશવાળું
heed *v* ધ્યાનમાં લેવું
heel *n* પગની એડી
height *n* ઊંચાઈ
heighten *v* ઊંચુ કરવું
heinous *adj* ધૃણાસ્પદ
heir *n* વારસ

H

heiress *n* સ્ત્રી વારસ
heist *n* સશસ્ત્ર લૂંટ
helicopter *n* હેલિકોપ્ટર
hell *n* નરક
hello *e* હેલ્લો
helm *n* સુકાન
helmet *n* માથા માટેનું કવચ
help *v* મદદ કરવી
help *n* મદદ
helper *n* મદદનીશ
helpful *adj* ઉપયોગી
helpless *adj* લાચાર
hem *n* કાપડની કોર કે કિનાર
hemisphere *n* ગોળાર્ધ
hemorrhage *n* હેમરેજ
hen *n* મરઘી
hence *adv* આથી
henchman *n* રાજકીય ટેકેદાર
her *adj* તેણીનું, ષષ્ઠીનું રૂપ
herald *v* જાહેર કરવું
herald *n* દૂત
herb *n* કાષ્ઠૌષધિ
here *adv* અહીં
hereafter *adv* ભવિષ્યમાં
hereby *adv* આનાથી
hereditary *adj* વારસાગત
heresy *n* પાખંડ
heretic *adj* પાખંડી
heritage *n* ઈતિહાસ
hermetic *adj* કીમિયાનું
hermit *n* એકાન્તવાસી
hernia *n* સારણગાંઠ
hero *n* શૂરવીર, નાટક-સિનેમાનો નાયક
heroic *adj* વીરનું
heroin *n* નાટક-સિનેમાની નાયીકા
heroism *n* પરાક્રમ
hers *pro* તેણીનું
herself *pro* તેણી પોતે
hesitant *adj* હા ના કરનારું
hesitate *v* હા ના કરવી
hesitation *n* ખચકાટ
heyday *n* સંપૂર્ણ કળા
hiccup *n* હેડકી
hidden *adj* ગુપ્ત
hide *iv* સંતાડવું
hideaway *n* ગુપ્ત સ્થળ
hideous *adj* બિહામણું
hierarchy *n* ધર્મગુરુઓની સંસ્થા
high *adj* ઊંચું
highlight *n* મુખ્ય બાબત
highly *adv* ઊંચી રીતે
Highness *n* રાજવી વ્યક્તિ
highway *n* ધોરી માર્ગ
hijack *v* અપહરણ કરવું
hijack *n* અપહરણ
hijacker *n* અપહરણકાર
hike *v* ફરવા જવું
hike *n* વધારો
hilarious *adj* આનંદી
hill *n* ટેકરી
hillside *n* ટેકરીનો ઢાળ
hilltop *n* ટેકરીની ટોચ
hilly *adj* ડુંગરાળ

hilt *n* તલવારનો હાથો
hinder *v* વિઘ્ન આવવું
hindrance *n* અડચણ
hindsight *n* સિંહાવલોકન
hinge *v* મજાગરાં જડવા
hinge *n* મજાગરુ
hint *n* ઈશારો
hint *v* ઈશારો કરવો
hip *n* ફૂલો
hire *v* ભાડે રાખવું
his *adj* તેનું, ષષ્ઠિ વિભક્તિનું રૂપ
his *pro* તેનું
Hispanic *adj* સ્પેનનું વતની
hiss *v* ફૂંફાડો કરવો
historian *n* ઈતિહાસકાર
history *n* ઈતિહાસ
hit *n* ફટકો, સફળ પ્રયત્ન
hit *iv* ફટકો મારવો
hit back *v* વળતો પ્રહાર કરવો
hitch *n* નડતર
hitch up *v* કોઈકની સાથેનું જોડાણ
hitchhike *v* સહેલગાહ
hitherto *adv* અત્યાર લગી
hive *n* મધમાખીઓનો કૃત્રિમ પૂડો
hoard *v* ભેગું કરી રાખવું
hoarse *adj* ખોખરો અવાજ
hoax *n* છેતરપિંડી
hobby *n* શોખ
hog *n* ડુક્કર
hoist *v* ઉપર ચડાવવાની ક્રિયા
hoist *n* ઉપર ચડાવવેલું
hold *iv* મજબૂત પકડવું
hold back *v* અટકવું, અટકાવવું
hold on to *v* પ્રવૃત્તિ ચાલુ રાખવી
hold out *v* લાલચ બતાવવી
hold up *v* નભાવવું
holdup *n* અવરોધ
hole *n* દર
holiday *n* રજાનો દિવસ
holiness *n* પવિત્રતા
Holland *n* હૉલેન્ડ દેશ
hollow *adj* પોલું
holocaust *n* સર્વનાશ
holy *adj* ઈશ્વરનું
homage *n* અંજલિ
home *n* ઘર
homeland *n* વતન
homeless *adj* બેઘર
homely *adj* સાદું
homemade *adj* ઘરની બનાવટનું
homesick *adj* ઘેર જવાને આતુર
hometown *n* ઘર આંગણાનું
homework *n* ગૃહકાર્ય
homicide *n* મનુષ્ય વધ
homily *n* ધાર્મિક પ્રવચન
honest *adj* પ્રામાણિક
honesty *n* પ્રમાણિકપણું
honey *n* મધ
honeymoon *n* મધુરજની
honk *v* હૉર્ન મારવો
honor *n* બહુમાન
hood *n* માથું અને ગરદન ઢાંકતી ટોપી
hoodlum *n* ધાડપાડુ

H

hoof *n* પગની ખરી
hook *n* આંકડો, દાતરડું
hooligan *n* મવાલી
hop *v* કૂદકો મારવો
hope *n* આશા
hopeful *adj* આશાભર્યું
hopefully *adv* આશાભરી રીતે
hopeless *adj* નાઉમેદ
horizon *n* ક્ષિતિજ
horizontal *adj* આડું
hormone *n* અંતઃસ્ત્રાવ
horn *n* શિંગડુ
horrendous *adj* ભયાનક
horrible *adj* ભયંકર
horrify *v* થથરાવી નાખવું
horror *n* મહાભય
horse *n* ઘોડો
hose *n* નળ
hospital *n* ઈસ્પિતાલ
hospitality *n* મહેમાનગતિ
hospitalize *v* ઈસ્પિતાલમાં દાખલ કરવું
host *n* યજમાન
hostage *n* કેદી
hostess *n* રાત્રી ક્લબોમાં મહેમાનોનું મનોરંજન કરનાર સ્ત્રી
hostile *adj* શત્રુતાવાળું
hostility *n* શત્રુતા
hot *adj* ગરમ
hotel *n* વીશી
hound *n* ગંધથી પ્રાણીને પકડી પાડતો શિકારી કૂતરો
hour *n* કલાક
hourly *adv* દર કલાકે
house *n* ઘર
household *n* ઘરગથ્થું
housekeeper *n* કુમારિકા
housewife *n* ગૃહિણી
housework *n* ઘરકામ
hover *v* હવામાં એક ઠેકાણે અદ્ધર રહેવું
how *adv* કેવી રીતે
however *c* તેમ છતાં
howl *v* પોક મૂકીને રોવું
howl *n* કૂતરા અથવા વરૂની તીણી જોરદાર ચીસ
hub *n* કેન્દ્ર
huddle *v* ભીડ કરવી
hug *v* ભેટવું
hug *n* આલિંગન
huge *adj* ઘણું મોટું
hull *n* ફોતરું
hum *v* ગણગણવું
human *adj* માનવીય
human being *n* માનવ
humanities *n* માનવવિદ્યાઓ, માનવશાસ્ત્ર
humankind *n* માનવજાત
humble *adj* નમ્ર
humbly *adv* નમ્રતાથી
humid *adj* ભેજવાળું
humidity *n* ભેજ
humiliate *v* હલકું પાડવું
humility *n* દીનતા
humor *n* વિનોદવૃત્તિ
humorous *adj* રમુજી

hump *n* પીઠની ખૂંધ
hunch *n* ઢીમચું
hunchback *n* ખૂંધવાળી પીઠ
hunched *adj* ખૂંધવાળું
hundred *adj* સો
hundredth *adj* સોમું
hunger *n* ભૂખ
hungry *adj* ભૂખ્યું
hunt *v* શિકારે જવું
hunter *n* શિકારી
hunting *n* શિકાર
hurdle *n* અવરોધ
hurl *v* જોરથી ફેંકવું
hurricane *n* વાવાઝોડું
hurriedly *adv* ઉતાવળથી
hurry *v* ઉતાવળ કરવી
hurry up *v* ઉતાવળ કરવી
hurt *iv* ઇજા કરવી
hurt *adj* ઈજાગ્રસ્ત
hurtful *adj* ઇજા કરવાવાળું
husband *n* પતિ
hush *n* ચૂપ કરવું
hush up *v* દાબી દેવું
husky *adj* ખોખરું
hustle *n* ધાંધલ
hut *n* ઝૂંપડી
hydraulic *adj* પ્રવાહીથી ચાલતું યંત્ર
hydrogen *n* હાઈડ્રોજન વાયુ
hyena *n* ઝરખ
hygiene *n* આરોગ્ય
hymn *n* ભજન
hyphen *n* શબ્દતોડ કે શબ્દસાંધણ ચિહ્ન
hypnosis *n* સંમોહન
hypnotize *v* સંમોહન કરવું
hypocrisy *n* દંભ
hypocrite *adj* દંભી
hypothesis *n* પૂર્વધારણા
hysteria *n* વાઇ
hysterical *adj* હિસ્ટીરિઆનું દરદી

I

I *pro* હું
ice *n* બરફ
ice cream *n* આઇસ્ક્રીમ
ice cube *n* બરફનો ટુકડો
ice skate *v* આઇસ સ્કેટ
iceberg *n* હિમશીલા
icebox *n* શીતપેટી
ice-cold *adj* બરફ જેવું ઠંડું
icon *n* મૂર્તિ
icy *adj* અતિશય ઠંડું
idea *n* ખ્યાલ
ideal *adj* આદર્શ
identical *adj* તદ્દન એના જેવું જ, અભિન્ન
identify *v* ઓળખવું
identity *n* ઓળખ
ideology *n* વિચારસરણી

idiom 96

idiom *n* રૂઢિપ્રયોગ
idiot *n* મૂર્ખ
idiotic *adj* મૂર્ખતાયુક્ત
idle *adj* આળસુ
idol *n* મૂર્તિ
idolatry *n* મૂર્તિપૂજા
if *c* જો
ignite *v* સળગાવવું
ignorance *n* અજ્ઞાન
ignorant *adj* અજાણ
ignore *v* અવગણના કરવી
ill *adj* બીમાર
illegal *adj* ગેરકાયદેસર
illegible *adj* અવાચ્ય
illegitimate *adj* ગેરકાયદેસરનું
illicit *adj* ગેરકાયદે
illiterate *adj* અભણ
illness *n* માંદગી
illogical *adj* બિનતર્કસંગત
illuminate *v* પ્રકાશિત કરવું
illusion *n* ભ્રમ
illustrate *v* દૃષ્ટાંત દ્વારા સમજાવવું
illustration *n* પુસ્તકમાં આપેલું ચિત્ર
illustrious *adj* નામાંકિત
image *n* પ્રતિમા
imagination *n* કલ્પનાશક્તિ
imagine *v* કલ્પના કરવી
imbalance *n* અસમતુલા
imitate *v* અનુકરણ કરવું
imitation *n* અનુકરણ
immaculate *adj* શુદ્ધ
immature *adj* અપરિપકવ
immaturity *n* અપરિપકવતા
immediately *adv* તાત્કાલિક
immense *adj* વિશાળ
immensity *n* વિશાળતા
immerse *v* ડૂબવું
immersion *n* ડુબાડવાની ક્રિયા
immigrant *n* પરદેશી વસાહતી
immigrate *v* કાયમી વસવાટ માટે બીજા દેશમાં જવું કે આવવું
immigration *n* દેશાંતર કરવું
imminent *adj* તરતમાં થનારું
immobile *adj* ગતિહીન
immobilize *v* હલનચલન રોકવું
immoral *adj* અનૈતિક
immorality *n* અનૈતિકતા
immortal *adj* અમર
immortality *n* અમરતા
immune *adj* રોગના ચેપથી મુક્ત
immunity *n* કશાકથી કાયદેસરની મુક્તિ
immunize *v* રોગના ચેપથી મુક્ત કરવું
immutable *adj* અવિકારી
impact *n* અસર
impact *v* અસર હોવી
impair *v* નબળું પાડવું
impartial *adj* નિષ્પક્ષપાતી
impatience *n* અધીરાઇ
impatient *adj* અધીર
impeccable *adj* સંપૂર્ણ
impediment *n* નડતર

impending *adj* બનવાની તૈયારીમાં
imperfection *n* અપૂર્ણતા
imperial *adj* સામ્રાજ્યનું
imperialism *n* સામ્રાજ્યવાદ
impersonal *adj* વ્યક્તિ નિરપેક્ષ
impertinence *n* અવિનય
impertinent *adj* અવિનયી
impetuous *adj* ઝડપથી જતું આવતું
implacable *adj* દુરારાધ્ય
implant *v* રોપવું
implement *v* અમલ કરવો
implicate *v* સંડોવવું
implication *n* સંડોવણી
implicit *adj* ધ્વનિત
implore *v* કાલાવાલા કરવા
imply *v* ઇશારો કરવો
impolite *adj* અસભ્ય
import *v* આયાત કરવું
importance *n* અગત્યતા
importation *n* આયાત
impose *v* લાદવું
imposing *adj* પ્રભાવી
imposition *n* ઉપર હાથ મૂકવા તે
impossibility *n* અશક્યતા
impossible *adj* અશક્ય
impotent *adj* નપુંસક
impound *v* ઢોરને વાડામાં પૂરવું
impoverished *adj* ગરીબ
impractical *adj* અવહેવારુ
imprecise *adj* અચોક્કસ
impress *v* છાપ પાડવી
impressive *adj* પ્રભાવી
imprison *v* કેદમાં નાખવું
improbable *adj* અસંભવિત
impromptu *adv* પૂર્વતૈયારી વિના
improper *adj* અયોગ્ય
improve *v* સુધારવું
improvement *n* સુધારો
improvise *v* તાત્કાલિક ઊભું કરવું
impulse *n* આવેશ
impulsive *adj* આવેગી
impunity *n* દંડ–મુક્તિ કાનૂન
impure *adj* અશુદ્ધ
in *pre* અંદર
in depth *adv* ઊંડાણમાં
inability *n* અક્ષમતા
inaccessible *adj* અગમ્ય
inaccurate *adj* અચોક્કસ
inadequate *adj* અપૂરતું
inadmissible *adj* અગ્રાહ્ય
inappropriate *adj* બંધબેસતું નહિ એવું
inasmuch as *c* એ દૃષ્ટિએ, એ જોતાં
inaugurate *v* ઉદ્ઘાટન કરવું
inauguration *n* ઉદ્ઘાટન
incalculable *adj* અગણિત
incapable *adj* અક્ષમ
incapacitate *v* અક્ષમ બનાવવું
incarcerate *v* કેદમાં પુરવું
incense *n* ગુસ્સે થવું
incentive *n* ઉત્તેજન

I

inception *n* શરૂઆત
incessant *adj* સતત ચાલતું
inch *n* માપનું ઘટક, ૨.૫૪ સેન્ટિમિટર
incident *n* ઘટના
incidentally *adv* પ્રસંગવશાત્
incision *n* ઉપર કાપ મૂકવો તે
incite *v* પ્રેરવું
incitement *n* ઉશ્કેરણી
inclination *n* વલણ
incline *v* નમવું
include *v* સમાવવું
inclusive *adv* સમાવેશક
incoherent *adj* અસંગત
income *n* આવક
incoming *adj* અનુગામી
incompatible *adj* અસંગત
incompetence *n* અસમર્થતા
incompetent *adj* અસમર્થ
incomplete *adj* અપૂર્ણ
inconsistent *adj* વિસંગત
incontinence *n* અસંયમ
inconvenient *adj* અગવડભર્યું
incorporate *v* ભેળવીને એક કરી દેવું
incorrect *adj* ખોટું
incorrigible *adj* સુધરે નહિ એવું
increase *v* વધારવું
increase *n* વધારો
increasing *adj* વધતો, વધતું
incredible *adj* આશ્ચર્યજનક
increment *n* વધારો

incriminate *v* આરોપ મૂકવો
incur *v* માથે વહોરી લેવું
incurable *adj* સુધરે નહિ એવું
indecency *n* અશોભનીયતા
indecision *n* અનિશ્ચય
indecisive *adj* અનિર્ણાયક
indeed *adv* ખરેખર
indefinite *adj* અનિશ્ચિત
indemnify *v* નુકસાનીનું વળતર આપવું
indemnity *n* નુકસાન ભરપાઇ
independence *n* સ્વતંત્રતા
independent *adj* સ્વતંત્ર
index *n* કક્કાવાર સૂચિ
indicate *v* સૂચવવું
indication *n* સૂચવવું તે
indict *v* તહોમત મૂકવું
indifference *n* ઉદાસીનતા
indifferent *adj* ઉદાસીન
indigent *adj* જરૂરીયાતવાળું
indigestion *n* અપચો
indirect *adj* પરોક્ષ
indiscreet *adj* અસાવધાન
indiscretion *n* અવિચાર
indispensable *adj* અનિવાર્ય
indisposed *adj* નિસ્તેજ
indisputable *adj* નિર્વિવાદ
indivisible *adj* અવિભાજ્ય
indoctrinate *v* વિશિષ્ટ પ્રકારનો વિચાર મત
indoor *adv* મકાનની અંદરની
induce *v* લલચાવવું

99 inherit

indulge *v* રીઝવવું
indulgent *adj* અનુગ્રહશીલ
industrious *adj* ઉદ્યમી
industry *n* ઉદ્યોગ
ineffective *adj* બિનઅસરકારક
inefficient *adj* બિનકાર્યક્ષમ
inept *adj* બિન–કુશળ
inequality *n* અસમાનતા
inevitable *adj* અનિવાર્ય
inexcusable *adj* અક્ષમ્ય
inexpensive *adj* સસ્તુ
inexperienced *adj* બિનઅનુભવી
inexplicable *adj* સમજાવી ન શકાય એવું
infallible *adj* અચૂક
infamous *adj* કુખ્યાત
infancy *n* બાલ્યાવસ્થા
infant *n* શિશુ
infantry *n* પાયદળ
infect *v* ચેપ લગાડવો
infection *n* ચેપ
infectious *adj* ચેપી
infer *v* અનુમાન કરવું
inferior *adj* હલકું
infertile *adj* બિનફળદ્રુપ
infested *adj* રોગથી ઉપદ્રવિત થયેલ
infidelity *n* બેવફાઈ
infiltrate *v* પ્રવેશ મેળવવો
infiltration *n* ઘૂસણખોરી
infinite *adj* અમર્યાદ
infirmary *n* હોસ્પિટલ
inflammation *n* બળતરા
inflate *v* ફુલાવવું
inflation *n* ફુગાવો
inflexible *adj* અક્કડ
inflict *v* લાદવું
influence *n* વગ
influential *adj* વગદાર
influenza *n* ઇન્ફ્લુએન્ઝા તાવ
influx *n* અંદર વહેવું તે
inform *v* જણાવવું
informal *adj* અવિધિસર
informality *n* અનૌપચારિકતા
informant *n* ખબર આપનાર
information *n* માહિતી
informer *n* બાતમીદાર
infraction *n* ઉલ્લંઘન
infrequent *adj* જવલ્લે બનનારું
infuriate *v* ગુસ્સે કરવું
infusion *n* પલાળીને નીચોવેલો રસ, સંમિશ્રણ
ingenuity *n* ચતુરાઇ
ingest *v* ગળી જવું
ingot *n* પાટ
ingrained *adj* ઘેરું
ingratiate *v* વહાલું થવું
ingratitude *n* કૃતઘ્નતા
ingredient *n* ઘટક દ્રવ્ય
inhabit *v* રહેવું
inhabitable *adj* વસવાટ યોગ્ય
inhabitant *n* રહેવાસી
inhale *v* શ્વાસ લેવું
inherit *v* વારસામાં મળવું

I

inheritance 100

inheritance *n* વારસો
inhibit *v* મના કરવું
inhuman *adj* અમાનુષી
initial *adj* શરૂઆતનું, પ્રારંભિક
initial *n* ટૂંકી સહી
initial *v* ટૂંકી સહી કરવી
initially *adv* શરૂઆતમાં
initials *n* આદ્યાક્ષર, ટૂંકી સહી
initiate *v* શરૂ કરવું
initiative *n* પહેલ
inject *v* શરીરમાં દવા દાખલ કરવી
injection *n* દવાની પિચકારી
injure *v* ઈજા પહોંચાડવી
injurious *adj* હાનિકારક
injury *n* ઇજા
injustice *n* અન્યાય
ink *n* શાહી
inkling *n* ઇશારો
inlaid *adj* સુશોભિત
inland *adv* દેશની અંદરનું
inland *adj* અંતર્દેશીય
in-laws *n* સાસરી પક્ષનાં
inmate *n* ઘર-ઇસ્પિતાલમાં રહેનારો
inn *n* પ્રવાસીઓ માટેની વીશી
innate *adj* જન્મજાત
inner *adj* અંદરનું
innocence *n* નિર્દોષતા
innocent *adj* નિર્દોષ
innovation *n* નવીનીકરણ
innuendo *n* કટાક્ષ, ગર્ભિત સૂચન
innumerable *adj* અગણિત
input *n* અંદર નાખેલું
inquest *n* અદાલતી તપાસ
inquire *v* પૂછવું
inquiry *n* તપાસ
inquisition *n* અદાલતી તપાસ
insane *adj* ગાંડુ
insanity *n* ગાંડપણ
insatiable *adj* અતિલોભી
inscription *n* શિલાલેખ
insect *n* જંતુ
insecurity *n* અસલામતી
insensitive *adj* સંવેદનારહિત
inseparable *adj* અવિભાજ્ય
insert *v* દાખલ કરવું
insertion *n* દાખલ કરેલું
inside *adj* અંદર
inside *pre* અંદરની બાજુ
inside out *adv* ઊંધું
insignificant *adj* અર્થહીન
insincere *adj* નિષ્ઠાહીન
insincerity *n* નિષ્ઠાહીનતા
insinuate *v* આડકતરી રીતે સૂચવવું
insinuation *n* ઈશારો
insipid *adj* બેસ્વાદ
insist *v* આગ્રહ કરવો
insistence *n* આગ્રહ
insolent *adj* ઘમંડી
insoluble *adj* અદ્રાવ્ય
insomnia *n* અનિદ્રા
inspect *v* બારીકાઇથી જોવું

inspection *n* હોદ્દાની રૂએ તપાસવું
inspector *n* નિરીક્ષક
inspiration *n* પ્રેરણા
inspire *v* પ્રેરણા આપવી
instability *n* અસ્થિરતા
install *v* સ્થાપન કરવું
installation *n* સ્થાપના
installment *n* હપ્તો
instance *n* દાખલો
instant *n* તાકીદનું
instantly *adv* એકદમ
instead *adv* બદલામાં
instigate *v* ઉશ્કેરવું
instill *v* ટીપે ટીપે ભરવું
instinct *n* સહજ વૃત્તિ
institute *v* શિક્ષણ આપવું
institution *n* કેળવણી માટે સ્થાપેલી સંસ્થા
instruct *v* સૂચના આપવી
instructor *n* સૂચના આપનાર
insufficient *adj* અપર્યાપ્ત
insulate *v* વિદ્યુતરોધન કરવું
insulation *n* વિદ્યુતરોધન
insult *v* અપમાન કરવું
insult *n* અપમાન
insurance *n* વીમો
insure *v* સલામત કરવું
insurgency *n* બળવો કરનાર
insurrection *n* બળવો
intact *adj* સાબૂત
intake *n* અંદર લેવાની ક્રિયા
integrate *v* સંગઠિત કરવું
integration *n* એકીકરણ
integrity *n* અખંડિતતા
intelligent *adj* હોશિયાર
intend *v* મનસૂબો હોવો
intense *adj* તીવ્ર
intensify *v* ઉગ્ર કરવું તે
intensity *n* ઉત્કટતા
intensive *adj* તીવ્રતા સૂચક
intention *n* મનસૂબો
intercede *v* દરમિયાનગીરી કરવી
intercept *v* અટકાવવું
intercession *n* દરમ્યાનગીરી
interchange *n* અદલાબદલી
interchange *v* અદલાબદલી કરવી
interest *n* અભિરુચિ; વ્યાજ; હિત
interested *adj* રસ ધરાવતું
interesting *adj* રસિક
interfere *v* વચ્ચે પડવું
interference *n* દખલ
interior *adj* અંદર આવેલું
interlude *n* વિરામનો ગાળો
intermediary *n* મધ્યસ્થ
intern *v* ગોંધી રાખવું
interpret *v* અર્થ સમજાવવો
interpretation *n* અર્થઘટન
interpreter *n* દુભાષિયો
interrogate *v* વિધિસર પ્રશ્ન પૂછવા
interrupt *v* વચમાં અટકાવવું
interruption *n* વિક્ષેપ
intersect *v* એકબીજાને છેદવું

I

intertwine v વળ દઈને ગૂંથવું
interval n વચ્ચેનો સમય
intervene v દખલ કરવી
intervention n દરમ્યાનગીરી
interview n વાર્તાલાપ
intestine n આંતરડું
intimacy n નિકટતા
intimate adj ગાઢ પરિચયવાળું
intimidate v ધમકાવવું
intolerable adj અસહ્ય
intolerance n અસહિષ્ણુ
intoxicated adj પીધેલ
intravenous adj નસમાં અપાતું
intrepid adj નીડર
intricate adj જટિલ
intrigue n કાવતરું
intriguing adj કુતૂહલ પેદા કરનારું
intrinsic adj અન્તર્ગત
introduce v રજૂ કરવું
introduction n પરિચય
introvert adj અન્તર્મુખી
intrude v અંદર ઘૂસવું
intruder n ઘૂસણખોર
intrusion n ઘૂસણખોરી
intuition n અન્તર્દષ્ટિ
inundate v રેલમછેલ કરવું
invade v ઘૂસવું
invader n ઘૂસણખોર
invalid n અમાન્ય
invalidate v રદ કરવું
invaluable adj અમૂલ્ય
invasion n આક્રમણ

invent v નવું યોજી કાઢવું
invention n શોધ
inventory n માલસામાનની યાદી
invest v નાણાં રોકવાં
investigate v પૂછવું
investigation n તપાસ
investment n મૂડીનું રોકાણ
investor n રોકાણકાર
invincible adj અજેય
invisible adj અદ્રશ્ય
invitation n આમંત્રણ
invite v આમંત્રણ આપવું
invoice n ભરતિયું
invoke v બૂમ પાડવી
involve v સમાવિષ્ટ કરવું
involved v સંડોવાયેલું
involvement n સંડોવણી
inward adj અંદરનું, નોંધ કરવી
inwards adv અંદરની બાજુ તરફ
iodine n જખમ ધોવાનું ચેપરોધક રસાયણ
irate adj ક્રોધી
Ireland n આયર્લેન્ડ દેશ
Irish adj આયર્લેન્ડનું વતની
iron n લોઢું
iron v કપડાને ઇસ્ત્રી કરવી
ironic adj વ્યંગ્યાત્મક
irony n વક્રોક્તિ
irrational adj અતાર્કિક
irrefutable adj ખંડન ન કરી શકાય એવી દલીલ
irregular adj અનિયમિત

irrelevant *adj* અપ્રસ્તુત
irreparable *adj* સુધારી ન શકાય એવું
irresistible *adj* અટકાવી ન શકાય એવું
irrespective *adj* ધ્યાનમાં રાખ્યા વિનાનું
irreversible *adj* ઉલટાવી ન શકાય એવું
irrevocable *adj* રદ ન કરી શકાય એવું
irrigate *v* સિંચાઈ કરવી
irrigation *n* સિંચાઈ
irritate *v* ખીજવવું
irritating *adj* ત્રાસદાયક
Islamic *adj* ઈસ્લામ સાથે સંબંધિત
island *n* ટાપુ
isle *n* નાનો ટાપુ
isolate *v* જુદું પાડવું
isolation *n* જુદાઈ
issue *n* સંતતિ
Italian *adj* ઈટાલી દેશનું વતની
italics *adj* ત્રાંસા અક્ષરો
Italy *n* ઈટાલી દેશ
itch *v* ખંજવાળ આવવી
itchiness *n* ખૂજલીવાળું
item *n* બાબત
itemize *v* કલમવાર જણાવવું
itinerary *n* પ્રવાસ માર્ગદર્શિકા
ivory *n* હાથીદાંત

J

jackal *n* શિયાળ
jacket *n* જાકીટ
jackpot *n* મોટું ઈનામ
jaguar *n* દિપડો
jail *n* જેલ
jail *v* જેલમાં પૂરવું
jailer *n* જેલર
jam *n* મુરબ્બો; રસ્તામાં ભારે ભીડ; જાઝ અને બ્લુઝનું જામ સેસન
janitor *n* દરવાન
January *n* વર્ષનો પ્રથમ મહિનો
Japan *n* જાપાન દેશ
Japanese *adj* જાપાન દેશનું વતની
jar *n* બરણી
jar *v* કર્કશ અવાજ કરવો
jasmine *n* જૂઈ કે ચમેલી જેવો છોડ
jaw *n* જડબું
jealous *adj* ઈર્ષાળું
jealousy *n* ઈર્ષા
jeans *n* જીનનું કાપડ
jeopardize *v* જોખમમાં નાખવું
jerk *v* આંચકો, મૂર્ખ માણસ
jerk *adj* અત્યંત મસાલેદાર
jersey *n* ઊનનું ગૂંથેલું જાકીટ
Jew *n* યહૂદી
jewel *n* રત્ન
jeweler *n* ઝવેરી
jewelry store *n* ઝવેરાતની દુકાન

Jewish *adj* યહૂદી
jigsaw *n* નકશી કાપવાની યાંત્રિક કરવત
job *n* નિશ્ચિત કામ
jobless *adj* નોકરી વિનાનું
join *v* જોડાવું
joint *n* જોડાણ, ગાંઠ
jointly *adv* સંયુક્ત રીતે
joke *n* રમૂજ
joke *v* રમૂજ કરવી
joker *n* વિદૂષક
jokingly *adv* રમૂજી રીતે
jolly *adj* આનંદી
jolt *v* કંપવું
jolt *n* આંચકો
journal *n* રોજમેળ, સામયિક
journalist *n* પત્રકાર
journey *n* પ્રવાસ
jovial *adj* મોજિલું
joy *n* આનંદ
joyful *adj* આનંદી
joyfully *adv* આનંદપૂર્વક
jubilant *adj* આનંદિત
Judaism *n* યહૂદીઓનો ધર્મ
judge *n* ન્યાયાધીશ
judge *v* ઝઘડાનો નિકાલ કરવો
judgment *n* ચુકાદો
judicious *adj* વાજબી
jug *n* કૂંજો
juggler *n* જાદૂગર
juice *n* શાકભાજી
juicy *adj* રસદાર
July *n* જુલાઈ મહિનો
jump *v* કૂદકો મારવો
jump *n* કૂદકો
jumpy *adj* બીકણ
junction *n* સંગમસ્થાન
June *n* જૂન મહિનો
jungle *n* જંગલ, જટિલ બાબત
junior *adj* નાની ઉંમરનું, નીચલી કક્ષાનું
junk *n* ભંગાર
junk *v* ફેંકી દેવું
jury *n* ચુકાદો આપનારનું જૂથ
just *adj* હમણાં જ
justice *n* ન્યાય
justify *v* ઉચિત ઠરાવવું
justly *adv* વ્યાજબી રીતે
juvenile *n* કિશોર
juvenile *adj* કિશોરને લગતું

K

karate *n* જાપાની કરાટે
keep *iv* સાચવી રાખવું
keep on *v* ચાલુ રાખવું
keep up *v* જાળવી રાખવું
keg *n* નાનકડું પીપ
kennel *n* કૂતરો-બિલાડીની ઓરડી
ketchup *v* ટોમેટો કેચ અપ

kettle *n* કિટલી, નાળચાવાળું વાસણ
key *n* તાળાની ચાવી; ટાઇપરાઇટર અને કોમ્પ્યૂટરની કળ; ઘડિયાળની ચાવી
key ring *n* ચાવી રાખવાની કડી
keyboard *n* કોમ્પ્યુટર અથવા ટાઇપરાઇટરનું કીબોર્ડ
kick *v* લાત મારવી
kickback *n* પ્રત્યાઘાત
kickoff *n* બોલને લાત મારવી
kid *n* બાળક, સુંવાળું ચામડું
kidnap *v* અપહરણ કરવું
kidnapper *n* અપહરણ કરનાર
kidnapping *n* અપહરણ
kidney *n* મૂત્રપિંડ
kidney bean *n* અડદની સિંગ
kill *v* મારી નાખવું
killer *n* ખૂની
killing *n* હત્યા
kilogram *n* કિલોગ્રામ, ૧૦૦૦ ગ્રામનું માપ
kilometer *n* કિલોમીટર, ૧૦૦૦ મીટરનું માપ
kilowatt *n* કિલોવોટ, ૧૦૦૦ વોટનું માપ
kind *adj* પ્રકાર
kindle *v* પ્રેરવું
kindly *adv* મહેરબાની કરીને
kindness *n* દયાળુતા
king *n* રાજા
kingdom *n* સામ્રાજ્ય
kinship *n* સગપણ
kiosk *n* ભંડારિયું
kiss *v* ચુંબન કરવું
kiss *n* ચુંબન
kitchen *n* રસોડું
kite *n* પતંગ
kitten *n* બિલાડીનું બચ્ચું
knee *n* ઘૂંટણ
kneecap *n* ઢીંચણની ઢાંકણી
kneel *iv* ઘૂંટણિયે પડવું
knife *n* છરી
knight *n* શૂરવીર યોદ્ધો
knit *v* ગૂંથવું
knob *n* હાથો
knock *n* ટકોરો
knock *v* સખત ફટકો મારવો
knot *n* ગાંઠ
know *iv* જાણવું
know-how *n* વ્યવહારિક જ્ઞાન
knowingly *adv* જાણીજોઇને
knowledge *n* જ્ઞાન

L

lab *n* પ્રયોગશાળા
label *n* લેબલ
labor *n* મજૂરી
laborer *n* મજૂર
labyrinth *n* ભુલભુલામણી
lace *n* દોરી

lack *v* ઊણપ કે અછત હોવી
lack *n* ઊણપ
lad *n* છોકરો
ladder *n* નિસરણી
laden *adj* ભાર લાદેલું
lady *n* સન્નારી
ladylike *adj* સ્ત્રીને છાજે એવું
lagoon *n* ખારા પાણીનું સરોવર
lake *n* સરોવર
lamb *n* ઘેટાનું બચ્ચું
lame *adj* લૂલું, અસમાધાનકારક
lament *v* શોક કરવો
lament *n* શોક
lamp *n* દીવો
lamppost *n* દીવાનો થાંભલો
lampshade *n* દીપછત્ર
land *n* જમીન
land *v* ઉતરવું
landfill *n* કચરાનું પૂરાણ
landing *n* વિમાનનું ઉતરાણ
landlady *n* જમીનની માલિક સ્ત્રી
landlocked *adj* ચારે બાજુએ જમીનથી ઘેરાયેલું
landlord *n* જમીનદાર
landscape *n* અવલોકન કરવું
lane *n* લેન, રસ્તો
language *n* ભાષા
languish *v* તીવ્રતા ગુમાવવી
lantern *n* ફાનસ
lap *n* ખોળો; વસ્ત્રનો લટકતો ભાગ
lapse *n* નજીવી ભૂલ
lapse *v* રદબાતલ થવું
larceny *n* અંગત મિલકતની ચોરી
lard *n* ડુક્કરની ચરબી
large *adj* મોટું
larynx *n* કંઠનાળ
laser *n* તીવ્ર પ્રકાશ આપતું ઉપકરણ
lash *n* પટાનો ફટકો, પાંપણ
lash *v* જોરથી વહેવડાવવું
lash out *v* શાબ્દિક પ્રહાર કરવો
lasso *n* ફાંસલો
lasso *v* ફાંસલો નાખીને પકડવું
last *v* ટકવું
last *adj* છેવટનું
last name *n* અટક
last night *adv* ગઈ રાત્રે
lasting *adj* ટકાઉ
lastly *adv* છેલ્લી જગ્યાએ
latch *n* બારણાની ખીંટી
late *adv* મોડું આવેલું
lately *adv* મોડેથી
later *adv* બાદમાં
later *adj* પછી
lateral *adj* બાજુનું
latest *adj* નવિનતમ
lather *n* સાબુપાણીનું ફીણ
latitude *n* અક્ષાંશ
latter *adj* ત્રણ કે વધુમાં છેલ્લું
laugh *v* હસવું
laugh *n* હાસ્ય
laughable *adj* હાસ્યાસ્પદ
laughing stock *n* ઉપહાસપાત્ર વ્યક્તિ અથવા વસ્તુ

L

laughter *n* હાસ્ય
launch *v* શરૂ કરવું
laundry *n* કપડાં ધોવાનું કામ
lavatory *n* સંડાસ
lavish *adj* વિપુલ
lavish *v* છૂટથી આપવું
law *n* કાયદો
law-abiding *adj* કાયદાનું અનુસરણ કરવું
lawful *adj* કાયદેસર
lawmaker *n* કાયદો બનાવનાર
lawn *n* ઘાસવાળી જમીન
lawsuit *n* કાનૂની દાવો
lawyer *n* વકીલ
lax *adj* બેદરકાર
laxative *adj* રેચક દવા
lay *n* ટૂંકું કાવ્ય, લોકગીત
lay *iv* કશાક ઉપર મૂકવું
lay off *v* છૂટું કરવું
layer *n* થર
layman *n* શિખાઉ
lay-out *n* જમીન-ઘરની રચના
laziness *n* આળસ
lazy *adj* આળસુ
lead *iv* સંચાલન કરવું
lead *n* સીસુ
leaded *adj* સીસાયુક્ત
leader *n* નેતા
leadership *n* નેતૃત્વ
leading *adj* મુખ્ય, આગળ પડતું
leaf *n* પાંદડું
leaflet *n* ચોપાનિયું
league *n* હરીફોનો વર્ગ
leak *n* છિદ્ર
leak *v* ચૂવવું
leakage *n* છિદ્ર વાટે પસાર થવું તે
lean *adj* પાતળું
lean *iv* ઝૂકવું
lean back *v* પાછળ ઝૂકવું
lean on *v* આધાર રાખવો
leaning *n* વલણ
leap *iv* કૂદકો મારવો
leap *n* કૂદકો
leap year *n* ૩૬૬ દિવસોવાળું વર્ષ
learn *iv* શીખવું
learned *adj* વિદ્વાન
learner *n* ભણનાર
learning *n* ભણતર
lease *v* ભાડે લેવું
lease *n* ઘરની ભાડાચિઠ્ઠી
leash *n* પટ્ટો
least *adj* નાનામાં નાનું, ઓછામાં ઓછું
leather *n* ચામડું
leave *iv* રહેવા દેવું, છોડીને જવું
leave out *v* કોઈને બાકાત રાખવું
leaves *n* પાંદડા
lectern *n* ચર્ચમાં ચોપડી રાખવાનું મેજ
lecture *n* ભાષણ
ledger *n* હિસાબની ખાતાવહી
leech *n* જળો
left *adv* ડાબી બાજુ
left *n* ડાબા હાથ બાજુ

L

left *adj* ડાબી બાજુનું
leftovers *n* બાકી વધેલું ખાવાનું
leg *n* પગ
legacy *n* વારસો
legal *adj* કાનૂની
legality *n* કાયદેસરપણું
legalize *v* કાયદેસર કરવું
legend *n* દંતકથા
legible *adj* સુવાચ્ય
legion *n* મોટું લશ્કર
legislate *v* કાયદા ઘડવા
legislation *n* ઘડેલા કાયદા
legislature *n* રાજ્યની ધારાસભા
legitimate *adj* અસલ
leisure *n* નવરાશ
lemon *n* લીંબુ
lemonade *n* લીંબુનું શરબત
lend *iv* ઉછીનું આપવું
length *n* લંબાઈ
lengthen *v* વધારે લાંબું કરવું
lengthy *adj* ખૂબ લાંબું
leniency *n* નરમાઈ
lenient *adj* નરમ
lens *n* ચશ્મા
Lent *n* ઈસ્ટર પહેલાંના ચાળીસ દિવસના ઉપવાસનું પર્વ
lentil *n* મસૂરનો દાણો
leopard *n* ચિત્તો
leper *n* રક્તપીતિયો
leprosy *n* રક્તપિત્ત
less *adj* ઓછું
lessee *n* ભાડે રાખનાર
lessen *v* ઓછું કરવું
lesser *adj* બીજાથી ઓછું
lesson *n* પાઠ
lessor *n* ભાડે આપનાર
let *iv* પરવાનગી આપવી
let down *v* નીચે ઉતારવું
let go *v* જવા દેવું
let in *v* આવવા દેવું
let out *v* જવા દેવું
lethal *adj* પ્રાણઘાતક
letter *n* અક્ષર; પત્ર
lettuce *n* કચુંબર માટેની એક જાતની ભાજી
leukemia *n* પાંડુરોગ
level *v* સમતલ બનાવવું
level *n* સપાટી, સ્તર
lever *n* ભાર ઊંચકવાની સાગટી
leverage *n* ઉચ્ચાલકની ક્રિયા
levy *v* વસૂલ કરવું
lewd *adj* કામી
liability *n* જવાબદારી
liable *adj* જવાબદાર
liaison *n* સ્ત્રીપુરુષનો આડો સંબંધ
liar *adj* જૂઠું બોલનારો
libel *n* બદનક્ષી કરનારું લખાણ
liberate *v* મુક્ત કરવું
liberation *n* મુક્તિ
liberty *n* સ્વાતંત્રય
librarian *n* ગ્રંથપાલ
library *n* ગ્રંથાલય
lice *n* જૂનું બહુવચન
license *n* પરવાનો

license *v* પરવાનો આપવો
lick *v* જીભ વતી ચાટવું
lid *n* પાત્રનું ઢાંકણું
lie *iv* આડા થવું
lie *v* જૂઠું બોલવું
lie *n* અસત્ય
lieu *n* ને ઠેકાણે
lieutenant *n* કેપ્ટનથી ઊતરતો લશ્કરી અમલદાર
life *n* જીવન
lifeguard *n* ડૂબતાને બચાવનારો કર્મચારી
lifeless *adj* નિર્જીવ
lifestyle *n* જીવનપદ્ધતિ
lifetime *adj* જન્મારો
lift *v* ઊંચુ કરવું
lift off *v* ઊડવું
lift-off *n* અવકાશયાનનું સીધું ઉડાણ
ligament *n* અસ્થિબંધન
light *iv* સળગાવવું
light *adj* હળવું
light *n* પ્રકાશ
lighter *n* બીડી પેટવવાનું સાધન
lighthouse *n* દીવાદાંડી
lighting *n* પ્રકાશની વ્યવસ્થા
lightly *adv* હળવેથી
lightning *n* વિજળીનો ચમકારો
lightweight *n* સામાન્ય કરતાં ઓછા વજનવાળું
likable *adj* રુચિકર
like *pre* ના જેવું
like *v* પસંદ પડવું
like *adj* ના જેવું જ
likelihood *n* શક્યતા
likely *adv* સંભવિત
likeness *n* સરખાપણું
likewise *adv* એ જ પ્રમાણે
liking *n* અભિરુચિ
limb *n* હાથ, પગ
lime *n* લીંબુ
limestone *n* ચૂનાનો પથ્થર
limit *n* સીમા, અવધિ
limit *v* મર્યાદા બાંધવી
limitation *n* મર્યાદા
limp *v* લંગડાતાં ચાલવું
limp *n* ધગશ કે જોમ વિનાનું
linchpin *n* પૈડાની ખીલી
line *n* રેખા
line up *v* કતારોમાં ગોઠવવું
linen *n* શણનું વણેલું કાપડ
linger *v* ઢીલ કર્યા કરવી
lingerie *n* સ્ત્રીઓનાં આંતરવસ્ત્ર
lingering *adj* વિલંબિત
lining *n* અસ્તર
link *v* સાંકળવું
link *n* સાંકળની કડી
lion *n* સિંહ
lioness *n* સિંહણ
lip *n* હોઠ
liqueur *n* કડક મીઠું અને ખુશબોદાર મદ્ય
liquid *n* પ્રવાહી
liquidate *v* દેવું ચૂકવી દેવું
liquidation *n* દેવાળું

L

liquor 110

liquor *n* દારૂ
list *v* યાદી બનાવવી
list *n* યાદી
listen *v* સાંભળવું
listener *n* શ્રોતા
litany *n* પ્રાર્થના સંગ્રહ
liter *n* પ્રવાહીનું એક માપ
literally *adv* અતિશયોક્તિ વિના
literate *adj* લખી વાંચી શકનાર
literature *n* સાહિત્ય
litigate *v* દાવો માંડવો
litigation *n* માંગ
litter *n* કચરો
little *adj* નાનું
little bit *n* થોડુંક
little by little *adv* થોડું થોડું કરીને
liturgy *n* જાહેર ઉપાસનાનું નિયત સ્વરૂપ
live *adj* જીવતું
live *v* જીવવું, જીવતા હોવું
live off *v* કોઇના આધારે નિર્વાહ ચલાવવો
live up *v* અપેક્ષાઓ પૂરી કરવી
livelihood *n* આજીવિકા
lively *adj* ચેતનવંતું
liver *n* યકૃત
livestock *n* પશુધન
livid *adj* પાતળું
living room *n* બેઠકનો ઓરડો
lizard *n* ગરોળી
load *v* વજન ભરવું
load *n* બોજો
loaded *adj* પૈસાદાર, પીધેલ
loaf *n* નિયત વજનનો પાંઉ
loaf *v* આળસમાં વખત કાઢવો
loan *n* ઋણ
loathe *v* નફરત તિરસ્કાર કરવો
loathing *n* અરુચિ હોવી તે
lobby *n* દ્વારમંડપ, ઓસરી
lobby *v* સભ્યોના મત માગવા
lobster *n* સાંઢિયો, લેવટો, દરિયાઈ પ્રાણી
local *adj* સ્થાનિક
localize *v* સ્થાનીય કૃત
locate *v* શોધવું
located *adj* સ્થિતિ
location *n* વિશિષ્ટ સ્થાન
lock *v* તાળું મારવું
lock *n* તાળું
lock up *v* જેલ
locker room *n* વસ્ત્ર પરિધાન કક્ષ
locksmith *n* પંચાલ
locust *n* તીડ
lodge *v* દાખલ કરવું
lodging *n* વીશી
lofty *adj* ઘણું ઊંચું
log *n* ઘાતાંક, લાકડાનો ટુકડો
log *v* કાર્યની નોંધ કરવી
log in *v* દાખલ થવું
log off *v* બહાર નીકળવું
logic *n* તર્કશાસ્ત્ર
logical *adj* તર્કસંગત
loin *n* કટિપ્રદેશ
loiter *v* આમતેમ રખડવું

loneliness *n* એકલવાયાપણું
lonely *adv* એકલું
loner *adj* એકાકી જીવનાર માણસ કે પ્રાણી
lonesome *adj* એકાકી
long *adj* લાંબું
long for *v* આતુરતાથી ઇચ્છવું
longing *n* ઝંખના
longitude *n* રેખાંશ
long-standing *adj* લાંબો સમય ટકનારું
long-term *adj* દીર્ઘકાલીન
look *n* દેખાવ, નજર
look *v* નજર કરવી
look after *v* સંભાળ લેવી
look at *v* ની તરફ જોવું
look down *v* હલકું લેખવું
look for *v* ખોળવું, શોધવું
look forward *v* ની અપેક્ષા રાખવી
look into *v* ની તપાસ કરવી, ધ્યાનપૂર્વક જોવું
look out *v* સાવધાન રહેવું
look over *v* ઝડપથી નિરીક્ષણ કરવું
look through *v* ધ્યાનપૂર્વક વાંચવું
looking glass *n* અરીસો
looks *n* દેખાવ
loom *n* વણવાનો સંચો
loom *v* આકાર મોટો દેખાવો
loophole *n* છટકબારી
loose *v* ઢીલું કરવું
loose *adj* છૂટું
loosen *v* ઢીલું કરવું
loot *v* લૂંટ કરવી
loot *n* લૂંટ
lord *n* સ્વામી, માલિક, ભગવાન
lordship *n* વર્ચસ્વ
lose *iv* ગુમાવવું
loser *n* રમતમાં હારનાર
loss *n* નુકસાન
lot *adv* ઘણું
lotion *n* ચામડીને કુણી રાખવા માટેનું દ્રવ્ય
lots *adj* ખૂબ બધું
lottery *n* સોરટી
loud *adj* બુલંદ
loudly *adv* મોટેથી
loudspeaker *n* ધ્વનિવર્ધક યંત્ર
lounge *n* વિશ્રાંતિસ્થાન
louse *n* જૂ
lousy *adj* ઘૃણાસ્પદ
lovable *adj* વહાલું લાગે એવું
love *v* પ્રેમ કરવો
love *n* પ્રેમ
lovely *adj* સુંદર
lover *n* પ્રેમી
loving *adj* પ્રેમાળ
low *adj* નીચું
lower *adj* નીચે પાડવું, ઉતારી પાડવું
low-key *adj* ધીમે સાદે
lowly *adj* નીચલા સ્તરનું
loyal *adj* વફાદાર
loyalty *n* વફાદારી

L

lubricate 112

lubricate *v* ઊંજણ પૂરવું
lubrication *n* ઊંજણ
lucid *adj* પ્રવાહી
luck *n* નસીબ
lucky *adj* ભાગ્યશાળી
lucrative *adj* લાભકારક
ludicrous *adj* હાસ્યાસ્પદ
luggage *n* મુસાફરનો સામાન
lukewarm *adj* સહેજ ગરમ
lull *n* શાંતિ
lumber *n* લાકડું
luminous *adj* તેજસ્વી
lump *n* ગઠ્ઠો
lump sum *n* ઊધડી રકમ
lump together *v* ઊધડી રકમને ભેગી કરવી
lunacy *n* ગાંડપણ
lunatic *adj* દીવાનું
lunch *n* બપોરનું ખાણું
lung *n* ફેફસું
lure *v* લલચાવવું
lurid *adj* ફીકું
lurk *v* પહેરો
lush *adj* લીલુંછમ અને વિપુલ
lust *v* લોભ કરવો
lust *n* તીવ્ર કામવાસના
lustful *adj* કામાંધ
luxurious *adj* સુખસગવડવાળું
luxury *n* ભોગવિલાસ
lynch *v* જીવતા બાળવું
lynx *n* ટૂંકી પૂંછડીવાળું એક પ્રાણી
lyrics *n* ગીતો

M

machine *n* યંત્ર
machine gun *n* યંત્ર દ્વારા ભરીને ચલાવાતી બંદૂક
mad *adj* પાગલ
madam *n* સન્નારી
madden *v* ગાંડુ બનાવવું
madly *adv* ગાંડી રીતે
madman *n* ગાંડો
madness *n* પાગલપણું
magazine *n* સામાયિક
magic *n* જાદુ
magical *adj* જાદુઇ
magician *n* જાદુગર
magistrate *n* ન્યાયાધીશ
magnet *n* લોહચુંબક
magnetic *adj* ચુંબકીય
magnetism *n* ચુંબકત્વ
magnificent *adj* ભવ્ય
magnify *v* મોટું કરવું
magnitude *n* કદ
mahogany *n* બદામી લાકડું
maid *n* કુમારિકા
maiden *n* અપરિણીત
mail *v* ટપાલ મોકલવી
mail *n* ટપાલ
mailbox *n* ટપાલ પેટી
mailman *n* ટપાલી
maim *v* અંગ કાપી નાખવું
main *adj* મુખ્ય

L M

mainland *n* તળભૂમિ
mainly *adv* મોટે ભાગે
maintain *v* દુરસ્ત રાખવું
maintenance *n* ભરણપોષણ
majestic *adj* ભભકાદાર
majesty *n* ભવ્યતા, મહિમા, ગૌરવ
major *n* કપ્તાન
major *adj* મહત્વનું
major in *v* ક્રમાનુસાર ગોઠવવું
majority *n* બહુમતી
make *n* બનાવટ
make *iv* બનાવવું
make up *v* તૈયાર કરવું
make up for *v* ઊણપ ભરી કાઢવી
maker *n* કર્તા
makeup *n* શૃંગાર સજાવટ
malaria *n* ટાઢિયો તાવ
male *n* નર
malevolent *adj* જીવલેણ
malfunction *n* હંમેશનું કામ બરાબર ન કરી શકનાર
malfunction *v* અપક્રિયા
malice *n* દુષ્ટબુદ્ધિ
malign *v* નાલેશી કરવી
malignancy *n* અતિ દુષ્ટતા
malignant *adj* જીવલેણ
mall *n* એક મકાનમાં મોટું બજાર
malnutrition *n* ભૂખમરો
malpractice *v* ખરાબ કામ કરવું
mammal *n* સસ્તન પ્રાણી
mammoth *n* પ્રચંડ હાથી
man *n* પુરુષ
manage *v* સંચાલન કરવું
manageable *adj* સંચાલન કરી શકાય તેવું
management *n* વ્યવસ્થાપક મંડળ
manager *n* સંચાલક
mandate *n* કાયદેસરનો અધિકૃત આદેશ
mandatory *adj* ફરજિયાત
maneuver *n* હિંમતપૂર્વકની શ્રેણીબધ્ધ ચાલ
manger *n* ગમાણ
mangle *v* વાંકુચૂંકું કાપવું
manhandle *v* ખરાબ વર્તન કરવું
manhunt *n* ગુનેગારની ખોજ
maniac *adj* ગાંડું
manifest *v* વ્યક્ત કરવું
manipulate *v* સંચાલન કરવું
mankind *n* માનવજાતિ
manliness *n* મરદાનગી
manly *adj* મરદના ગુણવાળું
manner *n* રીતભાત
mannerism *n* વિચિત્ર રીતભાત
manners *n* શિષ્ટાચાર
manpower *n* જનશક્તિ
mansion *n* મોટું મકાન
manslaughter *n* મનુષ્યવધ
manual *n* પરિચય પુસ્તિકા
manual *adj* હાથ વતી કરેલું
manufacture *v* ઉત્પાદન કરવું
manure *n* ઢોરોનું છાણ
manuscript *n* હસ્તલિખિત પ્રત
many *adj* ઘણા

M

map *n* નકશો
map *v* નકશા પર બતાવવું
marble *n* આરસપહાણ
march *v* કૂચ કરવી
march *n* કૂચ
March *n* માર્ચ મહિનો
mare *n* ઘોડી
margin *n* હાંસિયો
marginal *adj* નજીવું
marinate *v* સરકામાં માંસ-માછલી બોળવી
marine *adj* દરિયાનું
marital *adj* વૈવાહિક
mark *n* ચિહ્ન
mark *v* ચિહ્ન કરવું
mark down *v* કિંમત ઘટાડવી
marker *n* સ્થિતિસૂચક નિશાની
market *n* બજાર
market *v* બજારમાં ખરીદવું
marksman *n* નિશાનબાજ
marmalade *n* મુરબ્બો
marriage *n* લગ્ન
married *adj* પરિણીત
marrow *n* હાડકાની અંદરની ચરબી
marry *v* લગ્ન કરવું
Mars *n* મંગળ ગ્રહ
marshal *n* સમારંભો ગોઠવનાર
martyr *n* શહીદ
martyrdom *n* શહાદત
marvel *n* અદ્દભુત દાખલો
marvelous *adj* અદ્દભુત
Marxist *adj* માર્ક્સવાદી
masculine *adj* મરદાની
mash *v* કચરવું
mask *n* મુખવટો
mask *v* મુખવટાથી મોઢું ઢાંકવું
masochism *n* પર પીડનની માનસિક વિકૃતિ
mason *n* સલાટ, કડિયો
masquerade *v* ગુપ્ત વેષ લેવો
mass *n* દળ, જનસમૂહ
massacre *n* કત્લેઆમ
massage *n* માલિશ
massage *v* માલિશ કરવી
masseuse *n* માલિશ કરનાર સ્ત્રી
massive *adj* મોટું અને ભારે
mast *n* વહાણનો ડોલકૂવો
master *n* કાબૂ ધરાવનાર, નિયંત્રક, કુટુંબનો વડો
master *v* નિપુણતા મેળવવી
mastermind *n* બુદ્ધિશાળી વ્યકિત
mastermind *v* યોજના કરવી
masterpiece *n* પોતાની શ્રેષ્ઠ કૃતિ
mastery *n* નિપુણતા
mat *n* ચટાઇ
match *n* બરોબરિયો, લગ્ન
match *v* યોગ્ય જોડ ખોળવી
mate *n* સાથી
material *n* દ્રવ્ય, કાપડ
materialism *n* જડવાદ
maternal *adj* માતૃપક્ષનું
maternity *n* માતૃત્વ
math *n* ગણિતશાસ્ત્ર

M

115 melon

matriculate *v* નોંધ કરવી
matrimony *n* લગ્નવિધિ
matter *n* ભૌતિક પદાર્થ, વિષય
matter *v* મહત્વનું હોવું
mattress *n* ગાદલું
mature *adj* પરિપક્વ
maturity *n* પરિપક્વતા
maul *v* ટીપવું
maxim *n* ઉક્તિ
maximum *adj* અધિકતમ
May *n* મે મહિનો
may *iv* શક્યતા
may-be *adv* કદાચ
mayhem *n* અંધાધૂંધી
mayor *n* પ્રમુખ, મેયર
maze *n* ભુલભુલામણી
meadow *n* નીચાણવાળી જમીન
meager *adj* પાતળું
meal *n* ભોજન
mean *iv* હેતુ હોવો, ઈરાદો હોવો
mean *adj* નીચી કક્ષાનું
mean *n* નિશ્ચય હોવો
meaning *n* અર્થ
meaningful *adj* અર્થપૂર્ણ
meaningless *adj* અર્થહીન
meanness *n* અર્થસભરતા
means *n* સાધન
meantime *adv* દરમ્યાન
meanwhile *adv* દરમ્યાન, દરમ્યાનના વખતમાં
measles *n* ઓરી
measure *v* માપવું
measurement *n* માપ
meat *n* પ્રાણીનું માંસ
meatball *n* માંસનો દડો
mechanic *n* યંત્રો બનાવનાર કુશળ કારીગર
mechanism *n* યંત્રની કાર્યપદ્ધતિ
mechanize *v* યાંત્રિક સ્વરૂપ આપવું
medal *n* ચંદ્રક
medallion *n* મોટો ચન્દ્રક
meddle *v* કામ વગર વચ્ચે પડવું
mediate *v* મધ્યસ્થ થવું
mediator *n* મધ્યસ્થી
medication *n* દવા
medicinal *adj* ઔષધી
medicine *n* દવા
medieval *adj* મધ્યયુગીન
mediocre *adj* મામૂલી
mediocrity *n* સામાન્ય યોગ્યતા
meditate *v* ધ્યાન કરવું, ચિંતન કરવું
meditation *n* ધ્યાન, ચિંતન
medium *adj* મધ્યમ
meek *adj* નમ્ર
meekness *n* નમ્રતા
meet *iv* મળવું
meeting *n* સભા
melancholy *n* વિષાદ
mellow *adj* પોચું
mellow *v* સૌમ્ય બનાવવું
melodic *adj* રાગદાર
melody *n* મધુર સંગીત
melon *n* ટેટી, તરબૂચ

M

melt *v* ઓગળવું
member *n* સભ્ય
membership *n* સભ્યપદ
membrane *n* આંતરત્વચા, આંતરછાલ
memento *n* સંભારણું
memo *n* સ્મરણપત્ર
memoirs *n* સંસ્મરણો
memorable *adj* સંસ્મરણીય
memorize *v* મોઢે કરવું
memory *n* સ્મરણશક્તિ
men *n* પુરુષો
menace *n* ધમકી
mend *v* સમું કરવું
meningitis *n* મગજ અને કરોડરજ્જુમાં બળતરા
menopause *n* રજોનિવૃત્તિ
menstruation *n* માસિક સ્ત્રાવ
mental *adj* માનસિક
mentality *n* માનસિકતા
mentally *adv* માનસિક રીતે
mention *v* ઉલ્લેખ કરવો
mention *n* ઉલ્લેખ
menu *n* ભોજનપત્રક
merchandise *n* વેચાઉ માલ
merchant *n* વેપારી
merciful *adj* દયાળુ
merciless *adj* નિર્દય
mercury *n* પારો
mercy *n* દયા
merely *adv* કેવળ
merge *v* વિલીન કરવું
merger *n* સંયોજન
merit *n* પાત્રતા
merit *v* પાત્ર હોવું
mermaid *n* મત્સ્ય કન્યા
merry *adj* આનંદી
mesh *n* ચાળણી
mesmerize *v* વશીકરણ કરવું
mess *n* ગંદવાડ
mess around *v* સમય બગાડવો
mess up *v* ગોટાળો કરવો
message *n* સંદેશો
messenger *n* સંદેશવાહક
Messiah *n* મસીહા
messy *adj* અવ્યવસ્થિત
metal *n* ધાતુ
metallic *adj* ધાતુનું
metaphor *n* રૂપક
meteor *n* ઉલ્કા
meter *n* મીટર
method *n* પદ્ધતિ
methodical *adj* પદ્ધતિસરનું
meticulous *adj* અતિ ચોક્કસ
metric *adj* મીટરને લગતું
metropolis *n* મુખ્ય શહેર, રાજધાની
Mexican *adj* મેક્સિકો દેશનું
mice *n* ઉંદરો
microbe *n* સૂક્ષ્મજીવ
microphone *n* ધ્વનિવર્ધક યંત્ર
microscope *n* સૂક્ષ્મદર્શક યંત્ર
microwave *n* સૂક્ષ્મતરંગ
midair *n* હવામાં

M

midday *n* દિવસનો મધ્ય ભાગ
middle *n* મધ્યબિંદુ
middleman *n* વેપારી અને ગ્રાહક વચ્ચેનો વચેટિયો
midget *n* અલ્પ વસ્તુ કે માણસ
midnight *n* મધ્યરાત્રિ
midsummer *n* ભરઉનાળો
midwife *n* દાઇ
might *n* સામર્થ્ય
mighty *adj* બળવાન
migraine *n* આધાશીશી
migrant *n* સ્થળાંતર કરનારું
migrate *v* સ્થળાંતર કરવું
mild *adj* હળવું
mildew *n* ફૂગ
mile *n* આશરે ૧.૬ કિલોમિટર
mileage *n* કરેલા પ્રવાસના માઇલોની સંખ્યા
milestone *n* માર્ગસૂચક સ્તંભ
militant *adj* લડાઈખોર, આક્રમણશીલ
milk *n* દૂધ
milky *adj* દૂધના જેવું
mill *n* દળવાની ઘંટી
millennium *n* હજાર વર્ષ
milligram *n* એક સહસ્ત્રાંશ ગ્રામ
millimeter *n* એક સહસ્ત્રાંશ મીટર
million *n* દસ લાખ
millionaire *n* લખપતિ
mime *v* મૂક અભિનય કરવો તે
mince *v* ડોળ કરીને બોલવું
mincemeat *n* દરાખ, સફરજન
mind *v* ધ્યાનમાં રાખવું
mind *n* મન
mind-boggling *adj* ચોંકાવનારું
mindful *adj* ફિકર કરનાર
mindless *adj* બુદ્ધિહીન
mine *n* ખાણ
mine *v* ખોદી કાઢવું
mine *pro* મારું
minefield *n* સુરંગક્ષેત્ર
miner *n* ખાણિયો
mineral *n* ખનિજ
mingle *v* ભળવું
miniature *n* લઘુચિત્ર
minimize *v* ઓછું કરવું
minimum *n* અલ્પતમ
miniskirt *n* ટૂંકુ સ્કર્ટ
minister *n* મંત્રી, પાદરી
minister *v* સેવા કે મદદ કરવી
ministry *n* પ્રધાનમંડળ
minor *n* સગીર; ગૌણ
minor *adj* ઓછું મહત્વનું
minor *v* ગૌણ
minority *n* લઘુમતી
mint *n* ફૂદીનો
mint *v* સિક્કા પાડવા
minus *adj* બાદ કરતાં
minute *n* મિનિટ
miracle *n* ચમત્કાર
miraculous *adj* અલૌકિક
mirage *n* મૃગજળ
mirror *n* અરીસો
misbehave *v* ગેરવર્તન કરવું
miscalculate *v* ખોટી ગણતરી કરવી

M

miscarriage n કસુવાવડ
miscarry v ગેરવલ્લે જવું
mischief n મસ્તી
mischievous adj મસ્તીખોર
misconduct n દુર્વર્તન
misconstrue v ખોટું સમજવું
misdemeanor n દુષ્કૃત્ય
miser n કંજૂસ
miserable adj દુઃખી
misery n દુઃખ
misfit adj નકામું
misfortune n દુર્દૈવી ઘટના, કમનસીબ
misgiving n દહેશત
misguided adj ખોટે રસ્તે ચડાવેલું
misinterpret v ખોટો અર્થ કરવો
misjudge v ખોટી રીતે ન્યાય તોળવો
mislead v ગેરવલ્લે લઈ જવું
misleading adj ગેરમાર્ગે દોરનારું
mismanage v ગેરવ્યવસ્થા
misplace v ખોટી જગ્યાએ મૂકવું
misprint n છાપભૂલ
miss v ચૂકી જવું; સમજવામાં નિષ્ફળ જવું
miss n કુંવારી કન્યા
missile n પ્રક્ષેપાસ્ત્ર
missing adj ખૂટતું
mission n કર્તવ્ય
missionary n રાજદૂત
mist n ધુમ્મસ
mistake iv ભૂલ કરવી

mistake n ભૂલ
mistaken adj ભૂલભરેલું
mister n શ્રીમાન
mistreat v ખરાબ વર્તન કરવું
mistreatment n ખરાબ વ્યવહાર
mistress n ઘરની સ્વામિની
mistrust n અવિશ્વાસ
mistrust v વિશ્વાસ ન રાખવો
misty adj ધુમ્મસવાળું
misunderstand v ગેરસમજ કરવી
misuse n દુરુપયોગ
mitigate v શાંત પાડવું
mix v ભેળવવું
mixed-up adj ગોટાળામાં પડેલું
mixer n મિશ્રક
mixture n મિશ્રણ
mix-up n ગરબડ
moan v આહ ભરવી
moan n નિસાસો
mob v ટોળે વળવું
mob n અવ્યવસ્થિત ટોળું
mobile adj ગતિશીલ
mobilize v ગતિશીલ બનાવવું
mobster n ધાડપાડુ
mock v ઉપહાસ કરવો
mockery n ઉપહાસ
mode n કશુંક કરવાની રીત
model n બનાવટનો પ્રકાર; પ્રદર્શન કરનાર
model iv આકાર આપવો
moderate adj મધ્યમ
moderation n સંયમન

modern *adj* આધુનિક
modernize *v* આધુનિક બનાવવું
modest *adj* વિનયી
modesty *n* મર્યાદા
modify *v* ફેરફાર કરવા
module *n* નમૂનો
moisten *v* સહેજ ભીનું કરવું
moisture *n* ભેજ
molar *n* દાઢ
mold *n* ઢાંચો; આકાર; એક જાતનો ક્ષાર
mold *v* આકાર આપવો
moldy *adj* ફૂગવાળું
mole *n* શરીર પરનો તલ
molecule *n* નાનામાં નાનો કણ
molest *v* સતાવવું
mom *n* માતા
moment *n* ક્ષણ
momentarily *adv* ક્ષણિક રીતે
momentous *adj* ઘણું મહત્ત્વનું
monarch *n* રાજા
monarchy *n* રાજાશાહી
monastery *n* મઠ, આશ્રમ
monastic *adj* મઠને લગતું, આશ્રમને લગતું
Monday *n* સોમવાર
money *n* પૈસા
money order *n* ધનાદેશ, મનીઓર્ડર
monitor *v* નજર રાખવી
monk *n* સાધુ
monkey *n* વાંદરો
monogamy *n* એકપતિત્વની પ્રથા
monologue *n* સ્વગત ભાષણ, એકપાત્રી નાટક
monopolize *v* એકાધિકાર મેળવવો
monopoly *n* એકાધિકાર
monotonous *adj* યંત્રવત
monotony *n* કંટાળો
monster *n* દૈત્ય
monstrous *adj* પ્રચંડ
month *n* મહિનો
monthly *adv* માસિક પ્રગટ થતું
monument *n* સ્મારક
monumental *adj* સ્મારક સંબંધી
mood *n* મિજાજ
moody *adj* ગમગીન
moon *n* ચન્દ્ર
moor *v* વહાણને થાંભલા સાથે બાંધવું
mop *v* લૂછવું
moral *adj* નૈતિક
moral *n* બોધપાઠ
morality *n* નૈતિકતા
more *adj* વધારે
moreover *adv* વધારામાં
morning *n* સવાર
moron *adj* મૂર્ખ
morphine *n* અફીણનો અર્ક
morsel *n* કોળિયો
mortal *adj* મરણાધીન
mortality *n* મરણાધીનતા
mortar *n* એક નાની તોપ

M

mortgage *n* ગીરો
mortification *n* ઇન્દ્રિયદમન
mortify *v* મન મારવું
mortuary *n* મરણ કે દફનને લગતું
mosaic *n* જડાવકામ
mosque *n* મસ્જિદ
mosquito *n* મચ્છર
moss *n* લીલ, શેવાળ
most *adj* મોટા ભાગનું
mostly *adv* ઘણું કરીને
motel *n* રસ્તા પરની હોટલ
moth *n* ફૂદું
mother *n* માતા
M
motherhood *n* માતૃત્વ
mother-in-law *n* સાસુ
motion *n* ગતિ; પ્રસ્તાવ
motion *v* હિલચાલ કરવી
motionless *adj* સ્થિર
motivate *v* પ્રેરણા આપવી
motive *n* હેતુ
motor *n* મોટરગાડી
motorcycle *n* મોટર સાઇકલ
motto *n* મુદ્રાલેખ
mount *n* પર્વત
mount *v* ઉપર ચડવું
mountain *n* પહાડ
mountainous *adj* પહાડી
mourn *v* વિલાપ કરવો
mourning *n* શોક
mouse *n* ઉંદર; કોમ્પ્યૂટરનું માઉસ; બીકણ માણસ
mouth *n* મોં
move *n* પગલું
move *v* ખસવું
move back *v* પાછું ખસવું
move forward *v* આગળ ખસવું
move out *v* ઘર ખાલી કરવું
move up *v* ઉપર ખસવું
movement *n* અવરજવર
movie *n* સિનેમા
mow *v* ઘાસ કાપવું
much *adv* ઘણું
mucus *n* લીંટ
mud *n* કાદવ
muddle *n* અવ્યવસ્થા
muddy *adj* કાદવવાળું
muffle *v* ઓઢાડવું
muffler *n* ગલપટ્ટો
mug *n* સીધા ઘાટનો પ્યાલો
mug *v* ખૂબ અભ્યાસ કરવો
mugging *n* લૂંટનો ગુનો
mule *n* ખચ્ચર
multiple *adj* બહુવિધ
multiplication *n* ગુણાકાર
multiply *v* ગુણવું
multitude *n* મોટી સંખ્યા
mumble *v* અસ્પષ્ટપણે બોલવું
mummy *n* ખુશબોદાર મસાલો ભરીને રાખેલું શબ
mumps *n* ગાલપચોળિયાં
munch *v* વાગોળવું
munitions *n* દારૂગોળો
murder *n* ખૂન

murderer *n* ખૂની
murky *adj* ઘોર અંધારાવાળું
murmur *v* ગણગણવું
murmur *n* ગણગણાટ
muscle *n* સ્નાયુ
museum *n* સંગ્રહાલય
mushroom *n* બિલાડીનો ટોપ
music *n* સંગીત
musician *n* સંગીતકાર
Muslim *adj* મુસલમાન
must *iv* અનિવાર્યપણે આવશ્યક
mustache *n* મૂછ
mustard *n* રાઈનો દાણો
muster *v* ભેગું કરવું
mutate *v* રૂપાંતર કરવું
mute *adj* ચૂપ
mutilate *v* ઇજા પહોંચાડવી
mutiny *n* બળવો
mutually *adv* પારસ્પરિક
muzzle *v* મોઢે શીકલી બાંધવી
muzzle *n* બંદૂકની નાળનું મોઢું
my *adj* મારું
myopic *adj* ટૂંકી નજરવાળું
myself *pro* મારી જાતે
mysterious *adj* રહસ્યમય
mystery *n* રહસ્ય
mystic *adj* રહસ્યવાદી
mystify *v* રહસ્યમય બનાવવું
myth *n* પ્રાચીન દંતકથા, પુરાણકથા

N

nag *v* કચકચ કરવી
nagging *adj* કચકચ
nail *n* ખીલી; નખ; પશુ કે પંખીનો પંજો
nail *v* ખીલો મારવો
naive *adj* નિષ્કપટ
naked *adj* નાગું
name *n* નામ
name *v* નામ પાડવું
namely *adv* એટલે કે, યાને
nanny *n* બાળકની ધાવ, બાળકોની આયા
nap *n* ઝોકું
napkin *n* રૂમાલ
narcotic *n* ઘેન લાવનાર દવા
narrate *v* કહેવું
narrow *adj* મર્યાદિત
narrowly *adv* મર્યાદિત રીતે
nasty *adj* સૂગ ચડે એવું
nation *n* રાષ્ટ્ર
national *adj* રાષ્ટ્રીય
nationality *n* રાષ્ટ્રીયતા
nationalize *v* રાષ્ટ્રની માલિકીનું બનાવવું
native *adj* જન્મજાત
natural *adj* કુદરતી
naturally *adv* સ્વાભાવિક રીતે
nature *n* સ્વભાવ
naughty *adj* તોફાની
nausea *n* ઊબકો

nave *n* પૈડાનો નાભ
navel *n* ડૂંટી
navigate *v* દરિયો ખેડવો
navigation *n* નૌકાનયન
navy *n* નૌકાસૈન્ય
navy blue *adj* ઘેરો વાદળી રંગ
near *pre* નજીક
nearby *adj* નજીકનું
nearly *adv* લગભગ
nearsighted *adj* ટૂંકી દ્રષ્ટિવાળું
neat *adj* ચોખ્ખું
neatly *adv* ચોખ્ખાઈપૂર્વક
necessary *adj* આવશ્યક
necessitate *v* આવશ્યક બનાવવું
necessity *n* આવશ્યકતા
neck *n* ગરદન
necklace *n* માળા
necktie *n* ગળેબંધ
need *v* જરૂરી હોવું
need *n* જરૂર
needle *n* સોય
needless *adj* અનાવશ્યક
needy *adj* ગરીબ
negative *adj* નકારાત્મક
neglect *v* અવગણના કરવી
neglect *n* અવગણના
negligence *n* બેદરકારી
negligent *adj* બેદરકાર
negotiate *v* વાટાઘાટ કરવી
negotiation *n* વાટાઘાટ
neighbor *n* પડોશી
neighborhood *n* પડોશ
neither *adj* બેમાંથી એકે નહિ
neither *adv* આ નહિ કે તે નહિ
nephew *n* ભત્રીજો
nerve *n* જ્ઞાનતંતુ
nervous *adj* ગભરાતું
nest *n* પક્ષીનો માળો
net *n* જાળીદાર કપડું
Netherlands *n* નેધરલેન્ડ્સ દેશ
network *n* રસ્તા
neurotic *adj* મજ્જાતંતુ વિકૃતિથી પીડાતું
neutral *adj* તટસ્થ
neutralize *v* તટસ્થ બનાવવું
never *adv* ક્યારેય નહિ
nevertheless *adv* તેમ છતાં
new *adj* નવું
newborn *n* નવજાત
newcomer *n* નવો આવેલો માણસ
newly *adv* તાજેતરમાં
newlywed *adj* નવું પરણેલું
news *n* સમાચાર
newscast *n* સમાચારનું પ્રસારણ
newsletter *n* સૂચનાપત્ર
newspaper *n* વર્તમાન પત્ર
newsstand *n* સમાચારપત્રની દુકાન
next *adj* તરત પછીનું, તરત પહેલાનું
next door *adj* બાજુનું ઘર
nibble *v* કરડી ખાવું
nice *adj* મનપસંદ
nicely *adv* સારી રીતે
nickel *n* નિકલ

N

nickname *n* ટૂંકાવેલું નામ
nicotine *n* તમાકુમાંથી નીકળતું દ્રવ્ય
niece *n* ભત્રીજી
night *n* રાત
nightfall *n* સમીસાંજ
nightgown *n* સ્ત્રીનો રાતનો પોશાક
nightingale *n* એક નાનું પક્ષી
nightmare *n* નઠારું સપનું
nine *adj* નવ
nineteen *adj* ઓગણીસ
ninety *adj* નેવું
ninth *adj* નવમો
nip *n* ચૂંટી
nip *v* ચૂંટી નાખવું
nipple *n* સ્તનની ડીંટી
nitpicking *adj* ગેરવાજબી ટીકા
nitrogen *n* નાઇટ્રોજન વાયુ
no one *pro* કોઈ નહીં
nobility *n* ખાનદાની
noble *adj* કુલીન, ખાનદાન
nobleman *n* ઉમરાવ
nobody *pro* કોઇ નહિ
nocturnal *adj* રાતનું
nod *v* માથું ડોલાવવું
noise *n* બુમરાણ
noisily *adv* મોટેથી
noisy *adj* ઘોંઘાટવાળું
nominate *v* નિમણૂંક કરવી
none *pre* કોઇ યે નહિ
nonetheless *c* તેમ છતાં
nonsense *n* મૂર્ખાઈ
nonsmoker *n* ધૂમ્રપાન ન કરનાર
nonstop *adv* અવિરત
noon *n* બપોરનો બાર વાગ્યાનો સમય
noose *n* ફાંસો
nor *c* અને નહિ, પણ નહિ
norm *n* અધિકૃત ધોરણ
normal *adj* સામાન્ય
normalize *v* સામાન્ય કરવું
normally *adv* સામાન્ય રીતે
north *n* ઉત્તર દિશા
northeast *n* ઇશાન દિશા
northern *adj* ઉત્તરનું
northerner *adj* ઉત્તરનો રહેવાસી
Norway *n* નોર્વે દેશ
Norwegian *adj* નોર્વે દેશનું વતની
nose *n* નાક
nosedive *adv* વિમાનનું એકદમ નીચે ઊતરવું
nostalgia *n* અતીતરાગી
nostril *n* નસકોરું
nosy *adj* કુતૂહલવાળું
not *adv* નહિ, નથી
notable *adj* નોંધનીય
notably *adv* નોંધનીય રીતે
notary *n* સોગનામું કરનાર અધિકારી
notation *n* સંકેતલિપિ
note *n* ટાંચણ; ચલણી નોટ; સંગીતનો સ્વર
note *v* નોંધવું
notebook *n* નોંધવહી
noteworthy *adj* નોંધપાત્ર

nothing *n* કશું નહિ
notice *v* નજર કરવી
notice *n* ઘોષણા, ચેતવણી
noticeable *adj* ધ્યાન ખેંચાય એવું
notification *n* જાહેરાત
notify *v* જાહેર કરવું
notion *n* કલ્પના, વિચાર
notorious *adj* કુખ્યાત
noun *n* નામ, સંજ્ઞા
nourish *v* પોષણ કરવું
nourishment *n* પોષણ
novel *n* નવીન, નવલકથા
novelist *n* નવલકથાકાર
novelty *n* નવીનતા
November *n* નવેમ્બર મહિનો
novice *n* શિખાઉ માણસ
now *adv* હમણાં
nowadays *adv* આજકાલ
nowhere *adv* ક્યાંય નહિ
noxious *adj* હાનિકારક
nozzle *n* ટોટી
nuance *n* નાજુકાઇ
nuclear *adj* અણુકેન્દ્રીય
nude *adj* નગ્ન
nudism *n* નગ્નતા વિચારધારા
nudist *n* નાગો રહેનાર માણસ
nudity *n* નગ્નતા
nuisance *n* ઉપદ્રવકારક વસ્તુ
null *adj* ભાવશૂન્ય
nullify *v* રદ કરવું
numb *adj* સંવેદનાશૂન્ય
number *n* સંખ્યા
numbness *n* સંવેદનાશૂન્યતા
numerous *adj* સંખ્યાબંધ
nun *n* સંન્યાસિની
nurse *n* પરિચારિકા
nurse *v* સેવાચાકરી કરવી
nursery *n* બાળકોની સંભાળ રાખવાની જગ્યા
nurture *v* ઉછેરવું
nut *n* તરંગી માણસ
nutrition *n* ખોરાક
nutritious *adj* પોષક
nut-shell *n* સંક્ષેપમાં
nutty *adj*

O

oar *n* હલેસું
oasis *n* રણદ્વીપ
oath *n* સોગન
oatmeal *n* ઓટનો લોટ
obedience *n* આજ્ઞાપાલન
obedient *adj* આજ્ઞાધારક
obese *adj* સ્થૂળ
obey *v* આજ્ઞા પાળવી
object *v* વાંધો ઉઠાવવો
object *n* પદાર્થ
objection *n* વાંધો
objective *n* લક્ષ્ય
obligate *v* બાધ્ય હોવું

obligation *n* બંધનકારકતા
obligatory *adj* બંધનકારક
oblige *v* બંધનકારક હોવું
obliged *adj* અનુગૃહીત
oblique *adj* ત્રાંસું
obliterate *v* ભૂસી નાખવું
oblivion *n* વિસ્મૃતિ
oblivious *adj* ભુલાવનારું
oblong *adj* લંબચોરસ આકારનું
obnoxious *adj* ત્રાસદાયક
obscene *adj* અશ્લીલ
obscenity *n* અશ્લીલતા
obscure *adj* અસ્પષ્ટ
obscurity *n* અસ્પષ્ટતા
observation *n* અવલોકન
observatory *n* વેધશાળા
observe *v* બારીકાઈથી જોવું
obsess *v* વળગવું
obsession *n* વળગણ
obsolete *adj* જૂનું
obstacle *n* વિઘ્ન
obstinacy *n* જિદ્દીપણું
obstinate *adj* જિદ્દી
obstruct *v* આડખીલી નાખવી
obstruction *n* વિઘ્ન
obtain *v* મેળવવું
obvious *adj* સ્પષ્ટ
obviously *adv* સ્પષ્ટપણે
occasion *n* પ્રસંગ
occasionally *adv* પ્રસંગોપાત
occult *adj* રહસ્યમય
occupant *n* કબજો ધરાવનાર
occupation *n* કબજો
occupy *v* કબજો લેવો
occur *v* થવું, બનવું
occurrence *n* ઘટના બનવી તે
ocean *n* મહાસાગર
October *n* ઑક્ટોબર મહિનો
octopus *n* એક દરિયાઈ પ્રાણી
odd *adj* વિચિત્ર
oddity *n* વિચિત્રતા
odds *n* લાભકારક તફાવત
odious *adj* તિરસ્કારપાત્ર
odometer *n* ઝડપ માપવાનું સાધન
odor *n* ગંધ
odyssey *n* કષ્ટદાયક યાત્રા
of *pre* –નું –નો –ની માલિકી દર્શાવતું
off *adv* બંધ પડેલું
offend *v* મન દૂભવવું
offense *n* આક્રમણ
offensive *adj* આક્રમક
offer *v* આપવું
offer *n* કહેણ
offering *n* નૈવેદ્ય, બલિ
office *n* કાર્યાલય
officer *n* અધિકારી
official *adj* સત્તાવાર
officiate *v* અધ્યક્ષ થવું
offset *v* અંકુર ફૂટવું, ઑફસેટ પદ્ધતિથી છાપવું
offspring *n* સંતાન, સંતતિ
off-the-record *adj* બિનસત્તાવાર આરોપ્ય નિવેદન

O

often *adv* વારંવાર
oil *n* તેલ
ointment *n* મલમ
okay *adv* સારું
old *adj* ઘરડું
old age *n* ઘડપણ
old-fashioned *adj* જુનવાણી
olive *n* ઓલિવનું ઝાડ
Olympics *n* ઑલિમ્પિક્સ રમતો
omelet *n* ઈંડાની એક વાની
omen *n* ભાવિનું સૂચક ચિહ્ન
ominous *adj* અમંગળ
omission *n* બાકાત રાખવું તે
omit *v* છોડી દેવું
on *pre* પર, ઉપર, ઉપરનું
once *adv* એક વખત
once *c* પૂર્વે
one *adj* એક
oneself *pre* પોતે, જાતે
ongoing *adj* હાલમાં ચાલી રહેલું
onion *n* ડુંગળી
onlooker *n* પ્રેક્ષક
only *adv* એક જ
onset *n* જોરદાર શરૂઆત
onslaught *n* ભીષણ આક્રમણ
onwards *adv* આગળની બાજુએ
opaque *adj* અપારદર્શક
open *v* ખોલવું, ઉદ્દઘાટન કરવું
open *adj* ઉઘાડું
open up *v* ખૂલીને વાત કરવી
opening *n* શરૂઆત
open-minded *adj* મુક્તચિત્ત
openness *n* ખુલ્લાપણું
opera *n* સંગીત નાટક
operate *v* યંત્ર ચલાવવું
operation *n* શસ્ત્રક્રિયા
opinion *n* અભિપ્રાય
opinionated *adj* પોતાના મતનો અતિઆગ્રહ રાખનારું
opium *n* અફીણ
opponent *n* પ્રતિપક્ષી
opportune *adj* યોગ્ય સમયે કરેલું
opportunity *n* તક
oppose *v* વિરોધ કરવો
opposite *adj* વિરોધી
opposite *adv* વિરુદ્ધ દિશામાં
opposite *n* ઊલટું, વિરોધી
opposition *n* વિરોધ પક્ષ
oppress *v* જુલમ કરવો
oppression *n* જુલમ
opt for *v* પસંદગી કરવી
optical *adj* દ્રષ્ટિનું સંબંધી
optician *n* ચશ્મા બનાવનાર કે વેચનાર
optimism *n* આશાવાદ
optimistic *adj* આશાપૂર્ણ
option *n* વિકલ્પ
optional *adj* વૈકલ્પિક
opulence *n* સમૃદ્ધિ
or *c* અથવા
oracle *n* દેવવાણી
orally *adv* મૌખિક
orange *n* નારંગી
orangutan *n* ઓરાંગઉટાન વાંદરો

O

orbit n ભ્રમણકક્ષા
orchard n ફળઝાડની વાડી
orchestra n વાદકવૃંદ
ordain v નિયોજિત કરવું
ordeal n કઠણ પરીક્ષા
order n નિયમિત રીતે શ્રેણીબદ્ધ; આદેશ
order v હુકમ આપવો
ordinarily adv સામાન્ય રીતે
ordinary adj સામાન્ય કોટિનું
ordination n પાદરીની દીક્ષા આપવાની વિધિ
ore n કાચી ધાતુ
organ n દેહના ભાગો; એક વિદેશી વાદ્ય
organism n જીવ, પ્રાણી
organist n વાદ્યવાદક
organization n સંગઠન
organize v વ્યવસ્થિત બનાવવું
orient n પૂર્વ
oriental adj પૂર્વનું
orientation n અભિવિન્યાસ
oriented adj અભિવિન્યસ્ત
origin n મૂળ
original adj અસલનું
originally adv મૂળ રીતે
originate v નવું ઉત્પન્ન કરવું
ornament n ઘરેણું
ornamental adj સુશોભનરૂપ
orphan n અનાથ
orphanage n અનાથાશ્રમ
orthodox adj રૂઢિચુસ્ત
ostentatious adj આડંબરી

ostrich n શાહમૃગ
other adj અન્ય
otherwise adv અન્યથા
otter n જળબિલાડી
ought to iv કરવાની ફરજ પાડવી
ounce n વજનનો એકમ
our adj આપણું
ours pro રાજા
ourselves pro આપણે પોતે
oust v કાઢી મૂકવું
out adv બહાર
outbreak n એકદમ ફાટી નીકળવું
outburst n ભાવનાનો ઊભરો
outcast adj નાતબહાર મૂકાયેલું
outcome n પરિણામ
outcry n બુમરાણ
outdated adj કાલગ્રસ્ત
outdo v આગળ નીકળી જવું
outdoor adv ઘરની બહારનું
outdoors adv ખુલ્લામાં
outer adj બહારની બાજુનું
outfit n કપડાં
outgoing adj બહાર જનારું
outgrow v ઝડપથી વધવું
outing n આનંદપર્યટન
outlast v થી વધારે ટકવું
outlaw v બહિષ્કૃત કરવું, બેકાયદા જાહેર કરવું
outlet n નિકાલ માટે બજાર
outline n રૂપરેખા, સંક્ષેપ
outline v રૂપરેખા દોરવી
outlive v ના કરતાં વધારે જીવવું

outlook 128

outlook *n* દ્રષ્ટિકોણ
outmoded *adj* જુનવાણી
outnumber *v* ચડિયાતું હોવું
outpatient *n* દવાખાના બહારના દર્દી
outperform *v* અન્ય કરતાં ચડિયાતું કાર્ય
outpouring *n* લાગણીનો ઊભરો
output *n* ઉત્પાદન, નીપજ
outrage *n* અત્યાચાર
outrageous *adj* અત્યાચારભર્યું
outright *adj* સંપૂર્ણપણે
outrun *v* નાં કરતાં વધારે ઝડપથી અથવા લાંબું દોડવું
outset *n* શરૂઆત
outshine *v* થી વધારે ચળકતું હોવું
outside *adv* બહારની બાજુ
outsider *n* બહારનો માણસ
outskirts *n* શહેરની બહારની હદ
outspoken *adj* આખાબોલું
outstanding *adj* ઉત્કૃષ્ટ
outstretched *adj* બહાર ફેલાયેલું
outward *adj* બહારની બાજું જતું
outweigh *v* વજન, મૂલ્ય
oval *adj* અંડાકાર
ovary *n* અંડાશય
ovation *n* તાળીઓનો ગડગડાટ
oven *n* પેટી જેવો ચૂલો
over *pre* ઉપર
overall *adv* એકંદર
overbearing *adj* મનસ્વી
overboard *adv* વહાણ પરથી દરિયામાં
overcast *adj* વાદળાંથી ઘેરાયેલું
overcharge *v* વધુ પૈસા માંગવા
overcoat *n* મોટો ડગલો
overcome *v* પ્રભુત્વ મેળવવું
overcrowded *adj* બહુ ભીડવાળું
overdo *v* અતિરેક કરવો
overdone *adj* અતિરેક કરેલું
overdose *n* વધારે પડતી દવા
overdue *adj* મુદત વટાવી ગયેલું
overestimate *v* વધારે પડતી કિંમત આંકવી
overflow *v* ઉપરથી વહેવું
overhaul *v* સ્થિતિ તપાસવી
overlap *v* વસ્તુને અંશતઃ ઢાંકવું
overlook *v* ધ્યાન ન આપવું
overnight *adv* આખી રાત
overpower *v* હંફાવવું
overrate *v* વધારે પડતું મહત્વ આપવું
override *v* કચડી નાખવું
overrule *v* ઠરાવ રદ કરવો
overrun *v* મર્યાદા વટાવી જવું
overseas *adv* દરિયાપારનું
oversee *v* દેખરેખ રાખવી
overshadow *v* ઉપર છાંયડો કરવો
oversight *n* દુર્લક્ષ
overstate *v* અતિશયોકિત કરવી
overstep *v* ઓળંગી જવું
overtake *v* ને વટાવી જવું
overthrow *v* ગબડાવી દેવું, ઉથલાવી દેવું
overthrow *n* પરાજય

O

overtime *adv* નિયત સમય ઉપરાંતનો વખત
overturn *v* ઊંધું વાળવું
overview *n* સર્વસામાન્ય નિરીક્ષણ
overweight *adj* વધુ પડતું વજન
overwhelm *v* દાટવું, પૂરેપૂરું ડુબાડી દેવું
owe *v* નું ઋણી હોવું
owing to *adv* ને લીધે
owl *n* ઘુવડ
own *v* માલિકી હોવી
own *adj* પોતાનું
owner *n* માલિક
ownership *n* માલિકી
ox *n* બળદ
oxen *n* બળદો
oxygen *n* પ્રાણવાયુ
oyster *n* કાલુ માછલી

P

pace *v* ધીમી ચાલે ચાલવું
pace *n* વેગ
pacify *v* શાંત પાડવું
pack *v* સામાન ભરવો
pack *n* ગાંસડી
package *n* પોટલું
pact *n* કરાર
pad *v* નરમ વસ્તુ ભરીને ગાદીવાળું બનાવવું
padding *n* ગાદી ભરેલું
paddle *n* નાનું હલેસું
paddle *v* હાથ વડે મારવાનું પેડલ
padlock *n* તાળું
pagan *adj* મૂર્તિપૂજક
page *n* પાનું
pail *n* ડોલ
pain *n* પીડા
painful *adj* પીડાકારક
painkiller *n* દર્દશામક દવા
painless *adj* દુ:ખ કે દરદ વિનાનું
paint *v* રંગ લગાડવો
paint *n* રંગ
paintbrush *n* રંગનું બ્રશ
painter *n* રંગારો
painting *n* રંગચિત્ર, રંગકામ
pair *n* જોડી
pajamas *n* પાયજામો
pal *n* મિત્ર
palace *n* રાજમહેલ
palate *n* તાળવું
pale *adj* ઝાંખું
paleness *n* ઝાંખપ
palm *n* હથેળી
palm *v* હથેળીમાં સંતાડવું
palpable *adj* સ્પર્શી શકાય તેવું
paltry *adj* નગણ્ય
pamper *v* પંપાળવું
pamphlet *n* ચોપાનિયું
pan *n* તવો

pancreas *n* સ્વાદુપિંડ
pander *v* સંતોષ આપવો
pang *n* એકાએક ઉપડેલું દર્દ
panic *n* ગભરાટ
panorama *n* વિશાળ દ્દશ્ય
panther *n* ચિત્તો
pantry *n* ખાવાપીવાની ચીજોનો કોઠાર
pants *n* પાટલૂન
pantyhose *n* સ્ત્રીઓના પગના ચૂસ્ત મોજાં
papacy *n* પોપની સત્તા
paper *n* કાગળ
paperclip *n* કાગળ ક્લિપ
paperwork *n* દફતરી કામ
parable *n* નીતિકથા
parachute *n* હવાઈ છત્રી
parade *n* કવાયત
paradise *n* સ્વર્ગ
paradox *n* વિરોધાભાસ
paragraph *n* ફકરો
parakeet *n* લાંબી પાંખોવાળો નાનો પોપટ
parallel *n* સમાંતર
paralysis *n* લકવો
paralyze *v* નિષ્ક્રિય કરવું
parameters *n* પ્રાચલ
paramount *adj* સર્વોપરી
paranoid *adj* અવિશ્વાસ ધરાવવો
parasite *n* પરોપજીવી પ્રાણી કે વનસ્પતિ
paratrooper *n* વૈમાનિક છત્રીદળનો સભ્ય
parcel *n* સામાનનું પોટલું
parcel post *n* ટપાલથી મોકલવાનું સામાનનું પોટલું
parch *v* સુકવવું
parchment *n* ચર્મપત્ર
pardon *v* માફ કરવું
pardon *n* માફી
parenthesis *n* કૌંસ
parents *n* માતાપિતા
parish *n* પરગણું
parishioner *n* પેરિસનો રહેવાસી
parity *n* સમાનતા
park *v* વાહન ઊભું રાખવું
park *n* ઉદ્યાન, બગીચો
parking *n* કાર ઊભી રાખવાની જગ્યા
parliament *n* સંસદ
parochial *adj* સાંકડી નજરનું
parrot *n* પોપટ
parsley *n* પાસર્લિ નામનો એક છોડ
parsnip *n* ગાજરની જાતનો એક છોડ
part *v* ભાગ પાડવા
part *n* ભાગ
partial *adj* આંશિક
partially *adv* આંશિક રીતે
participate *v* ભાગ લેવો
participation *n* સહભાગિતા
participle *n* કૃદંત
particle *n* રજ, કણ
particular *adj* ચોકસાઇવાળું
particularly *adv* ખાસ કરીને

P

parting *n* વિદાય
partisan *n* ધ્યેયનો સમર્થક
partition *n* ભાગલા
partly *adv* અંશત
partner *n* ભાગીદાર
partnership *n* ભાગીદારી
partridge *n* તેતરને મળતું એક પક્ષી
party *n* પક્ષકાર, જૂથ
party *v* મિજબાની કરવી
pass *n* રસ્તો
pass *v* પસાર થવું
pass away *v* મૃત્યુ પામવું
pass out *v* બેભાન થવું
passage *n* ફકરો
passenger *n* ઉતારુ
passer-by *n* વટેમાર્ગુ
passion *n* ઉત્કટ લાલસા
passionate *adj* તામસી
passive *adj* નિષ્ક્રિય
passport *n* પાસપોર્ટ
password *n* સાંકેતિક શબ્દ
past *adj* વીતી ગયેલું
past *n* ભૂતકાળ
paste *v* ચોંટાડવું
paste *n* લોટની ખેળ, લાહી
pasteurize *v* જીવાણુરહિત બનાવવું
pastime *n* મનોરંજન
pastor *n* ધર્મોપદેશક
pastoral *adj* ગ્રામજીવન સંબંધી
pastry *n* કેક
pasture *n* ગોચર
pat *n* ટાપલી, હળવી થપાટ
patch *v* થીગડું દેવું
patch *n* જખમ પરની પટ્ટી
patent *adj* સ્પષ્ટ દંભીપણું
patent *n* રાજ્ય તરફથી અપાતો ઇજારો
patent *v* હકની સનદ મેળવવી
paternity *n* પિતૃત્વ
path *n* માર્ગ
pathetic *adj* દયાજનક
patience *n* ધીરજ
patient *adj* સહનશીલ
patio *n* છાપરા વિનાનું આગણું
patriarch *n* પૂર્વજ
patrimony *n* ઈતિહાસ
patriot *n* દેશભક્ત
patriotic *adj* દેશભક્તને લગતું
patrol *n* ગસ્ત, પહેરો
patron *n* આશ્રયદાતા, પ્રોત્સાહક
patronage *n* આશ્રય
patronize *v* આધાર આપવો
pattern *n* આદર્શ દાખલો, નમૂનો
pavement *n* ફરસબંધી
pavilion *n* મોટો તંબુ
paw *n* પંજો
pawn *v* ગીરો મૂકીને પૈસા લેવા
pawnbroker *n* માલ ગીરો રાખી નાણાં ધીરનાર
pay *n* પગાર
pay *iv* નાણાં ચૂકવવા
pay back *v* નાણાં ભરપાઈ કરવા

P

pay off *v* પૂરો પગાર આપીને છૂટું કરવું
pay slip *n* પગારની પાવતી
payable *adj* આપી શકાય એવું
paycheck *n* પગારનો ચેક
payee *n* નાણાં લેનાર
payment *n* ચુકવણી
payroll *n* પગારપત્રક
pea *n* વટાણો
peace *n* શાંતિ
peaceful *adj* શાંત
peach *n* પીચ
peacock *n* મોર
peak *n* શિખર
peanut *n* મગફળીનો દાણો
pear *n* જામફળ
pearl *n* મોતી
peasant *n* ખેડૂત
pebble *n* કાંકરો
peck *v* ચાંચ મારવી
peculiar *adj* વિશિષ્ટ
pedagogy *n* ભણાવવાની શૈલી
pedal *n* પાવડી
pedantic *adj* વિદ્યા આડંબરવાળું
pedestrian *n* વટેમાર્ગુ
peel *v* છોલવું
peel *n* છાલ
peep *v* ડોકિયું કરવું
peer *n* બરોબરિયો
pelican *n* બતક જેવું મોટું પક્ષી
pellet *n* કાગળનો નાનો ગોળો
pen *n* કલમ
penalize *v* સજાને પાત્ર બનાવવું
penalty *n* દંડ, ગેરલાભવાળી શરત
penance *n* પ્રાયશ્ચિત
penchant *n* વૃત્તિ
pencil *n* પેન્સિલ
pendant *n* લટકણિયું
pending *adj* નિકાલની રાહ જોતું
pendulum *n* લોલક
penetrate *v* પ્રવેશ કરવો
penguin *n* દક્ષિણ ગોળાર્ધનું એક દરિયાઈ પક્ષી
penicillin *n* એક પ્રતિજીવી દવા
peninsula *n* દ્વીપકલ્પ
penitent *n* પસ્તાવો
penniless *adj* સાવ ગરીબ
penny *n* બ્રિટિશ નાણું
pension *n* નિવૃત્તિ વેતન
pentagon *n* પંચકોણ
pent-up *adj* સંઘરી રાખેલું
people *n* લોકો
pepper *n* કાળા કે ધોળા મરી
per *pre* દ્વારા, પ્રત્યેકને, જણદીઠ
perceive *v* ઇન્દ્રિય દ્વારા જાણવું
percent *adv* પ્રતિશત
percentage *n* ટકાવારી
perception *n* ગ્રહણશકિત
perennial *adj* લાંબો વખત ટકનારું
perfect *adj* સંપૂર્ણ
perfection *n* પૂર્ણતા
perforate *v* કાણાં પાડવાં
perforation *n* છિદ્રો

P

133 **philosophy**

perform *v* અભિનય કરવો
performance *n* કામગીરી, અભિનય
perfume *n* અત્તર
perhaps *adv* કદાચ
peril *n* જોખમ
perilous *adj* જોખમી
perimeter *n* પરિમિતિ
period *n* પૂર્ણવિરામ; કાલખંડ; સ્ત્રીનું માસિક
perish *v* નાશ પામવું
perishable *adj* જલદી બગડે એવું
perjury *n* ખોટી જુબાની
permanent *adj* કાયમી
permeate *v* વ્યાપવું
permission *n* પરવાનગી
permit *v* પરવાનગી આપવી
pernicious *adj* નુકશાનકારક
perpetrate *v* ખોટું કામ કરવું
persecute *v* પીડા આપવી
persevere *v* મંડ્યા રહેવું
persist *v* વળગી રહેવું
persistence *n* ટકી રહેવું તે
persistent *adj* ખંતીલું
person *n* માણસ
personal *adj* વ્યક્તિગત
personality *n* વ્યક્તિત્વ
personify *v* સજીવારોપણ કરવું
personnel *n* કર્મચારીઓ
perspective *n* દ્રષ્ટિકોણ
perspiration *n* પરસેવો
perspire *v* પરસેવો છૂટવો
persuade *v* સમજાવવું
persuasion *n* મનાવવું તે
persuasive *adj* મનને મનાવે એવું
pertain *v* ની સાથે સંબદ્ધ હોવું
pertinent *adj* પ્રસંગોચિત
perturb *v* અસ્વસ્થ બનાવવું
perverse *adj* વિકારગ્રસ્ત
pervert *v* વિકૃત કરવું
pervert *adj* વિકૃત
pessimism *n* નિરાશાવાદ
pessimistic *adj* નિરાશાવાદી
pest *n* ઉપદ્રવકારક માણસ
pester *v* ત્રાસ દેવો
pesticide *n* જંતુનાશક
pet *n* પાળેલું પ્રાણી
pet *v* પાળવું
petal *n* ફૂલની પાંખડી
petite *adj* નાજુક
petition *n* અરજી
petrified *adj* સ્તબ્ધ
petroleum *n* ખનિજ તેલ
pettiness *n* ક્ષુદ્રતા
petty *adj* નજીવું
pew *n* બાંકડો
phantom *n* ભૂત, પિશાચ
pharmacist *n* ઔષધવિક્રેતા
pharmacy *n* ઔષધાલય
phase *n* તબક્કો
pheasant *n* તેતર
phenomenon *n* ઘટના
philosopher *n* ફિલસૂફ
philosophy *n* તત્વજ્ઞાન

P

phobia *n* ખોટી ભીતિ
phone *n* ટેલિફોન
phone *v* ટેલિફોન કરવો
phony *adj* બનાવટી
phosphorus *n* એક રાસાયણિક મૂળ તત્વ
photo *n* તસ્વીર
photocopy *n* ફોટોનકલ
photograph *v* તસ્વીર પાડવી
photographer *n* તસવીરકાર
photography *n* ફોટોગ્રાફી
phrase *n* શબ્દ સમૂહ
physically *adv* શારીરિક રીતે
physician *n* દાક્તર
physics *n* ભૌતિક વિજ્ઞાન
pianist *n* પિયાનોવાદક
piano *n* પશ્ચિમનું એક વાદ્ય
pick *v* વીણી કાઢવું, ખાડો ખોદવો
pick up *v* પકડીને ઊંચકવું, પ્રાપ્ત કરવું
pickpocket *n* ખીસ્સા કાતરુ
pick-up *n* માણસ કે માલ લઇ જવો
picture *n* ચિત્ર
picture *v* ચિત્ર દોરવું
picturesque *adj* ચિત્રમય
pie *n* ખાટું
piece *n* ટુકડો
piecemeal *adv* ટુકડે ટુકડે કરેલું
pier *n* પુલના ગાળાઓનો થાંભલો
pierce *v* વીંધીને આરપાર જવું
piercing *n* શરીરે વીંધાવું તે
piety *n* ધાર્મિકતા
pig *n* ડુક્કર
pigeon *n* કબૂતર
piggy bank *n* બચત ગલ્લો
pile *v* ઢગલો કરવો
pile *n* ઢગલો
pile up *v* સતત વધારતા જવું
pilfer *v* ફાવે તેમ વાપરી નાખવું
pilgrim *n* જાત્રાળું
pilgrimage *n* યાત્રા
pill *n* દવાની ગોળી
pillage *v* લૂંટ કરવી
pillar *n* થાંભલો
pillow *n* ઓશિકું
pillowcase *n* ઓશિકાની ખોળ
pilot *n* વિમાન ચલાવનાર
pimple *n* ખીલ
pin *n* ટાંકણી
pin *v* ટાંકણી મારવી
pincers *n* સાણસો
pinch *v* ચૂંટી ખણવી તે
pinch *n* ચૂંટી
pine *n* ચીડ વૃક્ષ
pineapple *n* અનેનાસ
pink *adj* ગુલાબી રંગનું
pinpoint *v* સ્પષ્ટ નિર્દેષ કરવો
pint *n* પ્રવાહીનું એક માપ, બિયરનો પાઇન્ટ
pioneer *n* મોખરાની ટુકડી
pious *adj* ભક્તિભાવવાળું
pipe *n* નળી; નળ
pipeline *n* પ્રવાહીને દૂર લઈ જનાર નળી

piracy *n* ચાંચિયાગીરી
pirate *n* દરિયાઈ લૂટારો
pistol *n* પિસ્તોલ
pit *n* ખાડો; બળિયાનું ચાઠું
pitch *v* ફેંકવું; ફટકો મારવો
pitch-black *adj* કાળું મેશ
pitcher *n* મોટો કૂંજો; ચંબૂ; માટલું
pitchfork *n* પંજેટી
pitfall *n* ભયસ્થાન
pitiful *adj* દયાજનક
pity *n* દયા
placard *n* જાહેર પત્રિકા
placate *v* મનાવવું
place *n* જગ્યા
placid *adj* શાંત
plague *n* મરકી
plain *n* મેદાન
plain *adj* સાદું
plainly *adv* સાદી રીતે
plaintiff *n* ફરિયાદ કરનાર
plan *v* યોજના કરવી
plan *n* યોજના
plane *n* સમતલ ભૂમિ; સપાટી; વિમાન
planet *n* સૂર્યની આસપાસ ફરતો ગ્રહ
plant *v* બીજ વાવવું
plant *n* છોડ
plaster *n* લીંપણ
plaster *v* લીંપવું
plastic *adj* પ્લાસ્ટિક
plate *n* ભોજન સાથેની થાળી
plateau *n* સપાટ જમીન
platform *n* ચોતરો
platinum *n* અતિ કીમતી પ્લેટિનમ ધાતુ
platoon *n* પાયદળની ટુકડી
plausible *adj* સંભાવ્ય
play *v* રમવું
play *n* નાટક, ખેલકૂદ
player *n* ખેલાડી
playful *adj* રમતિયાળ
playground *n* રમતનું મેદાન
plea *n* ખાસ વિનંતિ
plead *v* કાલાવાલા કરવા
pleasant *adj* સુખકારક
please *v* સંતોષ આપવો
pleasing *adj* સંતોષકારક
pleasure *n* આનંદ, સુખ
pleat *n* વસ્ત્રની ગડી
pleated *adj* ગડીદાર
pledge *v* વચનથી બંધાવું
pledge *n* વચન
plentiful *adj* વિપુલ
plenty *n* વિપુલતા
pliable *adj* સુનમ્ય, મૃદુ સ્વભાવનું
pliers *n* સાણસી
plot *v* કાવતરું કરવું
plot *n* જમીનનો નાનો ટુકડો
plow *v* જમીનમાં ચાસ પાડવા
ploy *n* વ્યૂહરચના
pluck *v* ઉખેડવું
plug *v* દાટો મારવો
plug *n* દટ્ટો

plum *n* આલુ
plumber *n* નળનું કામ કરનાર
plumbing *n* નળનું કામ કરવું
plummet *v* સીધો ભૂસકો મારવો
plump *adj* ગોળમટોળ
plunder *v* લૂંટવું
plunge *v* પૂરેપૂરું ડુબાડવું, ભોંકવું
plunge *n* નિર્ણાયક પગલું
plural *n* બહુવચન
plus *adv* વત્તા
plush *adj* મખમલી
plutonium *n* વિકિરણશીલ ધાતુરૂપ એક મૂળતત્વ
pneumonia *n* ફેફસાંનો સોજો
pocket *n* ખીસું
poem *n* કવિતા
poet *n* કવિ
poetry *n* કવિતા
poignant *adj* મર્મભેદક
point *n* મુદ્દો, બિંદુ
point *v* ચીંધવું
pointed *adj* અણિયાળું
pointless *adj* અર્થહીન
poise *n* સમતુલા
poison *v* ઝેર આપવું
poison *n* ઝેર
poisoning *n* ઝેરની અસર
poisonous *adj* ઝેરી
Poland *n* પોલેન્ડ દેશ
polar *adj* ધ્રુવીય
pole *n* ધ્રુવ
police *n* પોલીસ
policeman *n* પોલીસ અધિકારી
policy *n* નીતિ
Polish *adj* પોલેન્ડનું વતની
polish *n* ચમક
polish *v* ચમકાવવું
polite *adj* સભ્ય
politeness *n* સભ્યતા
politician *n* રાજનીતિજ્ઞ
politics *n* રાજકારણ
poll *n* મતદાન
pollen *n* પરાગ રજ
pollute *v* દૂષિત કરવું
pollution *n* પ્રદૂષણ
polygamist *adj* બહુપત્નીત્વ કે બહુપતિત્વ કરનાર
polygamy *n* બહુપત્નીત્વ કે બહુપતિત્વ
pomegranate *n* દાડમ
pomposity *n* આડંબર
pond *n* તળાવ
ponder *v* ચિંતન કરવું
pontiff *n* ધર્માધિકારી
pool *n* નાનું તળાવ; પાણીનું ખાબોચિયું
pool *v* ભેગું કરવું
poor *n* ગરીબ
poorly *adv* ગરીબાઈમાં
pop *v* અચાનક ધડાકો થવો
popcorn *n* મકાઈની ધાણી
Pope *n* ખ્રિસ્તીઓનો ધર્મગુરૂ
poppy *n* અનેક વગડાઉ છોડવા
popular *adj* લોકપ્રિય
popularize *v* લોકપ્રિય બનાવવું

populate v રહેવું
population n લોકસંખ્યા
porcelain n ચીની માટી
porch n દ્વારમંડપ
porcupine n શાહુડી
pore n છિદ્ર
pork n ડુક્કરનું માંસ
porous adj છિદ્રાળુ
port n બંદર
portable adj ફેરવી શકાય એવું
portent n ભવિષ્યનું સૂચક ચિહ્ન
porter n રેલવે સ્ટેશનનો મજૂર
portion n ભાગ
portrait n ચિત્ર
portray v છબી ચીતરવી
Portugal n પોર્ટુગલ દેશ
Portuguese adj પોર્ટુગલ દેશનું વતની
pose v પ્રશ્ન રજૂ કરવો
pose n ફોટા માટેનો પોઝ
posh adj ભભકાદાર
position n સ્થિતિ
positive adj સકારાત્મક
possess v ની માલિકીનું હોવું
possession n માલિકી
possibility n શક્યતા
possible adj શક્ય
post n થાંભલો, ટપાલ
post v જાહેરાતનું પાટિયું લટકાવવું
post office n ટપાલ ઘર
postage n ટપાલનું લવાજમ
postcard n પોસ્ટકાર્ડ

poster n પોસ્ટર
posterity n ભાવી પેઢીઓ
postman n ટપાલી
postmark n ટપાલનો સિક્કો
postpone v મોકૂફ રાખવું
postponement n મુલતવી
pot n વાસણ
potato n બટાકો
potent adj બળવાન
potential adj સંભવનીયતા
pothole n રસ્તામાં પડતો ખાડો
poultry n પાળેલાં મરઘાં બતકાં
pound v કચરવું
pound n હરાયાં ઢોર
pour v રેડવું
poverty n ગરીબાઈ
powder n ભૂકી
power n ક્રિયાશક્તિ; ક્ષમતા; અધિકાર
powerful adj ખૂબ બળવાન
powerless adj શક્તિહીન
practical adj વ્યાવહારિક
practice n પ્રત્યક્ષ કૃતિ
practice v વ્યવસાય કરવો
practicing adj વ્યવસાય કરનાર
pragmatist adj વહેવારુ માણસ
prairie n ઘાસનું મેદાન
praise v વખાણવું
praise n વખાણ
praiseworthy adj વખાણવા યોગ્ય
prank n અડપલું
prawn n દરિયાઈ સકવચ પ્રાણી

pray *v* પ્રાર્થના કરવી
prayer *n* પ્રભુપ્રાર્થના
preach *v* ઉપદેશ આપવો
preacher *n* ઉપદેશક
preaching *n* ઉપદેશ આપવો તે
preamble *n* કાયદો
precarious *adj* જોખમકારક
precaution *n* સાવચેતી
precede *v* મહત્ત્વ
precedent *n* પૂર્વ આધાર
preceding *adj* આગળનું
precept *n* દૈવી આદેશ
precious *adj* કીમતી
precipice *n* કરાડ
precipitate *v* નું કારણ બનવું
precise *adj* ચોક્કસ
precision *n* ચોકસાઇ
precocious *adj* હોશિયાર
precursor *n* પૂર્વચિહ્ન
predecessor *n* પૂર્વગામી
predicament *n* દુર્દશા
predict *v* ભવિષ્ય ભાખવું
prediction *n* ભવિષ્ય
predilection *n* મનનો ઝોક
predisposed *adj* ઉન્મુખ
predominate *v* વર્ચસ્વ હોવું
preempt *v* મેળવવું
prefabricate *v* મકાનના ભાગ તૈયાર કરાવવા
preface *n* પ્રસ્તાવના
prefer *v* ચડિયાતું ગણવું
preference *n* પસંદગી
prefix *n* ઉપસર્ગ
pregnancy *n* ગર્ભાવસ્થા
pregnant *adj* સગર્ભા
prehistoric *adj* પ્રાગૈતિહાસિક
prejudice *n* પૂર્વગ્રહ
preliminary *adj* પ્રાસ્તાવિક
prelude *n* પ્રસ્તાવના
premature *adj* સમય પહેલાં થયેલું કે કરેલું
premeditate *v* અગાઉથી વિચારવું કે યોજવું
premeditation *n* અગાઉથી યોજના કરવી
premier *adj* સૌથી આગળ પડતું
premise *n* પ્રતિજ્ઞા
premises *n* પરિસર
premonition *n* પૂર્વ સૂચના
preoccupation *n* કબજો
preoccupy *v* અગાઉથી રોકવું
preparation *n* તૈયારી
prepare *v* તૈયાર કરવું
preposition *n* શબ્દયોગી અવ્યય, નામયોગી કે શબ્દયોગી અવ્યય
prerequisite *n* શરત
prerogative *n* વિશેષ અધિકાર
prescribe *v* ઉપાય સૂચવવો
prescription *n* લખેલી દવા
presence *n* હાજરી
present *adj* હાજર
present *v* રજૂ કરવું
present *n* ભેટ
presentation *n* પ્રદર્શન
preserve *v* સુરક્ષિત રાખવું

P

preside *v* અધ્યક્ષ થવું
presidency *n* પ્રમુખપદની અવધિ
president *n* પ્રમુખ
press *n* છાપખાનું
press *v* દાબવું, ઇસ્ત્રી કરવી
pressing *adj* તાકીદનું
pressure *v* દબાવવું
pressure *n* દબાણ
prestige *n* પ્રતિષ્ઠા
presume *v* માની લેવું
presumption *n* આત્મવિશ્વાસ
presuppose *v* આગળથી માની લેવું
presupposition *n* પૂર્વકલ્પના
pretend *v* ડોળ કરવો
pretense *n* આડંબર
pretension *n* આડંબરભર્યું વર્તન
pretty *adj* રૂપાળું
prevail *v* પ્રચલિત હોવું
prevalent *adj* પ્રચલિત
prevent *v* અટકાવવું
prevention *n* અટકાવ
preventive *adj* પ્રતિબંધક
preview *n* પૂર્વદર્શન
previous *adj* પહેલાંનું
previously *adv* અગાઉ
prey *n* શિકાર
price *n* કિંમત
pricey *adj* ખર્ચાળ
prick *v* ભોંકવું
pride *n* ગર્વ
priest *n* પુરોહિત
priestess *n* પૂજારણ
priesthood *n* ગોરપદું
primacy *n* સર્વોપરીપણું
primarily *adv* પ્રાથમિકપણે
prime *adj* મુખ્ય
primitive *adj* પ્રાચીન
prince *n* રાજકુંવર
princess *n* રાજકન્યા
principal *adj* મુખ્ય
principle *n* સિદ્ધાન્ત
print *v* છાપવું
print *n* છાપકામ
printer *n* મુદ્રક
printing *n* મુદ્રણ
prior *adj* પહેલું
priority *n* અગ્રતા
prism *n* ત્રિપાર્શ્વ કાચ
prison *n* કારાગૃહ
prisoner *n* કેદી
privacy *n* ખાનગી જગ્યા
private *adj* ખાનગી
privilege *n* વિશેષ અધિકાર
prize *n* ઇનામ
probability *n* શક્યતા
probable *adj* સંભાવ્ય
probe *v* બારીક તપાસ કરવી
probing *n* તપાસ
problem *n* મુશ્કેલી
problematic *adj* સમસ્યારૂપ
procedure *n* કામ કરવાની રીત
proceed *v* આગળ વધવું
proceedings *n* કાર્યવાહી

proceeds *n* વકરો
process *v* પ્રક્રિયા કરવી
process *n* પ્રક્રિયા
procession *n* સરઘસ
proclaim *v* જાહેર કરવું
proclamation *n* જાહેરાત
procrastinate *v* ઢીલમાં નાખવું
procreate *v* પ્રજોત્પાદન કરવું
procure *v* મેળવવું
prod *v* ઘોંચવું
prodigious *adj* વિલક્ષણ
prodigy *n* બુદ્ધિશાળી
produce *v* તૈયાર કરવું
produce *n* નીપજ
product *n* પેદા થયેલો માલ; ગુણાકાર કરવાથી મળતી સંખ્યા
production *n* ઉત્પાદન
productive *adj* ઉત્પાદક
profane *adj* અપવિત્ર
profess *v* જાહેર કરવું
profession *n* વ્યવસાય
professional *adj* વ્યાવસાયિક
professor *n* અધ્યાપક
proficiency *n* કૌશલ્ય
proficient *adj* નિષ્ણાત
profile *n* રેખાકૃતિ
profit *v* નફો કરવો
profit *n* નફો
profitable *adj* લાભદાયક
profound *adj* ઘણું ઊંડું
program *n* કાર્યક્રમ
programmer *n* કોમ્પ્યૂટરના પ્રોગ્રામ બનાવનાર
progress *v* આગળ વધવું
progress *n* પ્રગતિ
progressive *adj* પ્રગતિશીલ
prohibit *v* રોકવું, મનાઇ કરવી
prohibition *n* દારૂબંધી
project *v* યોજના ઘડવી
project *n* યોજના
projectile *n* તોપનો ગોળો
prologue *n* પ્રસ્તાવના
prolong *v* લંબાવવું
promenade *n* મનોરંજન
prominent *adj* આગળ પડતું
promiscuous *adj* વ્યભિચારી
promise *n* વચન
promote *v* બઢતી આપવી
promotion *n* બઢતી
prompt *adj* તત્પર
prone *adj* વૃત્તિ કે વલણવાળું
pronoun *n* સર્વનામ
pronounce *v* ઉચ્ચારવું
proof *n* પુરાવો
propaganda *n* જાહેરાત
propagate *v* પ્રચાર કરવો
propel *v* ધકેલવું
propensity *n* વલણ
proper *adj* યોગ્ય
properly *adv* યોગ્ય રીતે
property *n* મિલકત
prophecy *n* ભાવિની આગાહી
prophet *n* પેગંબર
proportion *n* તુલનાત્મક ભાગ
proposal *n* દરખાસ્ત

propose *v* દરખાસ્ત કરવી
proposition *n* સિદ્ધાન્ત
prose *n* ગદ્ય
prosecute *v* ફરિયાદ કરવી
prosecutor *n* અદાલતમાં ફરિયાદ દાખલ કરનાર
prospect *n* ભાવિ
prosper *v* સફળ થવું
prosperity *n* સમૃદ્ધિ
prosperous *adj* સમૃદ્ધ
prostate *n* વૃષણ
prostrate *adj* પરાભૂત થયેલું
protect *v* સુરક્ષિત રાખવું
protection *n* રક્ષણ
protein *n* ઔજસદ્રવ્ય
protest *v* વાંધો ઉઠાવવો
protest *n* વિરોધ
protocol *n* પ્રોટોકોલ
prototype *n* મૂળ નમૂનો
protract *v* લાંબું કરવું
protracted *adj* લંબાવેલું
protrude *v* બહાર નીકળવું
proud *adj* અભિમાની
proudly *adv* ગર્વથી
prove *v* સિદ્ધ કરવું
proven *adj* સિદ્ધ થયેલું
proverb *n* કહેવત
provide *v* પૂરું પાડવું
providence *n* સમયસર કાળજી
providing that *c* એ શરતે કે
province *n* પ્રાન્ત, જિલ્લો
provision *n* તજવીજ
provisional *adj* કામચલાઉ
provocation *n* ઉશ્કેરણી
provoke *v* ખીજવવું
prowl *v* શિકાર કે લૂંટની શોધમાં આમતેમ ભમ્યા કરવું
prowler *n* આમતેમ ભમ્યા કરનાર
proximity *n* સાન્નિધ્ય
proxy *n* અવેજી
prudence *n* ડહાપણ
prudent *adj* સાવધ
prune *v* નકામો ભાગ કાપી નાખવો
prune *n* સૂકી કાળી દ્રાક્ષ
prurient *adj* કામાતુર
pseudonym *n* ઉપનામ
psychiatrist *n* માનસ–ચિકિત્સક
psychiatry *n* મનોપચારનું શાસ્ત્ર
psychic *adj* ચૈતસિક
psychology *n* માનસશાસ્ત્ર
psychopath *n* અસ્થિર માણસ
puberty *n* પ્રજનનક્ષમ અવસ્થા
public *adj* સાર્વજનિક
publication *n* પ્રકાશન
publicity *n* પ્રસિદ્ધિ
publicly *adv* જાહેરમાં
publish *v* પ્રગટ કરવું
publisher *n* પ્રકાશક
pudding *n* ગળી ખીર
puerile *adj* બાલિશ
puff *n* ફૂંક
puffy *adj* ફૂલેલું
pull *v* પોતા તરફ ખેંચવું

P

pull ahead *v* અવિનયી વર્તવું
pull down *v* પાડી નાખવું
pull out *v* ખેંચી કાઢવું
pulley *n* ગરગડી
pulp *n* માવો
pulpit *n* વ્યાસપીઠ
pulsate *v* કંપવું
pulse *n* નાડી
pulverize *v* કચડી નાખવું
pump *v* ખેંચવું
pump *n* પમ્પ
pumpkin *n* કોળું
punch *n* ઠોસો; કાણાં પાડવાનું યંત્ર
punch *v* કાણાં પાડવાં, મુક્કો મારવો
punctual *adj* આબેહૂબ
puncture *n* ભોંકવાથી પડેલું કાણું
punish *v* સજા કરવી
punishable *adj* સજાપાત્ર
punishment *n* સજા
pupil *n* વિદ્યાર્થી; શિષ્ય
puppet *n* કઠપૂતળી
puppy *n* કુરકુરિયું
purchase *v* ખરીદ કરવું તે
purchase *n* ખરીદી
pure *adj* શુદ્ધ
puree *n* શાકભાજીનો રસો
purgatory *n* પ્રાયશ્ચિતનું સ્થાન
purge *n* વિરેચન
purge *v* સાફ કરવું
purification *n* શુદ્ધીકરણ
purify *v* શુદ્ધ કરવું
purity *n* શુદ્ધતા
purple *adj* જાંબુડિયો રંગ
purpose *n* હેતુ
purposely *adv* જાણીજોઈને
purse *n* પૈસાનું પાકિટ
pursue *v* મારી નાખવા, પકડવા
pursuit *n* વ્યવસાય, મનોરંજન
pus *n* પરુ
push *v* ધકેલવું
pushy *adj* આગળ વધવાના નિશ્ચયવાળું
put *iv* મૂકવું
put aside *v* બાજુ પર મૂકવું
put away *v* કાયમ માટે મૂકવું
put out *v* ઝંખવાણું પાડવું
put up *v* રજૂ કરવું
put up with *v* સહન કરવું
putrid *adj* કોવાયેલું
puzzle *n* કોયડો
puzzling *adj* કોયડારૂપ
pyramid *n* ત્રણ
python *n* અજગર

P

Q

quail *n* તીતર
quake *v* ધ્રૂજવું
qualify *v* લાયક થવું
quality *n* ગુણવત્તા
qualm *n* ઉલાળો, બકારી
quandary *n* મૂંઝવણ
quantity *n* જથ્થો
quarrel *v* ઝગડો થવો
quarrel *n* ઝગડો
quarrelsome *adj* કજિયો
quarry *n* શિકાર
quarter *n* ચોથો ભાગ
quarterly *adj* ત્રૈમાસિક
quarters *n* પા; ચોથો ભાગ
quash *v* રદ કરવું
queen *n* રાણી
queer *adj* વિલક્ષણ
quell *v* દાબી દેવું
quench *v* શાંત પાડવું
quest *n* શોધ
question *v* પ્રશ્ન કરવો
question *n* પ્રશ્ન
questionable *adj* વાંધા ભરેલું
questionnaire *n* પ્રશ્નાવલિ
queue *n* રાહ જોનારાઓની હાર
quick *adj* ઝડપી
quicken *v* ગતિ વધારવી
quickly *adv* ઝડપથી
quicksand *n* કળણ
quiet *adj* શાંત
quietness *n* શાંતિ
quilt *n* રજાઇ
quit *iv* રજાઇ બનાવવી
quite *adv* પૂરેપૂરું, તદ્દન
quiver *v* બાણનો ભાથો
quiz *v* પૂછીને પરીક્ષા કરવી
quotation *n* અવતરણ
quote *v* બોલી, અવતરણ ચિહ્નો
quotient *n* ભાગાકારનું ફળ

R

rabbi *n* યહૂદી ધર્મગુરુ
rabbit *n* સસલું
rabies *n* હડકવા
raccoon *n* ઉ.અમેરિકાનું પ્રાણી
race *v* દોડવું
race *n* નદીનો જોરદાર પ્રવાહ
racism *n* જાતિવાદ
racist *adj* જાતિવાદ ધરાવનાર
racket *n* અપ્રમાણિક વ્યવસાય; રમતો રમવાના રૅકેટ
racketeering *n* ધૂતારાગીરી
radar *n* વિમાન, રડાર
radiation *n* કિરણોત્સર્ગ
radiator *n* ઉષ્ણતા પ્રસારક યંત્ર
radical *adj* મૂળ
radio *n* દૂરધ્વનિક્ષેપક યંત્ર

Q R

radish 144

radish *n* મૂળો
radius *n* વર્તુળ કે ગોળાની ત્રિજ્યા
raffle *n* ચિઠ્ઠીઓ નાખીને કરેલ વેચાણ
raft *n* તરાપો
rag *n* ચીથરું
rage *n* ક્રોધાવેશ
ragged *adj* ચીંથરેહાલ
raid *n* દરોડો
raid *v* છાપો મારવો
raider *n* દરોડો પાડનાર
rail *n* કઠેરો, રેલવેનો પાટો
railroad *n* રેલ માર્ગ
rain *n* વરસાદ
rain *v* વરસાદ પડવો
rainbow *n* મેઘધનુષ
raincoat *n* વરસાદમાં પલળે નહિ એવો કોટ
rainfall *n* વરસાદ
rainy *adj* વરસાદ લાવનારું
raise *n* વધારો
raise *v* ઊભું કરવું, વધારવું
raisin *n* સૂકી દ્રાક્ષ
rake *n* ખેતીનું એક ઓજાર, ખંપાળી
rally *n* મોટી સભા
ram *n* ઘેટો
ram *v* ટીપવું
ramification *n* વિભાગીકરણ
ramp *n* વિમાનમાં ચડવા-ઉતરવાની સીડી, હાઇ-વેમાં ઘૂસવાનો રૅમ્પ
rampage *v* ક્રોધાવેશમાં આવવું
rampant *adj* વ્યાપ્ત
ranch *n* ઢોરઉછેરનું મથક
rancor *n* અંટસ
randomly *adv* ફાવે તેમ
range *n* કિંમતની ઉપર-નીચેની મર્યાદા; ગોળીબારની મર્યાદા
rank *n* હોદ્દો, પદ
rank *v* અમુક પદ આપવું
ransack *v* લૂંટફાટ કરવી
ransom *v* સંકટમાંથી બચાવવું
ransom *n* પકડેલાને છોડાવવાની ખંડણી
rape *v* બળાત્કાર કરવો
rape *n* બળાત્કાર
rapid *adj* વેગીલું
rapist *n* બળાત્કારી
rapport *n* અરસપરસ વહેવાર
rare *adj* અસાધારણ કોટિનું
rarely *adv* ભાગ્યે જ
rascal *n* બદમાશ
rash *v* ઉતાવળ કરવી
rash *n* ફોલ્લીઓ
raspberry *n* લાલ રસાળ ફળ, રાસબરી
rat *n* મોટો ઉંદર
rate *n* કિંમત, ભાવ
rather *adv* તે કરતાં વધુ
ratification *n* બહાલી
ratify *v* બહાલી આપવી
ratio *n* ગુણોત્તર
ration *v* નિયત આહાર આપવો
ration *n* ભાગ
rational *adj* બુદ્ધિશાળી

R

rationalize v ઉચિત ઠરાવવું
rattle v ખડખડવું, સાપની એક જાતિ
ravage v પાયમાલી કરવી
ravage n પાયમાલી
rave v લવારો કરવો
raven n જંગલી કાગડો
ravine n ખીણ
raw adj કાચું
ray n પ્રકાશનું કિરણ
raze v જમીનદોસ્ત કરવું
razor n અસ્ત્રો
reach v પહોંચવાની ક્રિયા
reach n પહોંચવું
react v પ્રતિક્રિયા કરવી
reaction n પ્રતિક્રિયા
read iv વાંચવું
reader n વાચક
readiness n સજ્જતા
reading n વાચન
ready adj તૈયાર
real adj વાસ્તવિક
realism n વાસ્તવવાદ
reality n વાસ્તવિકતા
realize v સ્પષ્ટપણે જાણવું
really adv ખરેખર
realm n રાજ્ય
realty n સ્થાવર મિલકત
reap v લણણી કરવી
reappear v ફરીથી દેખા દેવી
rear v પાળીપોષી મોટું કરવું
rear n પાછળનો ભાગ

rear adj પાછળનું
reason n કારણ
reasonable adj વાજબી
reasoning n તર્ક
reassure v પુષ્ટિ આપવી
rebate n વળતર
rebel v બંડ કરવું
rebel n બળવાખોર
rebellion n બળવો
rebirth n પુનર્જન્મ
rebuff v અટકાવવું
rebuff n ઠપકો
rebuild v ફરીથી બાંધવું
rebuke v ઠપકો આપવો
rebuke n ઠપકો
rebut v રદિયો આપવો
recall v યાદ કરવું
recant v ભૂલ કબૂલવી
recap v સાર આપવો, સંક્ષેપમાં કહેવું
recapture v ફરીથી પાડવું, ફરી પકડવું
recede v પાછા હઠવું
receipt n રસીદ
receive v મેળવવું
recent adj તાજેતરનું
reception n સત્કાર
receptionist n સ્વાગતી
receptive adj ગ્રહણશીલ
recess n વિશ્રાન્તિનો સમય
recession n મંદી
recharge v બેટરીમાં પાવર ભરવો

recipe *n* વાનગીની રીત
reciprocal *adj* અરસપરસ
recital *n* સંગીત જલસો
recite *v* પાઠ કરવો
reckless *adj* અવિચારી
reckon *v* હિસાબ કરવો
reckon on *v* ની ઉપર મદાર રાખવો
reclaim *v* પાછું મેળવવું
recline *v* માથું ટેકવવું
recluse *n* એકાંતવાસી
recognition *n* કદર
recognize *v* ઓળખવું
recollect *v* યાદ કરવું
recollection *n* સ્મરણ, સ્મૃતિ
recommend *v* સૂચવવું
recompense *v* નુકસાન ભરી આપવું
recompense *n* નુકસાન ભરપાઈ
reconcile *v* સમાધાન કરાવવું
reconsider *v* નવેસર વિચારવું
reconstruct *v* ફરી બાંધવું
record *v* નોંધવું
record *n* નોંધણી
recount *n* બયાન
recoup *v* ભરપાઇ કરવું
recourse *v* આધાર લેવો તે
recourse *n* આધાર
recover *v* પાછું મેળવવું
recovery *n* વસૂલાત
recreate *v* મનોરંજન કરવું
recreation *n* મનોરંજન
recruit *v* ભરતી કરવી
recruit *n* ભરતી
recruitment *n* ભરતી
rectangle *n* લંબચોરસ
rectangular *adj* લંબચોરસ આકારનું
rectify *v* સુધારવું
rector *n* છાત્રાલયનો વડો
rectum *n* ગુદામાર્ગ
recuperate *v* ફરી પ્રાપ્ત કરવું
recur *v* ફરી વાર થવું
recurrence *n* આવર્તન
recycle *v* ફરીથી ઉપયોગ કરવો
red *adj* લાલ રંગનું
red tape *n* તુમારશાહી
redden *v* લાલ કરવું
redeem *v* પગાર
redemption *n* ગીરો મુકિત
red-hot *adj* લાલચોળ
redo *v* ફરીથી કરવું
redouble *v* બમણું કરવું
redress *v* બરાબર કરવું
reduce *v* ઘટાડવું
redundant *adj* બિનજરૂરી
reed *n* પાવો
reel *n* ફીરકી, સ્કૉટિશ નૃત્ય
reelect *v* ફરીથી ચૂંટી કાઢવું
reentry *n* પુનઃપ્રવેશ
refer to *v* નો ઉલ્લેખ કરવો
referee *n* લવાદ
reference *n* સંદર્ભ
referendum *n* લોકમત

147 relationship

refill *v* ફરી ભરવું
refinance *v* નવું ધીરાણ મેળવવું
refine *v* શુદ્ધ કરવું
refinery *n* કારખાનું
reflect *v* પરાવર્તન કરવું
reflection *n* પરાવર્તન
reflexive *adj* કર્તૃત્વવાચક
reform *v* સુધારવું
reform *n* સુધારો
refrain *v* દૂર રહેવું
refresh *v* તાજું કરવું
refreshing *adj* તાજું કરનાર
refreshment *n* તાજું કરવું તે
refrigerate *v* ઠંડુ કરવું
refuel *v* બળતણ ફરી ભરવું
refuge *n* આશરો
refugee *n* શરણાર્થી
refund *v* પૈસા પાછા આપવા
refund *n* પાછા આપેલા પૈસા
refurbish *v* ફરી ચાલુ કરવું
refusal *n* ઈન્કાર
refuse *v* ના પાડવી
refuse *n* ફેંકી દીધેલો કચરો
refute *v* ખંડન કરવું
regain *v* પાછું મેળવવું
regal *adj* રાજાશાહી
regard *v* તરીકે જોવું
regarding *pre* ની બાબતમાં
regardless *adv* ધ્યાન આપ્યા વિના
regards *n* યાદ
regeneration *n* પુનર્જીવન
regime *n* શાસનપદ્ધતિ
region *n* પ્રદેશ
regional *adj* પ્રાદેશિક
register *v* નોંધ કરવી
registration *n* નોંધણી
regret *v* ખેદ કરવો
regret *n* ખેદ
regrettable *adj* ખેદજનક
regularity *n* નિયમિતતા
regularly *adv* નિયમિતપણે
regulate *v* નિયમન કરવું
regulation *n* નિયમ
rehabilitate *v* પુન:સ્થાપિત કરવું
rehearsal *n* નાટકનો પૂર્વપ્રયોગ
rehearse *v* પૂર્વપ્રયોગ કરવો
reign *v* રાજ્ય કરવું
reign *n* આધિપત્ય
reimburse *v* ભરપાઇ કરવું
reimbursement *n* ભરપાઇ
rein *v* રોકવું
rein *n* લગામ
reindeer *n* શીત પ્રદેશનું હરણ
reinforce *v* મજબૂત બનાવવું
reinforcements *n* મદદ
reiterate *v* પુનરુકિત કરવી
reject *v* રદ કરવું, નકારવું
rejection *n* અસ્વીકાર
rejoice *v* આનંદિત કરવું
rejoin *v* ફરી જોડાવું
rejuvenate *v* પુન સંચાર કરવો
relapse *n* માંદગીનો ઊથલો
related *adj* સંબંધિત
relationship *n* સંબંધ

R

relative *adj* સાપેક્ષ
relative *n* સંબંધી
relax *v* ઢીલું છોડવું
relax *n* આરામ
relaxing *adj* આરામદાયક
release *v* મુક્ત કરવું
relegate *v* દેશવટો દેવો
relent *v* કૂણા પડવું
relentless *adj* નિર્દય
relevant *adj* સુસંગત
reliable *adj* ભરોસાદાર, વિશ્વાસપાત્ર
reliance *n* વિશ્વાસ
relic *n* સ્મૃતિચિહ્નો
relief *n* રાહત
relieve *v* દુ:ખ મટાડવું
religion *n* ધર્મ
religious *adj* ધાર્મિક
relinquish *v* છોડી દેવું
relish *v* આનંદ મેળવવો
relive *v* ફરીથી અનુભવવું
relocate *v* નવા સ્થળે જવું
relocation *n* નવા સ્થળે સ્થળાંતર
reluctant *adj* આનાકાની કરતું
reluctantly *adv* નાખુશીથી
rely on *v* આધાર રાખવો
remain *v* બાકી રહેવું
remainder *n* શેષ
remaining *adj* બાકી રહેલું
remains *n* અવશેષો
remake *v* ફરીથી બનાવવું
remark *v* ટીકા કરવી
remark *n* નોંધ
remarkable *adj* અસાધારણ
remarry *v* પુનર્લગ્ન કરવા
remedy *v* ઇલાજ કરવો
remedy *n* ઉપાય
remember *v* યાદ રાખવું
remembrance *n* સંભારણું
remind *v* યાદ દેવડાવવું
reminder *n* સ્મૃતિપત્ર
remission *n* પાપની માફી
remit *v* માફ કરવું
remittance *n* મોકલેલા પૈસા
remnant *n* શેષ
remodel *v* નવીનીકરણ કરવું
remorse *n* પશ્ચાતાપ
remorseful *adj* પશ્ચાતાપભર્યું
remote *adj* દૂરનું, વેગળું
removal *n* દૂર કરવું તે
remove *v* દૂર કરવું
remunerate *v* મહેનતાણું આપવું
renew *v* ફરી ચાલુ કરવું
renewal *n* નવીકરણ
renounce *v* છોડી દેવું
renovate *v* ફરી નવું બનાવવું
renovation *n* નવીનીકરણ
renowned *adj* સુવિખ્યાત
rent *v* ભાડે આપવું
rent *n* ભાડું
reorganize *v* પુન:સંગઠિત કરવું
repair *v* સમું કરવું
reparation *n* સમારકામ
repatriate *v* સ્વદેશ પાછું મોકલવું

R

repay *v* પરત ચૂકવવું
repayment *n* પરત ચુકવણી
repeal *v* રદ કરવું
repeal *n* રદ
repeat *v* ફરી કરવું
repel *v* પાછું કાઢવું
repent *v* પસ્તાવું
repentance *n* પસ્તાવો
repetition *n* પુનરાવર્તન
replace *v* ની જગ્યા લેવી
replacement *n* બદલીમાં મૂકેલી વસ્તુ કે માણસ
replay *n* પુનરાવર્તન
replenish *v* ફરી ભરી દેવું
replete *adj* ભરપૂર
replica *n* પ્રતિકૃતિ
replicate *v* આબેહૂબ નકલ કરવી
reply *v* જવાબ આપવો
reply *n* જવાબ
report *v* હેવાલ આપવો
report *n* હેવાલ
reportedly *adv* કથિત રીતે
reporter *n* ખબરપત્રી
repose *v* આરામ લેવો
repose *n* વિશ્રાંતિ
represent *v* રજૂઆત કરવી
repress *v* દબાવી દેવું
repression *n* દમન
reprieve *n* ફાંસી મોકૂફ રાખવી
reprint *v* ફરી છાપવું
reprint *n* પુનર્મુદ્રણ
reprisal *n* બદલો
reproach *v* ઠપકો આપવો
reproach *n* ઠપકો
reproduce *v* પુનરુત્પાદન કરવું
reproduction *n* પ્રજનન
reptile *n* સરીસૃપ
republic *n* પ્રજાસત્તાક રાષ્ટ્ર
repudiate *v* ખંડન કરવું
repugnant *adj* વિસંગત
repulse *v* અસ્વીકાર કરવો
repulse *n* પીછેહઠ
repulsive *adj* નકાર કરનારું
reputation *n* પ્રતિષ્ઠા
request *v* વિનંતી કરવી
request *n* વિનંતી
require *v* જરૂર હોવી
requirement *n* જરૂરિયાત
rescue *v* સંકટમાંથી બચાવવું
rescue *n* બચાવ
research *v* સંશોધન કરવું
research *n* સંશોધન
resemblance *n* મળતાપણું
resemble *v* ના જેવું હોવું
resent *v* ને વિષે રોષ બતાવવો
resentment *n* મનદુ:ખ
reservation *n* આરક્ષણ
reservoir *n* જલાશય
reside *v* રહેવું
residence *n* ઘર
residue *n* અવશેષ
resign *v* રાજીનામું આપવું
resignation *n* રાજીનામું
resilient *adj* ખડતલ

resist *v* અટકાવવું
resistance *n* પ્રતિરોધક શકિત
resolute *adj* અડગ
resolution *n* ઠરાવ
resolve *v* ઠરાવ કરવો
resort *v* આશરો લેવો
resounding *adj* ગજવી મૂકનારું
resource *n* સાધનસામગ્રી
respect *v* માન આપવું
respect *n* આદર
respectful *adj* માનને પાત્ર
respective *adj* પોતપોતાનું
respiration *n* શ્વાસોચ્છવાસ
respite *n* રાહત
respond *v* પ્રતિક્રિયા કરવી
response *n* પ્રતિક્રિયા
responsibility *n* જવાબદારી
responsible *adj* જવાબદાર
responsive *adj* જવાબ આપનારું
rest *v* બાકી રહેલી વસ્તુ
rest *n* આરામ
rest room *n* આરામખંડ
restaurant *n* ઉપાહારગૃહ, વિશ્રાન્તિગૃહ
restful *adj* નિરાંત કરાવનારું, આરામ દેનારું
restitution *n* નુકશાન ભરપાઇ
restless *adj* અશાંત
restoration *n* પ્રસ્થાપના
restore *v* પુન:સ્થાપના કરવી
restrain *v* અટકાવવું
restraint *n* નિયંત્રણ
restrict *v* મર્યાદિત કરવું
result *n* પરિણામ
resume *v* ફરી શરૂ કરવું
resumption *n* પુનરારંભ
resurface *v* ફરીથી દેખા દેવી
resurrection *n* પુનરુત્થાન
resuscitate *v* ફરીથી જીવતું કરવું
retain *v* કબજામાં રાખવું
retaliate *v* બદલો લેવો
retaliation *n* બદલો
retarded *adj* મંદબુદ્ધિ
retention *n* મલાવરોધ
retire *v* નોકરી છોડી દેવી, નિવૃત્ત થવું
retirement *n* નિવૃત્તિ, એકાંત
retract *v* પાછું ખેંચવું
retreat *v* પીછેહઠ કરવી
retreat *n* પીછેહઠ
retrieval *n* પુન:પ્રાપ્તિ
retrieve *v* ભરપાઇ કરવું
retroactive *adj* નક્કર
return *v* પાછા ફરવું
return *n* પુનરાગમન
reunion *n* ફરીથી મળવું તે
reveal *v* ઉઘાડું કરવું
revealing *adj* પ્રગટ કરનારું
revel *v* મોજ કરવી
revelation *n* પ્રગટીકરણ
revenge *v* વેર વાળવું
revenge *n* વેરની વસૂલાત
revenue *n* મહેસૂલ
reverence *n* ઊંડો આદર

R

reversal *n* ઊલટોક્રમ
reverse *n* ઊલટું
reversible *adj* ઊલટાવાય તેવું
revert *v* પાછું આવવું
review *v* ફરીથી તપાસવું
review *n* ફેરતપાસણી, નિરીક્ષણ
revise *v* સુધારો કરવો, ફરી વાંચી જવું
revision *n* સુધારો
revive *v* ફરીથી જીવતું કરવું
revoke *v* પાછું ખેંચી લેવું
revolt *v* બળવો કરવો
revolt *n* બળવો
revolting *adj* ઘૃણા પેદા કરનારું
revolve *v* ધરીની આસપાસ ગોળ ફરવું, કક્ષામાં ફરવું
revolver *v* પિસ્તોલ
revue *n* મનોરંજક કાર્યક્રમ
revulsion *n* નફરત
reward *v* સેવાનું વળતર આપવું, બક્ષિસ આપવી
reward *n* બક્ષિસ, બદલો
rewarding *adj* લાભદાયક
rheumatism *n* સંધિવા
rhinoceros *n* ગેંડો
rhyme *n* અનુપ્રાસ, પ્રાસનો શબ્દ
rhythm *n* લય
rib *n* પાંસળી
ribbon *n* રિબન
rice *n* ચોખા
rich *adj* પૈસાદાર
rid of *iv* થી છૂટકારો મેળવવો
riddle *n* ઉખાણું
ride *iv* સવારી કરવી
ridge *n* ડુંગરની ટોચ, ગિરિમાળા
ridicule *v* મશ્કરી કરવી
ridicule *n* મશ્કરી
ridiculous *adj* હાસ્યાસ્પદ
rifle *n* બંદૂક
rift *n* અણબનાવ
right *adv* સાચું
right *adj* ઉચિત, ન્યાયી
right *n* અધિકાર
rigid *adj* અક્કડ
rigor *n* સખતાઇ
rim *n* પૈડાની કોર, કાંઠો
ring *n* વીંટી; સર્કસ માટેનું કૂંડાળું
ring *iv* ટેલિફોન કરવો
ringleader *n* ટોળકીનો સરદાર
rinse *v* વીંછળવું, ખંગાળવું
riot *v* હુલ્લડ મચાવવું
riot *n* હુલ્લડ
rip *v* ચીરવું
rip apart *v* અલગ પડવું
rip off *v* કંઈક લૂંટવું
ripe *adj* પાકેલું
ripen *v* પકવવું
ripple *n* પાણીનો ખળભળાટ
rise *iv* ઊભા થવું
risk *v* જોખમ ખેડવું
risk *n* જોખમ
risky *adj* જોખમ ભરેલું
rite *n* ધાર્મિક કૃત્ય
rival *n* હરીફ
rivalry *n* હરીફાઇ

R

river *n* નદી
rivet *v* એકીટસે જોવું
riveting *adj* અદભુત
road *n* રસ્તો
roam *v* ભટકવું
roar *v* ગર્જના કરવી
roar *n* ગર્જના
roast *v* શેકવું
roast *n* શેકેલા માંસની વાની
rob *v* લૂંટવું
robber *n* લૂંટારો
robbery *n* લૂંટફાટ
robe *n* ઝભ્ભો
robust *adj* ખડતલ
rock *n* ખડક
rocket *n* હવાઈ અસ્ત્ર
rocky *adj* ખડકાળ
rod *n* સળિયો
rodent *n* કોતરી ખાનારૂં કોઈપણ પ્રાણી
roll *v* વીંટો વાળવો
roll *n* વાળેલો વીંટો
romance *n* પ્રણય
roof *n* છાપરું
room *n* ઓરડી, મોકળાશ
roomy *adj* મોકળાશવાળું
rooster *n* પાળેલો કૂકડો
root *n* ઝાડનું મૂળ
rope *n* દોરડું
rosary *n* જપમાળા
rose *n* ગુલાબ
rosy *adj* ગુલાબી
rot *v* સડવું
rot *n* સડો
rotate *v* ફરવું
rotation *n* ભ્રમણ
rotten *adj* સડેલું
rough *adj* ખરબચડું
round *adj* ગોળાના આકારનું, વર્તુળાકાર
roundup *n* ચારેબાજુથી ઘેરાયેલું
rouse *v* જગાડવું
rousing *adj* ઉત્તેજક
route *n* રસ્તો
routine *n* નિયમિત રોજનો ક્રમ
row *v* હોડી ચલાવવી
row *n* બેઠકોની હાર
rowdy *adj* તોફાની
royal *adj* રાજવી
royalty *n* રાજત્વ
rub *v* ઘસવું
rubber *n* રબર
rubbish *n* કચરો
rubble *n* પથ્થર, ઇંટના કકડા
ruby *n* માણેક
rudder *n* વહાણનું સુકાન
rude *adj* કઠોર
rudeness *n* કઠોરતા
rudimentary *adj* અવિકસિત
rug *n* પાથરણું
ruin *v* પાયમાલ કરવું
ruin *n* પાયમાલી
rule *v* રાજ કરવું
rule *n* શાસન

R

ruler *n* શાસક રાજા; શાસનકર્તા
rumble *n* ગડગડાટ જેવો અવાજ
rumble *v* વાદળા જેવો ગડગડાટ થવો
rumor *n* અફવા
run *iv* દોડવું
run away *v* નાસી છૂટવું
run into *v* વધી જવું
run out *v* અંત આવવો, બહાર આવવું
run over *v* ઊભરાઇ જવું
run up *v* દોડવાનું કાર્ય
runner *n* દોડનાર
runway *n* વિમાનઉડાણ માર્ગ
rupture *n* ભંગાણ
rupture *v* ભાંગવું, ફૂટવું
rural *adj* ગ્રામીણ
ruse *n* કપટજાળ
rush *v* ઉતાવળ કરવી
Russia *n* રશિયા દેશ
Russian *adj* રશિયાનું વતની
rust *v* કટાઈ જવું
rust *n* કાટ
rustic *adj* ગામઠી
rust-proof *adj* કાટ પ્રતિરોધક
rusty *adj* કાટવાળું
ruthless *adj* કઠોર
rye *n* એક જાતનું અનાજ

S

sabotage *v* ભાંગફોડ કરવી
sabotage *n* ભાંગફોડ
sack *v* કોથળામાં ભરવું
sack *n* ગૂણપાટ
sacrament *n* પ્રતીકાત્મક ધાર્મિક વિધિ
sacred *adj* પવિત્ર
sacrifice *n* બલિદાન
sacrilege *n* અનાદર
sad *adj* ઉદાસ
sadden *v* દુ:ખી થવું
saddle *n* જીન, પલાણ
sadist *n* ક્રૂર
sadness *n* ઉદાસી
safe *adj* સહીસલામત
safe *n* તિજોરી
safeguard *n* સુરક્ષિત રાખવું
safety *n* સલામતી
sail *v* દરિયો પાર કરવો
sail *n* વહાણમાં પ્રવાસ
sailboat *n* સઢની મદદથી ચાલતું વહાણ
sailor *n* નાવિક
saint *n* સંત
salad *n* રાંધ્યા વિનાના શાકભાજી-ફળનું કચુંબર
salary *n* પગાર
sale *n* વેચાણ
sale slip *n* વેચાણ રસીદ
salesman *n* વેચાણ કરનાર માણસ

saliva *n* લાળ
salmon *n* નારંગી રંગની મોટી માછલી
saloon *n* મેળાવડાની મોટી જગ્યા
salt *n* મીઠું
salty *adj* મીઠાનું
salvage *v* દરિયા પર મિલકત બચાવવી તે
salvation *n* મુક્તિ
same *adj* એક સરખું
sample *n* નમૂનો
sanctify *v* પવિત્ર કરવું
sanction *v* મંજૂર કરવું
sanction *n* સજા
sanctity *n* સાધુતા
sanctuary *n* અભયારણ્ય
sand *n* રેતી
sandal *n* ચંપલ
sandpaper *n* રેતિયો કાગળ
sandwich *n* માંસ
sane *adj* સમજું
sanity *n* મનનું સાબૂતપણું
sap *v* નબળું પાડવું
sap *n* ભૂગર્ભસુરંગ
sapphire *n* નીલમ
sarcasm *n* કટાક્ષ
sarcastic *adj* કટાક્ષવાળું
sardine *n* એક નાની માછલી
satanic *adj* રાક્ષસી, દુષ્ટ
satellite *n* ઉપગ્રહ
satire *n* ઉપહાસ
satisfaction *n* સંતોષ
satisfactory *adj* સમાધાનકારક
satisfy *v* સંતુષ્ટ કરવું
saturate *v* તરબોળ કરવું
Saturday *n* શનિવાર
sauce *n* ચટણી, રાયતું
saucepan *n* તવો
saucer *n* તાસક
sausage *n* કુલમો
savage *adj* વિકરાળ
savagery *n* જંગલીપણું
save *v* બચાવવું
savings *n* બચત
savior *n* બચાવનાર
savor *v* સ્વાદ માણવો
saw *iv* કરવત વતી કાપવું
saw *n* જૂની કહેવત
say *iv* કહેવું
saying *n* ઉક્તિ
scaffolding *n* પાલખ બાંધવા માટેનો સામાન
scald *v* બળવું
scale *n* માછલી-સાપનું કવચ જેવું ભીંગડું; દાંત પરની છારી
scale *v* અમુક વજનનું થવું
scalp *n* માથા ઉપરની વાળવાળી ચામડી
scam *n* કૌભાંડ
scan *v* પૃથક્કરણ કરવું
scandal *n* કૌભાંડ
scandalize *v* બદનક્ષી કરવી
scapegoat *n* હોળીનું નાળિયેર
scar *n* જખમની નિશાની
scarce *adj* અપૂરતું

scarcely *adv* ભાગ્યે જ
scarcity *n* અછત
scare *v* ભડકાવી મારવું
scare *n* બીક
scare away *v* ડરાવી મારવું
scarf *n* ગળપટ્ટો
scary *adj* ડરામણું
scatter *v* વેરવિખેર કરવું
scenario *n* ચિત્રપટ
scene *n* ઘટનાસ્થળ, દ્રશ્ય
scenery *n* કુદરતી દ્રશ્ય
scenic *adj* રંગમંચ પરનું, કુદરતી દેખાવનું
scent *n* સુગંધ
schedule *v* નિર્ધારિત સમય
schedule *n* સમયપત્રક
scheme *n* યોજના, કાવતરું
schism *n* ભાગલા
scholar *n* છાત્રવૃત્તિ મેળવનાર
scholarship *n* છાત્રવૃત્તિ
school *n* શાળા
science *n* વિજ્ઞાન
scientific *adj* વિજ્ઞાનના સિદ્ધાંતો પ્રમાણેનું
scientist *n* વૈજ્ઞાનિક
scissors *n* કાતર
scoff *v* મશ્કરી કરવી
scold *v* ઠપકો આપવો
scolding *n* ઠપકો
scooter *n* બે પૈડાનું વાહન
scope *n* અવકાશ
scorch *v* બાળવું
score *n* કરેલા ગોલ
score *v* ગોલ કરવા
scorn *v* તિરસ્કાર કરવો
scornful *n* તિરસ્કારવાળું
scorpion *n* વીંછી
scoundrel *n* હરામખોર
scour *v* ઘસીને સાફ કરવું
scourge *n* ચાબુક
scout *n* બાતમી માટે મોકલેલું
scramble *v* ઉતાવળ કરવી
scrambled *adj* સાંતળેલું
scrap *n* ભાંગેલો કકડો
scrap *v* છોડી દેવું
scrape *v* છોલી કાઢવું
scratch *v* ખોતરવું
scratch *n* ઉઝરડો
scream *v* ચીસ પાડવી
scream *n* ચીસ
screech *v* તીણી ચીસ પાડવી
screen *n* પડદો
screen *v* કશાકને છુપાવવું
screw *v* સ્ક્રૂથી જડવું
screw *n* આંટાવાળો ખીલો
screwdriver *n* પેચકસ
scribble *v* બેદરકારીથી લખવું
script *n* હસ્તલિપિ
scroll *n* કાગળનો વીંટો
scrub *v* બહુ જોરથી ઘસવું
scruples *n* પાપભીરુતા
scrupulous *adj* પાપભીરુ
scrutiny *n* ઝીણવટભરી તપાસ
scuffle *n* બાઝાબાઝી

S

sculptor 156

sculptor *n* શિલ્પી
sculpture *n* શિલ્પ
sea *n* દરિયો
seafood *n* દરિયાઈ ખોરાક
seagull *n* એક દરિયાઈ પક્ષી
seal *n* કોર્ટની મહોર; પોષ્ટ ખાતાની મહોર
seal *v* લાખથી બંધ કરવું
seal off *v* ચોતરફ ફરી વળવું
seam *n* સીવણ
seamless *adj* સાંધા વિનાનું
seamstress *n* દરજણ
search *v* શોધવું
search *n* તપાસ
seashore *n* દરિયાકિનારો
seasick *adj* વહાણના ડોલવાથી ઓકારી
seaside *adj* દરિયાકિનારો
season *n* ઋતુ
season *v* કાર્યક્ષમ બનાવવું
seasonal *adj* મોસમનું
seasoning *n* મસાલાવાળું ખાદ્ય
seat *n* બેઠક
seated *adj* બેઠેલું
secede *v* અલગ પડવું
secluded *adj* એકાંતવાસ ભોગવતું
seclusion *n* એકાન્ત સ્થિતિ
second *n* મિનિટનો સાઠમો ભાગ
second *adj* ગૌણ બીજી વ્યક્તિ
secondary *adj* બીજી પંક્તિનું
secrecy *n* ગુપ્તતા
secret *n* ગુપ્ત
secretary *n* સચિવ
secretly *adv* ગુપ્તપણે
sect *n* સંપ્રદાય
section *n* વિભાગ
sector *n* કોઈ પ્રવૃત્તિની શાખા
secure *v* સુરક્ષિત કરવું
secure *adj* સલામત
security *n* સલામતી
sedate *v* શમન કરવું
sedation *n* શામક દવા
seduce *v* ફોસલાવવું
seduction *n* આકર્ષણ
see *iv* જોવું
seed *n* બી
seedless *adj* બીજરહિત
seedy *adj* પુષ્કળ બિયાંવાળું
seek *iv* શોધવું
seem *v* દેખાવું
see-through *adj* પારદર્શક
segment *n* વૃત્તખંડ
segregate *v* અલગ પડવું
segregation *n* અલગ મૂકવા કે થવાની ક્રિયા
seize *v* સ્પષ્ટપણે સમજવું
seizure *n* રક્તાઘાત
seldom *adv* ભાગ્યે જ
select *v* પસંદ કરવું
selection *n* પસંદગી
self-conscious *adj* સ્વસચેત
self-esteem *n* આત્મસંમાન
self-evident *adj* સ્વયંસિદ્ધ
self-interest *n* સ્વાર્થવૃત્તિ

S

selfish *adj* સ્વાર્થી
selfishness *n* સ્વાર્થીપણું
self-respect *n* સ્વમાન
sell *iv* વેચવું
seller *n* વિક્રેતા
sellout *n* બધી ટિકિટો ખપી જવી
semblance *n* ઉપરઉપરનો દેખાવ
semester *n* વિદ્યાપીઠનું સત્ર
seminary *n* પાદરીઓ તૈયાર કરવાની પાઠશાળા
senate *n* ઉપલી ધારાસભા
senator *n* સેનેટ–સભ્ય
send *iv* મોકલવું
sender *n* મોકલનાર
senile *adj* વૃદ્ધાવસ્થાનાં લક્ષણ દર્શાવતું
senior *adj* ઉપરી, વડીલ
seniority *n* પ્રવરતા, જ્યેષ્ઠતા, પદવીમાં અગ્રતા
sensation *n* સંવેદના
sense *v* બુધ્ધિ, જ્ઞાનેન્દ્રિય દ્વારા જાણવું
sense *n* જ્ઞાનેન્દ્રિય
senseless *adj* મૂર્ખ
sensible *adj* સમજુ
sensitive *adj* સંવેદનશીલ
sensual *adj* વિષયાસક્ત
sentence *v* સજા કરવી
sentence *n* વાક્ય, શિક્ષા
sentiment *n* લાગણી
sentimental *adj* લાગણીવશ
sentry *n* ચોકીદાર
separate *v* અલગ પડવું
separate *adj* અલગ
separation *n* અલગાવ
September *n* સપ્ટેમ્બર મહિનો
sequel *n* બીજો ભાગ
sequence *n* અનુક્રમ
serenade *n* ગાયન કે વાદન
serene *adj* શાંત
serenity *n* શાંતિ
sergeant *n* સશસ્ત્ર અધિકારી
series *n* શ્રેણી
serious *adj* ગંભીર, જોખમકારક
seriousness *n* ગંભીરતા
sermon *n* ધાર્મિક પ્રવચન
serpent *n* સર્પ
serum *n* લોહી ગંઠાવું
servant *n* નોકર
serve *v* સેવા કરવી, પીરસવું
service *n* સેવા
service *v* કામ કરવું તે
session *n* સત્ર
set *n* સમૂહ
set *iv* તૈયાર કરી રાખેલું
set about *v* દૃઢનિશ્ચયપૂર્વક શરૂ કરવું
set off *v* પ્રવાસ શરૂ કરવો
set out *v* પ્રવાસે ઊપડવું
set up *v* નિર્માણ કરવું
setback *n* પીછેહઠ
setting *n* સંગીત માટે કરેલી રચના, જોડાણ
settle *v* વસવું, ઠરીઠામ થવું
settle down *v* સ્થિર થવું

settle for *v* સંમત થવું
settlement *n* પતાવટ, સમજૂતી
settler *n* વસાહતી
setup *n* ગોઠવણી, ઉપજાવી કાઢેલું
seven *adj* સાત
seventeen *adj* સત્તર
seventh *adj* સાતમું
seventy *adj* સિત્તેર
sever *v* ભાગ પાડવા, વિચ્છેદ કરવો
several *adj* કેટલાક
severance *n* સંબંધ વિચ્છેદ
severe *adj* કડક, તીવ્ર
severity *n* તીવ્રતા
sew *v* સીવવું
sewage *n* મેલું પાણી
sewer *n* મોરી
sewing *n* સીવવાની ક્રિયા
sex *n* લિંગ
sexuality *n* કામુકતા
shabby *adj* જીર્ણશીર્ણ
shack *n* ઝૂંપડું
shackle *n* બેડી
shade *n* છાંયડો
shadow *n* પડછાયો, છાયા
shady *adj* છાંયડાવાળું, નિંદ્ય
shake *iv* હલાવવું
shaken *adj* હચમચી ગયેલું
shaky *adj* અસ્થિર
shallow *adj* છીછરું
sham *n* ઢોંગ
shambles *n* ગરબડ ગોટાળો
shame *v* લજવવું
shame *n* શરમ
shameful *adj* શરમજનક
shameless *adj* બેશરમ
shape *v* નક્કી કરવું
shape *n* આકાર
share *v* વહેંચવું
share *n* ભાગ, હળની કોશ
shareholder *n* ભાગીદાર
shark *n* શાર્ક
sharp *adj* તીક્ષ્ણ, હોશિયાર
sharpen *v* ધારદાર બનાવવું
sharpener *n* અણીદાર બનાવનાર
shatter *v* નાશ કરવો
shattering *adj* પૂરેપૂરો નાશ કરવો
shave *v* હજામત કરવી
she *pro* તે, તેણી, સ્ત્રીજાતિવાચક ઉપસર્ગ
shear *iv* કાપી નાખવું
shed *iv* પાડી નાખવું, પડવા દેવું
shed *n* ઝૂંપડી
sheep *n* ઘેટું
sheet *n* ચાદર; ચોફાળ; પલંગપોશ
sheets *n* ચાદરો
shelf *n* અભરાઈ
shell *n* કોચલું
shell *v* તોપનો ગોળો
shellfish *n* કરચલો
shelter *v* આશ્રય આપવો
shelter *n* આશ્રય
shelves *n* છાજલી
shepherd *n* ભરવાડ

S

sherry *n* સ્પેઇનનો સફેદ દારૂ
shield *v* રક્ષણ કરવું
shield *n* ઢાલના આકારની વસ્તુ
shift *n* સ્થળાંતર
shift *v* ખસવું
shine *iv* પ્રકાશવું
shine *n* તેજ
shiny *adj* ચળકતું
ship *n* વહાણ
shipment *n* જહાજમાં મોકલેલો માલ
shipwreck *n* જહાજનો નાશ
shipyard *n* ગોદી
shirk *v* ટાળવું, કામચોર થવું
shirt *n* ખમીસ
shiver *v* ધ્રૂજવું
shiver *n* ધ્રુજારી
shock *v* આઘાત પહોંચાડવો
shock *n* આઘાત
shocking *adj* આઘાતજનક
shoddy *adj* હલકી જાતનું
shoe *n* પગરખું
shoe polish *n* બૂટ પોલિશ
shoe store *n* બૂટ મળે તે સ્ટોર
shoelace *n* બૂટની દોરી
shoot *iv* ગોળી મારવી
shoot down *v* ગોળીઓ છોડી વિમાનને નીચું લાવવું
shop *n* દુકાન
shoplifting *n* ઉઠાંતરી
shopping *n* ખરીદ કરેલી વસ્તુઓ
shore *n* કિનારો
short *adj* ટૂંકું, અપૂરતું
shortage *n* અછત
shortcoming *n* ઊણપ
shortcut *n* ટૂંકો રસ્તો
shorten *v* ટૂંકાવવું
shorthand *n* લઘુલિપિ
short-lived *adj* ટૂંકી આવરદાવાળું, અલ્પજીવી
shortly *adv* થોડા વખતમાં
shorts *n* ચડ્ડી
shortsighted *adj* ટૂંકી દ્રષ્ટિવાળું
shot *n* ફટકો
shotgun *n* ટૂંકા અંતરની ગન
shoulder *n* ખભો
shout *v* બૂમ પાડવી
shout *n* બૂમ
shouting *n* બૂમો પાડતું
shove *v* જોરથી ધક્કો મારવો
shove *n* હડસેલો
shovel *n* પાવડો
shovel *v* પાવડા વડે ઉપાડવું
show *iv* બતાવવું
show off *v* દેખાડો કરવો
show up *v* ઉઘાડું પાડવું, શરમિંદું કરવું
showdown *n* અંતિમ કસોટી
shower *n* વરસાદ, કરા, બરફ
shrapnel *n* બોંબની ઉડતી કરચો
shred *v* ટુકડા કરવા
shred *n* ભંગાર
shrewd *adj* વિચક્ષણ
shriek *v* ચીસ પાડવી

S

shriek *n* તીણો અવાજ
shrimp *n* ઝીંગું
shrine *n* સમાધિ
shrink *iv* સંકોચાવું
shroud *n* કફન
shrouded *adj* વીંટાળેલું
shrub *n* ઝાડવું
shrug *v* ખભા ઉછાળવા
shudder *n* ધ્રુજારી
shudder *v* ધ્રૂજવું
shuffle *v* ચીપવું
shun *v* દૂર કરવું
shut *iv* બંધ કરવું
shut off *v* પ્રવાહ બંધ કરવો
shut up *v* ચૂપ રહેવું
shuttle *v* આગળ પાછળ જવું
shy *adj* શરમાળ
shyness *n* શરમાળપણું
sick *adj* માંદું
sicken *v* કંટાળો ઉપજાવવો
sickening *adj* નફરત પેદા કરનારું
sickle *n* દાતરડું
sickness *n* માંદગી
side *n* બાજુ
sideburns *n* વાળનાં થોભિયાં
sidestep *v* ટાળવું, બાજુએ ખસીને ટાળવું
sidewalk *n* પગપાળા જનારાઓનો રસ્તો
sideways *adv* આજુબાજુએ
siege *n* ઘેરો
siege *v* ઘેરો ઘાલવો
sift *v* ચાળવું
sigh *n* નિસાસો
sigh *v* નિસાસો મૂકવો
sight *n* દ્રષ્ટિ
sightseeing *v* ફરવાલાયક સ્થળો જોવા
sign *v* સહી કરવી
sign *n* નિશાની, સહી
signal *n* સંકેત
signal *v* ઇશારા કરીને જણાવવું, પૂર્વનિયોજિત નિશાની
signature *n* સહી
significance *n* મહત્વ
significant *adj* મહત્વનું
signify *v* સૂચવવું
silence *n* મૌન
silence *v* શાંત કરવું
silent *adj* શાંત
silhouette *n* આકૃતિ
silk *n* રેશમ
silly *adj* મૂર્ખ
silver *n* ચાંદી
silver-plated *adj* ચાંદીનો ઢોળ કરેલું
silversmith *n* કંસારો કે સોની
silverware *n* ચાંદીના વાસણો
similar *adj* સરખું
similarity *n* સામ્યતા
simmer *v* ઊકળતું રાખવું
simple *adj* સરળ
simplicity *n* સાદાઈ
simplify *v* સાદું બનાવવું
simply *adv* સહેલાઈથી

S

simulate *v* બનાવટ કરવી
simultaneous *adj* એકી વખતે થતું
sin *v* પાપ કરવું
sin *n* પાપ
since *c* કારણ કે
since *pre* ત્યારથી
since then *adv* તે ઘટનાથી
sincere *adj* નિષ્ઠાવાળું
sincerity *n* નિષ્ઠા
sinful *adj* પાપી
sing *iv* ગાવું
singer *n* ગાયક
single *n* એકલું
single *adj* અપરિણીત, વ્યક્તિગત
singlehanded *adj* એકલે હાથે
single-minded *adj* એકનિષ્ઠ
singular *adj* એકવચન
sinister *adj* બદમાશ
sink *iv* ડૂબી જવું
sink *n* ડૂબવું
sink in *v* શોષાવું
sinner *n* પાપી
sip *v* ઘૂંટડે ઘૂંટડે પીવું તે
sip *n* ઘૂંટડો
sir *n* સાહેબ
siren *n* ભય બ્યૂગલ
sirloin *n* પસંદગીદાયક માંસ
sissy *adj* ડરપોક સ્ત્રૈણ છોકરા
sister *n* સગી બહેન
sister-in-law *n* નણંદ, સાળી, ભાભી
sit *iv* બેસવું
site *n* સ્થળ
sitting *n* પદ કે હોદ્દો ધરાવતું
situated *adj* કોઈક જગ્યાએ આવેલું
situation *n* પરિસ્થિતિ
six *adj* છ
sixteen *adj* સોળ
sixth *adj* છઠ્ઠું
sixty *adj* સાઠ
sizable *adj* મોટા કદનું
size *n* કદ
size up *v* કદનો અડસટ્ટો કરવો
skate *v* સરકતા જવું
skate *n* ગરગડી જડેલો જોડો
skeleton *n* હાડપિંજર
skeptic *adj* સંશયી
skeptic *n* અજ્ઞેયવાદી
sketch *v* રેખાચિત્રો દોરવાં
sketch *n* રેખાચિત્ર
sketchy *adj* અપૂર્ણ
ski *v* બરફ પર સરકવું
skill *n* કુશળતા
skillful *adj* કુશળ
skim *v* પ્રવાહી પરથી મેલ કાઢી લેવો
skin *v* નવી ચામડી આવવી
skin *n* ચામડી
skinny *adj* સુકલકડી
skip *v* કૂદવું, છોડવું
skip *n* કૂદકો
skirmish *n* ઝપાઝપી
skirt *n* સ્કર્ટ
skull *n* ખોપરી

sky *n* આકાશ
skylight *n* છાપરામાંની બારી, અજવાશિયું
skyscraper *n* ગગનચુંબી ઇમારત
slab *n* શિલા
slack *adj* આળસુ
slacken *v* ઢીલું થવું
slacks *n* પરચૂરણ લેંઘો
slam *v* બંધ કરવું
slander *n* બદનક્ષી
slanted *adj* ત્રાંસું
slap *n* તમાચો
slap *v* તમાચો મારવો
slash *n* લાંબો અને ઊંડો ઘા
slash *v* કાપવું
slate *n* લખવાની સ્લેટ
slaughter *v* કતલ કરવી
slaughter *n* કતલ
slave *n* ગુલામ
slavery *n* ગુલામી
slay *iv* મારી નાખવું
sleazy *adj* તકલાદી
sleep *iv* ઊંઘવું
sleep *n* ઊંઘ, નિદ્રા
sleeve *n* કપડાની બાંય
sleeveless *adj* બાંય વગરનું
sleigh *n* બરફ ગાડી
slender *adj* પાતળું
slice *v* ચીરીઓ કરવી
slice *n* કાપો, ચીરો
slide *iv* ઉપરથી સરકવું
slightly *adv* જરાક
slim *adj* પાતળું, ચાલાક
slip *v* લપસી જવું
slip *n* નજરચૂક
slipper *n* ઘરમાં પહેરવાના જોડા
slippery *adj* લપસણું
slit *iv* લાંબો કાપો પાડવો
slob *adj* મૂર્ખ માણસ
slogan *n* નીતિવાક્ય
slope *n* ઢાળ
sloppy *adj* ઢંગધડા વિનાનું
slot *n* કાણું
slow *adj* ધીમું
slow down *v* ધીમે કામ કરવું
slow motion *n* ચિત્રપટની ધીમી ગતિ
slowly *adv* ધીમેથી
sluggish *adj* ધીમી ગતિવાળું
slum *n* ઝૂંપડપટ્ટી
slump *v* વેપારમાં મંદી આવવી
slump *n* વેપારમાં મંદી
slur *v* અસ્પષ્ટ ઉચ્ચાર કરવો
sly *adj* કાવતરાબાજ
smack *n* ચુંબનનો બચકારો
smack *v* હોઠ બચકારવા
small *adj* નાનું
smallpox *n* શીતળા
smart *adj* હોંશિયાર
smash *v* ટુકડા કરી નાખવા
smear *n* કલંક
smear *v* ચીકણી વસ્તુ ચોપડવી
smell *iv* સૂંઘવું
smelly *adj* દુર્ગંધવાળું

S

smile *v* હસવું
smile *n* હાસ્ય
smith *n* લુહાર
smoke *v* કશાકમાંથી નીકળતો ધુમાડો
smoked *adj* ધુમાડાથી સુકવેલું
smoker *n* ધૂમ્રપાન કરનાર
smoking gun *n* સચોટ પુરાવો શોધવાની ગન
smooth *v* સમતલ કરવું
smooth *adj* સપાટ
smoothly *adv* સરળતાપૂર્વક
smoothness *n* સુંવાળાપણું
smother *v* ગૂંગળાવવું
smuggler *n* દાણચોર
snack *n* નાસ્તો
snack *v* નાસ્તો કરવો
snail *n* ગોકળગાય
snake *n* સાપ
snap *v* કડાક દઈને ભાંગી નાખવું; ફોટો ઝડપવો
snapshot *n* શીઘ્રફોટો
snare *v* ફાંસામાં નાખવું
snare *n* ફાંસો
snatch *v* આંચકી લેવું
sneak *v* ચોરી કરવી
sneeze *v* છીંક ખાવી
sneeze *n* છીંક
sniff *v* સૂંઘવું
sniper *n* બંદૂકબાજ
snitch *v* ચાડી ખાવી
snooze *v* ઝોકું ખાવું
snore *v* ઘોરવું તે
snore *n* નસકોરાંનો અવાજ
snow *v* બરફ પડવો
snow *n* બરફ
snowfall *n* બરફવર્ષા
snowflake *n* કરાનો ટુકડો
snub *v* ધુતકારવું
snub *n* ધુતકાર
soak *v* ભીંજવવું
soak in *v* માં ભીંજવવું
soak up *v* શોષવું
soar *v* ઊંચે ઊડવું
sob *v* ડૂસકાં ખાવા
sob *n* ડૂસકું
sober *adj* સૌમ્ય
so-called *adj* તથાકથિત
sociable *adj* મળતાવડું
socialism *n* સમાજવાદ
socialist *adj* સમાજવાદી
socialize *v* ભળવું
society *n* સમાજ
sock *n* મોજું
sod *n* જમીનની સપાટી
soda *n* એક ક્ષાર
sofa *n* સોફા
soft *adj* નરમ
soften *v* વધારે નરમ કરવું
softly *adv* હળવેથી
softness *n* નરમાશ
soggy *adj* પાણીથી તરબોળ
soil *v* કલંક લગાડવું
soil *n* જમીન, ભૂમિ, ધરા, ધરતી

S

soiled *adj* ગંદું થઇ જવું
solace *n* આશ્વાસન
solar *adj* સૌર
solder *v* રેણ કરવું
soldier *n* લશ્કરનો સિપાઈ
sold-out *adj* વેચાઈ ચૂકેલું
sole *n* પગરખાનું તળિયું, એક જાતની માછલી, એકમાત્ર
sole *adj* એકલું
solely *adv* ખાસ
solemn *adj* ગંભીર
solicit *v* આમંત્રણ આપવું
solid *adj* કઠણ
solidarity *n* એકતા
solitary *adj* એકલવાયું
solitude *n* એકાન્ત
soluble *adj* દ્રાવ્ય
solution *n* દ્રાવણ
solve *v* ઉકેલ લાવવો
solvent *adj* દ્રાવક
somber *adj* ગમગીન
some *adj* કેટલુંક
somebody *pro* કોઈ એક માણસ
someday *adv* કોઈક દિવસે
somehow *adv* કોઈપણ રીતે
someone *pro* કોઈક
something *pro* કશુંક
sometimes *adv* કયારેક કયારેક
someway *adv* કોઈક રીતે
somewhat *adv* કેટલેક અંશે
son *n* પુત્ર
song *n* ગાયન
son-in-law *n* જમાઈ
soon *adv* જલદી
soothe *v* શમાવવું
sorcerer *n* જાદુટોણો કરનાર ભૂવો
sorcery *n* જાદુટોણો
sore *n* ખુલ્લો ઘા
sore *adj* પીડિત
sorrow *n* શોક
sorrowful *adj* શોકાતુર
sorry *adj* દિલગીર
sort *n* જાત
sort out *v* જુદું પાડવું
soul *n* આત્મા
sound *n* અવાજ
sound *v* અવાજ બહાર કાઢવો
sound out *v* લોકોના અભિપ્રાયો જાણવા
soup *n* સૂપ, રસો
sour *adj* ખાટું
source *n* નદીનું મૂળ
south *n* દક્ષિણ
southbound *adv* દક્ષિણ તરફનું
southeast *n* દક્ષિણપૂર્વ દિશા, અગ્નિખૂણો
southern *adj* દક્ષિણનું
southerner *n* દક્ષિણનો વતની
southwest *n* દક્ષિણપશ્ચિમ દિશા, નૈઋત્યખૂણો
souvenir *n* સંભારણું
sovereign *adj* સર્વોપરિ
sovereignty *n* સર્વોપરિતા
soviet *adj* રશિયાના સોવિયેટ યુનિયનનું

sow *iv* બી રોપવું
spa *n* ઔષધિ પાણીવાળો ઝરો
space *n* અન્તહીન વિસ્તાર; અંતરિક્ષ; અવકાશ
space out *v* વચ્ચેની ખાલી જગ્યા વધારવી
spacious *adj* મોકળાશવાળું
spade *n* પાવડો
Spain *n* સ્પેન દેશ
span *v* ફેલાવવું, લાંબું કરવું
span *n* આંતરો
Spaniard *n* સ્પેન દેશનું વતની
Spanish *adj* સ્પેનને લગતું
spank *v* ફૂલા પર ચાપટ મારવી
spanking *n* ઉત્તમ રીતે, આકર્ષક રીતે
spare *v* દૂર રહેવું, જતું કરવું
spare *adj* ફાજલ
spare part *n* મશીનના છૂટા ભાગ
sparingly *adv* કરકસરતાપૂર્વક
spark *n* તણખો
spark off *v* શરૂ કરવું, ચાલુ કરવું
spark plug *n* એંજિનમાં તણખો પેદા કરવાનું સાધન
sparkle *v* તણખા ફેંકવા
sparrow *n* ચકલી
sparse *adj* છૂટુંછવાયું
spasm *n* તાણ
speak *iv* બોલવું
speaker *n* વકતા, લાઉડ સ્પીકર
spear *n* ભાલો
spearhead *v* આગેવાની કરવી
special *adj* ખાસ
specialize *v* તજજ્ઞ હોવું
specialty *n* વિશેષતા
species *n* સમાન લક્ષણોવાળા પ્રાણીઓ
specific *adj* ચોક્કસ
specimen *n* નમૂનો
speck *n* નાનકડો ધબ્બો
spectacle *n* જાહેર તમાશો
spectator *n* પ્રેક્ષક
speculate *v* અનુમાન કરવું
speculation *n* અનુમાન
speech *n* ભાષણ
speechless *adj* અવાક
speed *iv* ઝડપથી જવું
speed *n* ઝડપ
speedily *adv* ઝડપથી
speedy *adj* ઝડપી
spell *iv* જોડણી કહેવી
spell *n* મંત્ર
spelling *n* જોડણી
spend *iv* ખરચવું
spending *n* ચોક્કસ હેતુનું ખર્ચ
sperm *n* શુક્રજંતુ
sphere *n* ગોળો
spice *n* મસાલો
spicy *adj* મસાલેદાર, તીખું
spider *n* કરોળિયો
spider web *n* કરોળિયાનું જાળું
spill *iv* ઢોળવું
spill *n* કાગળની ચબરકી, ગુલાંટ
spin *iv* જાળ વણવી
spine *n* કરોડ, પૃષ્ઠવંશ

S

spineless *adj* નમાલું
spinster *n* કુમારિકા
spirit *n* જીવાત્મા
spiritual *adj* આધ્યાત્મિક
spit *iv* થૂંકવું
spite *n* દ્વેષ
spiteful *adj* કિન્નાખોર
splash *v* છાંટા ઊડવા
splendid *adj* ભવ્ય
splendor *n* વૈભવ
splint *n* પાતળી ચીપ
splinter *n* લાકડું-પથ્થરની ચીપ
splinter *v* લાકડું-પથ્થરની ચીપ કરવી
split *n* વિભાજન
split *iv* ફાટ પાડવી
split up *v* અલગ થવું
spoil *v* બગાડવું
spoils *n* બગાડ
sponge *n* સ્પોન્જ
sponsor *n* પ્રાયોજક, પુરસ્કર્તા
spontaneity *n* સ્વયંસ્ફૂર્તતા
spontaneous *adj* સ્વયંસ્ફૂર્ત
spooky *adj* ભૂત–પિશાચવાળું
spool *n* ફરકડી
spoon *n* ચમચો
spoonful *n* ચમચો ભરાય એટલું
sporadic *adj* છૂટુંછવાયું
sport *n* રમત
sportsman *n* ખેલદિલ વ્યક્તિ
sporty *adj* રમતગમતનું શોખીન
spot *v* નજર કરવી
spot *n* ડાઘો, ચોક્કસ સ્થળ
spotless *adj* નિષ્કલંક
spotlight *n* ચોક્કસ જગ્યા ઉપરનો પ્રકાશ
spouse *n* પતિ અથવા પત્ની
sprain *v* મચકોડવું
sprawl *v* ફેલાવવું
spray *v* છાંટવું
spread *iv* ફેલાવવું, ચોપડવું
spring *n* છલાંગ; વસંતઋતુ
spring *iv* અચાનક ઊભા થવું, કૂદવું
springboard *n* કૂદકો મારવાનું પાટિયું
sprinkle *v* છંટકાવ કરવો
sprout *v* ફણગો ફૂટવો
spruce up *v* કપડાં ઠીકઠાક કરવાં
spur *v* ઉત્તેજના આપવી
spur *n* ઉત્તેજન
spy *v* જાસૂસી કરવી
spy *n* જાસૂસ
squalid *adj* ગંદું
squander *v* પૈસા ઉડાવવા
square *adj* ચોરસ
square *n* કાટખૂણિયું, વર્ગ
squash *v* છૂંદવું, કચરવું
squeak *v* કર્કશ અવાજ કરવો
squeaky *adj* કર્કશ અવાજ
squeamish *adj* જરામાં કંટાળે એવું
squeeze *v* દાબવું, નિચોવવું
squeeze in *v* સમય કાઢવો
squeeze up *v* કચડી નાખવું
squid *n* રંગારો

S

squirrel *n* ખિસકોલી
stab *v* વીંધવું
stab *n* તીક્ષ્ણ પ્રહાર
stability *n* સ્થિરતા
stable *adj* સ્થિર રહેવું
stable *n* અચળ
stack *v* ઢગલો કરવો
stack *n* ઢગલો
staff *n* કર્મચારીઓનું જૂથ; હોદ્દાના પ્રતીક તરીકેની લાકડી
staff *v* માણસો પૂરા પાડવા
stage *n* મંચ
stage *v* નાટક રજૂ કરવું
stagger *v* લથડિયાં ખાવાં
staggering *adj* આશ્ચર્યચકિત કરનારું
stagnant *adj* બંધિયાર
stagnate *v* વહેતું બંધ થવું
stagnation *n* બંધિયારપણું
stain *v* ડાઘો પાડવો, ગંદું કરવું
stain *n* ડાઘો
stair *n* નિસરણી
staircase *n* દાદરો
stairs *n* પગથિયા
stake *n* હોડમાં મૂકેલી વસ્તુ
stake *v* રકમ હોડમાં મૂકવી
stale *adj* વાસી
stalemate *n* મડાગાંઠ
stalk *v* પીછો કરવો
stalk *n* છોડની દાંડી
stall *n* નાનકડી દુકાન
stall *v* ઢીલમાં નાખવું
stammer *v* તોતડું બોલવું
stamp *v* સિક્કો મારવો
stamp *n* ટપાલની ટિકિટ
stamp out *v* દૂર કરવું
stampede *n* નાસભાગ
stand *iv* ઊભા હોવું
stand *n* બેસાડેલું
stand for *v* પ્રતિનિધિત્વ કરવું
stand out *v* બહાર નીકળી આવવું
stand up *v* ઊભા થવું
standard *n* પ્રમાણભૂત સાધન
standardize *v* નિશ્ચિત ધોરણનું કરવું
standing *n* સ્થાયી
standpoint *n* દ્રષ્ટિબિંદુ
standstill *adj* યથાવત સ્થિતિ
staple *v* કાગળો એકત્ર બાંધવાની ક્રિયા
staple *n* એકત્ર બાંધવું
stapler *n* કાગળો એકત્ર બાંધવાનું સાધન
star *n* તારો
starch *n* કાંજી
starchy *adj* કાંજીવાળું
stare *v* એકીટસે જોવું
stark *adj* વેરાન
start *v* શરૂ કરવું
start *n* શરૂઆત
startle *v* આશ્ચર્યચકિત કરવું
startled *adj* ચમકાવવું
starvation *n* ભૂખમરો
starve *v* ભૂખમરો વેઠવો
state *n* સ્થિતિ, રાજ્ય

S

state *v* કહેવું
statement *n* નિવેદન
station *n* સ્થાનક
stationary *adj* સ્થિર
stationery *n* લેખન–સાહિત્ય સામગ્રી
statistic *n* ભેગા કરેલા આંકડા
statue *n* બાવલું
status *n* સામાજિક દરજ્જો
statute *n* લિખિત કાયદો
staunch *adj* કટ્ટર
stay *v* બાકી રહેવું
stay *n* આધાર
steady *adj* અચલ, સ્વસ્થ
steak *n* માંસનો જાડો ટુકડો
steal *iv* ચોરી કરવી
stealthy *adj* ચોરીચૂપકીથી કરનારું
steam *n* વરાળ
steel *n* પોલાદ
steep *adj* સીધા ચડાણવાળું
stem *n* પ્રકાંડ
stem *v* ઊગવું
stench *n* દુર્ગંધ
step *n* ડગલું, ઉપાય
step *v* ચાલવું, પગલા લેવા
step down *v* રાજીનામું આપવું
step out *v* ઝડપથી ચાલવું
step up *v* ઉપર આવવું, આગળ વધવું
stepbrother *n* સાવકો ભાઈ
step-by-step *adv* ધીમે ધીમે
stepdaughter *n* સાવકી પુત્રી
stepfather *n* સાવકા પિતા
stepladder *n* પગથિયાવાળી સીડી
stepmother *n* સાવકી માતા
stepsister *n* સાવકી બહેન
stepson *n* સાવકું બાળક
sterile *adj* વાંઝિયું
sterilize *v* જંતુ રહિત બનાવવું
stern *n* વહાણ
stern *adj* સખત
sternly *adv* કઠોરતાથી
stew *n* બાંફેલા માંસની વાની
stewardess *n* વહાણ
stick *n* ચોંટવું
stick *iv* ચોંટી જવું
stick out *v* બહાર કાઢવું
stick to *v* ને વળગી રહેવું
sticker *n* ગુંદરવાળી કાપલી
sticky *adj* ચોંટે એવું
stiff *adj* અક્કડ
stiffen *v* અક્કડ કરવું
stiffness *n* અકડાઈ
stifle *v* ગૂંગળાવવું
stifling *adj* ગૂંગળાવે એવું
still *adj* નિઃસ્તબ્ધ
still *adv* આજે પણ
stimulant *n* ઉદ્દીપક પદાર્થ
stimulate *v* ઉત્તેજના આપવી
stimulus *n* ઉત્તેજક વસ્તુ
sting *iv* ડંખ મારવો તે
sting *n* ડંખ, તીખાશ
stinging *adj* ડંખીલું
stingy *adj* કંજૂસ

S

stink *iv* ગંધાવું
stink *n* દુર્ગંધ
stinking *adj* ગંધાતું
stipulate *v* નિશ્ચિત, નિયત
stir *v* હલાવવું, ખસેડવું
stir up *v* ઉત્તેજિત કરવું
stitch *v* ટાંકો મારવો
stitch *n* ટાંકો
stock *v* પુરવઠો રાખવો
stock *n* ભંડાર, પુરવઠો
stockpile *n* અનામત પુરવઠો
stockroom *n* સ્ટોકરૂમ
stoic *adj* ભારે સંયમી
stomach *n* પેટ
stone *n* પથ્થર
stone *v* પથ્થર મારવો
stool *n* હાથા વગરની બેઠક
stop *v* અટકાવવું
stop by *v* ઊભા રહેવું
stop over *v* વચ્ચે રોકાવું
storage *n* સંગ્રહ
store *v* સંગ્રહ કરવો
store *n* દુકાન
stork *n* બગલું
storm *n* તોફાન
stormy *adj* તોફાની
story *n* વર્ણન; વાર્તા; કથા
stove *n* ચૂલો
straight *adj* સીધું
straighten out *v* મજબૂત બનાવવું
strain *v* જોરથી કે સખત ખેંચવું

strain *n* તાણ
strained *adj* તણાયેલું
strainer *n* ગળણી
strait *n* સાંકડું
stranded *adj* ફસાયેલું
strange *adj* વિચિત્ર
stranger *n* અપરિચિત
strangle *v* ગળું દાબવું
strap *n* પટ્ટો
strategy *n* વ્યૂહરચના
straw *n* નળી
strawberry *n* સ્ટ્રોબેરી
stray *adj* છૂટુંછવાયું
stray *v* નિરુદ્દેશ ભટકવું
stream *n* પાણીનો પ્રવાહ
street *n* શેરી
streetcar *n* ટ્રામ, ગાડી, બસ
streetlight *n* શેરી પરની લાઈટ
strength *n* જોર
strengthen *v* બળવાન બનાવવું
strenuous *adj* થકવી નાખે એવું
stress *n* દબાણ, તણાવ
stressful *adj* તાણદાયક
stretch *n* તંગ
stretch *v* તાણવું
stretcher *n* માંદાની હેરફેરનો ખાટલો
strict *adj* કડક
stride *iv* લાંબાં ડગલાં ભરીને ચાલવું
strife *n* સંઘર્ષ
strike *n* હડતાળ

strike *iv* આઘાત પહોંચાડવો
strike back *v* વળતો ફટકો મારવો
strike out *v* અસફળતા મેળવવી
strike up *v* સંગીતની શરૂઆત કરવી
striking *n* ટકરાવ
string *n* દોરી, વાજિંત્રનો તાર
stringent *adj* કડક
strip *n* લાંબી પટ્ટી
strip *v* કપડાં ઉતારવાં
stripe *n* હોદ્દાની દ્યોતક પટ્ટી
striped *adj* પટ્ટીઓવાળું
strive *iv* ખૂબ પ્રયત્ન કરવો
stroke *n* ઓચિંતો હુમલો, ફટકો
stroll *v* ફરવા જવું
strong *adj* ખડતલ
structure *n* બંધારણ
struggle *v* સંઘર્ષ કરવો
struggle *n* સંઘર્ષ
stub *n* ઠૂંઠું
stubborn *adj* હઠીલું
student *n* વિદ્યાર્થી
study *v* અભ્યાસ કરવો
stuff *n* વસ્તુ
stuff *v* અંદર ભરવું
stuffing *n* અંદર ભરેલું
stuffy *adj* હવાઉજાસ વિનાનું
stumble *v* ગોથું ખાવું
stun *v* છક કરવું
stunning *adj* અત્યંત સારૂં
stupendous *adj* અતિમોટું
stupid *adj* બુદ્ધિહીન
stupidity *n* મૂર્ખાઈ
sturdy *adj* મજબૂત બાંધાનું
stutter *v* તોતડાવું તે
style *n* બોલવા
subdue *v* નમ્ર કરવું
subdued *adj* નમ્ર
subject *v* ને પાત્ર બનાવવું
subject *n* વિષય, વ્યક્તિ
sublime *adj* ઊંચું
submerge *v* પાણીમાં ડૂબવું
submissive *adj* તાબે થનારૂં
submit *v* તાબે થવું
subpoena *v* સમન્સ બજાવવું
subpoena *n* સમન્સ
subscribe *v* લવાજમ આપવું
subscription *n* લવાજમ
subsequent *adj* અનુગામી
subsidiary *adj* સહાયક
subsidize *v* આર્થિક મદદ કરવી
subsidy *n* આર્થિક સહાય
subsist *v* અસ્તિત્વ ધરાવવું
substance *n* પદાર્થ
substandard *adj* ઊતરતી કક્ષાનું
substantial *adj* ઠીક ઠીક મોટા કદનું
substitute *v* ને બદલે મૂકવું
substitute *n* અવેજી
subtitle *n* પેટામથાળું
subtle *adj* નાજુક
subtract *v* બાદ કરવું
subtraction *n* બાદબાકી
suburb *n* ઉપનગર

subway n ભૂગર્ભ વિદ્યુત રેલવે
succeed v સફળ થવું
success n સફળતા
successful adj સફળ
successor n વારસ
succulent adj રસદાર
succumb v હારી જવું
such adj આવું
suck v ચૂસવું
sucker adj ભોળિયો
sudden adj ઓચિંતું
suddenly adv અચાનક
sue v દાવો માંડવો
suffer v સહન કરવું
suffer from v થી પીડાતા હોવું
suffering n દુઃખ, પીડા
sufficient adj પૂરતું
suffocate v ગૂંગળાવવું
sugar n ખાંડ
suggest v સૂચવવું
suggestion n સૂચન
suggestive adj સૂચક
suicide n આત્મહત્યા
suit n સૂટ
suitable adj યોગ્ય
suitcase n કપડાંની પેટી
sulfur n ગંધક
sullen adj ઉદાસ
sum n સરવાળો
sum up v ટૂંકો હેવાલ આપવો
summarize v સારાંશમાં કહેવું
summary n ટૂંકો હેવાલ

summer n ઉનાળો
summit n શિખર, પરિષદ
summon v બોલાવવું
sumptuous adj ભારે કીમતી, ભવ્ય ભપકાદાર
sun n સૂર્ય
sun block n સૂર્યદાહની દવા
sunburn n ચામડીનો દાહ
Sunday n રવિવાર
sundown n સૂર્યાસ્ત
sunglasses n રંગવાળા ચશ્મા
sunken adj ડૂબેલું
sunny adj સૂર્યપ્રકાશવાળું
sunrise n સૂર્યોદય
sunset n સૂર્યાસ્ત
superb adj બહુ જ સરસ
superfluous adj જરૂર કરતાં વધારે
superior adj ઉપરી
superiority n ચઢિયાતાપણું
supermarket n મોટું બજાર
superpower n મહાસત્તા
supersede v જ્યાં હતું ત્યાં મૂકવું
superstition n વહેમ
supervise v નજર રાખવી
supervision n દોરવણી
supper n વાળું
supple adj લવચીક
supplier n પુરવઠો આપનાર
supplies n પુરવઠો
supply v જોઈતી વસ્તુ આપવી
support v ટેકો આપવો
supporter n સમર્થક

suppose *v* માનવું
supposing *c* ધારી લેતાં
supposition *n* ધારણા
suppress *v* દાબી દેવું
supremacy *n* સર્વોપરિતા
supreme *adj* સર્વોપરી, સર્વોચ્ચ
surcharge *n* વધારાનો કર
sure *adj* ખાતરીવાળું
surely *adv* ચોક્કસ
surf *v* સર્ફિંગ કરવું
surface *n* સપાટી
surge *n* ઉછાળો
surgeon *n* શસ્ત્રવૈદ્ય
surgical *adv* શસ્ત્રવૈદક
surname *n* અટક
surpass *v* ચડિયાતું હોવું
surplus *n* સિલક
surprise *v* આશ્ચર્યચકિત કરવું
surprise *n* આશ્ચર્ય
surrender *v* સોંપી દેવું
surrender *n* સમર્પણ
surround *v* ચોતરફ ફરી વળવું
surroundings *n* આસપાસની સ્થિતિ
surveillance *n* જાપ્તો
survey *n* સર્વેક્ષણ
survival *n* જીવ બચાવવો
survive *v* જીવતા રહેવું
survivor *n* બચી જનાર
susceptible *adj* ગ્રહણક્ષમ
suspect *v* શંકા રાખવી
suspect *n* શકમંદ માણસ
suspend *v* લટકાવવું, ફરજ મોકૂફી કરવી
suspenders *n* ખભે ભરાવવાના પટ્ટાની જોડ
suspense *n* અનિશ્ચિત સ્થિતિ
suspension *n* લટકાવેલું, ફરજ મોકૂફી
suspicion *n* શંકા
suspicious *adj* શંકાસ્પદ
sustain *v* ટકાવી રાખવું
sustenance *n* ગુજરાન
swallow *v* ગળી જવું
swamp *n* પોચી જમીન
swamped *adj* પાણીથી તરબોળ
swan *n* રાજહંસ
swap *v* વિનિમય કરવો તે
swap *n* વિનિમય
swarm *n* ટોળે વળવું
swarm *v* મધપૂડાનો મોટો સમુદાય
sway *v* અસ્થિરપણે ઝૂલવું
swear *iv* સોગન લેવા
sweat *n* પરસેવો
sweat *v* પરસેવો છૂટવો
sweater *n* ઊની સ્વેટર
Sweden *n* સ્વીડન દેશ
Swedish *adj* સ્વિડનનું
sweep *iv* ઝડપથી પસાર થવું
sweet *adj* મીઠું
sweeten *v* વધુ ગળ્યું કરવું
sweetheart *n* પ્રિયા
sweetness *n* મીઠાશ
sweets *n* મિઠાઈ
swell *iv* ફૂલવું

S

swelling *n* સોજો
swift *adj* ઉતાવળું
swim *iv* તરવું
swimmer *n* તરવૈયો
swimming *n* તરણ
swindle *v* છેતરવું તે
swindle *n* છેતરપિંડી
swindler *n* છેતરપિંડી કરનાર
swing *iv* ઝોલા ખાવા
swing *n* ઝોલો
Swiss *adj* સ્વિટ્ઝર્લૅન્ડનું વતની
switch *v* બદલવું
switch *n* કળ
switch off *v* કળ દબાવવી
switch on *v* કળ બંધ કરવી
Switzerland *n* સ્વિટ્ઝરલેન્ડ દેશ
swivel *v* નકૂચાની ફરતે ફરવું
swollen *adj* સૂજેલું
sword *n* તલવાર
swordfish *n* માછલી, સ્વોર્ડ ફિશ
syllable *n* એક સ્વરવાળો શબ્દ
symbol *n* પ્રતીક
symbolic *adj* સાંકેતિક
symmetry *n* સમપ્રમાણતા
sympathize *v* સહાનુભૂતિ વ્યક્ત કરવી
sympathy *n* સહાનુભૂતિ
symphony *n* લાંબી સંગીતરચના
symptom *n* સંલક્ષણ
synagogue *n* યહૂદીઓનું દેવળ
synchronize *v* સમકાલિક કરવું
synod *n* પાદરીઓ અને લોકોની ધર્મસભા
synonym *n* પર્યાય
synthesis *n* સંશ્લેષણ
syphilis *n* ઉપદંશ ગરમીવાળું
syringe *n* પિચકારી
syrup *n* ચાસણી
system *n* વ્યવસ્થા
systematic *adj* યોજનાબદ્ધ

T

table *n* ટેબલ
tablecloth *n* ટેબલનું કપડું
tablespoon *n* ચમચો
tablet *n* તકતી, દવાની ટીકડી
tack *n* ખીલી
tackle *v* પ્રશ્નના નિરાકરણનો પ્રયાસ
tact *n* આવડત
tactful *adj* ચતુર
tactical *adj* સુનિયોજિત
tactics *n* વ્યૂહરચના
tag *n* કાપલી
tail *n* પૂંછડી
tail *v* પીછો પકડવો
tailor *n* દરજી
tainted *adj* કલંકિત
take *iv* લેવું
take apart *v* હુમલો કરવો
take away *v* કબજો કરવો

S T

take back *v* યાદ કરાવવું
take in *v* સહારો આપવો
take off *v* વસ્ત્ર ઉતારવું, વિમાનનું ઉડાન ભરવું
take out *v* મેળવવું
take over *v* કબજો મેળવવો
tale *n* વાર્તા
talent *n* વિશિષ્ટ આવડત
talk *v* બોલવું
talkative *adj* વાચાળ
tall *adj* ઊંચું
tame *v* વશ કરવું
tangent *n* સ્પર્શ રેખા
tangerine *n* સુવાસવાળું સંતરું
tangible *adj* વાસ્તવિક
tangle *n* ગૂંચ
tank *n* ટાંકી
tanned *adj* રાતા દેખાવું
tantamount to *adj* એના જેટલું ગંભીર
tantrum *n* ક્રોધાવેશ
tap *n* નળ
tap into *v* નો ઉપયોગ કરવો
tape *n* પટ્ટી, ફિલ્મની પટ્ટી
tape recorder *n* ટેપ-રેકોર્ડર
tapestry *n* નકશીદાર કાપડ
tar *n* ડામર
tarantula *n* ઝેરી કરોળિયો
tardy *adv* મોડું આવતું
target *n* નિશાન, લક્ષ્ય
tariff *n* ભાવનું પત્રક
tarnish *v* કાળું પાડવું
tart *n* ખાટું
tartar *n* દાંત ઉપરની છારી
task *n* સોંપેલું કામ
taste *v* ચાખવું
taste *n* સ્વાદ
tasteful *adj* સ્વાદિષ્ટ
tasteless *adj* બેસ્વાદ
tasty *adj* લહેજતદાર
tavern *n* દારૂનું પીઠું
tax *n* કર
tea *n* ચા
teach *iv* શીખવવું
teacher *n* શિક્ષક
team *n* એક બાજુના ખેલાડીઓ
teapot *n* ચાની ઝારી
tear *iv* ફાડવું, ઘસી જવું
tear *n* આંસુ
tearful *adj* આંસુ સારતું
tease *v* ચીડવવું
teaspoon *n* ચમચી
technical *adj* કોઈ વિશિષ્ટ કળા
technicality *n* તાંત્રિકતા
technician *n* તાંત્રિકતાનો જાણકાર, કસબી
technique *n* કૌશલ્ય
technology *n* પ્રૌદ્યોગિકી
tedious *adj* ત્રાસદાયક
tedium *n* કંટાળો
teenager *n* કિશોર
teeth *n* દાંત
telegram *n* તાર, ટેલિગ્રામ
telepathy *n* દૂરસંવેદન

telephone *n* ટેલિફોન
telescope *n* દૂરબીન
televise *v* દૂરદર્શન દ્વારા બતાવવું
television *n* દૂરદર્શન
tell *iv* કહેવું
teller *n* બેંકમાં નાણાંની આપ-લે કરનાર
telling *adj* ધ્યાન ખેંચનારું
temper *n* ગુસ્સો
temperature *n* તાપમાન
tempest *n* વાવાઝોડું
temple *n* મંદિર
temporary *adj* કામચલાઉ
tempt *v* લલચાવવું
temptation *n* લાલચ
tempting *adj* લોભામણું
ten *adj* દસ
tenacity *n* મક્કમતા
tenant *n* ભાડૂત
tendency *n* વલણ
tender *adj* સુંવાળું, માયાળુ
tenderness *n* કોમળતા
tennis *n* એક અંગ્રેજી રમત
tenor *n* ભાવાર્થ
tense *adj* તંગ
tension *n* માનસિક તાણ
tent *n* તંબૂ
tentacle *n* પ્રાણીનો મોઢા પાસેનો અવયવ
tentative *adj* નિશ્ચિત નહિ એવું
tenth *n* દસમું
tenuous *adj* સૂક્ષ્મ
tepid *adj* કોકરવરણું
term *n* અવધિ
terminate *v* અંત લાવવો
terminology *n* પરિભાષા
termite *n* ઉધઈ
terms *n* શરતો
terrace *n* અગાસી
terrain *n* ભૂપ્રદેશ
terrestrial *adj* ધરતીનું
terrible *adj* ભયજનક
terrific *adj* જબરદસ્ત
terrify *v* ભયભીત કરવું
terrifying *adj* ભયાવહ
territory *n* ક્ષેત્ર, કાર્યક્ષેત્ર, પ્રાન્ત
terror *n* આતંક
terrorism *n* આતંકવાદ
terrorist *n* આતંકવાદી
terrorize *v* ભયભીત કરવું
terse *adj* સંક્ષિપ્ત
test *v* કસોટી કરવી
test *n* કસોટી
testament *n* ઘોષણા
testify *v* જાહેર કરવું
testimony *n* પુરાવો
text *n* પાઠ
textbook *n* પાઠયપુસ્તક
texture *n* વણાટ
thank *v* આભાર માનવો
thankful *adj* આભારી
thanks *n* આભાર
that *adj* તે
thaw *v* ઓગળવું

thaw *n* હવાની ઉષ્ણતા
theater *n* રંગભૂમિ
theft *n* ચોરી
theme *n* વિષયવસ્તુ
themselves *pro* તેઓ પોતે
then *adv* તે પછી
theologian *n* બ્રહ્મવિદ્યાનો નિષ્ણાત
theology *n* બ્રહ્મજ્ઞાન
theory *n* સિદ્ધાન્ત
therapy *n* ઉપચાર પદ્ધતિ
there *adv* ત્યાં
therefore *adv* એના પરિણામ રૂપે, માટે
thermometer *n* થર્મોમીટર
thermostat *n* ઊષ્માસ્થાય
these *adj* નજીકમાં છે તે વિશે
thesis *n* સમર્થન કરવાનો સિદ્ધાંત
they *pro* તેઓ
thick *adj* જાડું, ઘાટું
thicken *v* જાડું કરવું, ઘાટું કરવું
thickness *n* જાડાઈ
thief *n* ચોર
thigh *n* જાંઘ
thin *adj* પાતળું, સૂક્ષ્મ
thing *n* વસ્તુ
think *iv* વિચારવું
thinly *adv* ઝીણવટભરી રીતે
third *adj* ત્રીજું
thirst *v* તરસ લાગવી
thirsty *adj* તરસ્યું
thirteen *adj* તેર
thirty *adj* ત્રીસ
this *adj* આ
thorn *n* કાંટો
thorny *adj* કાંટાળું
thorough *adj* સંપૂર્ણ
those *adj* પેલા
though *c* તેમ છતાં
thought *n* વિચાર
thoughtful *adj* વિચારી
thousand *adj* સહસ્ત્ર
thread *n* દોરો
thread *v* દોરો પરોવવો
threat *n* ધમકી
threaten *v* ધમકી આપવી
three *adj* ત્રણ
thresh *v* ઝૂડવું
threshold *n* પ્રવેશદ્વાર
thrifty *adj* કરકસરિયું
thrill *v* રોમાંચિત થવું
thrill *n* રોમાંચ
thrive *v* સમૃદ્ધ થવું
throat *n* ગળું
throb *n* ધબકારો
throb *v* ધબકવું
thrombosis *n* લોહી ગંઠાઈ જવું તે
throne *n* સિંહાસન
throng *n* સમુદાય
through *pre* છેક સુધી
throw *iv* ફેંકવું
throw away *v* ફેંકી દેવું
throw up *v* ધ્યાન પર લાવવું, કામ છોડી દેવું
thug *n* ઠગ, ગુનેગાર

T

thumb *n* અંગૂઠો
thumbtack *n* ચિત્રકામના કાગળની પિન
thunder *n* લાંબો ગડગડાટ
thunderbolt *n* વીજળીનો કડાકો
thunderstorm *n* ગાજવીજ સાથેનું વાવાઝોડું
Thursday *n* ગુરૂવાર
thus *adv* આ રીતે
thwart *v* નિષ્ફળ બનાવવું
thyroid *n* કંઠગ્રંથિ
tickle *v* ગલીપચી કરવી
tickle *n* ગલીપચી
ticklish *adj* ગલીપચી થાય એવું
tidal wave *n* ભરતીજન્ય મોજું
tide *n* દરિયાની ભરતીઓટ
tidy *adj* સુઘડ
tie *v* બાંધવું
tie *n* ગળાપટ્ટી, જોડાણ
tiger *n* વાઘ
tight *adj* તંગ
tighten *v* તંગ બાંધવું
tile *n* લાદી, નળિયું
till *adv* સુધી
till *v* જમીન ખેડવી
tilt *v* એક બાજુએ નમાવવું
timber *n* ઇમારતી લાકડું
time *n* સમય
time *v* સમય નક્કી કરવો
timeless *adj* કાલાતીત
timely *adj* સમયસરનું
times *n* વખત
timetable *n* સમયપત્રક
timid *adj* બીકણ
timidity *n* બીકણપણું
tin *n* કલાઇ
tiny *adj* બહુ નાનું
tip *n* પાતળો અણીદાર છેડો; લાકડીના છેડે બેસાડેલ ખોળી
tire *n* કંટાળો
tire *v* કંટાળો ઉપજવો
tired *adj* થાકેલું
tiredness *n* થાક
tireless *adj* ઉત્સાહી હોવું
tiresome *adj* ત્રાસદાયક
tissue *n* કોશમંડળ
title *n* મથાળું
to *pre* તરફ
toad *n* દેડકો
toast *v* શેકવું
toaster *n* ટોસ્ટ બનાવવાનું વીજળીક ઉપકરણ
tobacco *n* તમાકુ
today *adv* આજે
toddler *n* પગલી માંડતું બાળક
toe *n* અંગૂઠો
toenail *n* પગની આંગળી કે અંગૂઠાનો નખ
together *adv* સાથે
toil *v* સખત મહેનત કરવી
toilet *n* જાજરૂ
token *n* નિશાની
tolerable *adj* સહ્ય
tolerance *n* સહિષ્ણુતા
tolerate *v* સહન કરવું

T

toll *v* ઘંટ વગાડવો
toll *n* કર, વેરો
tomato *n* ટામેટું
tomb *n* કબર
tombstone *n* કબર પરનો સ્મારક પથ્થર
tomorrow *adv* આવતી કાલ
ton *n* હજાર કિલો, ટન
tone *n* ધ્વનિ
tongs *n* ચીપિયો
tongue *n* જીભ
tonic *n* સ્ફૂર્તિકારક દવા
tonight *adv* આજની રાત
tonsil *n* ગળામાંના કાકડા
too *adv* પણ
tool *n* ઓજાર
tooth *n* દાંત
toothache *n* દંતશૂળ
toothpick *n* દાંતખોતરણી
top *n* ભમરડો
topic *n* ભાષણ, ચર્ચાનો વિષય
topple *v* ગબડાવવું
torch *n* મશાલ
torment *v* ત્રાસ દેવો
torment *n* ત્રાસ
torrent *n* પાણીનો
torrid *adj* અતિઉષ્ણ
torso *n* માણસની પીઠ
tortoise *n* કાચબો
torture *v* ત્રાસ દેવો
torture *n* યાતના
toss *v* હળવેણી, ઉછાળવું
total *adj* કુલ
totalitarian *adj* કેવળ એક રાજકીય પક્ષવાળું
totality *n* સંપૂર્ણતા
touch *n* સ્પર્શ, કલમ
touch *v* સ્પર્શ કરવો
touch on *v* ઉલ્લેખ
touch up *v* સુધારવું
touching *adj* હૃદયસ્પર્શી
tough *adj* મજબૂત
toughen *v* મજબૂત કરવું
tour *n* મુસાફરી
tourism *n* સંગઠિત પ્રવાસ
tourist *n* પ્રવાસી
tournament *n* હરીફાઈ
tow *v* ઘસડવું
tow truck *n* બંધ વાહનને ખેંચનાર વાહન
towards *pre* તરફ
towel *n* અંગૂછો, ટુવાલ
tower *n* મિનારો
towering *adj* ખૂબ ઊંચું, ઉદાત્ત
town *n* નગર
town hall *n* નગરભવન
toxic *adj* ઝેરી
toxin *n* વિષ
toy *n* રમકડું
trace *v* પગેરું કાઢવું
track *n* પગદંડી
track *v* રસ્તાને અનુસરવું
traction *n* ખેંચેલું
tractor *n* યાંત્રિક હળ

T

trade *n* ધંધો
trade *v* વેપાર કરવો
trademark *n* વેપારીનો માર્કો
trader *n* વેપારી
tradition *n* પરંપરા
traffic *n* ટ્રાફિક
traffic *v* અવરજવર કરવી
tragedy *n* શોકાન્તિક નાટક
tragic *adj* દુ:ખદ
trail *v* પાછળ ઢસડવું
trail *n* ઢસડાવું
trailer *n* બીજા વાહનથી ખેંચાતું વાહન
train *n* આગગાડી
train *v* તાલીમ આપવી
trainee *n* તાલીમ લેનાર માણસ
trainer *n* દરબારી ગાડી
training *n* તાલીમ
trait *n* વિશિષ્ટ ગુણ
traitor *n* વિશ્વાસઘાત કરનાર
trajectory *n* પાછળ ઢસડવું
tram *n* ટ્રામ ગાડી
trample *v* પગ વતી ખૂંદવું
trance *n* નિદ્રા જેવી અવસ્થા
tranquility *n* સંપૂર્ણ સ્થિરતા
transaction *n* સોદો, વ્યવહાર
transcend *v* વટાવી જવું
transcribe *v* નકલ કરવી
transfer *v* બદલી કરવી
transfer *n* બદલી
transform *v* રૂપાંતર કરવું
transformation *n* રૂપાંતરણ
transfusion *n* નસમાં લોહી કે અન્ય પ્રવાહી આપવું
transient *adj* ક્ષણિક
transit *n* સંક્રમણ
transition *n* સંક્રાન્તિ
translate *v* ભાષાંતર કરવું
translator *n* અનુવાદક
transmit *v* વસ્તુ પહોંચાડવી
transparent *adj* પારદર્શક
transplant *v* અવયવ કે પેશી બદલવી
transport *v* વહન કરવું
trap *n* પાંજરું
trap *v* ફસાઇ જવું
trash *n* કચરો
trash can *n* કચરા પેટી
traumatic *adj* માનસિક આઘાતજનક
traumatize *v* આઘાત આપવો
travel *v* મુસાફરી કરવી
traveler *n* મુસાફર
tray *n* તાસક
treacherous *adj* વિશ્વાસઘાતી
treachery *n* વિશ્વાસઘાત
tread *iv* પગ મૂકવો
treason *n* રાજદ્રોહ
treasure *n* ખજાનો
treasurer *n* ખજાનચી
treat *v* વર્તવું
treat *n* મિજબાની
treatment *n* ઉપચાર
treaty *n* સંધિ
tree *n* ઝાડ

T

tremble 180

tremble *v* ધ્રૂજવું

tremendous *adj* જબરદસ્ત

tremor *n* ધ્રુજારી

trench *n* ઊંડો ખાડો

trend *n* વિશિષ્ટ દિશા

trendy *adj* ફૅશનપરસ્ત

trespass *v* અતિક્રમણ કરવું

trial *n* અજમાયશ, સુનાવણી

triangle *n* ત્રિકોણ

tribe *n* કોઈ ટોળકી કે સમૂહ

tribulation *n* ભારે કષ્ટ

tribunal *n* ન્યાયાલય

tribute *n* અંજલિ

trick *v* ઠગવું

trick *n* યુક્તિ, દ્રષ્ટિભ્રમ

trickle *v* ટપકવું

tricky *adj* કાવતરાબાજ

trigger *v* નું કારણ બનવું

trigger *n* બંદૂકનો ઘોડો

trim *v* કાપકૂપ કરવી

trimester *n* ત્રિમાસિક ગાળો

trimmings *n* આનુષંગિક બાબતો

trip *n* પ્રવાસ

trip *v* ગોથું ખાવું

triple *adj* ત્રણ ગણું

tripod *n* તિરપાઈ

triumph *n* વિજય

triumphant *adj* વિજયી

trivial *adj* ક્ષુદ્ર

trivialize *v* ક્ષુદ્ર બનાવવું

trolley *n* સામાનની હાથગાડી

troop *n* સિપાઇઓ

trophy *n* વિજયનું સ્મારક ચિહ્ન

tropic *n* વિષુવવૃત્તની ઉત્તર-દક્ષિણે ૨૩' ૨૭" પર આવેલી રેખા

tropical *adj* ઉષ્ણકટિબંધનું

trouble *n* મુશ્કેલી

trouble *v* પજવવું

troublesome *adj* દુ:ખદાયક

trousers *n* લેંઘો

trout *n* એક સ્વાદિષ્ટ માછલી

truce *n* યુદ્ધવિરામ

truck *n* ખટારો

trucker *n* ખટારાનો ચાલક

trumped-up *adj* ઉપજાવી કાઢેલું

trumpet *n* તુરાઇ

trunk *n* ઝાડનું થડ; માણસ કે પ્રાણીનું ધડ; હાથીની સૂંઢ

trust *v* વિશ્વાસ રાખવો

trust *n* વિશ્વાસ

truth *n* સત્ય

truthful *adj* સાચું

try *v* પ્રયત્ન કરવો

tub *n* નહાવાનું ટબ

tuberculosis *n* ફેફસાંનો ક્ષયરોગ

Tuesday *n* મંગળવાર

tuition *n* અધ્યાપન

tulip *n* વિવિધ રંગનું ફૂલ

tumble *v* ગબડી પડવું

tummy *n* પેટ

tumor *n* ગાંઠ, વરસોળી

tumult *n* કોલાહલ

tumultuous *adj* કોલાહલભર્યું

tuna *n* દરિયાઈ માછલી

T

181 ultimatum

tune *n* રાગ, સૂર
tune *v* વાદ્ય મેળવવું તે
tune up *v* વાદ્યનો સ્વર મેળવવો
tunic *n* સ્ત્રી-છોકરીનું બાંય વિનાનું વસ્ત્ર
tunnel *n* બોગદું
turbine *n* વરાળના પ્રવાહથી ચાલતી મોટર
turbulence *n* તોફાન
turf *n* ઘાસવાળી જમીન
Turk *adj* તુર્કી દેશનું વતની
Turkey *n* તુર્કી દેશ
turmoil *n* કોલાહલ
turn *n* ફેરો
turn *v* વળાંક લેવો
turn back *v* પાછા ફરવું
turn down *v* રદ કરવું
turn in *v* એક પછી બીજાએ જવું
turn off *v* બીજો રસ્તો પકડવા પહેલો છોડવો, કળ બંધ કરવી,
turn on *v* અચાનક શાબ્દિક કે શારિરીક હુમલો કરવો, કળ ચાલુ કરવી
turn out *v* કલ્પનાતિત બનવું, ખાસ હેતુથી જવું
turn over *v* ચાલુ કરવું કે રાખવું, નાણાંની આવનજાવન
turn up *v* ખોવાયેલું મળી જવું, આવી ન શકવું
turret *n* મિનારો
turtle *n* કાચબો
tusk *n* દંતશૂળ
tutor *n* ખાનગી શિક્ષક
tweezers *n* નાનો ચીપિયો
twelfth *adj* બારમું
twelve *adj* બાર
twentieth *adj* વીસમું
twenty *adj* વીસ
twice *adv* બે વાર
twilight *n* ઝાંખું અજવાળું
twin *n* જોડમાં જન્મેલું બાળક
twinkle *v* ઝબૂકવું, આંખ મટમટાવવી
twist *v* આમળવું, મરડવું
twist *n* વળ
twisted *adj* વિકૃત કરેલું
twister *n* લબાડ માણસ
two *adj* બે
tycoon *n* ઉદ્યોગપતિ
type *n* વર્ગ, છાપવાનાં બીબાં
type *v* ટાઇપરાઇટર વડે લખવું
typical *adj* લાક્ષણિક
tyranny *n* આપખુદ રાજ્યકારભાર
tyrant *n* જુલમગાર

U

ugliness *n* બેડોળપણું
ugly *adj* બેડોળ
ulcer *n* નાસૂર
ultimate *adj* મૂળભૂત
ultimatum *n* આખરીનામું

T U

ultrasound 182

ultrasound *n* અત્યંત ધ્વનિ અને ધ્રુજારી આપનાર યંત્ર
umbrella *n* છત્રી
umpire *n* નિર્ણાયક
unable *adj* અક્ષમ
unanimity *n* સર્વસંમતિ
unarmed *adj* નિશસ્ત્ર
unassuming *adj* નિરભિમાની
unattached *adj* અપરિણીત
unavoidable *adj* ટાળી ન શકાય તેવું
unaware *adj* અજાણ
unbearable *adj* અસહ્ય
unbeatable *adj* અજેય
unbelievable *adj* આશ્ચર્યજનક
unbiased *adj* તટસ્થ
unbroken *adj* અખંડ
unbutton *v* બટન ખોલવા
uncertain *adj* અનિશ્ચિત
uncle *n* કાકો, મામો
uncomfortable *adj* અગવડરૂપ
uncommon *adj* અસાધારણ
unconscious *adj* બેભાન
uncover *v* ઢાંકણ કાઢવું
undecided *adj* અનિર્ણિત
undeniable *adj* સ્પષ્ટ
under *pre* નીચે
undercover *adj* ગુપ્ત
underdog *n* લાચાર માણસ
undergo *v* માંથી પસાર થવું
underground *adj* ભૂગર્ભ
underlie *v* ટેકો આપવો
underline *v* નીચે લીટી દોરવી
underlying *adj* નીચે રહેલું
undermine *v* તોડી પાડવું
underneath *pre* નીચેની જગ્યાએ
underpass *n* રસ્તાની નીચેથી પસાર થતો રસ્તો
understand *v* સમજવું
understandable *adj* સમજી શકાય તેવું
understanding *n* સમજશક્તિ
undertake *v* માથે લેવું
underwear *n* અંદરથી પહેરવાનું વસ્ત્ર
underwrite *v* બાંયધરી આપવી
undeserved *adj* અન્યાયી
undesirable *adj* અનિચ્છનીય
undisputed *adj* નિર્વિવાદી
undo *v* રદ કરવું
undoubtedly *adv* બેશક
undress *v* કપડાં ઉતારવાં
undue *adj* વધારે પડતું
unearth *v* ખોદી કાઢવું
uneasiness *n* બેચેની
uneasy *adj* બેચેન
uneducated *adj* નિરક્ષર
unemployed *adj* બેકાર
unemployment *n* બેકારી
unending *adj* અનંત
unequal *adj* અસમાન
unequivocal *adj* શંકા વિનાનું
uneven *adj* અસમાંતર
uneventful *adj* મહત્વરહિત, ઉત્તેજનરહિત

U

unexpected *adj* અનઅપેક્ષિત
unfailing *adj* સફળ
unfair *adj* અન્યાયી
unfairly *adv* અન્યાયી રીતે
unfairness *n* ગેરવ્યાજબીપણું
unfaithful *adj* બેવફા
unfamiliar *adj* અપરિચિત
unfasten *v* ખોલવું
unfavorable *adj* પ્રતિકૂળ
unfit *adj* નકામું
unfold *v* ઉકેલવું
unforeseen *adj* અણચિંતવ્યું
unforgettable *adj* ભૂલી ન શકાય તેવું
unfounded *adj* પાયા વગરનું
unfriendly *adj* અમૈત્રીપૂર્ણ
unfurnished *adj* રાચરચીલા વિનાનું
ungrateful *adj* કૃતઘ્ન
unhappiness *n* નાખુશી
unhappy *adj* નાખુશ
unharmed *adj* નુકસાનરહિત
unhealthy *adj* માંદલું
unheard-of *adj* આશ્ચર્યજનક
unhurt *adj* સહીસલામત
unification *n* સંઘરાજ્ય
uniform *n* ગણવેશ
uniformity *n* એકરૂપતા
unify *v* એક સરખું કરવું
unilateral *adj* એકપક્ષી
union *n* સંગઠન
unique *adj* અનન્ય
unit *n* એકમ
unite *v* સાથે જોડવું
unity *n* એકતા
universal *adj* સાર્વત્રિક
universe *n* અખિલ વિશ્વ
university *n* વિશ્વવિદ્યાલય
unjust *adj* અન્યાયી
unjustified *adj* અસમર્થનીય
unknown *adj* અજાણ્યું
unlawful *adj* ગેરકાનૂની
unleaded *adj* સીસામુક્ત
unleash *v* છૂટું કરવું
unless *c* સિવાય
unlike *adj* ભિન્ન રીતે
unlikely *adj* અસંભવિત
unlimited *adj* અમર્યાદિત
unload *v* બોજો દૂર કરવો, ઉતારવું
unlock *v* તાળું ઉઘાડવું
unlucky *adj* કમનસીબ
unmarried *adj* અપરિણિત
unmask *v* મુખવટો ઉતારવો
unmistakable *adj* ભૂલરહિત
unnecessary *adj* બિનજરૂરી
unnoticed *adj* તાકીદ વિનાનું
unoccupied *adj* કબજા રહિત
unofficially *adv* અનધિકૃત રીતે
unpack *v* પૅક ખોલવું
unpleasant *adj* અપ્રિય
unplug *v* પ્લગમાંથી કાઢવું
unpopular *adj* બિનલોકપ્રિય
unpredictable *adj* આગાહી વિનાનું

U

unprofitable 184

unprofitable *adj* બિનનફાકારક
unprotected *adj* અસુરક્ષિત
unravel *v* ગૂંચ કાઢવી
unreal *adj* અવાસ્તવિક
unrealistic *adj* અશક્ય
unreasonable *adj* ગેરવાજબી
unrelated *adj* અસંબંધિત
unreliable *adj* અવિશ્વસનીય
unrest *n* ખળભળાટ
unsafe *adj* અસલામત
unselfish *adj* નિ:સ્વાર્થી
unspeakable *adj* શબ્દાતીત
unstable *adj* અસ્થાયી
unsteady *adj* અસ્થિર
unsuccessful *adj* નિષ્ફળ
unsuitable *adj* અયોગ્ય
unsuspecting *adj* સંશયરહિત, બિનસંશયી
unthinkable *adj* અસંભવનીય
untie *v* બંધન છોડવું
until *pre* ત્યાં સુધી
untimely *adj* કસમયનું
untouchable *adj* અસ્પૃશ્ય
untrue *adj* ખોટું
unusual *adj* અસામાન્ય
unveil *v* ખુલ્લું મૂકવું
unwillingly *adv* અનિચ્છાએ
unwind *v* ગાંઠો દૂર કરવી
unwise *adj* નાસમજ
unwrap *v* પડીકું ખોલવું
upbringing *n* બાળકનો ઉછેર
upcoming *adj* આગામી

update *v* અદ્યતન બનાવવું
upgrade *v* ઊંચી કક્ષાએ ચડાવવું
upheaval *n* ઊથલપાથલ
uphill *adv* ચઢતા ઢોળાવ પર
uphold *v* સમર્થન કરવું
upholstery *n* બેઠકમાં ગાદી
upkeep *n* ભરણપોષણ
upon *pre* ની ઉપર નાખવું
upper *adj* ઉપલું
upright *adj* ટટાર
uprising *n* બળવો
uproar *n* કોલાહલ
uproot *v* દૂર કરવું
upset *v* અસ્વસ્થ કરવું
upside-down *adv* ઊંધુંચત્તુ
upstairs *adv* ઉપર તરફ
uptight *adj* પ્રક્ષુબ્ધ અને તંગ
up-to-date *adj* આધુનિક
upturn *n* ચડતું વલણ
upwards *adv* થી વધારે
urban *adj* શહેરી
urge *n* પ્રેરક બળ
urge *v* વિનંતિ કરવી
urgency *n* તાકીદ
urgent *adj* તાકીદનું
urinate *v* પેશાબ કરવો તે
urine *n* પેશાબ
urn *n* ચિતાભસ્મ રાખવાનું પાત્ર
us *pro* કર્મવિભક્તિ
usage *n* વાપરવાની રીત
use *v* વાપરવું
use *n* ઉપયોગ

U

used to *adj* થી ટેવાયેલા હોવું
useful *adj* ઉપયોગી
usefulness *n* ઉપયોગિતા
useless *adj* નકામું
user *n* વપરાશકર્તા
usher *n* દરવાન
usual *adj* સામાન્યપણે બનતું
usurp *v* છીનવી લેવું
utensil *n* સાધન
uterus *n* ગર્ભાશય
utilize *v* ઉપયોગ કરવો
utmost *adj* પરાકાષ્ઠાનું
utter *v* ઉચ્ચારવું

V

vacancy *n* ખાલી જગ્યા
vacant *adj* ખાલી
vacate *v* ખાલી કરવું
vacation *n* લાંબી રજા
vaccinate *v* રસી ટાંકવી
vaccine *n* રસી
vacillate *v* ઢચુપચુ થવું
vagrant *n* રખડુ માણસ
vague *adj* અસ્પષ્ટ
vain *adj* પોકળ
vainly *adv* પોકળ રીતે
valiant *adj* બહાદુર
valid *adj* નક્કર
validate *v* કાયદેસર કરવું
validity *n* પ્રમાણભૂતતા
valley *n* ખીણ
valuable *adj* મૂલ્યવાન
value *n* કિંમત, મૂલ્ય
valve *n* વાલ્વ
vampire *n* લોહી ચૂસનારું વાગોળ
van *n* ભારવાહક વાહન
vandal *n* વસ્તુઓનો વિધ્વંસ કરનાર
vandalism *n* જંગલીપણું
vandalize *v* નાશ કરવો
vanguard *n* મોખરાની ટુકડી
vanish *v* નષ્ટ થવું, નાશ પામવું
vanity *n* વ્યર્થતા
vanquish *v* જીતવું
vaporize *v* વરાળ કરવી
variable *adj* બદલાતા મૂલ્યનું
varied *adj* વૈવિધ્યપૂર્ણ, બહુરંગી
variety *n* વિવિધતા
various *adj* વિવિધ પ્રકારનું
varnish *v* લાકડું
varnish *n* લાકડું
vary *v* બદલવું, બદલાવવું
vase *n* ફૂલદાની
vast *adj* વિશાળ
veal *n* વાછરડાનું માંસ
veer *v* દિશા બદલવી
vegetable *v* શાકભાજી
vegetarian *v* શાકાહારી
vegetation *n* વનસ્પતિ સૃષ્ટિ
vehicle *n* વાહન

veil *n* પડદો
vein *n* રક્તવાહિની
velocity *n* ઝડપ
velvet *n* મખમલ
venerate *v* પૂજ્યભાવ હોવો
vengeance *n* વેર
venison *n* હરણનું માંસ
venom *n* ઝેર
vent *n* વસ્ત્રમાં લાંબો ચીરો
ventilate *v* તાજી હવામાં મૂકવું
ventilation *n* હવાઉજાશ
venture *v* સાહસ કરવું
venture *n* સાહસ
verb *n* ક્રિયાપદ
verbally *adv* મૌખિક રીતે
verbatim *adv* એને એ જ શબ્દોમાં
verdict *n* ચુકાદો
verge *n* કોર, કાંઠો
verification *n* ખરાઈ
verify *v* મંજૂર કરવું
versatile *adj* સર્વતોમુખી
verse *n* કવિતા
versed *adj* પાવરધું
version *n* વૃત્તાન્ત
versus *pre* ની વિરુદ્ધ
vertebra *n* કરોડનો મણકો
very *adv* ઘણું
vessel *n* વાસણ
vest *n* બાંડિયું
vestige *n* અવશેષ
veteran *n* અનુભવી
veterinarian *n* પશુઓનો તબીબ
veto *v* મનાઈ કરવી, નિષેધ કરવો
viaduct *n* કમાનવાળો પુલ
vibrant *adj* કંપાયમાન
vibrate *v* કાંપવું
vibration *n* આંદોલન
vice *n* દુર્ગુણ
vicinity *n* આસપાસનો પ્રદેશ
vicious *adj* દુષ્ટ
victim *n* ભોગ
victimize *v* ભોગ બનાવવું
victor *n* વિજેતા
victorious *adj* વિજયી
victory *n* વિજય
view *n* અવલોકન
view *v* અવલોકન કરવું
viewpoint *n* દ્રષ્ટિબિંદુ
vigil *n* જાગરણ
village *n* ગામ
villager *n* ગામડામાં રહેનાર
villain *n* ખલનાયક
vindicate *v* શંકાનિવારણ કરવું
vindictive *adj* દંડાત્મક
vine *n* દ્રાક્ષનો વેલો
vinegar *n* સરકો
vineyard *n* દ્રાક્ષની ખેતી
violate *v* ઉલ્લંઘન કરવું
violence *n* હિંસા
violent *adj* હિંસક
violet *n* જાંબુડિયો રંગ
violin *n* વાયોલિન
violinist *n* વાયોલિન વગાડનાર
viper *n* એક નાનો ઝેરી સાપ

V

virgin *n* કુમારિકા
virginity *n* કુંવારાપણું
virile *adj* પૌરુષિક
virility *n* પૌરુષ
virtually *adv* લગભગ
virtue *n* ગુણ
virtuous *adj* ગુણવાન
virulent *adj* ઝેરી
virus *n* જંતુ
visibility *n* દ્રશ્યતા
visible *adj* દ્રષ્ટિગોચર
vision *n* દ્રષ્ટિ
visit *n* મુલાકાત
visit *v* મુલાકાત લેવી
visitor *n* મુલાકાતી
visual *adj* દ્રષ્ટિને લગતું
visualize *v* કલ્પના કરવી
vital *adj* આવશ્યક
vitality *n* જીવનશક્તિ, જીવ
vitamin *n* વિટામિન
vivacious *adj* ઉત્સાહી
vivid *adj* ઉલ્લાસવાળું
vocabulary *n* શબ્દભંડોળ
vocation *n* રોજગાર
vogue *n* પ્રચલિત વસ્તુ
voice *n* અવાજ
void *adj* ખાલી, રદ
volatile *adj* અસ્થિર
volcano *n* જ્વાળામુખી
volleyball *n* બે ટીમોની રમત
voltage *n* વીજળીના દબાણનું માપ
volume *n* ગ્રંથ, પદાર્થનું કદ
volunteer *n* સ્વયંસેવક
vomit *v* ઊલટી કરવી
vomit *n* ઊલટી
vote *v* મત આપવો
vote *n* મત
voting *n* મતદાન
vouch for *v* બાંયધરી આપવી
voucher *n* પહોંચ
vow *v* શપથ લેવા
vowel *n* સ્વર
voyage *n* પ્રવાસ
voyager *n* યાત્રી
vulgar *adj* અસંસ્કારી
vulgarity *n* અશ્લીલતા
vulnerable *adj* ભેદ્ય
vulture *n* ગીધ

W

wag *v* પૂંછડી પટપટાવવી
wage *n* રોજી
wage *v* નિયમિત પગાર
wagon *n* રેલવેનો ખુલ્લો ડબો
wail *v* મોટેથી રડવું તે
wail *n* વિલાપ
waist *n* કમર
wait *v* રાહ જોવી
waiter *n* ભોજન વખતનો હજૂરિયો

waiting 188

waiting *n* હાજરીનો સમય
waitress *n* ભોજન વખતની હજૂરિયણ
waive *v* હક, દાવો છોડી દેવો
wake up *iv* જાગવું
walk *v* ચાલવું
walk *n* ફરવા જવું તે
walkout *n* હડતાળ
wall *n* દીવાલ
wallet *n* બટવો
walnut *n* અખરોટ
walrus *n* સસ્તન ઉભયચર દરિયાઈ પ્રાણી
waltz *n* ગોળ ગોળ ફરી નાચવાનું ત્રિતાલ નૃત્ય
wander *v* ભટકવું
wanderer *n* ભટકનાર
wane *v* કળા ઓછી થવી
want *v* ઇચ્છા હોવી
war *n* યુદ્ધ
ward *n* હૉસ્પિટલનો ઓરડો
warden *n* ગૃહપતિ
wardrobe *n* કબાટ
warehouse *n* કોઠી, વખાર
warfare *n* યુદ્ધની પરિસ્થિતિ
warm *adj* હૂંફવાળું
warm up *v* ગરમ કરવું
warmth *n* ગરમી
warn *v* ચેતવણી આપવી
warning *n* ચેતવણી
warp *v* વંકાવું
warped *adj* વંકાયેલું
warrant *v* જડતી લેવી
warrant *n* જડતી લેવાનો હુકમ
warranty *n* બાંયધરી
warrior *n* લડવૈયો
warship *n* યુદ્ધનૌકા
wart *n* મસો
wary *adj* સાવધ
wash *v* ધોવું
washable *adj* ધોઈ શકાય તેવું
wasp *n* ભમરી
waste *v* વેડફવું
waste *n* કચરો
waste basket *n* કચરા ટોપલી
wasteful *adj* નકામું
watch *n* પહેરો
watch *v* સતત નજર રાખવી
watch out *v* સાવધાની રાખવી
watchful *adj* સાવધાન
watchmaker *n* ઘડિયાળી
water *n* પાણી
water *v* પાણી પીવડાવવું
water down *v* મોળું બનાવવું
water heater *n* ગરમ પાણીનું યંત્ર
waterfall *n* પાણીનો ધોધ
watermelon *n* તડબૂચ
waterproof *adj* જલાભેદ્ય
watershed *n* જલવિભાજક
watertight *adj* જલાભેદ્ય બનાવવું
watery *adj* પાણીવાળું
watt *n* વીજળીક શક્તિના માપનો એકમ
wave *n* મોજું, હાથનો ઇશારો

W

waver *v* હાથ હલાવવો તે
wavy *adj* ઊંચુંનીચું થતું
wax *n* મીણ
way *n* રસ્તો, રીત
way in *n* અંદર આવવાનો રસ્તો
way out *n* બહાર જવાનો રસ્તો
we *pro* અમે
weak *adj* કમજોર
weaken *v* નબળું બનાવવું
weakness *n* નબળાઇ
wealth *n* સંપત્તિ
wealthy *adj* શ્રીમંત
weapon *n* હથિયાર
wear *n* પહેરવેશ, પોશાક
wear *iv* કપડાં પહેરવા
wear down *v* ઘસાઇ જવું
wear out *v* પહેરીને ઘસી નાખવું
weary *adj* કંટાળાજનક
weather *n* હવામાન
weave *iv* કાપડ વણવું
web *n* કરોળિયાનું જાળું
web site *n* ઇન્ટરનેટ પરની વેબસાઇટ
wed *iv* પરણવું
wedding *n* લગ્ન
wedge *n* ફાચર
Wednesday *n* બુધવાર
weed *n* નીંદણ
weed *v* દૂર કરવું
week *n* અઠવાડિયું
weekday *adj* શનિરવિ સિવાયનો દિવસ
weekend *n* શનિરવિ
weekly *adv* સાપ્તાહિક
weep *iv* રડવું
weigh *v* વજન કરવું
weight *n* વજન
weird *adj* વિચિત્ર
welcome *v* સ્વાગત કરવું
welcome *n* સ્વાગત
weld *v* રેણ કરવું
welder *n* રેણ કરનાર
welfare *n* કલ્યાણ
well *n* કૂવો
well-known *adj* પ્રખ્યાત
well-to-do *adj* પૈસાટકાવાળું, સમૃદ્ધ
west *n* પશ્ચિમ
westbound *adv* પશ્ચિમ તરફનું
western *adj* પશ્ચિમી
westerner *adj* પશ્ચિમનો વતની
wet *adj* ભીનું
whale *n* વહેલ માછલી
wharf *n* વહાણ થોભવાનો ડક્કો
what *adj* શું
whatever *adj* કોઇ પણ જાતનું
wheat *n* ઘઉં
wheel *n* વાહનનું પૈડું
wheelbarrow *n* બે ધોરિયા ને એક પૈડાની હાથગાડી
wheelchair *n* માંદાની પૈડાંવાળી ખુરશી
wheeze *v* સિસોટીના અવાજ સાથેનો શ્વાસ
when *adv* ક્યારે

whenever adv જ્યારે પણ
where adv ક્યાં
whereabouts n ઠેકાણું
whereas c વસ્તુસ્થિતિ જોતાં
whereupon c જે પછી
wherever c જ્યાં જ્યાં
whether c કે.. અથવા નહિ
which adj કયું
while c સમય, સમયનો ગાળો
whim n તરંગ
whine v બબડવું
whip v ચાબુક મારવો, હાજર રહેવાનો હુકમ
whip n ચાબુક
whirl v ગોળ ફરવું
whirlpool n વમળ
whiskers n થોભિયા
whisper v ગુસપુસ બોલવું તે
whisper n ગુસપુસ
whistle v સિસોટી વગાડવી
whistle n સિસોટી
white adj સફેદ
whiten v સફેદ કરવું
whittle v ઘટાડવું
who pro કોણ
whoever pro ગમે તે
whole adj આખું
wholehearted adj હૃદયપૂર્વકનું
wholesale n જથાબંધ વેચાણ
wholesome adj આરોગ્યદાયક
whom pro કોને
why adv શા માટે

wicked adj દુષ્ટ
wickedness n દુષ્ટતા
wide adj પહોળું
widely adv વ્યાપક રીતે
widen v પહોળું કરવું
widespread adj સામાન્ય
widow n વિધવા
widower n વિધુર
width n પહોળાઈ
wield v ચલાવવું
wife n પત્ની
wig n કૃત્રિમ વાળની ટોપી
wiggle v વારંવાર હાલવું અથવા હલાવવું
wild adj જંગલી
wild boar n જંગલી ભૂંડ
wilderness n વેરાન ઉજ્જડ પ્રદેશ
wildlife n વન્યજીવન
will n મરજી, મૃત્યુપત્ર
willfully adv મરજીથી
willing adj તૈયાર
willingly adv પોતાની તૈયારીથી
willingness n ઈચ્છા, મરજી
willow n નેતર જેવું એક ઝાડ
wily adj કપટી
wimp adj નપાણિયું
win iv જીતવું
win back v જીતીને પાછું મેળવવું
wind n પવન
wind iv સર્પાકારે જવું
wind up v સંકેલવું
winding adj સર્પાકાર

191 worn-out

windmill *n* પવનચક્કી
window *n* બારી
windpipe *n* શ્વાસનળી
windshield *n* ગાડી ચલાવનારની સામેનો કાચ
windy *adj* તોફાની
wine *n* દારૂ
winery *n* દારૂ બનાવવાનું કારખાનું
wing *n* પાંખ
wink *n* આંખનો પલકારો
wink *v* પલકારો મારવો
winner *n* વિજેતા
winter *n* શિયાળો
wipe *v* લૂછવું
wipe out *v* સમૂળ નાશ કરવો
wire *n* તાર, તારનો સંદેશો
wireless *adj* બિનતારી
wisdom *n* શાણપણ
wise *adj* સમજદાર
wish *v* ઇચ્છવું
wish *n* ઇચ્છા
wit *n* વિનોદવૃત્તિ
witch *n* ચૂડેલ
witchcraft *n* મેલી વિદ્યા
with *pre* સાથે
withdraw *v* પાછું ખેંચવું
withdrawal *n* અતડાપણું
withdrawn *adj* અતડું
wither *v* કરમાવું
withhold *iv* અટકાવવું
within *pre* અંદર
without *pre* વગર
withstand *v* સામનો કરવો
witness *n* સાક્ષી
witty *adj* વિનોદી
wives *n* પત્નીઓ
wizard *n* જાદુગર
wobble *v* ડોલવું
woes *n* પીડાઓ
wolf *n* વરુ
woman *n* સ્ત્રી
womb *n* કૂખ
women *n* સ્ત્રીઓ
wonder *v* આશ્ચર્યચકિત થવું
wonder *n* આશ્ચર્ય
wonderful *adj* અદ્દભુત
wood *n* લાકડું
wooden *adj* લાકડાનું
wool *n* ઊન
woolen *adj* ઊનનું બનેલું
word *n* શબ્દ
wording *n* લખેલા શબ્દો
work *n* કામ
work *v* કામ કરવું
work out *v* ગણતરી કરવી
workable *adj* ચાલે એવું
workbook *n* વિદ્યાર્થીની ચોપડી
worker *n* કામ કરનાર
workshop *n* કારખાનું
world *n* દુનિયા
worldly *adj* દુન્યવી
worldwide *adj* વિશ્વવ્યાપક
worm *n* કીડો
worn-out *adj* નબળું પડેલું

W

worrisome 192

worrisome *adj* ચિંતાજનક
worry *v* ચિંતા કરવી
worry *n* ચિંતા
worse *adj* વધુ ખરાબ
worsen *v* વણસવું
worship *n* ઉપાસના
worst *adj* સૌથી ખરાબ
worth *adj* અમુક મૂલ્યનું
worthless *adj* નકામું
worthwhile *adj* ઇચ્છવા જોગ
worthy *adj* સંમાનનીય
would-be *adj* ભવિષ્યનું, ભાવિ
wound *n* જખમ
wound *v* ઘાયલ કરવું
woven *adj* વણાયેલું
wrap *v* વીંટવું
wrap up *v* સારી પેઠે ઓઢી લેવું
wrapping *n* વીંટવા માટેનો કાગળ
wrath *n* ક્રોધ
wreath *n* ગજરો
wreck *v* નાશ થવો
wreckage *n* ભાંગી ગયેલી વસ્તુ
wrench *n* જોરથી આમળેલું, પકડ-પાના
wrestle *v* કુસ્તી કરવી
wrestler *n* કુસ્તીબાજ
wrestling *n* કુસ્તી
wretched *adj* કંગાળ
wring *iv* નિચોવવું
wrinkle *v* કરચલી પડવી
wrinkle *n* કરચલી
wrist *n* હાથનું કાંડું
write *iv* લખવું
write down *v* લખી કાઢવું
writer *n* લેખક
writhe *v* આળોટવું
writing *n* લખાણ
written *adj* લેખિત
wrong *adj* ખોટું

X

X-mas *n* નાતાલ
X-ray *n* ક્ષ-કિરણ

Y

yam *n* રતાળુ
yard *n* લંબાઈ માપવાનું એક ઘટક; સઢ બાંધવાનું આડું લાકડું
yarn *n* કાંતેલો તાંતણો
yawn *n* બગાસું
yawn *v* બગાસું ખાવું
year *n* વરસ
yearly *adv* વાર્ષિક
yearn *v* ઉત્કટ ઇચ્છા હોવી
yeast *n* ખમીર

yell *v* બૂમ પાડવી
yellow *adj* પીળું
yes *adv* હા
yesterday *adv* ગઈ કાલે
yet *c* હજુ સુધી
yield *v* પરિણામ આપવું
yield *n* ઊપજ
yoke *n* વર્ચસ્વ
yolk *n* ઈંડામાંનો પીળો ભાગ
you *pro* તમે
young *adj* જુવાન
youngster *n* જુવાન માણસ
your *adj* તમારું
yours *pro* આપનો
yourself *pro* તમે પોતે
youth *n* યૌવન
youthful *adj* ભરજુવાનીવાળું

Z

zap *v* હુમલો કરવો
zeal *n* ઉત્સાહ
zealous *adj* ઉત્સાહી
zebra *n* આફ્રિકાનું એક ચોપગું પ્રાણી
zero *n* શૂન્ય
zest *n* લિજ્જત
zinc *n* જસત
zip code *n* પિન કોડ
zipper *n* ચેનવાળું
zone *n* વિભાગ
zoo *n* પ્રાણીસંગ્રહાલય
zoology *n* પ્રાણીશાસ્ત્ર

English-Gujarati

Bilingual Dictionaries, Inc.

Abbreviations

a - article
n - noun
e - exclamation
pro - pronoun
adj - adjective
adv - adverb
v - verb
iv - irregular verb
pre - preposition
c - conjunctiwon

અ

અકડાઈ *n* stiffness
અકસ્માત *n* accident
અકારણ હુમલો *n* aggression
અક્કડ *adj* rigid, stiff
અક્કડ કરવું *v* stiffen
અક્કડ *adj* inflexible
અક્ષમ *adj* incapable, unable
અક્ષમ બનાવવું *v* incapacitate
અક્ષમતા *n* disability, inability
અક્ષમ્ય *adj* inexcusable
અક્ષર *n* letter, character
અક્ષરેખા *n* axis
અક્ષાંશ *n* latitude
અખરોટ *n* walnut
અખંડ *adj* unbroken
અખંડિત હિસ્સો *adj* built-in
અખંડિતતા *n* integrity
અખાડો *n* arena
અખાત *n* gulf
અખિલ વિશ્વ *n* universe
અગણિત *adj* incalculable, innumerable
અગત્યતા *n* importance
અગમચેતી *n* foresight
અગમ્ય *adj* inaccessible
અગવડતા *n* discomfort
અગવડભર્યું *adj* inconvenient
અગવડરૂપ *adj* uncomfortable

અગાઉ *adv* previously
અગાઉથી *adv* already, beforehand
અગાઉથી ચેતાવવું *v* forewarn
અગાઉથી યોજના કરવી *n* premeditation
અગાઉથી રોકવું *v* preoccupy
અગાઉથી વિચારવું કે યોજવું *v* premeditate
અગાઉનું *n* antecedent
અગાઉનું *adj* former
અગાધ *adj* abysmal
અગાસી *n* terrace
અગિયાર *adj* eleven
અગિયારમું *adj* eleventh
અગ્નિખૂણો *n* southeast
અગ્નિદાહ સંસ્કાર કરવો *v* cremate
અગ્રતા *n* priority
અગ્રભૂમિ *n* foreground
અગ્રાહ્ય *adj* inadmissible
અઘાતજનક *adj* appalling
અચલ *adj* steady
અચળ *n* stable
અચાનક *adv* suddenly
અચાનક અંત આણવો *v* cut off
અચાનક ઉપસી આવવું *v* break out
અચાનક ઊભા થવું *v* spring
અચાનક છતું થવું *v* come up
અચાનક ધડાકો થવો *v* pop
અચાનક ભેટો થવો *v* encounter
અચાનક મળવું *v* come across

અચાનક શાબ્દિક કે શારિરીક હુમલો કરવો *v* turn on
અચાનક હુમલો *n* descent
અચૂક *adj* infallible
અચોક્કસ *adj* imprecise, inaccurate
અછડતો ઉલ્લેખ *n* allusion
અછત *n* scarcity, shortage
અછબડા *n* chicken pox
અજગર *n* python
અજબ *adj* fantastic
અજમાયશ *n* trial
અજવાશિયું *n* skylight
અજાણ *adj* ignorant, unaware
અજાણ્યું *adj* unknown
અજાયબ ચીજો ભેગી કરનારો *n* collector
અજેય *adj* invincible, unbeatable
અજ્ઞાત *adj* anonymous
અજ્ઞાન *n* ignorance
અજ્ઞેયવાદી *n* agnostic, skeptic
અટક *n* last name, surname
અટકવું *v* desist, hold back
અટકળ *n* conjecture
અટકાયત *n* confinement
અટકાવ *n* prevention
અટકાવવું *v* avert, bar, fend, intercept, prevent, rebuff, resist, restrain, stop, withhold, hold back
અટકાવી ન શકાય એવું *adj* irresistible

અટારી *n* balcony
અટ્ટહાસ્ય *n* grin
અઠવાડિયું *n* week
અડગ *adj* firm: resolute
અડચણ *n* hindrance
અડચણ કરનારું *adj* cumbersome
અડદની સિંગ *n* kidney bean
અડદિયો પથ્થર *n* granite
અડધિયું *n* counterpart
અડધુ કરવું *v* halve
અડધું *adj* half
અડધો ભાગ *n* half
અડપલું *n* prank
અડસટ્ટો *n* estimation
અડસટ્ટો કરવો *v* estimate
અડોઅડ *adj* adjacent
અઢાર *adj* eighteen
અણગમતું *adj* disagreeable
અણગમો *n* dislike
અણઘડ *adj* clumsy
અણચિંતવ્યું *adj* unforeseen
અણબનાવ *n* rift
અણવર *n* best man
અણિયાળું *adj* pointed
અણીદાર બનાવનાર *n* sharpener
અણુ *n* atom
અણુકેન્દ્રીય *adj* nuclear
અતડાપણું *n* withdrawal
અતડું *adj* withdrawn
અતાર્કિક *adj* irrational

અતિ આનંદ પામવો *v* exult
અતિ કીમતી પ્લેટિનમ ધાતુ *n* platinum
અતિ ચોક્કસ *adj* meticulous
અતિ દુષ્ટતા *n* malignancy
અતિઉષ્ણ *adj* torrid
અતિક્રમણ કરવું *v* encroach, trespass
અતિખર્ચાળપણું *n* extravagance
અતિતૃપ્તિ *n* glut
અતિમોટું *adj* stupendous
અતિરેક *n* excess
અતિરેક કરવો *v* overdo
અતિરેક કરેલું *adj* overdone
અતિલોભી *adj* insatiable
અતિશય *adv* exceedingly, excessive
અતિશય ઠંડું *adj* icy
અતિશયોકિત કરવી *v* exaggerate, overstate
અતિશયોક્તિ વિના *adv* literally
અતિસાર *n* diarrhea
અતીતરાગી *n* nostalgia
અત્તર *n* perfume
અત્યંત ધ્વનિ અને ધ્રુજારી આપનાર યંત્ર *n* ultrasound
અત્યંત મસાલેદાર *adj* jerk
અત્યંત સારું *adj* stunning
અત્યાચાર *n* atrocity, outrage
અત્યાચારભર્યું *adj* outrageous
અત્યાર લગી *adv* hitherto
અથડામણ *n* clash, collision
અથવા *c* or
અદભુત *adj* riveting
અદલાબદલી *n* interchange
અદલાબદલી કરવી *v* commute, interchange
અદાલત *n* court, courthouse
અદાલતમાં ફરિયાદ દાખલ કરનાર *n* prosecutor
અદાલતી તપાસ *n* inquest, inquisition
અદેખાઈ કરવી *v* envy
અદ્ભુત *adj* marvelous, wonderful
અદ્ભુત કામગીરી *n* feat
અદ્ભુત દાખલો *n* marvel
અદ્યતન બનાવવું *v* update
અદ્રશ્ય *adj* invisible
અદ્રશ્ય થવું *v* disappear
અદ્રશ્ય થવું તે *n* disappearance
અદ્રાવ્ય *adj* insoluble
અધખુલ્લું *adj* ajar
અધઃપતિત *adj* degenerate
અધિકતમ *adj* maximum
અધિકાર *n* right: power
અધિકારી *n* officer
અધિકૃત કરવું *v* authorize
અધિકૃત ધોરણ *n* norm
અધિકૃતિ *n* authorization
અધીર *adj* impatient
અધીરાઇ *n* impatience
અધ્યક્ષ થવું *v* chair, officiate, preside
અધ્યાપક *n* professor

અધ્યાપન *n* tuition
અનઅપેક્ષિત *adj* unexpected
અનધિકૃત રીતે *adv* un authorise
અનન્ય *adj* unique
અનંત *adj* endless, unending, infinite
અનંતકાળ *n* eternity
અનાજ *n* cereal
અનાજનો દાણો *n* grain
અનાથ *n* orphan
અનાથાશ્રમ *n* orphanage
અનાદર *n* disrespect, sacrilege
અનાદરયુક્ત *adj* disrespectful
અનામત પુરવઠો *n* stockpile
અનાવશ્યક *adj* needless
અનિચ્છનીય *adj* undesirable
અનિચ્છાએ *adv* unwillingly
અનિદ્રા *n* insomnia
અનિયમિત *adj* irregular
અનિર્ણાયક *adj* indecisive
અનિર્ણિત *adj* undecided
અનિવાર્ય *adj* compelling; indispensable; inevitable
અનિવાર્યપણે આવશ્યક *v* must
અનિશ્ચય *n* indecision
અનિશ્ચિત *adj* indefinite, uncertain
અનિશ્ચિત સ્થિતિ *n* suspense
અનિષ્ટ *adj* evil
અનુકરણ *n* imitation
અનુકરણ કરવું *v* imitate
અનુકૂલન *n* adaptation
અનુકૂળ *adj* expedient, favorable
અનુકૂળ કરનાર *n* adapter
અનુકૂળ કરવું *v* acclimatize, adapt, conform
અનુકૂળતા *n* convenience, expediency
અનુક્રમ *n* sequence
અનુગામી *adj* incoming, subsequent
અનુગૃહીત *adj* obliged
અનુગ્રહશીલ *adj* indulgent
અનુદાન *n* grant
અનુપ્રાસ *n* rhyme
અનુભવ *n* experience
અનુભવી *n* veteran
અનુમતિ આપવી *v* affirm, assent
અનુમાન *n* speculation
અનુમાન કરવું *v* infer, speculate
અનુયાયી *n* follower
અનુરૂપતા *n* analogy
અનુલિપિકરણ *n* duplication
અનુવાદક *n* translator
અનુસરણ *n* conformity
અને *c* and
અને નહિ *c* nor
અનેક વગડાઉ છોડવા *n* poppy
અનેનાસ *n* pineapple
અનૈતિક *adj* amoral; immoral
અનૈતિકતા *n* immorality
અનૌપચારિકતા *n* informality
અનૌરસ *n* bastard
અન્તર્ગત *adj* intrinsic
અન્તર્દષ્ટિ *n* intuition

અન્તર્મુખી *adj* introvert
અન્તહીન વિસ્તાર *n* space
અન્ત્ય વિધિ *n* funeral
અન્નનળી *n* esophagus
અન્ય *adj* another, other
અન્ય કરતાં ચડિયાતું કાર્ય *v* outperform
અન્યથા *adv* else, otherwise
અન્યાય *n* injustice
અન્યાયી *adj* undeserved, unfair, unjust
અન્યાયી રીતે *adv* unfairly
અન્વેષક *n* explorer
અપક્વ *adj* crude
અપકૃત્યમાં સામેલપણું *n* complicity
અપક્રિયા *v* malfunction
અપચો *n* indigestion
અપનાવી શકાય તેવું *adj* adaptable
અપમાન *n* insult
અપમાન કરવું *v* insult
અપમાનકારક *adj* abusive
અપમાનજનક *adj* degrading, demeaning
અપમાનાસ્પદ *adj* derogatory
અપયશ આપવો *v* discredit
અપરાધ *n* delinquency
અપરાધી *n* culprit, delinquent
અપરિચિત *n* stranger
અપરિચિત *adj* unfamiliar
અપરિણિત *adj* unmarried
અપરિણીત *adj* single, unattached
અપરિણીત *n* maiden
અપરિપક્વ *adj* immature
અપરિપક્વતા *n* immaturity
અપર્યાપ્ત *adj* insufficient
અપવાદ *n* exception
અપવાદરૂપ *adj* exceptional
અપવિત્ર *adj* profane
અપવિત્ર બનાવવું *v* desecrate
અપહરણ *n* abduction, hijack, kidnapping
અપહરણ કરનાર *n* kidnapper
અપહરણ કરવું *v* abduct, hijack, kidnap
અપહરણકાર *n* hijacker
અપંગ *adj* disabled
અપાયકારક વસ્તુ *n* detriment
અપારદર્શક *adj* opaque
અપાર્ટમેન્ટ *n* apartment, condo
અપૂરતું *adj* inadequate, scarce, short
અપૂર્ણ *adj* incomplete, sketchy
અપૂર્ણતા *n* imperfection
અપૂર્ણાંક *n* fraction
અપેક્ષા *n* expectancy
અપેક્ષાઓ પૂરી કરવી *v* live up
અપ્રમાણિક વ્યવસાય *n* racket
અપ્રસ્તુત *adj* irrelevant
અપ્રામાણિક *adj* crooked, dishonest
અપ્રામાણિકતા *n* dishonesty
અપ્રિય *adj* unpleasant

અફવા *n* hearsay, rumor
અફીણ *n* opium
અફીણનો અર્ક *n* morphine
અબજપતિ *n* billionaire
અભણ *adj* illiterate
અભયારણ્ય *n* sanctuary
અભરાઈ *n* shelf
અભિગમ *n* approach; attitude
અભિનય *n* performance
અભિનય કરવો *v* perform
અભિનંદન *n* congratulations
અભિનંદન કરવું *v* congratulate
અભિનંદનાત્મક *adj* complimentary
અભિનેતા *n* actor
અભિનેત્રી *n* actress
અભિજ્ઞ *adj* identical
અભિપ્રાય *n* opinion
અભિમાની *adj* haughty, proud
અભિયાન *n* campaign
અભિયાન ચલાવવું *v* campaign
અભિરુચિ *n* interest, aptitude, liking
અભિરુચિ પ્રમાણે પોષણ આપવું *v* cater to
અભિલાષા *n* anticipation, expectation
અભિવાદન *n* applause
અભિવિન્યસ્ત *adj* oriented
અભિવિન્યાસ *n* orientation
અભિવ્યકિત *n* expression
અભિષેક કરવો *v* anoint
અભ્યાસ કરવો *v* study
અમર *adj* immortal
અમરતા *n* immortality
અમર્યાદ *adj* infinite
અમર્યાદિત *adj* unlimited
અમલ કરવો *v* implement
અમલદારશાહી *n* bureaucracy
અમંગળ *adj* ominous
અમાનુષી *adj* inhuman
અમાન્ય *n* invalid
અમુક ઠેકાણે જવા તૈયાર થયેલું *adj* bound for
અમુક દિશામાં ઝડપથી ખસવું *v* dart
અમુક પદ આપવું *v* rank
અમુક મૂલ્યનું *adj* worth
અમુક રીતે વર્તવું *v* behave
અમુક વજનનું થવું *v* scale
અમૂર્ત *adj* abstract
અમૂલ્ય *adj* invaluable
અમે *pro* we
અમેરિકાની એક રમતમાં વપરાતો દડો *n* baseball
અમેરિકાનું એક નાણું *n* dollar
અમેરિકાનું રહેવાસી *adj* American
અમૈત્રીપૂર્ણ *adj* unfriendly
અયોગ્ય *adj* improper, unsuitable
અરજદાર *n* applicant
અરજી *n* appeal, application, petition
અરજી કરવી *v* apply
અરબી *adj* Arabic

અરસપરસ *adj* reciprocal
અરસપરસ વહેવાર *n* rapport
અરાજકતા *n* anarchy
અરાજકતાવાદી *n* anarchist
અરીસો *n* looking glass, mirror
અરુચિ હોવી તે *n* loathing
અરુચિકર *n* distaste
અર્થ *n* meaning
અર્થ સમજાવવો *v* decipher, interpret
અર્થઘટન *n* interpretation
અર્થતંત્ર *n* economy
અર્થપૂર્ણ *adj* meaningful
અર્થસભરતા *n* meanness
અર્થહીન *adj* insignificant, meaningless, pointless
અર્ધ કે લંબગોળાકાર નાટકશાળા *n* amphitheater
અર્પણ કરવું *v* dedicate, devote
અલગ *adj* separate, different
અલગ થયેલું *adj* estranged
અલગ થવું *v* split up
અલગ પડવું *v* rip apart, secede, segregate, separate
અલગ પાડેલો ભાગ *n* compartment
અલગ મૂકવા કે થવાની ક્રિયા *n* segregation
અલગાવ *n* separation
અલૌકિક *adj* miraculous
અલ્પ વસ્તુ કે માણસ *n* midget
અલ્પજીવી *adj* short-lived

અલ્પતમ *n* minimum
અલ્પનિદ્રા *n* doze
અલ્પવિરામ *n* comma
અવકાશ *n* scope; space
અવકાશયાત્રી *n* astronaut, cosmonaut
અવકાશયાનનું સીધું ઉડાણ *n* lift-off
અવગણના *n* defiance; neglect
અવગણના કરનાર *adj* defiant
અવગણના કરવી *v* disregard, ignore, neglect
અવતરણ *n* quotation
અવતરણ ચિહ્નો *v* quote
અવધિ *n* term, limit
અવમૂલ્યન *n* devaluation
અવમૂલ્યન કરવું *v* devalue
અવયવ કે પેશી બદલવી *v* transplant
અવરજવર *n* movement
અવરજવર કરવી *v* traffic
અવરજવરના માર્ગનો અંત *n* dead end
અવરોધ *n* barrier, holdup, hurdle
અવલોકન *n* observation, view
અવલોકન કરવું *v* view, observe
અવશેષ *n* residue, vestige
અવશેષના જેવું *n* fossil
અવશેષો *n* remains
અવહેવારુ *adj* impractical
અવાક *adj* speechless
અવાચ્ય *adj* illegible

અવાજ *n* sound; voice
અવાજ બહાર કાઢવો *v* sound
અવાસ્તવિક *adj* unreal
અવિકસિત *adj* rudimentary
અવિકારી *adj* immutable
અવિચાર *n* indiscretion
અવિચારી *adj* reckless
અવિધિસર *adj* informal
અવિનય *n* discourtesy, impertinence
અવિનયી *adj* impertinent
અવિનયી વર્તવું *v* pull ahead
અવિભાજ્ય *adj* indivisible, inseparable
અવિરત *adv* nonstop
અવિરતપણે *adv* ceaselessly
અવિશ્વસનીય *adj* unreliable
અવિશ્વાસ *n* distrust, mistrust
અવિશ્વાસ *v* distrust
અવિશ્વાસ ધરાવવો *adj* paranoid
અવિશ્વાસયુક્ત *adj* distrustful
અવેજી *n* proxy, substitute
અવ્યવસ્થા *n* muddle
અવ્યવસ્થિત *adj* messy
અવ્યવસ્થિત ટોળું *n* mob
અશક્ય *adj* impossible, unrealistic
અશક્યતા *n* impossibility
અશાંત *adj* restless
અશુદ્ધ *adj* impure
અશોભનીયતા *n* indecency
અશ્લીલ *adj* filthy, obscene, coarse
અશ્લીલતા *n* filth, grime, obscenity, vulgarity
અસત્ય *n* lie
અસફળતા મેળવવી *v* strike out
અસભ્ય *adj* brusque, impolite
અસમતુલા *n* imbalance
અસમર્થ *adj* incompetent
અસમર્થતા *n* incompetence
અસમર્થનીય *adj* unjustified
અસમાધાનકારક *adj* lame
અસમાન *adj* unequal, diverse
અસમાનતા *n* inequality
અસમાંતર *adj* uneven
અસર *n* effect, impact
અસર કરવી *v* affect
અસર હોવી *v* impact
અસરકારક *adj* effective
અસરકારકતા *n* effectiveness
અસરની શરૂઆત *v* come over
અસલ *adj* genuine, legitimate
અસલનું *adj* original
અસલામત *adj* unsafe
અસલામતી *n* insecurity
અસહાય *adv* adrift
અસહિષ્ણુ *n* intolerance
અસહ્ય *adj* intolerable, unbearable
અસંખ્ય *adj* countless
અસંગત *adj* incoherent, incompatible
અસંગતતા *n* discrepancy
અસંતુષ્ટ *adj* disgruntled, dissatisfied, dissident

અસંતોષ *adj* discontent
અસંબંધિત *adj* unrelated
અસંભવનીય *adj* unthinkable
અસંભવિત *adj* improbable, unlikely
અસંયમ *n* incontinence
અસંસ્કારી *adj* barbaric, vulgar
અસાધારણ *adj* abnormal, remarkable, uncommon
અસાધારણ કોટિનું *adj* rare
અસાધારણતા *n* abnormality
અસામાન્ય *adj* exotic, unusual
અસાવધાન *adj* indiscreet
અસીમ *adj* boundless
અસુર *n* devil
અસુરક્ષિત *adj* unprotected
અસ્કયામતો *n* assets
અસ્ખલિત રીતે *adv* fluently
અસ્તર *n* lining
અસ્તિત્વ *n* being, existence
અસ્તિત્વ ધરાવવું *v* subsist, be
અસ્તિત્વનાં હોવું *v* exist
અસ્ત્રો *n* razor
અસ્થાયી *adj* unstable
અસ્થિબંધન *n* ligament
અસ્થિભંગ *n* fracture
અસ્થિમજ્જા *n* bone marrow
અસ્થિર *adj* dizzy, fickle, shaky, unsteady, volatile
અસ્થિર માણસ *n* psychopath
અસ્થિરતા *n* instability
અસ્થિરપણે ચાલવું *v* falter
અસ્થિરપણે ઝૂલવું *v* sway
અસ્પષ્ટ *adj* blurred, obscure, vague
અસ્પષ્ટ ઉચ્ચાર કરવો *v* slur
અસ્પષ્ટતા *n* obscurity
અસ્પષ્ટપણે બોલવું *v* mumble
અસ્પૃશ્ય *adj* untouchable
અસ્વસ્થ *adj* apprehensive
અસ્વસ્થ કરવું *v* upset
અસ્વસ્થ બનાવવું *v* perturb
અસ્વસ્થતા *n* discomfort
અસ્વીકાર *n* rejection
અસ્વીકાર કરવો *v* repulse
અહંકાર *n* arrogance
અહંકારી *adj* arrogant, conceited
અહંભાવી *n* egoist
અહીં *adv* here
અળગું *adj* aloof

અં

અંકગણિત *n* arithmetic
અંકુર ફૂટવું *v* offset
અંકુર ફૂટવો *v* germinate
અંકુશ *n* curb
અંકુશમાં રાખવું *v* curb
અંગ ઉચ્છેદ *n* amputation
અંગ કાપી નાખવું *v* maim

અંગકાંતિ *n* complexion
અંગચેષ્ટા *n* gesture
અંગત માલમત્તા *n* belongings
અંગત મિલકતની ચોરી *n* larceny
અંગારા *n* embers
અંગૂછો *n* towel
અંગૂઠો *n* thumb; toe
અંગ્રેજી *adj* English
અંગ્રેજીના મોટા અક્ષરો *n* capital
અંજલિ *n* homage, tribute
અંજીર *n* fig
અંટસ *n* rancor
અંડાકાર *adj* oval
અંડાશય *n* ovary
અંત *n* end
અંત આણવો *v* culminate, finish, expire, run out
અંત ભાગ *n* ending
અંત લાવવો *v* end, terminate
અંત:સ્ત્રાવ *n* hormone
અંતર *n* distance
અંતરાત્માનો અવાજ *n* conscience
અંતરિક્ષ *n* space
અંતર્દેશીય *adj* inland
અંતિમ કસોટી *n* showdown
અંતિમવાદી *adj* extremist
અંદર *pre* in, within
અંદર *adj* inside
અંદર આવવાનો રસ્તો *n* way in
અંદર આવવું *v* come in
અંદર આવેલું *adj* interior
અંદર ઘૂસવું *v* intrude
અંદર નાખેલું *n* input
અંદર ભરવું *v* stuff
અંદર ભરેલું *n* stuffing
અંદર લેવાની ક્રિયા *n* intake
અંદર વહેવું તે *n* influx
અંદરથી પહેરવાનું વસ્ત્ર *n* underwear
અંદરની બાજુ *pre* inside
અંદરની બાજુ તરફ *adv* inwards
અંદરનું *adj* inner, inward
અંદાજ *n* guess
અંદાજ કરવો *v* forecast, guess
અંદાજ કાઢવો *v* figure out
અંદાજપત્ર *n* budget
અંદાજવું *n* figure
અંધાધૂંધી *n* chaos, mayhem
અંધાપો *n* blindness
અંધારપટ *n* blackout
અંધારામાં *adj* dark
અંધારું *n* darkness, gloom
અંધારું કરવું *v* darken
અંશ *n* excerpt
અંશત *adv* partly

આ

આ *adj* this
આ નહિ કે તે નહિ *adv* neither
આ રીતે *adv* thus
આઇસ સ્કેટ *v* ice skate
આઇસ્ક્રીમ *n* ice cream
આઈસક્રીમનો કોન *n* cornet
આકર્ષક *adj* appealing, attractive
આકર્ષક રીતે *n* spanking
આકર્ષકતા *n* allure
આકર્ષણ *n* attraction, seduction
આકર્ષવું *v* attract
આકસ્મિક *adj* accidental, casual
આકસ્મિક મળવું *v* bump into
આકસ્મિક રીતે *adv* abruptly
આકસ્મિકતા *n* contingency
આકાર *n* shape, mold
આકાર આપવો *v* frame, model, mold
આકાર બગાડવો *v* deform
આકાર મોટો દેખાવો *v* loom
આકારણી *n* assessment
આકાશ *n* sky
આકાશગંગા *n* galaxy
આકૃતિ *n* silhouette, figure
આકૃતિ કોતરવી *v* emboss
આક્રમક *adj* aggressive, offensive
આક્રમણ *n* affront, invasion, offense
આક્રમણશીલ *adj* militant
આક્ષેપ *n* allegation
આક્ષેપ મૂકવો *v* allege
આખરી *adj* final, critical
આખરી રૂપ આપવું *v* finalize
આખરીનામું *n* ultimatum
આખલા સાથે સાઠમારી કરનાર *n* bull fighter
આખલો *n* bull
આખાબોલાપણું *n* bluntness
આખાબોલું *adj* outspoken
આખી રાત *adv* overnight
આખું *adj* entire, whole
આગ *n* fire
આગ ઓલવવાનો બંધો *n* firefighter
આગ ચાંપનાર *n* arsonist
આગગાડી *n* train
આગમન *n* arrival, coming
આગળ *pre* ahead, at
આગળ *adv* before
આગળ આવવું *v* come forward
આગળ ખસવું *v* move forward
આગળ જવું *v* go ahead
આગળ નીકળી જવું *v* outdo
આગળ પડતું *adj* prominent, conductive, leading
આગળ પહેરવાનું વસ્ત્ર *n* apron
આગળ પાછળ જવું *v* shuttle
આગળ વધવાના નિશ્ચયવાળું *adj* pushy
આગળ વધવું *v* advance, proceed, progress, step up

આગળથી જોવું v foresee
આગળથી માની લેવું v presuppose
આગળની બાજુએ adv onwards
આગળનું adv forward, proceeding
આગળનો ભાગ n continuation
આગળપડતું n forefront
આગામી adj coming, forthcoming, upcoming
આગાહી વિનાનું adj unpredictable
આગેવાની કરવી v spearhead
આગોતરી રકમ n advance
આગ્રહ n insistence
આગ્રહ કરવો v insist
આઘાત n shock
આઘાત આપવો v traumatize
આઘાત પમાડવું v appall
આઘાત પહોંચાડવો v shock, strike
આઘાતજનક adj shocking
આછા ગુલાબી રંગનું n carnation
આજકાલ adv nowadays
આજની રાત adv tonight
આજીજી કરવી v appeal, beseech, entreat
આજીવિકા n livelihood
આજુબાજુ pre around
આજુબાજુએ adv sideways
આજે adv today
આજે પણ adv still
આજ્ઞા n commission
આજ્ઞા પાળવી v obey
આજ્ઞાધારક adj obedient
આજ્ઞાનો અનાદર n disobedience
આજ્ઞાપાલન n obedience
આજ્ઞાભંગ કરનાર adj disobedient
આઠ adj eight
આઠમો adj eighth
આડ n cover
આડકતરી રીતે સૂચવવું v drive at, insinuate
આડખીલી નાખવી v obstruct
આડત n commission
આડપેદાશ n by-product
આડંબર n pomposity, pretense
આડંબરભર્યું વર્તન n pretension
આડંબરી adj ostentatious
આડા થવું v lie
આડું adj horizontal
આણ્વિક adj atomic
આતશબાજી n fireworks
આતંક n terror
આતંકવાદ n terrorism
આતંકવાદી n terrorist
આતુર adj eager
આતુરતા n eagerness
આતુરતાથી ઇચ્છવું v long for
આત્મવિશ્વાસ n presumption
આત્મવિશ્વાસવાળું adj confident
આત્મસંમાન n self-esteem
આત્મસાત n assimilation
આત્મસાત કરવું v assimilate
આત્મહત્યા n suicide

આત્મા *n* soul
આથી *adv* hence
આથો *n* ferment
આદર *n* respect
આદરયુક્ત ભય *n* awe
આદર્શ *adj* ideal
આદર્શ દાખલો *n* pattern
આદુ *n* ginger
આદેશ *n* order
આદ્યાક્ષર *n* initials
આધાર *n* base, basis, crutch, recourse, stay
આધાર આપવો *v* base, patronize
આધાર કે ભરોસો *n* dependence
આધાર રાખવો *v* depend, lean on, rely on
આધાર લેવો તે *v* recourse
આધાર વિનાનું *adj* groundless
આધારભૂત *adj* fundamental
આધારભૂત માહિતી *n* data
આધાશીશી *n* migraine
આધિપત્ય *n* dominion, reign
આધુનિક *adj* modern, up-to-date
આધુનિક બનાવવું *v* modernize
આધ્યાત્મિક *adj* spiritual
આનંદ *n* delight, enjoyment, joy, pleasure
આનંદ આપવો *v* delight, gratify
આનંદ માણવો *v* enjoy
આનંદ મેળવવો *v* relish
આનંદદાયક *adj* charming, gratifying

આનંદપર્યટન *n* excursion, outing
આનંદપૂર્વક *adv* joyfully
આનંદપ્રદ *adj* delightful
આનંદિત *adj* jubilant
આનંદિત કરનારું *adj* enchanting
આનંદિત કરવું *v* cheer up, enchant, rejoice
આનંદિત કરે તેવું *adj* exhilarating
આનંદી *adj* blissful, hilarious, jolly, joyful, merry
આનંદોત્સવ *n* festivity
આનાકાની કરતું *adj* reluctant
આનાથી *adv* hereby
આનુષંગિક બાબતો *n* trimmings
આપખુદ રાજ્યકારભાર *n* tyranny
આપખુદ વ્યક્તિ *adj* authoritarian
આપણું *adj* our
આપણે પોતે *pro* ourselves
આપત્તિ *n* calamity
આપનો *pro* yours
આપવાનું કબૂલ કરવું *v* grant
આપવું *v* give, offer
આપી શકાય એવું *adj* payable
આપ્ત *adj* akin
આફત *n* bale
આફ્રિકાનું એક ચોપગું પ્રાણી *n* zebra
આફ્રિકાનું એક પ્રાણી *n* giraffe
આબેહૂબ *adj* exact
આબેહૂબ નકલ કરવી *v* replicate
આબોહવા *n* climate

આબોહવાને લગતું *adj* climatic
આભાર *n* thanks
આભાર માનવો *v* thank
આભારી *adj* thankful
આભાસ *n* apparition
આમતેમ ભમ્યા કરનાર *n* prowler
આમતેમ રખડવું *v* loiter
આમળવું *v* twist
આમંત્રણ *n* invitation
આમંત્રણ આપવું *v* invite, solicit
આયર્લૅન્ડ દેશ *n* Ireland
આયર્લૅન્ડનું વતની *adj* Irish
આયાત *n* importation
આયાત કરવું *v* import
આરક્ષણ *n* reservation
આરપાર *pre* across
આરપાર લીટી દોરવી *v* crisscross
આરસપહાણ *n* marble
આરાધના *n* adoration
આરામ *n* ease, relax, rest
આરામ દેનારું *adj* restful
આરામ લેવો *v* repose
આરામખંડ *n* rest room
આરામદાયક *adj* relaxing
આરોગ્ય *n* hygiene
આરોગ્યદાયક *adj* wholesome
આરોપ મુજબ *adv* allegedly
આરોપ મૂકવો *v* accuse, incriminate
આરોપણ કરવું *v* attribute
આર્થિક મદદ કરવી *v* subsidize
આર્થિક સહાય *n* subsidy
આલિંગન *n* caress, embrace, hug
આલુ *n* plum
આલેખ *n* chart, diagram
આલેખન *adj* graphic
આવક *n* income
આવજો *e* bye
આવડત *n* ability, faculty, tact
આવતી કાલ *adv* tomorrow
આવર્તન *n* frequency, recurrence
આવવા દેવું *v* let in
આવવું *v* arrive, come
આવશ્યક *adj* essential, necessary, vital
આવશ્યક બનાવવું *v* necessitate
આવશ્યકતા *n* necessity
આવી ન શકવું *v* turn up
આવું *adj* such
આવૃત્તિ *n* edition
આવેગી *adj* compulsive, impulsive
આવેશ *n* impulse
આવેશપૂર્વક *adv* furiously
આવેશમાં આવેલું *adv* berserk
આવેશવાળું *adj* hectic
આશરે *pre* about
આશરે *adj* approximate
આશરે ૧.૬ કિલોમિટર *n* mile
આશરો *n* bunker, refuge
આશરો લેવો *v* resort
આશા *n* hope

આશા રાખવી v expect
આશાપૂર્ણ adj optimistic
આશાભરી રીતે adv hopefully
આશાભર્યું adj hopeful
આશાભંગ n despair
આશાવાદ n optimism
આશીર્વાદ n blessing
આશીર્વાદ આપવો v bless
આશ્ચર્ય n surprise, wonder
આશ્ચર્ય પમાડવું v astonish
આશ્ચર્યકારક adj fabulous
આશ્ચર્યચકિત કરનારું adj staggering
આશ્ચર્યચકિત કરવું v amaze, astound, startle, surprise
આશ્ચર્યચકિત થવું v wonder
આશ્ચર્યજનક adj astonishing, incredible, unbelievable, unheard-of
આશ્ચર્ય ઉદ્‍ગાર કાઢવો v exclaim
આશ્રમ n monastery
આશ્રમને લગતું adj monastic
આશ્રય n patronage; shelter
આશ્રય આપવો v shelter
આશ્રયદાતા n patron
આશ્રયસ્થાન n haven
આશ્વાસન n consolation, solace
આસપાસ adv about
આસપાસ ભટકવું v hang around
આસપાસની સ્થિતિ n surroundings
આસપાસનો પ્રદેશ n vicinity
આહ ભરવી v moan
આહાર n diet
આળસ n laziness
આળસમાં વખત કાઢવો v loaf
આળસુ adj idle, lazy, slack
આળોટવું v writhe

આં

આંકડા અને ગલ વતી માછલાં પકડવાં v angle
આંકડામાં લટકાવવું v hang up
આંકડી n convulsion
આંકડો n digit; hook
આંખ n eye
આંખ આડા કાન કરવા v connive
આંખ મટમટાવવી v twinkle
આંખનો પલકારો n wink
આંખનો મોતિયો n cataract
આંખે પાટા બાંધેલું v blindfold
આંગળાંની છાપ n fingerprint
આંગળી n finger
આંગળીનું ટેરવું n fingertip
આંગળીનો નખ n fingernail
આંચકી n fit
આંચકી લેવું v snatch
આંચકો v jerk

આંચકો *n* jolt
આંજી નાખવું *v* dazzle
આંટાવાળો ખીલો *n* screw
આંતરછાલ *n* membrane
આંતરડાં *n* bowels
આંતરડુ *n* gut
આંતરડું *n* intestine
આંતરત્વચા *n* membrane
આંતરો *n* span
આંત્રપુચ્છ *n* appendix
આંત્રપુચ્છનો સોજો *n* appendicitis
આંદોલન *n* vibration
આંદોલનકાર *n* agitator
આંધળિયાં કરીને *adv* blindly
આંધળું કરવું *v* blind
આંધળું હોવું *adj* blind
આંશિક *adj* partial
આંશિક રીતે *adv* partially
આંસુ *n* tear
આંસુ સારતું *adj* tearful

ઇ

ઇચ્છનીય *adj* desirable
ઇચ્છવા જોગ *adj* worthwhile
ઇચ્છવું *v* wish
ઇચ્છા *n* wish
ઇચ્છા હોવી *v* want
ઇજનેર *n* engineer
ઇજા *n* injury
ઇજા કરવાવાળું *adj* hurtful
ઇજા કરવી *v* hurt
ઇજા પહોંચાડવી *v* mutilate
ઇનકાર કરવો *v* contradict, deny, disclaim
ઇનામ *n* prize
ઇન્ટરનેટ પરની વેબસાઇટ *n* web site
ઇન્દ્રિય દ્વારા જાણવું *v* perceive
ઇન્દ્રિયદમન *n* mortification
ઇન્ફલુએન્ઝા તાવ *n* influenza
ઇમારત *n* building, construction, edifice
ઇમારતી લાકડું *n* timber
ઇયળ *n* caterpillar
ઇર્ષાળુ *adj* envious
ઇલાજ કરવો *v* remedy
ઇશાન દિશા *n* northeast
ઇશારા કરીને જણાવવું *v* signal
ઇશારો *n* inkling
ઇશારો કરવો *v* beckon, entail, imply
ઇશુનું ક્રૂસારોપણ *n* crucifixion
ઇશ્વર નિંદા *n* blasphemy
ઇશ્વર નિંદા કરવી *v* blaspheme
ઇસ્ત્રી કરવી *v* press
ઇસ્પિતાલ *n* clinic
ઇંગ્લેન્ડના સુધરેલા ચર્ચનો સભ્ય *adj* Anglican

213 ઉગ્ર કરવું તે

ઇંટ *n* brick
ઇંટના કકડા *n* rubble
ઇંડાનો સફેદ ભાગ *n* egg white
ઇંડું *n* egg
ઇંધણ પૂરું પાડવું *v* fuel

ઈ

ઈચ્છવું *v* desire
ઈચ્છા *n* desire, willingness
ઈજા પહોંચાડવી *v* injure
ઈજાગ્રસ્ત *adj* hurt
ઈટાલી દેશ *n* Italy
ઈટાલી દેશનું વતની *adj* Italian
ઈતિહાસ *n* heritage, history, patrimony
ઈતિહાસકાર *n* historian
ઈનકાર *n* denial
ઈન્કાર *n* refusal
ઈરાદાપૂર્વકનું *adj* deliberate
ઈરાદો હોવો *v* mean
ઈર્ષા *n* jealousy
ઈર્ષાળું *adj* jealous
ઈર્ષ્યા *n* envy
ઈલાજથી મટી શકે તેવું *adj* curable
ઈશારો *n* hint, insinuation
ઈશારો કરવો *v* hint
ઈશ્વરનું *adj* holy
ઈસ્ટર તહેવાર *n* Easter
ઈસ્ટર પહેલાંના ચાળીસ દિવસના ઉપવાસનું પર્વ *n* Lent
ઈસ્પિતાલ *n* hospital
ઈસ્પિતાલમાં દાખલ કરવું *v* hospitalize
ઈસ્લામ સાથે સંબંધિત *adj* Islamic
ઈંગ્લેંડ દેશ *n* England
ઈંડાની એક વાની *n* omelet
ઈંડામાંનો પીળો ભાગ *n* yolk

ઉ

ઉ.અમેરિકાનું પ્રાણી *n* raccoon
ઉકરડા જેવું *adj* crappy
ઉકળીને ઉપરથી વહેવું *v* boil over
ઉકાળવું *v* boil
ઉક્તિ *n* saying
ઉકેલ લાવવો *v* solve
ઉકેલવું *v* unfold
ઉક્તિ *n* maxim
ઉખાણું *n* riddle
ઉખેડવું *v* pluck
ઉગાડવું *v* cultivate
ઉગ્ર કરવું તે *v* intensify

ઉગ્ર બનાવવું *v* aggravate
ઉઘાડું *adj* open
ઉઘાડું કરવું *v* reveal
ઉઘાડું પડેલું *adj* exposed
ઉઘાડું પાડવું *v* show up, disclose
ઉચાપત કરવી *v* embezzle
ઉચિત *adj* right
ઉચિત ઠરાવવું *v* justify, rationalize
ઉચ્ચ કક્ષાનું *adv* fine
ઉચ્ચારની ઢબ *n* accent
ઉચ્ચારવું *v* pronounce, utter
ઉચ્ચાલકની ક્રિયા *n* leverage
ઉછાળ *n* bounce
ઉછાળવું *v* toss
ઉછાળવું તે *v* flip
ઉછાળો *n* surge
ઉછીનું આપવું *v* lend
ઉછીનું લેવું *v* borrow
ઉછેરવું *v* bring up, nurture
ઉજજડ *adj* barren
ઉજવણી *n* celebration
ઉજ્જડ *adj* bleak, deserted
ઉઝરડો *n* bruise, scratch
ઉઝરડો પડવો *v* bruise
ઉટપટાંગ *adj* bizarre
ઉઠાંતરી *n* shoplifting
ઉડાઉ *adj* evasive, extravagant
ઉડાઉ જવાબ *n* evasion
ઉડાડવું તે *n* evasion
ઉડાડી દેવું *v* dispel, dissipate
ઉડાડી મૂકવું *v* blow up
ઉડાણ *n* flight
ઉતરવું *v* land
ઉતરાણપટ્ટી *n* airstrip
ઉતારવું *v* demote; get down; unload
ઉતારી પાડવું *v* belittle; get down
ઉતારી પાડવું *adj* lower
ઉતારુ *n* passenger
ઉતાવળ *n* haste
ઉતાવળ કરવી *v* hasten, hurry, hurry up, rash, rush, scramble
ઉતાવળથી *adv* hurriedly
ઉતાવળથી ગળી જવું *v* gulp
ઉતાવળું *adj* hasty, swift
ઉતાવળે *adv* hastily
ઉતાવળે ખાવું *v* gobble
ઉતાવળો દ્રષ્ટિક્ષેપ *n* glance
ઉત્કટ *adj* acute
ઉત્કટ ઇચ્છા હોવી *v* aspire, yearn
ઉત્કટ લાલસા *n* passion
ઉત્કટતા *n* intensity
ઉત્કટતાથી *adv* dearly
ઉત્કૃષ્ટ *adj* deluxe, outstanding
ઉત્ક્રાંતિ *n* evolution
ઉત્તમ *adj* classic, excellent
ઉત્તમ રીતે *n* spanking
ઉત્તર દિશા *n* north
ઉત્તર ધ્રુવપ્રદેશનું *adj* arctic
ઉત્તરનું *adj* northern
ઉત્તરનો રહેવાસી *adj* northerner
ઉત્તેજક *adj* exciting, rousing

ઉત્તેજક વસ્તુ *n* stimulus
ઉત્તેજન *n* boost, incentive, spur
ઉત્તેજનરહિત *adj* uneventful
ઉત્તેજના *n* excitement
ઉત્તેજના આપવી *v* boost, spur, stimulate
ઉત્તેજના પ્રેરક *adj* breathtaking
ઉત્તેજિત *adj* elated
ઉત્તેજિત કરવું *v* excite, stir up
ઉત્પન્ન થવું *v* arise
ઉત્પાદક *adj* productive
ઉત્પાદન *n* output, production
ઉત્પાદન કરવું *v* manufacture
ઉત્સવ કે ઉજાણીનું *adj* festive
ઉત્સાહ *n* enthusiasm, euphoria, zeal
ઉત્સાહ વિનાનું *adj* cool
ઉત્સાહભંગ *n* depression
ઉત્સાહિત *adj* energetic
ઉત્સાહિત કરવું *v* enthuse
ઉત્સાહી *adj* ardent, fervent, hearty, vivacious, zealous, energetic
ઉત્સાહી હોવું *adj* tireless
ઉત્સુક *adj* avid
ઉથલાવી દેવું *v* confound, overthrow
ઉદઘોષક *n* announcer
ઉદાત્ત *adj* towering
ઉદારતા *n* generosity
ઉદાસ *adj* dismal, distressing, sad, sullen
ઉદાસી *n* sadness
ઉદાસીન *adj* chilly, indifferent
ઉદાસીનતા *n* apathy, indifference
ઉદ્ગારવાચક ચિહ્ન *n* exclamation
ઉદ્‌ઘાટન *n* inauguration
ઉદ્‌ઘાટન કરવું *v* inaugurate, open
ઉદ્દીપક પદાર્થ *n* stimulant, catalyst
ઉદ્દેશ *v* aim
ઉદ્ધત *adj* cheeky
ઉદ્યમી *adj* industrious
ઉદ્યાન *n* park
ઉદ્યોગ *n* enterprise, industry
ઉદ્યોગ સાહસિક *n* entrepreneur
ઉદ્યોગપતિ *n* tycoon
ઉધઈ *n* termite
ઉધરસ *n* cough
ઉધરસ ખાવી *v* cough
ઉધાર લખેલી રકમ *n* debit
ઉનાળો *n* summer
ઉન્મુખ *adj* predisposed
ઉપકરણ *n* appliance, gadget
ઉપગ્રહ *n* satellite
ઉપચાર *n* cure, treatment
ઉપચાર પદ્ધતિ *n* therapy
ઉપજાવી કાઢવું *v* concoct, fabricate
ઉપજાવી કાઢેલું *n* concoction, setup
ઉપજાવી કાઢેલું *adj* trumped-up
ઉપદંશ ગરમીવાળું *n* syphilis

ઉ

ઉપદેશ આપવો *v* preach
ઉપદેશ આપવો તે *n* preaching
ઉપદેશક *n* preacher
ઉપદ્રવકારક માણસ *n* pest
ઉપદ્રવકારક વસ્તુ *n* nuisance
ઉપનગર *n* suburb
ઉપનામ *n* pseudonym
ઉપભોક્તા *n* consumer
ઉપભોગ્ય *adj* enjoyable
ઉપયોગ *n* use
ઉપયોગ કરવો *v* consume, utilize
ઉપયોગિતા *n* usefulness
ઉપયોગી *adj* helpful, useful
ઉપયોગી થવું *v* avail
ઉપર *pre* above, over, on
ઉપર આવવું *v* step up
ઉપર કાપ મૂકવો તે *n* incision
ઉપર ખસવું *v* move up
ઉપર ચડવું *v* mount
ઉપર ચડાવવાની ક્રિયા *v* hoist
ઉપર ચડાવવેલું *n* hoist
ઉપર છાંયડો કરવો *v* overshadow
ઉપર તરફ *adv* upstairs
ઉપર હાથ મૂકવા તે *n* imposition
ઉપરઉપરનો દેખાવ *n* countenance, semblance
ઉપરથી નીચે પડવું *v* fall
ઉપરથી વહેવું *v* overflow
ઉપરથી સરકવું *v* slide
ઉપરનું *pre* on
ઉપરનો ચળકાટ *n* gloss
ઉપરાંત *pre* besides
ઉપરાંત *adv* furthermore
ઉપરી *adj* senior, superior
ઉપરી *n* boss
ઉપલબ્ધ *adj* available
ઉપલબ્ધતા *n* availability
ઉપલી ધારાસભા *n* senate
ઉપલું *adj* upper
ઉપવાક્ય *n* clause
ઉપસર્ગ *n* prefix
ઉપસંહાર કરવો *v* end up, summarize
ઉપસાગર *n* bay
ઉપ-સિદ્ધાંત *n* corollary
ઉપહાસ *n* mockery, satire
ઉપહાસ કરવો *v* mock
ઉપહાસપાત્ર વ્યક્તિ અથવા વસ્તુ *n* laughing stock
ઉપાય *n* remedy; step
ઉપાય સૂચવવો *v* prescribe
ઉપાસના *n* devotion, worship
ઉપાહારગૃહ *n* restaurant
ઉભયસ્થલીય *adj* amphibious
ઉભયાન્વયી અવ્યય *n* conjunction
ઉભા થવું *v* get up
ઉમરાવ *n* aristocrat, nobleman
ઉમરાવનો ખિતાબ ધરાવનાર સ્ત્રી *n* countess
ઉમરાવોનું વર્ચસ્વ *n* aristocracy
ઉમેદવાર *n* candidate

ઉમેદવારી *n* candidacy
ઉમેરવું *v* add
ઉર:શૂળ *n* angina
ઉલટાવી ન શકાય એવું *adj* irreversible
ઉલાળો *n* qualm
ઉલ્કા *n* meteor
ઉલ્લસિત બનાવવું *v* glorify
ઉલ્લંઘન *n* infraction
ઉલ્લંઘન કરવું *v* violate
ઉલ્લાસવાળું *adj* vivid
ઉલ્લેખ *n* mention
ઉલ્લેખ *v* touch on
ઉલ્લેખ કરવો *v* mention
ઉશીકુ *v* cushion
ઉશ્કેરણી *n* incitement, provocation
ઉશ્કેરવું *v* instigate
ઉષ્ણકટિબંધનું *adj* tropical
ઉષ્ણતા પ્રસારક યંત્ર *n* radiator
ઉષ્ણતાનો એકમ *n* calorie
ઉંદર *n* mouse
ઉંદરો *n* mice
ઉંમર *n* age

ઊ

ઊકળતું રાખવું *v* simmer
ઊગવું *v* stem
ઊજવવું *v* celebrate, commemorate
ઊડવું *v* fly, lift off
ઊડવું તે *n* flight
ઊણપ *n* deficiency, lack, shortcoming
ઊણપ કે અછત હોવી *v* lack
ઊણપ ભરી કાઢવી *v* make up for
ઊણપવાળું *adj* deficient
ઊતરતી કક્ષાનું *adj* substandard
ઊતરવું *v* dismount
ઊથલપાથલ *n* upheaval
ઊધડી રકમ *n* lump sum
ઊધડી રકમને ભેગી કરવી *v* lump together
ઊન *n* wool
ઊનનું ગૂંથેલું જાકીટ *n* jersey
ઊનનું બનેલું *adj* woolen
ઊનનો ગુચ્છો *n* flock
ઊની ટોપી *n* beret
ઊની સ્વેટર *n* sweater
ઊપજ *n* yield
ઊપલકિયું *adj* flimsy
ઊબકો *n* nausea
ઊભરાઇ જવું *v* run over

ઊભરો આણવો *v* ferment
ઊભા થવું *v* rise, stand up
ઊભા રહેવું *v* stop by
ઊભા હોવું *v* stand
ઊભું કરવું *v* raise
ઊભો ખડક *n* cliff
ઊલટા ક્રમથી શૂન્ય સુધી સંખ્યાની ગણતરી *n* countdown
ઊલટાવાય તેવું *adj* reversible
ઊલટી *n* vomit
ઊલટી કરવી *v* vomit
ઊલટી રીતે *adv* conversely
ઊલટું *n* opposite, reverse
ઊલટોક્રમ *n* reversal
ઊષ્માસ્થાચ *n* thermostat
ઊંઘ *n* sleep
ઊંઘના ઘેનમાં *adj* drowsy
ઊંઘવું *v* sleep
ઊંઘી ગચેલું *adj* asleep
ઊંઘી જવું *v* drop off
ઊંચકીને લઈ જવું *v* bear, carry
ઊંચાઈ *n* height
ઊંચી કક્ષાએ ચડાવવું *v* upgrade
ઊંચી રીતે *adv* highly
ઊંચુ કરવું *v* heighten, lift
ઊંચું *adj* high, sublime, tall
ઊંચું કરવું *v* elevate
ઊંચું પદ *n* altitude
ઊંચુંનીચું થતું *adj* wavy
ઊંચે ઊડવું *v* soar
ઊંચે ચડાવવું તે *n* elevation
ઊંચે જવું *v* ascend
ઊંચો ખ્યાલ રાખવો *v* esteem
ઊંચો હોદ્દો ધરાવનાર *n* dignitary
ઊંજણ *n* grease, lubrication
ઊંજણ પૂરવું *v* lubricate
ઊંજવું *v* grease
ઊંટ *n* camel
ઊંટડો *n* crane
ઊંડાણ *n* depth
ઊંડાણમાં *adv* in depth
ઊંડી ખીણ *n* canyon
ઊંડું *adj* deep
ઊંડું કરવું *v* deepen
ઊંડો આદર *n* reverence
ઊંડો ખાડો *n* trench
ઊંધુ વળવું *v* capsize
ઊંધું *adv* inside out
ઊંધું વાળવું *v* overturn
ઊંધુંચત્તુ *adv* upside-down

ઋ

ઋણ *n* loan
ઋતુ *n* season

એ

એ જ પ્રમાણે *adv* likewise
એ જોતાં *c* inasmuch as
એ દૃષ્ટિએ *c* inasmuch as
એ શરતે કે *c* providing that
એક *adj* one
એક અત્યંત ઝેરી પદાર્થ *n* cyanide
એક અબજ *n* billion
એક અંગ્રેજી રમત *n* tennis
એક ઉપર બીજી એવી પથારી *n* bunk bed
એક ઉભચર પ્રાણી *n* beaver
એક ક્ષાર *n* soda
એક જ *adv* only
એક જાતના પાઉંની સેન્ડવીચ *n* burger
એક જાતની માછલી *n* sole
એક જાતનું અનાજ *n* rye
એક જાતનો કડક દારૂ *n* brandy
એક જાતનો ક્ષાર *n* mold
એક જાતનો સૂકો મેવો *n* hazelnut
એક જીવડું *n* cricket
એક તંતુવાદ્ય *n* fiddle; harp
એક દરિયાઈ પક્ષી *n* seagull
એક દરિયાઈ પ્રાણી *n* dolphin; octopus
એક નાની તોપ *n* mortar
એક નાની માછલી *n* sardine
એક નાનું પક્ષી *n* nightingale
એક નાનો ઝેરી સાપ *n* viper
એક પછી બીજાએ જવું *v* turn in
એક પ્રતિજીવી દવા *n* penicillin
એક બાજુએ *adv* apart, aside
એક બાજુએ નમાવવું *v* tilt
એક બાજુના ખેલાડીઓ *n* team
એક મકાનમાં મોટું બજાર *n* mall
એક મોટી દરિયાઈ ખાદ્ય માછલી *n* cod
એક લીટીમાં મૂકવું *v* align
એક વખત *adv* once
એક વાર વાપરીને ફેંકી દઈ શકાય એવું *adj* disposable
એક વિદેશી વાદ્ય *n* organ
એક સરખું *adj* same
એક સરખું કરવું *v* unify
એક સહસ્ત્રાંશ ગ્રામ *n* milligram
એક સહસ્ત્રાંશ મીટર *n* millimeter
એક સાથે જોડવું *v* combine
એક સ્વરવાળો શબ્દ *n* syllable
એક સ્વાદિષ્ટ માછલી *n* trout
એકકેન્દ્રી *adj* concentric
એકતા *n* solidarity, unity
એકત્ર કરવું *v* assemble, convene
એકત્ર બાંધવું *n* staple
એકત્રિત કરવું *v* agglomerate
એકદમ *adv* instantly
એકદમ ખસી જવું *v* dodge
એકદમ પકડવું *v* grab

એ

એકદમ ફાટી નીકળવું *n* outbreak
એકદમ સળગી ઊઠવું *v* flare-up
એકનિષ્ઠ *adj* single-minded
એકપક્ષી *adj* unilateral
એકપતિત્વની પ્રથા *n* monogamy
એકપાત્રી નાટક *n* monologue
એકબીજાને *adj* each other
એકબીજાને છેદવું *v* intersect
એકમ *n* unit
એકમત થવું તે *v* concur
એકમાત્ર *n* sole
એકરારનામું *n* declaration
એકરૂપતા *n* uniformity
એકલવાયાપણું *n* loneliness
એકલવાયું *adj* solitary
એકલું *adv* lonely, sole
એકલું *n* single
એકલું પડેલું *adj* desolate
એકલે હાથે *adj* singlehanded
એકવચન *adj* singular
એકવચની નામ પહેલાં મુકાતું અનિશ્ચિત ઉપપદ *a* an
એકંદર *adv* overall
એકાએક ઉપડેલું દર્દ *n* pang
એકાએક થતો ઝબકારો *n* flash
એકાકી *adj* alone, lonesome
એકાકી જીવનાર માણસ કે પ્રાણી *adj* loner
એકાગ્રતા *n* concentration
એકાગ્રતા સાધવી *v* concentrate, focus on
એકાધિકાર *n* monopoly
એકાધિકાર મેળવવો *v* monopolize
એકાન્ત *n* solitude
એકાન્ત સ્થિતિ *n* seclusion
એકાન્તવાસી *n* hermit
એકાંત *n* lonely, solitary
એકાંત જગ્યા *n* solitary place
એકાંતવાસ ભોગવતું *adj* secluded
એકાંતવાસી *n* recluse
એકી વખતે થતું *adj* concurrent, simultaneous
એકીકરણ *n* fusion, integration
એકીટસે જોવું *v* gaze, rivet, stare
એજન્સી *n* agency
એટલે કે *adv* namely
એના જેટલું ગંભીર *adj* tantamount to
એના પરિણામ રૂપે *adv* therefore
એને એ જ શબ્દોમાં *adv* verbatim
એપ્રિલ મહિનો *n* April
એરણ *n* anvil
એલચીની કચેરી *n* embassy
એલ્યુમિનિયમ ધાતુ *n* aluminum
એવન્યુ *n* avenue
એંજિન વિના ઊડવું *v* glide
એંજિનમાં તણખો પેદા કરવાનું સાધન *n* spark plug
એંશી *adj* eighty

ઓ

ઓક્ટોબર મહિનો *n* October
ઓગસ્ટ મહિનો *n* August
ઓટો *n* auto
ઓફસેટ પદ્ધતિથી છાપવું *v* offset printing
ઓલિમ્પિક્સ રમતો *n* Olympics
ઓકનું ફળ *n* acorn
ઓગણીસ *adj* nineteen
ઓગળવું *v* melt, thaw
ઓગાળવું *v* dilute, dissolve
ઓચિંતું *adj* sudden
ઓચિંતો હુમલો *n* stroke
ઓચિંતો હુમલો કરવો *v* ambush
ઓછામાં ઓછું *adj* least
ઓછું *adj* less
ઓછું કરવું *v* extenuate, lessen, minimize
ઓછું કરવું કે થવું *v* diminish
ઓછું થવું *v* decrease
ઓછું મહત્વનું *adj* minor
ઓજાર *n* tool
ઓટ થવી *v* ebb
ઓટનો લોટ *n* oatmeal
ઓડકાર *n* belch, burp
ઓડકાર આવવો *v* burp
ઓડકાર ખાવો *v* belch
ઓઢાડવું *v* muffle
ઓરડી *n* booth, cabin, chamber, room
ઓરાંગઉટાન વાંદરો *n* orangutan
ઓરી *n* measles
ઓલિવનું ઝાડ *n* olive
ઓશિકાની ખોળ *n* pillowcase
ઓશિકું *n* pillow
ઓસરી *n* lobby
ઓળખ *n* identity
ઓળખવું *v* identify, recognize
ઓળખાવવું *v* designate
ઓળંગવું *v* cross
ઓળંગી જવું *v* exceed, overstep

ઔ

ઔજસદ્રવ્ય *n* protein
ઔપચારિક *adj* formal
ઔપચારિક બનાવવું *v* formalize
ઔપચારિક રીતે *adv* formally
ઔપચારિકતા *n* formality
ઔષધવિક્રેતા *n* pharmacist
ઔષધાલય *n* pharmacy
ઔષધિ પાણીવાળો ઝરો *n* spa
ઔષધી *adj* medicinal
ઔષધીય પદાર્થ *n* drug

ક

કકડભૂસનો અવાજ *n* crash
કકરું *adj* crisp, crunchy
કક્કાવાર સૂચિ *n* index
કક્ષામાં ફરવું *v* revolve
કચકચ *adj* nagging
કચકચ કરવી *v* nag
કચડી નાખવું *v* override, pulverize, squeeze up
કચરવું *v* crush, mash, pound, squash
કચરા ટોપલી *n* waste basket
કચરા પેટી *n* trash can
કચરાનું પૂરાણ *n* landfill
કચરી નાખે તેવું *adj* crushing
કચરો *n* garbage, litter, rubbish, trash, waste
કચુંબર માટેની એક જાતની ભાજી *n* lettuce
કજિયો *n* brawl
કજિયો *adj* quarrelsome
કટાઈ જવું *v* rust
કટાક્ષ *n* innuendo, sarcasm
કટાક્ષવાળું *adj* sarcastic
કટારી *n* dagger
કટિપ્રદેશ *n* loin
કટોકટી *n* crisis, emergency
કટ્ટર *adj* staunch
કઠણ *adj* hard, solid
કઠણ પરીક્ષા *n* ordeal
કઠણ બનાવવું *v* harden
કઠપૂતળી *n* puppet
કઠેરો *n* rail
કઠોર *adj* drastic, grim, rude, ruthless
કઠોરતા *n* rudeness
કઠોરતાથી *adv* sternly
કઠોળનો દાણો *n* bean
કડક *adj* crispy; severe, strict, stringent
કડક મીઠું અને ખુશબોદાર મદ્ય *n* liqueur
કડવાશ *n* bitterness
કડવાશથી *adv* bitterly
કડવું *adj* bitter
કડવું બનાવવું *v* embitter
કડાઈ *n* frying pan
કડાક દઈને ભાંગી નાખવું *v* snap
કડિયો *n* bricklayer, mason
કડી *n* clue
કઢંગુ *adj* awkward
કણ *n* particle
કણસવું *v* groan
કતરણ *n* clipping
કતલ *n* slaughter
કતલ કરવી *v* slaughter
કતારોમાં ગોઠવવું *v* line up
કત્લેઆમ *n* carnage, massacre
કથા *n* story
કથાઘટક *n* episode

કથિત રીતે *adv* reportedly
કદ *n* dimension, magnitude, size
કદનો અડસટ્ટો કરવો *v* size up
કદર *n* recognition, appreciation
કદરૂપતાપણું *n* deformity
કદાચ *adv* may-be, perhaps
કદાવર *adj* bulky, gigantic
કન્ડિશનર *n* conditioner
કન્યાની સહિયર *n* bridesmaid
કપચી *n* cobblestone
કપટજાળ *n* ruse
કપટી *adj* deceitful, wily
કપડાની બાંય *n* sleeve
કપડાને ઇસ્ત્રી કરવી *v* iron
કપડાં *n* clothing, dress, outfit
કપડાં ઉતારવાં *v* strip, undress
કપડાં ઠીકઠાક કરવાં *v* spruce up
કપડાં ધોવાનું કામ *n* laundry
કપડાં પહેરવા *v* dress, wear
કપડાંની પેટી *n* suitcase
કપાતપાત્ર *adj* deductible
કપાસ *n* cotton
કપાળ *n* forehead
કપાળ સુધીની વાળની લટો *n* bangs
કપ્તાન *n* captain, major
કફન *n* shroud
કબજા રહિત *adj* unoccupied
કબજામાં રાખવું *v* retain
કબજિયાત *n* constipation
કબજિયાત થવી *v* constipate

કબજિયાતવાળું *adj* constipated
કબજો *n* occupation, preoccupation
કબજો કરવો *v* take away
કબજો ધરાવનાર *n* occupant
કબજો મેળવવો *v* take over
કબજો લેવો *v* occupy
કબર *n* catacomb, grave, tomb
કબર પરનો સ્મારક પથ્થર *n* tombstone
કબર પાસેનો લેખવાળો પથ્થર *n* gravestone
કબાટ *n* closet, cupboard, wardrobe
કબૂતર *n* dove, pigeon
કબૂલ કરવું *v* confess
કબૂલાત *n* admission
કબૂલાતને લગતું *n* confessional
કબ્રસ્તાન *n* cemetery, graveyard
કમજોર *adj* weak
કમનસીબ *adj* unlucky
કમનસીબ *n* misfortune
કમર *n* flank, waist
કમર પટ્ટાની આંકડી *n* buckle
કમાણી *n* earnings
કમાન *n* arch
કમાનવાળો પુલ *n* viaduct
કમાવું *v* earn
કયારેક કયારેક *adv* sometimes
કયું *adj* which
કર *n* tax, toll
કરકસર *n* frugality

કરકસર કરવી *v* economize
કરકસરતાપૂર્વક *adv* sparingly
કરકસરયુક્ત *adj* economical
કરકસરિયું *adj* frugal, thrifty
કરચલી *n* wrinkle
કરચલી પડવી *v* wrinkle
કરચલો *n* cancer; crab, shellfish
કરડી ખાવું *v* nibble
કરમાવું *v* wither
કરવત વતી કાપવું *v* saw
કરવાની ક્રિયા *n* action
કરવાની જરૂર પડવી *v* have to
કરવાની ફરજ પાડવી *v* ought to
કરા *n* shower
કરાડ *n* precipice
કરાનો ટૂકડો *n* snowflake
કરાર *n* contract, covenant, pact
કરાર કરવો *v* contract
કરિયાણું *n* groceries
કરી શકવું *v* can
કરી શકાય એવું *adj* feasible
કરેલા ગોલ *n* score
કરેલા પ્રવાસના માઇલોની સંખ્યા *n* mileage
કરોડ *n* spine
કરોડનો મણકો *n* vertebra
કરોડરજ્જુ *n* backbone
કરોળિયાની જાળ *n* cobweb
કરોળિયાનું જાળું *n* spider web, web
કરોળિયો *n* spider
કર્ક (ચોથી) રાશિ *n* cancer
કર્કરોગ *n* cancer
કર્કરોગવાળું *adj* cancerous
કર્કશ *adj* harsh
કર્કશ અવાજ *adj* squeaky
કર્કશ અવાજ કરવો *v* jar; squeak
કર્કશતા *n* harshness
કર્કશતાથી *adv* harshly
કર્ણ *adj* diagonal
કર્ણકુંડલ *n* earring
કર્તવ્ય *n* duty, mission
કર્તા *n* maker
કર્તૃત્વવાચક *adj* reflexive
કર્મચારી *n* employee
કર્મચારીઓ *n* personnel
કર્મચારીઓનું જૂથ *n* staff
કર્મવિભક્તિ *pro* us
કર્યા કરવું *v* go on
કલમ *n* pen; touch
કલમવાર જણાવવું *v* itemize
કલંક *n* blemish, smear
કલંક લગાડવું *v* blemish, soil
કલંકિત *adj* tainted
કલાઇ *n* tin
કલાક *n* hour
કલાપ્રેમી *adj* amateur
કલ્પના *adj* fancy
કલ્પના *n* notion
કલ્પના કરવી *v* envisage, imagine, visualize
કલ્પનાતિત બનવું *v* turn out

કલ્પનાશક્તિ *n* imagination
કલ્યાણ *n* welfare
કલ્લોલ કરવો *v* crow
કવાયત *n* parade
કવાયત કરવી *v* drill
કવિ *n* poet
કવિતા *n* poem, poetry, verse
કશાક ઉપર મૂકવું *v* lay
કશાકથી કાયદેસરની મુક્તિ *n* immunity
કશાકને છુપાવવું *v* screen
કશાકને દૂર રાખવાનું સાધન *n* fender
કશાકમાંથી નીકળતો ધુમાડો *v* smoke
કશું નહિ *n* nothing
કશુંક *pro* something
કશુંક કરવાની રીત *n* mode
કશુંક પરત કરવું તે *v* give back
કશુંક સુપ્રત કરવું *v* hand in
કષ્ટ *n* hardship
કષ્ટદાયક યાત્રા *n* odyssey
કસબી *n* technician
કસમયનું *adj* untimely
કસમયનો અચાનક વિસ્ફોટ *v* backfire
કસરત *n* exercise
કસાઈ *n* butcher
કસાઈનો છરો *n* chopper
કસાઈપણું *n* butchery
કસુવાવડ *n* miscarriage
કસોટી *n* test
કસોટી કરવી *v* test
કહેણ *n* offer
કહેવત *n* proverb
કહેવું *v* narrate, say, state, tell
કહ્યાગરાપણું *n* docility
કહ્યાગરું *adj* compliant
કળ *n* switch
કળ ચાલુ કરવી *v* turn on
કળ દબાવવી *v* switch on
કળ બંધ કરવી *v* switch off, turn off
કળણ *n* quicksand
કળા *n* art
કળા ઓછી થવી *v* wane
કળાકાર *n* artist
કળાકૃતિ *n* artwork
કળાત્મક *adj* aesthetic, artistic
કંઇક કાપનાર વસ્તુ કે વ્યક્તિ *n* cutter
કંઈક અલગ કરવું *v* branch out
કંઈક લૂંટવું *v* rip off
કંગાળ *adj* wretched
કંજૂસ *n* miser
કંજૂસ *adj* stingy
કંટાળાજનક *adj* boring, weary
કંટાળેલું *adj* bored, fed up
કંટાળો *n* boredom, monotony, tedium, tire
કંટાળો ઉપજવો *v* tire
કંટાળો ઉપજાવવો *v* bore, sicken
કંઠગ્રંથિ *n* thyroid
કંઠનાળ *n* larynx

કંતાન કે જાળીદાર કાપડની ઝૂલતી પથારી *n* hammock
કંત્રાટી *n* builder
કંપની કે સરકારની એજન્સી *n* franchise
કંપવું *v* jolt, pulsate
કંપાયમાન *adj* vibrant
કંસારો કે સોની *n* silversmith
કાકડી *n* cucumber
કાકી *n* aunt
કાકો *n* uncle
કાગડો *n* crow
કાગળ *n* paper
કાગળ ક્લિપ *n* paperclip
કાગળની ચબરકી *n* spill
કાગળનો નાનો ગોળો *n* pellet
કાગળનો વીંટો *n* scroll
કાગળો એકત્ર બાંધવાની ક્રિયા *v* staple
કાગળો એકત્ર બાંધવાનું સાધન *n* stapler
કાચ *n* glass
કાચના વાસણો *n* glassware
કાચનો પ્યાલો *n* glass
કાચબો *n* tortoise, turtle
કાચી ધાતુ *n* ore
કાચું *adj* raw
કાટ *n* rust
કાટ ચડવો *v* corrode
કાટ પ્રતિરોધક *adj* rust-proof
કાટખૂણિયું *n* square
કાટમાળ *n* debris
કાટવાળું *adj* rusty
કાઢવું *v* eject
કાઢી નાખવું *v* delete, discard
કાઢી મૂકવું *v* oust
કાણાં પાડવાનું યંત્ર *n* punch
કાણાં પાડવાં *v* perforate, punch
કાણું *n* slot
કાણું પાડવાનું યંત્ર *n* drill
કાણું પાડવું *v* drill
કાતર *n* scissors
કાતરિયું *n* attic
કાદવ *n* mud
કાદવવાળું *adj* muddy
કાન *n* ear
કાન બહાર લગાડાતું પીળું દ્રવ્ય *n* earwax
કાનનો દુઃખાવો *n* earache
કાનનો પડદો *n* eardrum
કાનસ *n* file, dossier
કાનૂની *adj* legal
કાનૂની દાવો *n* lawsuit
કાપ *n* cut
કાપકૂપ કરવી *v* edit, trim
કાપડ *n* cloth, material
કાપડ વણવું *v* weave
કાપડની કોર કે કિનાર *n* hem
કાપલી *n* clipping, tag
કાપવું *v* curtail, cut, hack, slash
કાપી નાખવું *v* amputate, shear
કાપીને આકાર આપવો *v* cut out
કાપો *n* slice
કાબૂ ધરાવનાર *n* master

કામ *n* work
કામ કરનાર *n* worker
કામ કરવાની રીત *n* procedure
કામ કરવું *v* do, work
કામ કરવું તે *v* service
કામ છોડી દેવું *v* throw up
કામ વગર વચ્ચે પડવું *v* meddle
કામ સોંપવું *v* confide
કામગીરી *n* performance
કામચલાઉ *adj* provisional, temporary
કામચલાઉ વખાર *n* dump
કામચોર થવું *v* shirk
કામણ કરવું *v* bewitch
કામનો ભરાવો *n* backlog
કામમાં રોકવું. *v* employ
કામળો *n* blanket
કામાતુર *adj* prurient
કામાંધ *adj* lustful
કામી *adj* lewd
કામુકતા *n* sexuality
કામોદ્દીપક *adj* aphrodisiac
કાયદા ઘડવા *v* legislate
કાયદાની સંહિતા *n* code
કાયદાનું અનુસરણ કરવું *adj* law-abiding
કાયદેસર *adj* lawful
કાયદેસર કરવું *v* legalize, validate
કાયદેસરનો અધિકૃત આદેશ *n* mandate
કાયદેસરપણું *n* legality
કાયદો *n* law, preamble
કાયદો બનાવનાર *n* lawmaker
કાયમ માટે મૂકવું *v* put away
કાયમી *adj* permanent
કાયમી વસવાટ માટે બીજા દેશમાં જવું કે આવવું *v* immigrate
કાયર *adv* cowardly
કાયરતા *n* cowardice
કાર ઊભી રાખવાની જગ્યા *n* parking
કારકીર્દિ *n* career
કારકુનોનું *adj* clerical
કારખાનું *n* factory, refinery, workshop
કારણ *n* reason
કારણ કે *c* because, since
કારતૂસ *n* cartridge
કારાગૃહ *n* prison
કારીગર *n* artisan, craftsman
કાર્યકારી *n* executive
કાર્યક્રમ *n* program
કાર્યક્ષમ *adj* efficient
કાર્યક્ષમ બનાવવું *v* season
કાર્યક્ષમતા *n* efficiency
કાર્યક્ષેત્ર *n* territory
કાર્યની નોંધ કરવી *v* log
કાર્યવાહી *n* proceedings
કાર્યસૂચિ *n* agenda
કાર્યાલય *n* office

કાર્યાલય કે કારખાનામાં નાસ્તાની દુકાન *n* canteen
કાલખંડ *n* period
કાલગ્રસ્ત *adj* outdated
કાલાતીત *adj* timeless
કાલાવાલા કરવા *v* implore, plead
કાલુ માછલી *n* oyster
કાલ્પનિક *adj* fictitious
કાલ્પનિક રાક્ષસ *n* dragon
કાવતરાબાજ *adj* sly, tricky
કાવતરું *n* conspiracy, intrigue, scheme
કાવતરું કરનાર *n* conspirator
કાવતરું કરવું *v* conspire, plot
કાષ્ઠૌષધિ *n* herb
કાળજી લેનાર *adj* caring
કાળા કે ધોળા મરી *n* pepper
કાળા વાળવાળી *adj* brunette
કાળાશ *n* blackness
કાળિયાર *n* antelope
કાળું *adj* black
કાળું પાડવું *v* tarnish
કાળું મેશ *adj* pitch-black
કાંકરો *n* pebble
કાંચળી *n* bra
કાંજી *n* starch
કાંજીવાળું *adj* starchy
કાંટાળી ખાદ્ય વનસ્પતિ *n* artichoke
કાંટાળું *adj* thorny
કાંટાળો ભાલો *n* harpoon
કાંટો *n* fork, thorn
કાંઠા તરફ *adv* ashore
કાંઠો *n* rim, verge
કાંતેલો તાંતણો *n* yarn
કાંપવું *v* vibrate
કાંસકી *n* comb
કાંસું *n* bronze
કિટલી *n* kettle
કિનારાનો આકાર *n* coastline
કિનારી *n* border
કિનારે ઊતરવું *v* disembark
કિનારો *n* bank, shore
કિન્નાખોર *adj* spiteful
કિરણ બહાર નીકળવું *v* gleam
કિરણસંપાત બિંદુ *n* focus
કિરણોત્સર્ગ *n* radiation
કિલોગ્રામ *n* kilogram
કિલોમીટર *n* kilometer
કિલોવોટ *n* kilowatt
કિલ્લો *n* castle, fort
કિશોર *n* adolescent, juvenile, teenager
કિશોરને લગતું *adj* juvenile
કિશોરાવસ્થા *n* adolescence
કિસ્સો *n* case
કિંમત *n* cost, price, rate, value, charge, consideration
કિંમત આંકણી *n* appreciation
કિંમત ઘટાડવી *v* mark down
કિંમત વસૂલવી *v* charge
કિંમતની ઉપર-નીચેની મર્યાદા *n* range

કીડી *n* ant
કીડો *n* worm
કીમતી *adj* precious
કીમિયાનું *adj* hermetic
કુખ્યાત *adj* infamous, notorious
કુટુંબ *n* family
કુટુંબ-કબીલો *n* clan
કુટુંબનો વડો *n* master
કુતૂહલ પેદા કરનારું *adj* intriguing
કુતૂહલવાળું *adj* nosy
કુથલી કરવી *v* gossip
કુદરતી *adj* natural
કુદરતી દેખાવનું *adj* scenic
કુદરતી દ્રશ્ય *n* scenery
કુમારિકા *n* housekeeper, maid, spinster, virgin
કુમાર્ગે જવું *v* astray
કુરકુરિયું *n* puppy
કુરૂપ કરી નાખવું *v* deface
કુલ *adj* total
કુલ મળીને *adv* grossly
કુલ રકમ *adj* gross
કુલીન *adj* noble
કુશળ *adj* skillful
કુશળતા *n* skill
કુસંપ *n* discord
કુસ્તી *n* wrestling
કુસ્તી કરવી *v* wrestle
કુસ્તીબાજ *n* wrestler
કુહાડી *n* ax, axe
કુંજમાર્ગ *n* boulevard

કુંવારાપણું *n* virginity
કુંવારી કન્યા *n* miss
કુંવારો *n* bachelor
કૂકડો *n* cock
કૂખ *n* womb
કૂચ *n* march
કૂચ કરવી *v* march
કૂચડો *n* brush
કૂણા પડવું *v* relent
કૂતરા અથવા વરૂની તીણી જોરદાર ચીસ *n* howl
કૂતરો *n* dog
કૂતરો-બિલાડીની ઓરડી *n* kennel
કૂદકો *n* jump, leap, skip
કૂદકો મારવાનું પાટિયું *n* springboard
કૂદકો મારવો *v* hop, jump, leap
કૂદનારું *n* diving
કૂદવું *v* bounce, skip, spring
કૂલા પર ચાપટ મારવી *v* spank
કૂલો *n* hip
કૂવો *n* well
કૂજો *n* jug
કૂંડી *n* basin
કૃતઘ્ન *adj* ungrateful
કૃતઘ્નતા *n* ingratitude
કૃતજ્ઞ *adj* grateful
કૃતજ્ઞતા *n* gratitude
કૃત્ય *n* deed, act
કૃત્રિમ ઢાળ *n* bank
કૃત્રિમ વાળની ટોપી *n* wig
કૃદન્તનામ *n* gerund

કૃદંત *n* participle
કૃપા કરવી *v* deign
કૃપાળુ *adj* benign
કૅન ખોલવાનું સાધન *n* can opener
કૅન્ડિ આઇસ્ક્રીમ *n* candy
કૅપ્ટનથી ઊતરતો લશ્કરી અમલદાર *n* lieutenant
કૅલેન્ડર *n* calendar, chronology
કે.. અથવા નહિ *c* whether
કેક *n* cake, pastry
કેટલાક *adj* several
કેટલુંક *adj* some
કેટલેક અંશે *adv* somewhat
કેથલિક *adj* catholic
કેદ કરવું *v* capture
કેદ તોડવી *v* break open
કેદમાં નાખવું *v* imprison
કેદમાં પુરવું *v* incarcerate
કેદમાં રાખવું *v* constrain
કેદી *n* captive, hostage, prisoner
કેનમાં સાચવેલું *adj* canned
કેનવાસ વડે ઢાંકવું *v* canvas
કેન્દ્ર *n* center, hub
કેન્દ્રીકરણ કરવું *v* centralize
કેન્દ્રીય *adj* central
કેફીન વિનાનું *adj* decaf
કેવળ *adv* merely
કેવળ એક રાજકીય પક્ષવાળું *adj* totalitarian
કેવી રીતે *adv* how
કેશકર્તન *n* haircut
કેશભૂષાની શૈલી *n* hairdo
કેળવણી આપવી *v* educate
કેળવણી માટે સ્થાપેલી સંસ્થા *n* institution
કેળવી શકાય એવું *adj* docile
કેળું *n* banana
'કૉન્સલ'નું કાર્યાલય *n* consulate
કૉફી અને ચાના છોડમાં રહેલું એક રાસાયણિક દ્રવ્ય *n* caffeine
કૉફીનો છોડ *n* coffee
કૉલેરા *n* cholera
કોઇ જાતિ કે વર્ગનું *adj* generic
કોઇ ધાર્મિક સંપ્રદાય *n* brethren
કોઇ નહિ *pro* nobody
કોઇ પણ એક *pro* anyone
કોઇ પણ જાતનું *adj* whatever
કોઇ પણ માણસ *pro* anybody
કોઇ યે નહિ *pre* none
કોઇ વ્યક્તિ કે વસ્તુ સામે મોઢું કરવું *v* face
કોઇના આધારે નિર્વાહ ચલાવવો *v* live off
કોઇપણ *adj* any
કોઇપણ જાતની વસ્તુ *pro* anything
કોઈ એક માણસ *pro* somebody
કોઈ ટોળકી કે સમૂહ *n* tribe
કોઈ નહીં *pro* no one
કોઈ પ્રવૃત્તિની શાખા *n* sector
કોઈ વિશિષ્ટ કળા *adj* technical
કોઈક *pro* someone
કોઈક જગ્યાએ આવેલું *adj* situated

કોઈક દિવસે *adv* someday
કોઈક રીતે *adv* someway
કોઈકની સાથેનું જોડાણ *v* hitch up
કોઈકને ધક્કો મારવો *v* fend off
કોઈના તરફથી *adv* behalf (on)
કોઈને બાકાત રાખવું *v* leave out
કોઈપણ રીતે *adv* somehow
કોઈપણ વાયુરૂપ પદાર્થ *n* gas
કોકરવરણું *adj* tepid
કોકોની ભૂકી સાથે દૂધ અને ખાંડ મેળવેલ પીણું *n* cocoa
કોગળો કરવો *v* gargle
કોચલું *n* shell
કોઠાર *n* barn
કોઠી *n* warehouse
કોણ *pro* who
કોણના માપ *n* degree
કોણી *n* elbow
કોતર *n* gorge
કોતરવું *v* carve, engrave
કોતરી ખાનારું કોઈપણ પ્રાણી *n* rodent
કોથમીર જેવો એક છોડ *n* celery
કોથળામાં ભરવું *v* sack
કોને *pro* whom
કોબી *n* cabbage
કોમળતા *n* tenderness
કોમ્પ્યુટર અથવા ટાઇપરાઇટરનું કીબોર્ડ *n* keyboard
કોમ્પ્યૂટર *n* computer
કોમ્પ્યૂટરના ડેટાનો બેકઅપ *v* back up
કોમ્પ્યૂટરના પ્રોગ્રામ બનાવનાર *n* programmer
કોમ્પ્યૂટરનું માઉસ *n* mouse
કોમ્યૂટરની ફાઇલ *n* file
કોયડારૂપ *adj* puzzling
કોયડો *n* puzzle
કોર *n* fringe, verge
કોરું *adj* blank, dry
કોરે મૂકવું *v* discard
કોર્ટની મહોર *n* seal
કોલન વૉટર *n* cologne
કોલસા ઉપરની માંસ પકવવાની જાળી *adj* charbroil
કોલસો *n* coal
કોલાહલ *n* tumult, turmoil, uproar
કોલાહલભર્યું *adj* tumultuous
કોવાયેલું *adj* putrid
કોશમંડળ *n* tissue
કોશેટાની ઉપરનું જાડું રેશમ *n* floss
કોહવડાવવું *v* decompose
કોળિયો *n* bite, morsel
કોળું *n* pumpkin
કૌભાંડ *n* scam, scandal
કૌશલ્ય *n* proficiency, technique
કૌંસ *n* parenthesis
ક્યારે *adv* when
ક્યારેય નહિ *adv* never
ક્યાં *adv* where

ક

ક્યાંય નહિ *adv* nowhere
ક્રમશ: *adj* gradual
ક્રમશ: ખરાબ થવું *v* deteriorate
ક્રમશ: નાશ પામવું *v* die out
ક્રમશ: વધારો થવો *v* escalate
ક્રમાનુસાર ગોઠવવું *v* graduate, major in
ક્રિકેટ *n* bat
ક્રિકેટની રમત *n* cricket
ક્રિયા *n* act
ક્રિયા કરવી *v* act
ક્રિયાપદ *n* verb
ક્રિયાવિશેષણ *n* adverb
ક્રિયાશક્તિ *n* power, energy
ક્રિયાશીલ કરવું *v* exert
ક્રૂર *adj* brutal, cruel
ક્રૂર *n* sadist
ક્રૂર વર્તન કરવું *v* brutalize
ક્રૂરતા *n* brutality, cruelty
ક્રૂસારૂઢ ઇશુની મૂર્તિ *n* crucifix
ક્રોધ *n* wrath
ક્રોધાવેશ *n* rage, tantrum
ક્રોધાવેશમાં આવવું *v* rampage
ક્રોધિત *adj* angry
ક્રોધી *adj* irate
ક્રોસિંગ *n* crossing
ક્લાર્ક *n* clerk

ક્ષ

ક્ષ-કિરણ *n* X-ray
ક્ષણ *n* moment
ક્ષણભંગુર *adj* fleeting
ક્ષણિક *adj* transient
ક્ષણિક પ્રકાશ *n* gleam
ક્ષણિક રીતે *adv* momentarily
ક્ષમતા *n* capability, capacity, competence, power
ક્ષમા *n* clemency, forgiveness
ક્ષમાયાચના *n* apology
ક્ષમ્ય *adj* forgivable
ક્ષિતિજ *n* horizon
ક્ષીણ થવું *v* dwindle
ક્ષુદ્ર *adj* trivial
ક્ષુદ્ર બનાવવું *v* trivialize
ક્ષુદ્રતા *n* pettiness
ક્ષેત્ર *n* territory

ખ

ખગોળશાસ્ત્ર *n* astronomy
ખગોળશાસ્ત્રી *n* astronomer
ખગોળશાસ્ત્રીય *adj* astronomic
ખચકાટ *n* hesitation

233 ખંડન કરવું તે

ખચ્ચર *n* mule
ખજાનચી *n* cashier, treasurer
ખજાનો *n* treasure
ખટારાથી માલનું વહન કરવું *v* cart
ખટારાનો ચાલક *n* trucker
ખટારો *n* cart, truck
ખડક *n* boulder, rock
ખડકાળ *adj* rocky
ખડખડવું *v* rattle
ખડતલ *adj* resilient, robust, strong
ખડતલ બાંધાનું *adj* burly
ખતપત્ર *n* charter
ખનિજ *n* mineral
ખનિજ તેલ *n* petroleum
ખબર આપનાર *n* informant
ખબરપત્રી *n* reporter
ખભા ઉછાળવા *v* shrug
ખભે ભરાવવાના પટ્ટાની જોડ *n* suspenders
ખભેખભો મિલાવીને *adv* abreast
ખભો *n* shoulder
ખમીર *n* yeast
ખમીસ *n* shirt
ખરચમાં કાપ મૂકવો *v* cut back
ખરચવું *v* spend
ખરબચડાં અને બેવડા દાંતાવાળાં પાંદડાંવાળું એક ઝાડ *n* elm
ખરબચડું *adj* coarse, rough
ખરા દિલનું *adj* heartfelt
ખરાઈ *n* verification
ખરાપણું કબૂલ કરવું *v* acknowledge
ખરાબ *adj* bad
ખરાબ કામ કરવું *v* malpractice
ખરાબ પ્રતિક્રિયા *n* backlash
ખરાબ રીતે *adv* badly
ખરાબ વર્તન કરવું *v* manhandle, mistreat
ખરાબ વ્યવહાર *n* mistreatment
ખરીદ કરવું તે *v* purchase
ખરીદ કરેલી વસ્તુઓ *n* shopping
ખરીદદાર *n* buyer
ખરીદવું *v* buy
ખરીદી *n* purchase
ખરેખર *adv* indeed, really
ખર્ચ *n* expense
ખર્ચાળ *adj* pricey
ખર્ચેલી રકમ *n* expenditure
ખલનાયક *n* villain
ખલેલ *n* disturbance
ખલેલ પહોંચાડતું *adj* disturbing
ખલેલ પહોંચાડવી *v* heckle
ખલેલ પહોંચાડવી *v* disturb
ખવડાવવું *v* feed
ખસવું *v* blink, budge, move, shift
ખસેડવું *v* displace, stir
ખળભળાટ *n* commotion, unrest
ખંગાળવું *v* rinse
ખંજવાળ આવવી *v* itch
ખંડન કરવું *v* refute, repudiate
ખંડન કરવું તે *n* demolition

ખ

ખંડન ન કરી શકાય એવી દલીલ *adj* irrefutable
ખંડને લગતું *adj* continental
ખંડિત *adj* broken
ખંડિયેર હાલતમાં *adj* dilapidated
ખંત *n* diligence
ખંતીલું *adj* diligent, persistent
ખંપાળી *n* rake
ખાઈ જવું *v* devour
ખાઉધરો *n* glutton
ખાટું *n* pie, tart
ખાટું *adj* sour
ખાડી *n* channel
ખાડો *n* pit
ખાડો ખોદવો *v* pick
ખાણ *n* mine
ખાણિયો *n* miner
ખાતરી *n* assurance
ખાતરી આપવી *v* assure
ખાતરીવાળું *adj* sure
ખાતું *n* account
ખાદ્યમાં ભેળસેળ કરવી *v* adulterate
ખાધ *n* deficit
ખાનગી *adj* confidential, private
ખાનગી જગ્યા *n* privacy
ખાનગી શિક્ષક *n* tutor
ખાનદાન *adj* noble
ખાનદાની *n* nobility
ખાનસામો *n* butler
ખાનાંવાળી પેટી *n* cabinet
ખામી *n* defect, drawback
ખામીભર્યું *adj* defective
ખારા પાણીનું સરોવર *n* lagoon
ખાલી *adj* empty, vacant, void
ખાલી કરવું *v* deplete, discharge, empty, evacuate, vacate
ખાલી કરાવવું *v* evict
ખાલી જગ્યા *n* vacancy
ખાલીપણું *n* emptiness
ખાવાનું આપવું *v* feed
ખાવાપીવાની ચીજોનો કોઠાર *n* pantry
ખાવાયોગ્ય *adj* edible
ખાવું *v* eat, feed
ખાસ *adv* solely, special
ખાસ કરીને *adv* especially, particularly
ખાસ વિનંતિ *n* plea
ખાસ હેતુથી જવું *v* turn out
ખાંચ *n* furrow, groove
ખાંડ *n* sugar
ખિજાયેલું *adj* furious
ખિસકોલી *n* squirrel
ખીખી કરીને હસવું *v* giggle
ખીજવવું *v* irritate, provoke
ખીણ *n* ravine, valley
ખીલ *n* pimple
ખીલવું *v* conjure up, evolve
ખીલી *n* nail, tack
ખીલો *n* bolt
ખીલો મારવો *v* nail
ખીસું *n* pocket

ખીસ્સા કાતરુ *n* pickpocket
ખુરશી *n* chair
ખુલાસો *n* clarification
ખુલ્લા પગે *adj* barefoot
ખુલ્લાપણું *n* openness
ખુલ્લામાં *adv* outdoors
ખુલ્લું કરવું *v* disclose
ખુલ્લું મૂકવું *v* expose, unveil
ખુલ્લો ઘા *n* sore
ખુશબોદાર *adj* balmy, fragrant
ખુશબોદાર મસાલો ભરીને રાખેલું શબ *n* mummy
ખુશમિજાજ *adj* cheerful, bright
ખુશામત *n* adulation, flattery
ખુશામત કરવી *v* court
ખુશ્બોદાર *adj* aromatic
ખૂજલીવાળું *n* itchiness
ખૂટતું *adj* missing
ખૂણો *n* corner
ખૂન *n* murder
ખૂની *n* killer, murderer
ખૂબ અભ્યાસ કરવો *v* mug
ખૂબ અસ્વસ્થ *adj* distraught
ખૂબ ઊંચું *adj* towering
ખૂબ ગરમ કરવું *v* broil
ખૂબ જોરથી હલાવવું *v* convulse
ખૂબ ટીકા કરવી *v* damn
ખૂબ દૂરનું *adj* faraway
ખૂબ પ્રયત્ન કરવો *v* strive
ખૂબ બધું *adj* lots
ખૂબ બળવાન *adj* powerful
ખૂબ લાંબું *adj* lengthy
ખૂબ વહાલુ *adj* beloved
ખૂબ વેગવાળું *n* express
ખૂબ સાવધાનીપૂર્વક *adv* gingerly
ખૂબ સુંદર *adj* exquisite, gorgeous
ખૂલીને વાત કરવી *v* open up
ખૂંધવાળી પીઠ *n* hunchback
ખૂંધવાળું *adj* hunched
ખેડવાની ક્રિયા *n* cultivation
ખેડૂત *n* farmer, peasant
ખેતર *n* field, farm
ખેતર પરના ઘરનું આંગણું *n* farmyard
ખેતી *n* agriculture, farming
ખેતી લાયક *adj* arable
ખેતીનું એક ઓજાર *n* rake
ખેતીવાડી કરવી *v* farm
ખેતીવાડીને લગતું *adj* agricultural
ખેદ *n* regret
ખેદ કરવો *v* regret
ખેદજનક *adj* regrettable
ખેપિયો *n* courier
ખેલકૂદ *n* play
ખેલદિલ વ્યક્તિ *n* sportsman
ખેલાડી *n* player, best man
ખેંચવું *v* pump
ખેંચવું તે *v* draw
ખેંચી કાઢવું *v* pull out
ખેંચેલું *n* traction
ખોખરું *adj* husky

ખોખરો અવાજ *adj* hoarse
ખોખામાં ભરવું *v* box
ખોખું *n* box, frame
ખોટી ગણતરી કરવી *v* miscalculate
ખોટી જગ્યાએ મૂકવું *v* misplace
ખોટી જુબાની *n* perjury
ખોટી ભીતિ *n* phobia
ખોટી રજૂઆત કરવી *v* falsify, forge
ખોટી રીતે ન્યાય તોળવો *v* misjudge
ખોટું *adj* incorrect, untrue, wrong
ખોટું કામ કરવું *v* perpetrate
ખોટું સમજવું *v* misconstrue
ખોટું સાબિત કરવું *v* debunk, disprove
ખોટે રસ્તે ચડાવેલું *adj* misguided
ખોટો અર્થ કરવો *v* misinterpret
ખોડો *n* dandruff
ખોતરવું *v* scratch
ખોદવું *v* dig, excavate
ખોદી કાઢવું *v* mine, unearth
ખોપરી *n* skull
ખોરાક *n* food, nutrition
ખોરાક પચાવવો *v* digest
ખોરાકની ચીજ *n* foodstuff
ખોલવું *v* open, unfasten
ખોવાયેલું મળી જવું *v* turn up
ખોળવું *v* look for
ખોળો *n* lap
ખ્યાલ *n* idea
ખ્રિસ્તી દેવળ *n* cathedral, church
ખ્રિસ્તી ધર્મ *n* Christianity
ખ્રિસ્તી ધર્મગ્રંથ *n* bible
ખ્રિસ્તી ધર્મની દીક્ષાની વિધિ *n* baptism
ખ્રિસ્તી ધર્મનું *adj* Christian
ખ્રિસ્તી ધર્મોપદેશક *n* clergyman
ખ્રિસ્તી બનાવવું *v* baptize
ખ્રિસ્તી સાક્ષાત્કાર *n* gospel
ખ્રિસ્તીઓનો ધર્મગુરૂ *n* Pope

ગ

ગઈ કાલે *adv* yesterday
ગઈ રાત્રે *adv* last night
ગગનચુંબી ઇમારત *n* skyscraper
ગજરો *n* wreath
ગજવી મૂકનારું *adj* resounding
ગટરવ્યવસ્થા *n* drainage
ગઠબંધન *n* coalition
ગઠ્ઠો *n* chunk, lump
ગડગડાટ જેવો અવાજ *n* rumble
ગડી કરવી *v* fold
ગડીદાર *adj* pleated
ગણક યંત્ર *n* calculator
ગણગણવું *v* hum, murmur
ગણગણાટ *n* murmur
ગણગણાટ કરવો *v* buzz

ગણતરી *n* calculation, count, estimation
ગણતરી કરવી *v* calculate, work out
ગણનાપાત્ર *adj* considerable
ગણવું *v* compute, count, deem, enumerate
ગણવેશ *n* uniform
ગણિતશાસ્ત્ર *n* math
ગતિ *n* motion
ગતિ વધારવી *v* quicken
ગતિરોધક *n* brake
ગતિશીલ *adj* mobile
ગતિશીલ બનાવવું *v* mobilize
ગતિહીન *adj* immobile
ગદા *n* club
ગદ્ય *n* prose
ગધેડો *n* donkey
ગપસપ કરવી *v* chat
ગપ્પાં *n* gossip
ગબડાવવું *v* topple
ગબડાવી દેવું *v* overthrow
ગબડી પડવું *v* tumble
ગભરાટ *n* panic
ગભરાતું *adj* nervous
ગભરામણ *n* dismay
ગમગીન *adj* dejected, moody, somber
ગમગીન કરે તેવું *adj* depressing
ગમગીન બનાવવું *v* depress
ગમનની દિશા *n* course
ગમાણ *n* manger
ગમે તે *pro* whoever
ગમે તેમ કરીને *pro* anyhow
ગમ્મત *n* fun
ગરગડી *n* pulley
ગરગડી જડેલો જોડો *n* skate
ગરદન *n* neck
ગરબડ *n* disorder, mix-up
ગરબડ ગોટાળો *n* shambles
ગરમ *adj* hot
ગરમ કરવાની ક્રિયા *n* heating
ગરમ કરવું *v* heat, warm up
ગરમ પાણીનું યંત્ર *n* water heater
ગરમી *n* heat, warmth
ગરમીનું મોજું *n* heat wave
ગરીબ *adj* impoverished, needy
ગરીબ *n* poor
ગરીબાઈ *n* poverty
ગરીબાઈમાં *adv* poorly
ગરુડ *n* eagle
ગરોળી *n* lizard
ગર્જના *n* roar
ગર્જના કરવી *v* roar
ગર્ભ *n* core, embryo, fetus
ગર્ભધારણા *n* conception
ગર્ભપાત *n* abortion
ગર્ભપાત થવો *v* abort
ગર્ભાધાન કરવું *v* fertilize
ગર્ભાવસ્થા *n* gestation, pregnancy
ગર્ભાશય *n* uterus
ગર્ભિત સૂચન *n* innuendo
ગર્વ *n* pride
ગર્વથી *adv* proudly

ગર્વિષ્ઠ *adj* cocky
ગલપટ્ટો *n* muffler
ગલીપચી *n* tickle
ગલીપચી કરવી *v* tickle
ગલીપચી થાય એવું *adj* ticklish
ગસ્ત *n* patrol
ગળણી *n* filter, strainer
ગળપટ્ટો *n* scarf
ગળાપટી *n* collar
ગળાપટ્ટી *n* tie
ગળામાં મુશ્કેલીથી ઉતારવું *v* get down
ગળામાંના કાકડા *n* tonsil
ગળી ખીર *n* pudding
ગળી જવું *v* gulp down, guzzle, ingest, swallow, engulf
ગળી બિસ્કિટ *n* cookie
ગળું *n* throat
ગળું દાબવું *v* strangle
ગળેબંધ *n* necktie
ગળ્યો પાઉં *n* bun
ગંજીફાનો એક્કો *n* ace
ગંદવાડ *n* mess
ગંદુ બનાવવું *v* defile
ગંદું *adj* squalid
ગંદું કરવું *v* stain
ગંદું થઇ જવું *adj* soiled
ગંધ *n* odor
ગંધક *n* sulfur
ગંધથી પ્રાણીને પકડી પાડતો શિકારી કૂતરો *n* hound
ગંધાતું *adj* fetid, stinking
ગંધાવું *v* stink
ગંભીર *adj* grave, serious, solemn
ગંભીરતા *n* seriousness
ગંભીરતાથી *adv* earnestly, gravely
ગંભીરતાથી ધ્યાન આપવું *v* get down to
ગાજર *n* carrot
ગાજરની જાતનો એક છોડ *n* parsnip
ગાજવીજ સાથેનું વાવાઝોડું *n* thunderstorm
ગાડી *n* car, streetcar
ગાડી ચલાવનારની સામેનો કાચ *n* windshield
ગાઢ પરિચયવાળું *adj* intimate
ગાદલું *n* mattress
ગાદી ભરેલું *n* padding
ગાબડું *n* breach, gap
ગામ *n* village
ગામઠી *adj* rustic
ગામડાનું ઘર *n* chalet
ગામડામાં રહેનાર *n* villager
ગાય *n* cow
ગાયક *n* singer
ગાયકવૃંદ *n* choir, chorus
ગાયન *n* song
ગાયન કે વાદન *n* serenade
ગાયનું બચ્ચું *n* calf
ગાલ *n* cheek
ગાલ ઉપરનું હાડકું *n* cheekbone
ગાલપચોળિયાં *n* mumps
ગાલમાં દાબીને હસવું *v* chuckle

ગાવું *v* sing
ગાંઠ *n* knot; tumor; joint
ગાંઠો દૂર કરવી *v* unwind
ગાંડપણ *n* craziness, insanity, lunacy
ગાંડી રીતે *adv* madly
ગાંડુ *adj* insane
ગાંડુ બનાવવું *v* madden
ગાંડું *adj* crazy, demented, maniac
ગાંડો *n* madman
ગાંસડી *n* pack, bale
ગિરિમાળા *n* ridge
ગીચ *adj* dense
ગીચતા *n* density
ગીતો *n* lyrics
ગીધ *n* buzzard, vulture
ગીરો *n* mortgage
ગીરો મુક્તિ *n* redemption
ગીરો મૂકીને પૈસા લેવા *v* pawn
ગુચ્છાદાર *adj* curly
ગુજરાન *n* sustenance
ગુણ *n* virtue
ગુણક સંખ્યા *n* coefficient
ગુણવત્તા *n* quality
ગુણવત્તા કે કિંમત ઘટાડવી *v* debase
ગુણવાન *adj* virtuous
ગુણવું *v* multiply
ગુણાકાર *n* multiplication
ગુણાકાર કરવાથી મળતી સંખ્યા *n* product
ગુણોત્તર *n* ratio
ગુદામાર્ગ *n* rectum
ગુનામાં સાગરીત *n* accomplice
ગુનાહિત *adj* criminal
ગુનાહિત આગ *n* arson
ગુનેગાર *n* crook, felon, thug
ગુનેગાર જાહેર કરવું *v* convict
ગુનેગારની ખોજ *n* manhunt
ગુનો *n* crime
ગુપ્ત *adj* hidden, undercover
ગુપ્ત *n* secret
ગુપ્ત વેષ લેવો *v* masquerade
ગુપ્ત સ્થળ *n* hideaway
ગુપ્તતા *n* secrecy
ગુપ્તપણે *adv* secretly
ગુફા *n* cave
ગુબ્બારો *n* balloon
ગુમાવવું *v* lose
ગુરુત્વાકર્ષણ *n* gravity
ગુરુત્વાકર્ષણથી હાલવું *v* gravitate
ગુરૂવાર *n* Thursday
ગુલાબ *n* rose
ગુલાબી *adj* rosy
ગુલાબી રંગનું *adj* pink
ગુલામ *n* slave
ગુલામી *n* bondage, slavery
ગુલાંટ *n* spill
ગુસપુસ *n* whisper
ગુસપુસ બોલવું તે *v* whisper
ગુસ્સામાં *adj* cross
ગુસ્સે કરવું *v* anger, enrage, exasperate, infuriate

ગુસ્સે થવું *n* incense
ગુસ્સો *n* anger, temper
ગુંચવાડો *n* complication
ગુંજારવ *n* buzz
ગુંડો *adj* bully
ગુંદર *n* glue; gum
ગુંદરવાળી કાપલી *n* sticker
ગુંબજ *n* dome
ગૂણપાટ *n* sack
ગૂંગળાવવાની ક્રિયા *n* asphyxiation
ગૂંગળાવવું *v* asphyxiate, choke, smother, stifle, suffocate
ગૂંગળાવે એવું *adj* stifling
ગૂંચ *n* tangle
ગૂંચ ઉકેલવી *v* disentangle, extricate
ગૂંચ કાઢવી *v* unravel
ગૂંચવણમાં નાખવું *v* baffle, bewilder
ગૂંચવાડો *n* confusion
ગૂંચવી નાખનારું *adj* confusing
ગૂંચવી નાખવું *v* confuse
ગૂંચળું *n* curl
ગૂંચળું વળેલું *adj* convoluted
ગૂંથવું *v* knit
ગૃહકાર્ય *n* homework
ગૃહજીવનથી વંચિત હોવું *adj* deprived
ગૃહપતિ *n* warden
ગૃહિણી *n* housewife
ગેરકાનૂની *adj* unlawful

ગેરકાયદે *adj* illicit
ગેરકાયદેસર *adj* illegal
ગેરકાયદેસરનું *adj* illegitimate
ગેરમાર્ગે દોરનારું *adj* misleading
ગેરલાભ *n* disadvantage
ગેરલાભવાળી શરત *n* penalty
ગેરલાયક ઠરાવવું *v* disqualify
ગેરવર્તન કરવું *v* misbehave
ગેરવલ્લે જવું *v* miscarry
ગેરવલ્લે લઈ જવું *v* mislead
ગેરવાજબી *adj* unreasonable
ગેરવાજબી ટીકા *adj* nitpicking
ગેરવ્યવસ્થા *v* mismanage
ગેરવ્યાજબીપણું *n* unfairness
ગેરસમજ કરવી *v* misunderstand
ગેરહાજર *adj* absent
ગેરહાજરી *n* absence
ગેરિલા સિપાઇ *n* guerrilla
ગેંડો *n* rhinoceros
ગોકળગાય *n* snail
ગોખણપટ્ટી કરવી *v* cram
ગોચર *n* pasture
ગોટાળામાં પડેલું *adj* mixed-up
ગોટાળો કરવો *v* mess up
ગોઠવણી *n* setup
ગોઠવવું *v* adjust
ગોથું ખાવું *v* stumble, trip
ગોદી *n* dock, shipyard
ગોદીમાં આણવું *v* dock
ગોપ *n* cowboy
ગોબો *n* dent
ગોબો પડવો *v* dent

ગોમાંસ *n* beef
ગોરપદું *n* priesthood
ગોલ કરવા *v* score
ગોલરક્ષક *n* goalkeeper
ગોળ *n* disk
ગોળ ગોળ ફરી નાચવાનું ત્રિતાલ નૃત્ય *n* waltz
ગોળ થાંભલો *n* column
ગોળ ફરવું *v* circle, whirl
ગોળમટોળ *adj* plump
ગોળાના આકારનું *adj* round
ગોળાર્ધ *n* hemisphere
ગોળી છોડવી *v* fire
ગોળી મારવી *v* shoot
ગોળીઓ છોડી વિમાનને નીચું લાવવું *v* shoot down
ગોળીબારની મર્યાદા *n* range
ગોળો *n* globe, sphere
ગોંધી રાખવું *v* intern
ગૌણ *v* minor
ગૌણ *n* minor
ગૌણ બીજી વ્યક્તિ *adj* second
ગૌરવ *n* majesty
ગૌરવ આપવું *v* dignify
ગૌરવયુકત વર્તન *n* dignity
ગ્રહણ *n* eclipse
ગ્રહણક્ષમ *adj* susceptible
ગ્રહણશકિત *n* perception
ગ્રહણશીલ *adj* receptive
ગ્રંથ *n* volume
ગ્રંથપાલ *n* librarian
ગ્રંથસૂચિ *n* bibliography
ગ્રંથસ્વામિત્વનો હક *n* copyright
ગ્રંથાલય *n* library
ગ્રામજીવન સંબંધી *adj* pastoral
ગ્રામવિસ્તાર *n* countryside
ગ્રામીણ *adj* rural
ગ્રામીણ પ્રદેશ *n* country
ગ્રાહક *n* customer
ગ્રાહ્ય *adj* admissible
ગ્રીનલેન્ડ દેશ *n* Greenland
ગ્રીસ દેશ *n* Greece
ગ્રીસ દેશનું વતની *adj* Greek

ઘ

ઘઉં *n* wheat
ઘટક *n* component
ઘટક દ્રવ્ય *n* ingredient
ઘટના *n* happening, incident, phenomenon
ઘટના બનવી તે *n* occurrence
ઘટનાચક્ર *n* cycle
ઘટનાસ્થળ *n* scene
ઘટવું *v* come down, decline
ઘટાડવું *v* decimate, reduce, whittle
ઘટાડવું કે ઘટવું *v* diminish
ઘટાડો *n* decrease

ઘટાડો *v* downsize
ઘટ્ટ કરવું *v* curdle
ઘટ્ટ થવું *v* coagulate
ઘડપણ *n* old age
ઘડિયાળ *n* clock
ઘડિયાળની ચાવી *n* key
ઘડિયાળનો ચંદો *n* dial
ઘડિયાળી *n* watchmaker
ઘડેલા કાયદા *n* legislation
ઘણા *adj* many
ઘણું *adv* lot, much, very
ઘણું ઊંચું *adj* lofty
ઘણું ઊંડું *adj* profound
ઘણું કરીને *adv* mostly
ઘણું મહત્ત્વનું *adj* momentous
ઘણું મોટું *adj* huge
ઘન *n* cube
ઘન *adj* dense
ઘનાકૃતિ *adj* cubic
ઘમંડી *adj* insolent
ઘર *n* dwelling, home, house, residence
ઘર આંગણાનું *n* hometown
ઘર ખાલી કરવું *v* move out
ઘર-ઇસ્પિતાલમાં રહેનારો *n* inmate
ઘરકામ *n* housework
ઘરગથ્થું *adj* domestic
ઘરગથ્થું *n* household
ઘરડું *adj* old
ઘરની બનાવટનું *adj* homemade
ઘરની બહારનું *adv* outdoor
ઘરની ભાડાચિઠ્ઠી *n* lease
ઘરની સ્વામિની *n* mistress
ઘરફોડુ *n* burglar
ઘરમાં પહેરવાના જોડા *n* slipper
ઘરવપરાશની વસ્તુઓ *n* cutlery
ઘરાક *n* client
ઘરાકો *n* clientele
ઘરેણું *n* ornament
ઘર્ષણ *n* friction
ઘસડવું *v* tow
ઘસડીને ખેંચવું *v* drag
ઘસવું *v* rub
ઘસાઇ જવું *v* wear down
ઘસારો *n* depreciation
ઘસીને સાફ કરવું *v* scour
ઘંટ *n* bell
ઘંટ વગાડવો *v* toll
ઘંટડી *n* doorbell
ઘંટવાળો મિનારો *n* belfry
ઘાટ પાડવો *v* cast
ઘાટું *adj* thick
ઘાટું કરવું *v* thicken
ઘાતાંક *n* log
ઘાયલ કરવું *v* wound
ઘાયલ કે માંદાનું વાહન *n* ambulance
ઘાસ *n* hay
ઘાસ કાપવું *v* mow
ઘાસચારો *n* grass
ઘાસની ગંજી *n* haystack
ઘાસનું મેદાન *n* prairie

ઘાસવાળી જમીન *n* lawn, turf
ઘુરકવું *v* growl
ઘુવડ *n* owl
ઘુંમટ *n* dome
ઘૂઘવવું *v* boom
ઘૂસણખોર *n* intruder, invader
ઘૂસણખોરી *n* infiltration, intrusion
ઘૂસવું *v* invade
ઘૂંટડે ઘૂંટડે પીવું તે *v* sip
ઘૂંટડો *n* gulp, sip
ઘૂંટણ *n* knee
ઘૂંટણ વાળવી *v* genuflect
ઘૂંટણિયે પડવું *v* kneel
ઘૃણા પેદા કરનારું *adj* revolting
ઘૃણાસ્પદ *adj* disgusting, lousy
ઘેટાનું ઊની આવરણ *n* fleece
ઘેટાનું બચ્ચું *n* lamb
ઘેટું *n* sheep
ઘેટો *n* ram
ઘેન લાવનાર દવા *n* dope, narcotic
ઘેર જવાને આતુર *adj* homesick
ઘેરદાર *adj* baggy
ઘેરવું *v* cordon off, encircle, encompass
ઘેરી લેવું *v* beset, engulf
ઘેરું *adj* entrenched, ingrained
ઘેરો *n* siege
ઘેરો ઘાલવો *v* siege
ઘેરો વાદળી રંગ *adj* navy blue
ઘેલછા *n* crank

ઘોડી *n* mare
ઘોડો *n* horse
ઘોર અંધારાવાળું *adj* murky
ઘોરવું તે *v* snore
ઘોષણા *n* notice, testament
ઘોંઘાટવાળું *adj* noisy
ઘોંચવું *v* prod

ચ

ચકલી *n* sparrow
ચકાસવું *v* check
ચક્કર *n* dizziness
ચક્કાજામ *n* congestion
ચક્રવાત *n* cyclone
ચક્રાકાર માર્ગ *n* circuit
ચટણી *n* sauce
ચટાઇ *n* mat
ચડતું વલણ *n* upturn
ચડવું *v* climb
ચડાણ *n* climbing
ચડિયાતું *adj* classy
ચડિયાતું ગણવું *v* prefer
ચડિયાતું હોવું *v* outnumber, surpass
ચડ્ડી *n* shorts
ચઢતા ઢોળાવ પર *adv* uphill
ચઢિયાતાપણું *n* superiority

ચણવું v build
ચણો n gram
ચતુર adj tactful
ચતુરાઇ n ingenuity
ચતુરાઈ n craft
ચન્દ્ર n moon
ચપળ adj agile, alert
ચમક n polish
ચમકાવવું v brighten, polish
ચમકાવવું adj startled
ચમચી n teaspoon
ચમચો n spoon, tablespoon
ચમચો ભરાય એટલું n spoonful
ચમત્કાર n miracle
ચરબી n fat
ચરબી ચોપડેલું adj greasy
ચરવું v browse, graze
ચર્ચમાં ચોપડી રાખવાનું મેજ n lectern
ચર્ચા n contest, discussion
ચર્ચા કરવી v debate, discuss
ચર્ચાને પાત્ર adj debatable
ચર્ચાનો વિષય n topic
ચર્મપત્ર n parchment
ચલચિત્રપટ n cinema
ચલણ n currency
ચલણી નોટ n note
ચલાણું n bowl
ચલાવવું v drive, wield
ચલાવી લેવું v get along
ચશ્મા n glasses, lens
ચશ્મા બનાવનાર કે વેચનાર n optician
ચશ્માં n eyeglasses, glass
ચહેરાનો ભાગ n feature
ચહેરો n face
ચળકતું adj bright, shiny
ચળકવું n glare
ચળકવું v glitter
ચળકાટવાળું adj glossy
ચંચળ અને વેગીલું v fleet
ચંદરવો n awning
ચંદ્રક n medal
ચંપલ n sandal
ચંબૂ n pitcher
ચા n tea
ચાખવું v taste
ચાડી ખાવી v snitch
ચાદર n sheet
ચાદરો n sheets
ચાની ઝારી n teapot
ચાબુક n scourge, whip
ચાબુક મારવો v whip
ચામડી n skin
ચામડી પર આછા ભૂરા રંગનો ડાઘો n freckle
ચામડીને કુણી રાખવા માટેનું દ્રવ્ય n lotion
ચામડીનો દાહ n sunburn
ચામડું n leather
ચામાચીડિયું n bat
ચાર adj four

ચારિત્રયની શુધ્ધતા *n* chastity
ચારિત્રયબળ *n* guts
ચારિત્રયશીલ *adj* chaste
ચારે બાજુએ જમીનથી ઘેરાયેલું *adj* landlocked
ચારેબાજુથી ઘેરાયેલું *n* roundup
ચારેબાજુથી પ્રકાશ ફેંકી રોશની કરવી *n* floodlight
ચાલચલગત *n* character
ચાલનારાઓ માટે રસ્તો ઓળંગવાની જગ્યા *n* crosswalk
ચાલવું *v* step, walk
ચાલાક *adj* slim
ચાલાકીભરી યુક્તિ *n* gimmick
ચાલુ કરવું *v* spark off
ચાલુ કરવું કે રાખવું *v* turn over
ચાલુ રાખવું *v* carry on, continue, keep on
ચાલે એવું *adj* workable
ચાલ્યા જવું *v* go away
ચાવવું *v* chew
ચાવી રાખવાની કડી *n* key ring
ચાસણી *n* syrup
ચાહક *n* fan
ચાહના *n* admiration
ચાળણી *n* mesh
ચાળવું *v* bolt, sift
ચાળીસ *adj* forty
ચાંચ *n* beak
ચાંચ મારવી *v* peck
ચાંચડ *n* flea
ચાંચિયાગીરી *n* piracy
ચાંદી *n* silver
ચાંદીના વાસણો *n* silverware
ચાંદીનો ઢોળ કરેલું *adj* silver-plated
ચિઠ્ઠીઓ નાખીને કરેલ વેચાણ *n* raffle
ચિતાભસ્મ રાખવાનું પાત્ર *n* urn
ચિત્ત હરી લેવું *v* captivate
ચિત્તભ્રમ *n* aberration
ચિત્તાકર્ષક *adj* eye-catching
ચિત્તો *n* leopard, panther
ચિત્ર *n* picture, portrait
ચિત્ર દોરવું *v* picture
ચિત્રકામના કાગળની પિન *n* thumbtack
ચિત્રપટ *n* scenario
ચિત્રપટ માટે ફોટા પાડવા *v* film
ચિત્રપટની ધીમી ગતિ *n* slow motion
ચિત્રમય *adj* picturesque
ચિત્રમય ગુફા *n* grotto
ચિનગારી *n* cinder
ચિરંતન નરકવાસ *n* damnation
ચિહ્ન *n* emblem, mark
ચિહ્ન કરવું *v* mark
ચિંતન *n* meditation
ચિંતન કરવું *v* ponder, meditate
ચિંતા *n* anxiety, worry
ચિંતા કરવી *v* worry
ચિંતાજનક *adj* worrisome
ચિંતાતુર *adj* anxious
ચીકટ પદાર્થ *adj* adhesive

ચ

ચીકણી માટીને તપાવવાની પ્રક્રિયાથી બનતી વસ્તુ *n* ceramic
ચીકણી વસ્તુ ચોપડવી *v* smear
ચીઝ *n* cheese
ચીડ વૃક્ષ *n* pine
ચીડવવું *v* tease
ચીઢિયું *adj* edgy
ચીથરું *n* rag
ચીની માટી *n* porcelain
ચીની માટીનાં વાસણ *n* crockery
ચીપવું *v* shuffle
ચીપિયો *n* tongs
ચીમની *n* chimney
ચીરવું *v* rip
ચીરીઓ કરવી *v* slice
ચીરો *n* crack, slice
ચીરો પડવો *v* crack
ચીસ *n* scream
ચીસ પાડવી *v* scream, shriek
ચીંથરેહાલ *adj* ragged
ચીંધવું *v* direct, point
ચુકવણી *n* payment
ચુકાદો *n* judgment, verdict
ચુકાદો આપનારનું જૂથ *n* jury
ચુસ્તપણે ધાર્મિક *adj* devout
ચુંબકત્વ *n* magnetism
ચુંબકીય *adj* magnetic
ચુંબન *n* kiss
ચુંબન કરવું *v* kiss
ચુંબનનો બચકારો *n* smack
ચૂકી જવું *v* miss
ચૂડેલ *n* witch
ચૂનાનો પથ્થર *n* limestone
ચૂપ *adj* mute
ચૂપ કરવું *n* hush
ચૂપ રહેવું *v* shut up
ચૂલો *n* fireplace, hearth, stove
ચૂવવું *v* leak
ચૂસવું *v* suck
ચૂંચૂં અવાજ *n* creak
ચૂંચૂં અવાજ કરવો *v* creak
ચૂંટણી *n* election
ચૂંટાવું *v* get in
ચૂંટી *n* nip, pinch
ચૂંટી ખણવી તે *v* pinch
ચૂંટી નાખવું *v* nip
ચેકબૂક *n* checkbook
ચેતનવંતું *adj* lively
ચેતવણી *n* admonition, alarm, caution, warning, notice
ચેતવણી આપવી *v* admonish, warn
ચેતવણીસૂચક *adj* alarming
ચેનવાળું *n* zipper
ચેપ *n* contamination, infection
ચેપ લગાડવો *v* contaminate, infect
ચેપરહિત કરવું *v* disinfect
ચેપી *adj* catching, contagious, infectious
ચેરી નામનું ફળ *n* cherry
ચૈતસિક *adj* psychic

ચોક *n* chalk
ચોકઠું *n* frame
ચોકલેટ *n* chocolate
ચોકસાઇ *n* precision
ચોકસાઇવાળું *adj* particular
ચોકીદાર *n* sentry
ચોક્કસ *adj* accurate, definite, precise, specific, surely
ચોક્કસ આકાર વિનાનું *adj* amorphous
ચોક્કસ જગ્યા ઉપરનો પ્રકાશ *n* spotlight
ચોક્કસ સ્થળ *n* spot
ચોક્કસ હેતુનું ખર્ચ *n* spending
ચોક્સાઇ *n* accuracy
ચોખા *n* rice
ચોખ્ખાઈપૂર્વક *adv* neatly
ચોખ્ખું *adj* neat
ચોખ્ખું કરવું *v* clear
ચોખ્ખું ભૂરું આકાશ *adj* blue
ચોતરફ ફરી વળવું *v* seal off, surround
ચોતરો *n* platform
ચોથો *adj* fourth
ચોથો ભાગ *n* quarter, quarters
ચોપડવું *v* spread
ચોપડીમાં નોંધો ઉમેરવી *v* annotate
ચોપાનિયું *n* leaflet, pamphlet
ચોફાળ *n* sheet
ચોમેર વિખેરવું *v* disseminate
ચોર *n* thief
ચોરસ *adj* square
ચોરી *n* burglary, theft
ચોરી કરવી *v* burglarize, sneak, steal
ચોરીચૂપકીથી કરનારું *adj* stealthy
ચોરીછૂપીનું *adj* clandestine
ચોળી *n* blouse
ચોંકાવનારું *adj* mind-boggling
ચોંટવું *n* stick
ચોંટાડવું *v* glue, paste
ચોંટી જવું *v* stick
ચોંટે એવું *adj* sticky
ચૌદ *adj* fourteen

છ

છ *adj* six
છ તારવાળું વાદ્ય *n* guitar
છક કરવું *v* stun
છટકબારી *n* loophole
છઠ્ઠું *adj* sixth
છત *n* ceiling
છતાં *c* despite
છત્રી *n* umbrella
છદ્માવરણ *n* camouflage
છબી ચીતરવી *v* depict, portray
છરી *n* knife

છલંગો મારતા દોડવું *v* gallop
છલાંગ *n* spring
છલોછલ પ્યાલો *n* bumper
છળકપટ *n* deception
છંટકાવ કરવો *v* sprinkle
છાજલી *n* shelves
છાણ *n* dung
છાતી *n* bosom
છાતીમાં બળતરા *n* heartburn
છાત્રવૃત્તિ *n* scholarship
છાત્રવૃત્તિ મેળવનાર *n* scholar
છાત્રાલયનો વડો *n* rector
છાનું *adj* covert
છાપ પાડવી *v* impress
છાપકામ *n* print
છાપખાનું *n* press
છાપભૂલ *n* misprint
છાપરા વિનાનું આગણું *n* patio
છાપરામાંની બારી *n* skylight
છાપરાવાળું તરતું વહાણ *n* ark
છાપરું *n* roof
છાપવાનાં બીબાં *n* type
છાપવું *v* print
છાપેલી આકૃતિ *n* engraving
છાપો મારવો *v* raid
છાયા *n* shadow
છાલ *n* peel
છાવણી નાખવી *v* camp
છાવરવું *v* cover up, disguise
છાવરવું *n* cover-up, disguise
છાંટ *n* clipping

છાંટવું *v* spray
છાંટા ઊડવા *v* splash
છાંયડાવાળું *adj* shady
છાંયડો *n* shade
છિદ્ર *n* leak, pore
છિદ્ર વાટે પસાર થવું તે *n* leakage
છિદ્રાળુ *adj* porous
છિદ્રો *n* perforation
છીછરું *adj* shallow
છીનવી લેવું *v* usurp
છીપવાળી ખાદ્ય માછલી *n* clam
છીંક *n* sneeze
છીંક ખાવી *v* sneeze
છુટકારો *n* absolution; delivery, discharge
છુપાવવું *v* conceal
છૂટ *n* exemption
છૂટ આપવી *adj* exempt
છૂટછાટ *n* concession
છૂટથી આપવું *v* lavish
છૂટાછેડા લેનાર *n* divorcee
છૂટાછેડા લેવા *v* divorce
છૂટું *adj* loose
છૂટું કરવું *v* lay off, unleash
છૂટું છવાયું *adv* asunder
છૂટું થવું *v* break away
છૂટું થાય તેવું *adj* detachable
છૂટું પાડવું *v* drift apart
છૂટુંછવાયું *adj* sparse, sporadic, stray
છૂંદવું *v* squash

છૂંદેલા ગોમાંસની તળેલી કેક *n* hamburger
છેક સુધી *pre* through
છેડો *n* foot
છેતરનાર *n* cheater, con man
છેતરપિંડી *n* bluff, deceit, fraud, hoax, swindle
છેતરપિંડી કરનાર *n* swindler
છેતરવું *v* bluff, cheat, defraud, delude
છેતરવું તે *v* swindle
છેલ્લી જગ્યાએ *adv* lastly
છેવટનું *adj* last
છેવટે *adv* eventually
છોકરી *n* girl
છોકરી અથવા યુવાન સ્ત્રી *n* gal
છોકરો *n* boy, guy, lad
છોડ *n* plant
છોડની દાંડી *n* stalk
છોડવાઓ માટેનું કાચ ઘર *n* greenhouse
છોડવું *v* skip
છોડી જવું *v* bequeath
છોડી દેવું *v* abandon, drop out, forsake, give up, omit, relinquish, renounce, scrap
છોડીને અલગ કરવું *v* detach
છોડીને જવું *v* leave
છોલવું *v* peel
છોલી કાઢવું *v* scrape

જ

જકાત *n* customs
જખમ *n* wound
જખમ ધોવાનું ચેપરોધક રસાયણ *n* iodine
જખમ પરની પટ્ટી *n* patch
જખમની નિશાની *n* scar
જખમની પટ્ટી *n* bandage
જગાડવું *v* rouse
જગ્યા *n* place
જટા જેવું ગૂંચળું વાળવું *v* felt
જટિલ *adj* complex, intricate
જટિલ બાબત *n* jungle
જટિલતા *n* complexity
જડ *adj* blunt
જડતી લેવાનો હુકમ *n* warrant
જડતી લેવી *v* warrant
જડબું *n* jaw
જડબેસલાક *adj* foolproof
જડવાદ *n* materialism
જડવું *v* fix
જડાવકામ *n* mosaic
જણદીઠ *pre* per
જણાવવું *v* brief, inform
જતું કરવું *v* spare
જતું રહેવું *v* break free
જથાબંધ વેચાણ *n* wholesale
જથ્થો *n* quantity
જનનશાસ્ત્રનું *adj* genetic

જનશક્તિ *n* manpower
જનસમૂહ *n* mass
જનીન *n* gene
જન્મ *n* birth
જન્મ તારીખ *n* birthday
જન્મ થવો *v* be born
જન્મજાત *adj* innate, native, congenital
જન્મારો *adj* lifetime
જન્મેલું *adj* born
જપમાળા *n* rosary
જપ્ત કરવું *v* forfeit
જબરદસ્ત *adj* terrific, tremendous
જબરદસ્તી *n* coercion, compulsion, constraint
જબરદસ્તી કરવી *v* coerce, force
જબરદસ્તીથી *adv* forcibly
જબરદસ્તીથી ચોરની જેમ અંદર ઘૂસવું *v* break in
જમનાર *n* diner
જમવાનો ખંડ *n* dining room
જમવું *v* dine
જમાઈ *n* son-in-law
જમાવ *n* buildup
જમીન *n* ground, land, soil
જમીન ખેડવી *v* till
જમીન-ઘરની રચના *n* lay-out
જમીનદાર *n* landlord
જમીનદોસ્ત કરવું *v* raze
જમીનની માલિક સ્ત્રી *n* landlady
જમીનની સપાટી *n* sod
જમીનનો ટુકડો *n* claim
જમીનનો નાનો ટુકડો *n* plot
જમીનમાં ચાસ પાડવા *v* plow
જયંતી વર્ષગાંઠ *n* anniversary
જરદાળુ *n* apricot
જરાક *adv* slightly
જરામાં કંટાળે એવું *adj* squeamish
જરૂર *n* need
જરૂર કરતાં વધારે *adj* superfluous
જરૂર હોવી *v* require
જરૂરિયાત *n* requirement, call
જરૂરી હોવું *v* need
જરૂરીયાતવાળું *adj* indigent
જર્મની દેશ *n* Germany
જર્મનીનું વતની *adj* German
જલદ *adj* fiery
જલદી *adv* soon
જલદી બગડે એવું *adj* perishable
જલવિભાજક *n* watershed
જલાભેદ્ય *adj* waterproof
જલાભેદ્ય બનાવવું *adj* watertight
જલાશય *n* reservoir
જવ *n* barley
જવનો દારૂ *n* beer
જવલ્લે જ *adv* hardly
જવલ્લે બનનારું *adj* infrequent
જવા દેવું *v* let go, let out
જવાબ *n* answer, reply
જવાબ આપનારું *adj* responsive
જવાબ આપવો *v* answer, reply
જવાબદાર *adj* accountable, liable, responsible

જવાબદારી *n* liability, responsibility
જવાબદારી સોંપવી *v* entrust
જવું *v* go
જસત *n* zinc
જહાજનો નાશ *n* shipwreck
જહાજમાં મોકલેલો માલ *n* shipment
જળબિલાડી *n* otter
જળો *n* leech
જંગલ *n* forest, jungle
જંગલિયત *n* barbarism
જંગલી *n* barbarian
જંગલી *adj* wild
જંગલી કાગડો *n* raven
જંગલી પશુની બોડ *n* den
જંગલી ભૂંડ *n* wild boar
જંગલી ભેંસ *n* bison
જંગલીપણું *n* savagery, vandalism
જંઘામૂળ *n* groin
જંતુ *n* germ, insect, virus
જંતુ રહિત બનાવવું *v* sterilize
જંતુનાશક *v* disinfectant
જંતુનાશક *n* pesticide
જાકીટ *n* jacket
જાગરણ *n* vigil
જાગરૂક *v* alert
જાગરૂકતા *n* awareness
જાગવું *v* awake, wake up
જાગૃતિ *n* awakening
જાગ્રત *adj* awake
જાગ્રત કરવું *v* arouse
જાજરૂ *n* toilet
જાઝ અને બ્લુઝનું જામ સેસન *n* jam
જાડાઈ *n* thickness
જાડું *adj* fat, thick
જાડું કરવું *v* thicken
જાડું થવું તે *v* fatten
જાડો માણસ *adj* fatty
જાણકાર *adj* expert
જાણવા ઉત્સુક *adj* curious
જાણવું *v* know
જાણીજોઇને *adv* knowingly
જાણીજોઈને *adv* purposely
જાત *n* caste, sort
જાતિ *n* breed, gender
જાતિ સંહાર *n* genocide
જાતિવાદ *n* racism
જાતિવાદ ધરાવનાર *adj* racist
જાતે *pre* oneself
જાત્રાળું *n* pilgrim
જાદુ *n* magic
જાદુઇ *adj* magical
જાદુગર *n* magician, wizard
જાદુટોણો *n* sorcery
જાદુટોણો કરનાર ભૂવો *n* sorcerer
જાદૂગર *n* juggler
જાની દોસ્ત *n* crony
જાપાન દેશ *n* Japan
જાપાન દેશનું વતની *adj* Japanese
જાપાની કરાટે *n* karate

જાપ્તો *n* surveillance
જામગરી *n* fuse
જામફળ *n* pear
જામવું તે *n* coagulation
જામીન *n* bail
જાસૂસ *n* detective, spy
જાસૂસી *n* espionage
જાસૂસી કરવી *v* spy
જાહેર ઉપાસનાનું નિયત સ્વરૂપ *n* liturgy
જાહેર કરવું *v* announce, declare, herald, notify, proclaim, profess, testify; give out; divulge
જાહેર તમાશો *n* spectacle
જાહેર થવું *v* get out
જાહેર પત્રિકા *n* placard
જાહેર પ્રદર્શન કરવું *v* demonstrate
જાહેરમાં *adv* publicly
જાહેરાત *n* advertising, propaganda, announcement, notification, proclamation
જાહેરાત કરવી *v* advertise
જાહેરાતનું પાટિયું લટકાવવું *v* post
જાળ વણવી *v* spin
જાળમાં પકડવું *v* entangle
જાળવી રાખવું *v* keep up
જાળી પર મૂકીને માંસ શેકવું *n* barbecue
જાળીદાર કપડું *n* net
જાળીદાર પડદો *n* grill

જાંઘ *n* thigh
જાંઘનો પાછલો ભાગ *n* ham
જાંબુ *n* blackberry
જાંબુડિયો રંગ *adj* purple
જાંબુડિયો રંગ *n* violet
જિજ્ઞાસા *n* curiosity
જિદ્દી *adj* obstinate
જિદ્દીપણું *n* obstinacy
જિલ્લાનો વડો અધિકારી *n* collector
જિલ્લો *n* district, province
જીતવું *v* vanquish, win, beat
જીતવું તે *n* conquest
જીતીને પાછું મેળવવું *v* win back
જીન *n* saddle
જીનનું કાપડ *n* jeans
જીભ *n* tongue
જીભ વતી ચાટવું *v* lick
જીર્ણશીર્ણ *adj* shabby
જીવ *n* organism, vitality
જીવ બચાવવો *n* survival
જીવ લેવો *v* claim
જીવતા બાળવું *v* lynch
જીવતા રહેવું *v* survive
જીવતા હોવું *v* live
જીવતું *adj* alive, live
જીવન *n* life
જીવનચરિત્ર *n* biography
જીવનપદ્ધતિ *n* lifestyle
જીવનશક્તિ *n* vitality
જીવને સાટે લડનાર યોધ્ધો *n* gladiator

253 જોડણી કહેવી

જીવલેણ *adj* deadly, fatal, malevolent, malignant
જીવવિજ્ઞાન *n* biology
જીવવિજ્ઞાન વિષયક *adj* biological
જીવવું *v* live
જીવાણુ *n* bacteria
જીવાણુનાશક *n* antibiotic
જીવાણુરહિત બનાવવું *v* pasteurize
જીવાત્મા *n* spirit
જુગાર રમવો *v* gamble
જુગારનો અડ્ડો *n* casino
જુદાઈ *n* isolation
જુદુ પાડવું *v* isolate
જુદું *adj* different
જુદું પાડવું *v* discriminate, sort out
જુનવાણી *adj* antiquated, old-fashioned, outmoded
જુલમ *n* oppression
જુલમ કરવો *v* oppress
જુલમગાર *n* despot, tyrant
જુલાઈ મહિનો *n* July
જુવાન *adj* young
જુવાન માણસ *n* youngster
જુસ્સાદાર *adj* dashing
જુસ્સાવાળું *adj* energetic
જુસ્સો *n* energy
જૂ *n* louse
જૂઈ કે ચમેલી જેવો છોડ *n* jasmine
જૂગટું *n* dice
જૂઠાણું *n* falsehood
જૂઠું બોલનારો *adj* liar
જૂઠું બોલવું *v* lie
જૂથ *n* batch, group, party
જૂથવાસી *adj* gregarious
જૂન મહિનો *n* June
જૂના વખતમાં *adv* formerly
જૂની કહેવત *n* saw
જૂનું *adj* obsolete
જૂનું બહુવચન *n* lice
જૂરીનો પ્રમુખ *n* foreman
જે પછી *c* whereupon
જે રીતે *c* as
જેથી કરીને *adv* as
જેલ *n* jail
જેલ *v* lock up
જેલમાં પૂરવું *v* jail
જેલર *n* jailer
જેહાદ જગાડનાર *n* crusader
જો *c* if
જોઈતી વસ્તુ આપવી *v* supply
જોખમ *n* hazard, peril, risk
જોખમ ખેડવું *v* risk
જોખમ ભરેલું *adj* risky
જોખમકારક *adj* precarious, serious
જોખમમકારક *adj* dangerous
જોખમમાં નાખવું *v* endanger, jeopardize
જોખમી *adj* hazardous, perilous
જોડણી *n* spelling
જોડણી કહેવી *v* spell

જ

જોડમાં જન્મેલું બાળક *n* twin
જોડવું *v* affix, attach, conjugate, connect
જોડાણ *n* affiliation, alliance, annexation, association, attachment, connection, joint, setting, tie
જોડાણ તોડી નાખવું તે *v* disconnect
જોડાયેલું *adj* allied, attached
જોડાયેલું હોવું *v* adjoin
જોડાવું *v* affiliate, ally, associate, join
જોડી *n* pair
જોડો *n* boot
જોમવાળું *adj* dynamic
જોર *n* strength
જોર તોડી નાખવું તે *v* cripple
જોરજબરદસ્તી *n* drive
જોરજબરદસ્તી કરવી *v* drive
જોરથી આમળેલું *n* wrench
જોરથી કે સખત ખેંચવું *v* strain
જોરથી ખેંચવું *v* haul
જોરથી ધક્કો મારવો *v* shove
જોરથી પછાડવું *v* dash
જોરથી ફેંકવું *v* hurl
જોરથી વહેવડાવવું *v* lash
જોરદાર *adj* boisterous
જોરદાર પવન *n* gale
જોરદાર શરૂઆત *n* onset
જોરાવર *adj* formidable
જોવું *v* see

જ્ઞ

જ્ઞાતિસંસ્થા *n* caste
જ્ઞાન *n* knowledge
જ્ઞાનકોશ *n* encyclopedia
જ્ઞાનતંતુ *n* nerve
જ્ઞાનેન્દ્રિય *n* sense
જ્ઞાનેન્દ્રિય દ્વારા જાણવું *v* sense
જ્યારે પણ *adv* whenever
જ્યાં જ્યાં *c* wherever

જ્ય

જ્યાં હતું ત્યાં મૂકવું *v* supersede
જ્યેષ્ઠતા *n* seniority
જ્યોત *n* flame
જ્યોતિષ વિજ્ઞાન *n* astrology
જ્યોતિષી *n* astrologer
જ્વલનશીલ *adj* flammable
જ્વાળામુખી *n* volcano
જ્વાળામુખીનું મુખ *n* crater

ઝ

ઝગડો *n* quarrel
ઝગડો થવો *v* quarrel
ઝઘડાનો નિકાલ કરવો *v* judge
ઝઘડાળું *adj* contentious
ઝઘડો *n* altercation
ઝઘડો કરવો *v* hassle
ઝઘડો પતાવવો *v* arbitrate
ઝડપ *n* speed, velocity
ઝડપ માપવાનું સાધન *n* odometer
ઝડપથી *adv* quickly, speedily
ઝડપથી ચાલવું *v* step out
ઝડપથી જતું આવતું *adj* impetuous
ઝડપથી જવું *v* speed
ઝડપથી નિરીક્ષણ કરવું *v* look over
ઝડપથી પસાર થવું *v* sweep
ઝડપથી વધવું *v* outgrow
ઝડપી *adj* brisk, fast, quick, speedy
ઝનૂન *n* frenzy
ઝનૂની *adj* fanatic, frenetic
ઝપાઝપી *n* skirmish
ઝબૂક ઝબૂક થવું *v* flicker
ઝબૂકવું *v* twinkle
ઝભ્ભો *n* robe
ઝરખ *n* hyena
ઝરમર વરસાદ *n* drizzle
ઝવેરાતની દુકાન *n* jewelry store
ઝવેરી *n* jeweler
ઝળહળતું *adj* dazzling
ઝંખના *n* longing
ઝંખવાણું પાડવું *v* put out
ઝંખવું *v* crave
ઝંડો *n* banner
ઝાકળ *n* dew
ઝાડ *n* tree
ઝાડની છાલ *n* bark
ઝાડની ડાળી *n* bough, branch
ઝાડનું થડ *n* trunk
ઝાડનું મૂળ *n* root
ઝાડમાં કરેલી કલમ *n* graft
ઝાડવું *n* bush, shrub
ઝાડું *n* broom
ઝાંખપ *n* paleness
ઝાંખી *n* glimpse
ઝાંખી કરવી *v* glimpse
ઝાંખુ કરવું *v* dim
ઝાંખું *adj* dim, pale
ઝાંખું અજવાળું *n* twilight
ઝાંખું કરવું *v* blur
ઝાંખું પડવું *v* fade
ઝાંખું પડેલું *adj* faded
ઝાંખો પ્રકાશ *n* glimmer
ઝાંપાથી ઘર સુધીનો ખાનગી રસ્તો *n* driveway
ઝીણવટભરી તપાસ *n* check up, scrutiny

ઝીણવટભરી રીતે *adv* closely, thinly
ઝીણવટભરી સમજ *n* briefing
ઝીણું કાપડ *n* gauze
ઝીંગું *n* shrimp
ઝુપડું *n* cottage
ઝુમ્મર *n* chandelier
ઝુંબેશ *n* drive
ઝુંબેશ ચલાવવી *v* drive
ઝૂકવું *v* lean
ઝૂડવું *v* batter, thresh
ઝૂમખું *n* bunch, cluster
ઝૂંપડપટ્ટી *n* slum
ઝૂંપડી *n* hut, shed
ઝૂંપડું *n* shack
ઝેર *n* poison, venom
ઝેર આપવું *v* poison
ઝેરની અસર *n* poisoning
ઝેરી *adj* poisonous, toxic, virulent
ઝેરી કરોળિયો *n* tarantula
ઝોકું *n* nap
ઝોકું ખાવું *v* doze, snooze
ઝોલા ખાવા *v* swing
ઝોલો *n* swing

ટ

ટકટક અવાજ થવો *v* click
ટકરાવ *n* striking
ટકવું *v* last
ટકાઉ *adj* durable, lasting
ટકાવારી *n* percentage
ટકાવી રાખવું *v* sustain
ટકી રહેવું તે *n* persistence
ટકોરો *n* knock
ટટાર *adj* erect, upright
ટટાર કરવું *v* erect
ટન *n* ton
ટપકતું પ્રવાહી *n* drip
ટપકવું *v* trickle
ટપકું *n* dot
ટપાલ *n* mail, post
ટપાલ ઘર *n* post office
ટપાલ પેટી *n* mailbox
ટપાલ મોકલવી *v* mail
ટપાલથી મોકલવાનું સામાનનું પોટલું *n* parcel post
ટપાલની ટિકિટ *n* stamp
ટપાલનું લવાજમ *n* postage
ટપાલનો સિક્કો *n* postmark
ટપાલી *n* mailman, postman
ટળાય તેવું *adj* avoidable
ટાઇપરાઇટર અને કોમ્પ્યૂટરની કળ *n* key
ટાઇપરાઇટર વડે લખવું *v* type

ટાઢિયો તાવ *n* malaria
ટાપટીપ *n* fashion
ટાપટીપવાળું *adj* fashionable
ટાપલી *n* pat
ટાપુ *n* island
ટામેટું *n* tomato
ટાયરમાં પંક્ચર *n* blowout
ટાલવાળું *adj* bald
ટાળવું *v* evade, shirk, sidestep
ટાળવું *n* avoidance
ટાળી ન શકાય તેવું *adj* unavoidable
ટાંકણી *n* pin
ટાંકણી મારવી *v* pin
ટાંકી *n* tank
ટાંકો *n* stitch
ટાંકો મારવો *v* stitch
ટાંચણ *n* note
ટિકિટ અથવા ચિઠ્ઠી *n* coupon
ટિપ્પણી *n* comment
ટિપ્પણી કરવી *v* comment
ટીકા *n* criticism
ટીકા કરવી *v* criticize, remark
ટીકાત્મક *adj* critical
ટીપવું *v* maul, ram
ટીપાં પાડવાં *v* drip
ટીપું *n* drop
ટીપે ટીપે ભરવું *v* instill
ટુકડા *n* crumb
ટુકડા કરવા *v* shred
ટુકડે ટુકડે કરેલું *adv* piecemeal
ટુકડો *n* chop, piece
ટુચકો *n* anecdote
ટુંકી સહી *n* initial
ટૂકડા કરી નાખવા *v* smash
ટૂવાલ *n* towel
ટૂંકા અંતરની ગન *n* shotgun
ટૂંકા હાથાવાળી કુહાડી *n* chopper
ટૂંકાવવું *v* abridge, condense, shorten
ટૂંકાવેલું નામ *n* nickname
ટૂંકી આવરદાવાળું *adj* short-lived
ટૂંકી દ્રષ્ટિવાળું *adj* nearsighted, shortsighted
ટૂંકી નજરવાળું *adj* myopic
ટૂંકી પૂંછડીવાળું એક પ્રાણી *n* lynx
ટૂંકી સહી *n* initials
ટૂંકી સહી કરવી *v* initial
ટૂંકુ સ્કર્ટ *n* miniskirt
ટૂંકું *adj* brief, short
ટૂંકું કરવું *adj* compact
ટૂંકુ કાવ્ય *n* lay
ટૂંકો રસ્તો *n* shortcut
ટૂંકો હેવાલ *n* summary
ટૂંકો હેવાલ આપવો *v* sum up
ટેકરી *n* hill
ટેકરીની ટોચ *n* hilltop
ટેકરીનો ઢાળ *n* hillside
ટેકો *n* backup
ટેકો આપવો *v* back, champion, support, underlie
ટેટી *n* melon

ટેપ-રેકોર્ડર *n* tape recorder
ટેબલ *n* desk, table
ટેબલનું કપડું *n* tablecloth
ટેબલનું ખાનું *n* drawer
ટેલિગ્રામ *n* telegram
ટેલિફોન *n* phone, telephone
ટેલિફોન કરવો *v* phone; ring
ટેલિફોનના ગ્રાહકો *n* directory
ટેવ *n* habit
ટેવ પાડવી *v* accustom
ટોટી *n* nozzle
ટોપલી *n* basket
ટોપી *n* cap
ટોપી પહેરાવવી *v* cap
ટોપો *n* hat
ટોમેટો કેચ અપ *v* ketchup
ટોસ્ટ બનાવવાનું વીજળીક ઉપકરણ *n* toaster
ટોળકીનો સરદાર *n* ringleader
ટોળી *n* gang
ટોળે વળવું *v* besiege, cluster, crowd, mob
ટોળે વળવું *n* swarm
ટ્રાફિક *n* traffic
ટ્રામ *n* streetcar
ટ્રામ ગાડી *n* tram

ઠ

ઠગ *n* thug
ઠગવું *v* trick
ઠઠ્ઠાચિત્ર *n* caricature
ઠઠ્ઠામશ્કરી કરવી *v* gag
ઠપકો *n* rebuff, rebuke, reproach, scolding
ઠપકો આપવો *v* chide, rebuke, reproach, scold
ઠરાવ *n* resolution
ઠરાવ કરવો *v* resolve
ઠરાવ રદ કરવો *v* overrule
ઠરીઠામ થવું *v* settle
ઠંડક *n* coldness, coolness
ઠંડક *adj* cooling
ઠંડી *n* chill
ઠંડીથી સૂજી ગયેલું *adj* frostbitten
ઠંડુ *adj* cold
ઠંડુ કરવું *v* refrigerate
ઠંડું *udj* cool
ઠંડું કરવું *v* chill, cool, cool down
ઠંડું કરેલું *adj* frozen
ઠારવું *v* freeze
ઠારી શકે તેવું *adj* freezing
ઠાંસીને ખીચોખીચ ભરવું *v* cram
ઠીક ઠીક મોટા કદનું *adj* substantial
ઠૂંઠું *n* stub
ઠેકાણું *n* whereabouts
ઠોસો *n* punch

ડ

ડગલું *n* step
ડગલો *n* cloak
ડબો *n* bin
ડબ્બો *n* can
ડરપોક સ્ત્રૈણ છોકરા *adj* sissy
ડરામણું *adj* frightening, scary
ડરાવી મારવું *v* scare away
ડહાપણ *n* prudence
ડંખ *n* sting
ડંખ મારવો તે *v* sting
ડંખીલું *adj* stinging
ડાઘો *n* spot, stain
ડાઘો પાડવો *v* blot, stain
ડાબા હાથ બાજુ *n* left
ડાબી બાજુ *adv* left
ડાબી બાજુનું *adj* left
ડામર *n* asphalt, tar
ડાયલ કરવું *v* dial
ડિગ્રીની સનદ *n* diploma
ડિશ ધોવાનું સાધન *n* dishwasher
ડિસેમ્બર *n* December
ડુક્કરની ચરબી *n* lard
ડુક્કર *n* boar, hog, pig
ડુક્કરનું માંસ *n* pork
ડુબાડવાની ક્રિયા *n* immersion
ડુંગરની ટોચ *n* ridge
ડુંગરાળ *adj* hilly
ડુંગળી *n* onion
ડૂબતાને બચાવનારો કર્મચારી *n* lifeguard
ડૂબવું *v* drown, immerse; go down
ડૂબવું *n* sink
ડૂબી જવું *v* sink
ડૂબેલું *adj* sunken
ડૂસકાં ખાવા *v* sob
ડૂંટી *n* belly button, navel
ડૂંડું *n* ear
ડૂંસકું *n* sob
ડેઇઝી નામનું એક ફૂલ *n* daisy
ડેન્માર્ક દેશ *n* Denmark
ડોકિયું કરવું *v* peep
ડોલ *n* bucket, pail
ડોલવું *v* wobble
ડોળ *n* guise
ડોળ કરવો *v* pretend
ડોળ કરીને બોલવું *v* mince
ડ્યૂકની પત્ની અથવા વિધવા *n* duchess
ડ્રાફ્ટ્સમેન *n* draftsman

ઢ

ઢગલો *n* heap, pile, stack
ઢગલો કરવો *v* dump, heap, pile, stack

ઢચુપચુ થવું *v* vacillate
ઢસડાવું *n* trail
ઢળી જવું *v* cave in
ઢંગધડા વિનાનું *adj* sloppy
ઢાલના આકારની વસ્તુ *n* shield
ઢાલિયું જીવડું *n* beetle
ઢાળ *n* slope
ઢાળકામથી બનેલી વસ્તુ *n* cast
ઢાંકણ કાઢવું *v* uncover
ઢાંકણું *n* cap
ઢાંકી દેવું *v* cover
ઢાંચો *n* mold, framework
ઢીમચું *n* hunch
ઢીમણું કરે તેવું *adj* bumpy
ઢીલ કર્યા કરવી *v* linger
ઢીલમાં નાખવું *v* procrastinate, stall
ઢીલું કરવું *v* loose, loosen
ઢીલું છોડવું *v* relax
ઢીલું થવું *v* slacken
ઢીંગલી *n* doll
ઢીંચણની ઢાંકણી *n* kneecap
ઢોર *n* cattle
ઢોરઉછેરનું મથક *n* ranch
ઢોરને વાડામાં પૂરવું *v* impound
ઢોરોનું છાણ *n* manure
ઢોલ *n* drum
ઢોળ ચડાવવો *v* galvanize
ઢોળવું *v* spill
ઢોંગ *n* sham, guise
ઢોંગ કરવો *v* fake

ત

તક *n* chance, opportunity, break
તકતી *n* tablet
તકરાર *n* hassle
તકરારી *adj* grouchy
તકલાદી *adj* sleazy
તકિયાનો ટેકો આપવો *v* bolster
તકિયો *n* cushion, pillow
તકિયો *v* cushion
તજ *n* cinnamon
તજજ્ઞ હોવું *v* specialize
તજવીજ *n* provision
તજી દેવું *n* ditch
તટસ્થ *adj* disinterested, neutral, unbiased
તટસ્થ બનાવવું *v* neutralize
તડકે બેસવું *v* bask
તડજોડ કરવી *v* compromise
તડબૂચ *n* watermelon
તણખા ફેંકવા *v* sparkle
તણખો *n* spark
તણાયેલું *adj* strained
તણાવ *n* stress
તત્કાળ ચૂકવણી *n* down payment
તત્પર *adj* prompt
તત્વ *n* element
તત્વજ્ઞાન *n* philosophy
તથાકથિત *adj* so-called

તદનુસાર *adj* corresponding
તદ્દન *adv* quite
તદ્દન એના જેવું જ *adj* identical
તદ્દન છેડે પહોંચવું *v* border on
તપખીરિયા રંગનું *adj* brown
તપાસ *n* inquiry, investigation, probing, search
તપાસ કરવી *v* examine
તફાવત *n* gap
તબક્કો *n* phase
તબીબ *n* doctor
તમાકુ *n* tobacco
તમાકુમાંથી નીકળતું દ્રવ્ય *n* nicotine
તમાચો *n* slap
તમાચો મારવો *v* slap'
તમારું *adj* your
તમે *pro* you
તમે પોતે *pro* yourself
તરણ *n* swimming
તરત નજરે પડતું *adj* conspicuous
તરત પછીનું *adj* next
તરત પહેલાનું *adj* previous
તરતમાં થનારું *adj* imminent
તરતું *adv* afloat
તરફ *pre* to, towards
તરબૂચ *n* watermelon
તરબોળ કરવું *v* saturate
તરવું *v* swim
તરવૈયો *n* swimmer
તરસ લાગવી *v* thirst

તરસ્યું *adj* thirsty
તરંગ *n* whim
તરંગી *adj* cranky, eccentric
તરંગી માણસ *n* nut
તરાડ *n* crevice
તરાપો *n* raft
તરીકે જોવું *v* regard
તર્ક *n* reasoning
તર્કશાસ્ત્ર *n* logic
તર્કસંગત *adj* consequent, logical
તલકાં તલકાંવાળું *adj* freckled
તલવાર *n* sword
તલવારની પટાબાજી *n* fencing
તલવારનો હાથો *n* hilt
તલ્લીન *adj* engrossed
તવારીખ *n* chronicle
તવો *n* casserole, pan, saucepan
તસવીરકાર *n* photographer
તસ્વીર *n* photo
તસ્વીર પાડવી *v* photograph
તહોમત મૂકવું *v* indict
તહોમત લગાવવું *v* charge
તળભૂમિ *n* mainland
તળવું *v* fry
તળાવ *n* pond
તળિયા વિનાનું *adj* bottomless
તળિયું *n* bottom
તળે *pre* below
તળેલા માંસનું ભોજન *n* fries
તળેલું *adj* fried
તંગ *adj* tense, tight

તંગ *n* stretch
તંગ બાંધવું *v* tighten
તંદુરસ્ત *adj* fit, healthy
તંદુરસ્તી *n* health
તંબૂ *n* tent
તાકાતવાન *adj* athletic
તાકીદ *n* urgency
તાકીદ વિનાનું *adj* unnoticed
તાકીદનું *adj* pressing, urgent
તાકીદનું *n* instant
તાજગી *n* freshness
તાજી હવામાં મૂકવું *v* ventilate
તાજું *adj* fresh
તાજું કરનાર *adj* refreshing
તાજું કરવું *v* refresh
તાજું કરવું તે *n* refreshment
તાજું બનાવવું *v* freshen
તાજેતરનું *adj* recent
તાજેતરમાં *adv* newly
તાણ *n* cramp, spasm, strain
તાણદાયક *adj* stressful
તાણવું *v* stretch
તાત્કાલિક *adv* immediately
તાત્કાલિક ઊભું કરવું *v* improvise
તાપમાન *n* temperature
તાપમાનનો એકમ *n* degree
તાબે થનારું *adj* submissive
તાબે થવું *v* submit
તામસી *adj* passionate
તાર *n* telegram, wire
તાર વિનાનું *adj* cordless

તારક ચિહ્ન *n* asterisk
તારનું દોરડું *n* cable
તારનો સંદેશો *n* wire
તારવવું *v* derive, extract
તારીખ *n* date
તારીખ મારવી *v* date
તારુણ્ય *n* boyhood
તારો *n* star
તાલનો ઠેકો *n* beat
તાલીમ *n* coaching, training
તાલીમ આપવી *v* coach, train
તાલીમ લેનાર માણસ *n* trainee
તાલીમની સંસ્થા *n* academy
તાલીમી *n* apprentice
તાવ *n* fever
તાવનાં લક્ષણોવાળું *adj* feverish
તાસક *n* saucer, tray
તાળવું *n* palate
તાળાની ચાવી *n* key
તાળીઓ પાડવી *v* applaud, clap
તાળીઓનો ગડગડાટ *n* ovation
તાળું *n* lock, padlock
તાળું ઉઘાડવું *v* unlock
તાળું મારવું *v* lock
તાંત્રિક રેખાકૃતિ *n* blueprint
તાંત્રિકતા *n* technicality
તાંત્રિકતાનો જાણકાર *n* technician
તાંબુ *n* copper
તિજોરી *n* chest, safe
તિરપાઈ *n* tripod

તિરસ્કરણીય *adj* detestable
તિરસ્કાર *n* contempt, disdain
તિરસ્કાર કરવો *v* abhor, despise, detest, scorn
તિરસ્કારને પાત્ર *adj* despicable
તિરસ્કારપાત્ર *adj* odious
તિરસ્કારવાળું *n* scornful
તિરાડ *n* crack
તિરાડ પડવી *v* crack
તીક્ષ્ણ *adj* sharp
તીક્ષ્ણ નહોર *n* claw
તીક્ષ્ણ પ્રહાર *n* stab
તીખા સ્વાદવાળી નાની માછલી *n* anchovy
તીખાશ *n* sting
તીખું *adj* spicy
તીડ *n* locust
તીણી ચીસ પાડવી *v* screech
તીણો અવાજ *n* shriek
તીતર *n* quail
તીર *n* arrow
તીવ્ર *adj* intense, severe
તીવ્ર અણગમો *n* antipathy, hatred
તીવ્ર કામવાસના *n* lust
તીવ્ર પ્રકાશ આપતું ઉપકરણ *n* laser
તીવ્ર સંતાપ *n* chagrin
તીવ્રતા *n* severity
તીવ્રતા ગુમાવવી *v* languish
તીવ્રતા સૂચક *adj* intensive
તુક્કો *n* fad

તુમાખીવાળું *adj* dogmatic
તુમારશાહી *n* red tape
તુરાઇ *n* trumpet
તુર્કી દેશ *n* Turkey
તુર્કી દેશનું વતની *adj* Turk
તુલનાત્મક *adj* comparative
તુલનાત્મક ભાગ *n* proportion
તુંડમિજાજી *adj* despotic, dictatorial
તૂટેલું *adj* broke
તે *pro* he; she
તે *adj* that
તે ઉપરાંત *adv* aside from
તે કરતાં વધુ *adv* rather
તે ઘટનાથી *adv* since then
તે પછી *adv* then
તેઓ *pro* they
તેઓ પોતે *pro* themselves
તેજ *n* shine
તેજસ્વિતા *n* brightness
તેજસ્વી *adj* luminous
તેજાબ *n* acid
તેજી *n* boom
તેણી *pro* she
તેણી પોતે *pro* herself
તેણીનું *adj* her
તેણીનું *pro* hers
તેતર *n* pheasant
તેતરને મળતું એક પક્ષી *n* partridge
તેનું *adj* his
તેનું *pro* his

તેમ છતાં *c* nonetheless, though, however
તેમ છતાં *adv* nevertheless
તેમ હોય તો પણ *c* even if
તેમ હોવાં છતાં *c* although
તેર *adj* thirteen
તેલ *n* oil
તૈયાર *adj* ready, willing
તૈયાર કરવું *v* brace for, make up, prepare, produce
તૈયાર કરી રાખેલું *v* set
તૈયારી *n* preparation
તોડવું *v* break
તોડી પડાયેલ તંત્ર *adj* disorganized
તોડી પાડવું *v* bulldoze, demolish, dismantle, undermine
તોડીને અલગ કરવું *v* break off
તોતડાવું તે *v* stutter
તોતડું બોલવું *v* stammer
તોપ *n* cannon
તોપખાનું *n* artillery
તોપનો ગોળો *n* bombshell, projectile
તોપનો ગોળો *v* shell
તોપમારો *n* gunfire
તોફાન *n* escapade, storm, turbulence, disturbance
તોફાની *adj* naughty, rowdy, stormy, windy
ત્યજી દેવું તે *v* give away
ત્યાગ કરવો *v* desert

ત્યારથી *pre* since
ત્યાં *adv* there
ત્યાં સુધી *pre* until

ત્ર

ત્રણ *n* pyramid
ત્રણ *adj* three
ત્રણ કે વધુમાં છેલ્લું *adj* latter
ત્રણ ગણું *adj* triple
ત્રાસ *n* torment
ત્રાસ આપવો *adj* bothersome
ત્રાસ આપવો *v* distress
ત્રાસ દઇને હાંકવું *v* goad
ત્રાસ દેવો *v* pester, torment, torture
ત્રાસદાયક *adj* annoying, harrowing, irritating, obnoxious, tedious, tiresome
ત્રાંસા અક્ષરો *adj* italics
ત્રાંસું *adj* oblique, slanted
ત્રિકોણ *n* triangle
ત્રિપાર્શ્વ કાચ *n* prism
ત્રિમાસિક ગાળો *n* trimester
ત્રીજું *adj* third
ત્રીસ *adj* thirty
ત્રૈમાસિક *adj* quarterly

થ

થકવી નાખનારું *adj* grueling
થકવી નાખે એવું *adj* exhausting, strenuous
થકાવટ *n* exhaustion, fatigue
થથરાવી નાખવું *v* horrify
થર *n* layer
થર્મોમીટર *n* thermometer
થવું *v* become, happen, occur
થંભી જવું *v* desist
થાક *n* fatigue, tiredness
થાકેલું *adj* tired
થાપણ *n* deposit
થાળી *n* dish
થાંભલો *n* pillar, post
થી છૂટકારો મેળવવો *v* rid of
થી ટેવાયેલા હોવું *adj* used to
થી દૂર રહેવુ *v* avoid, elude
થી દૂર રહેવું *v* abstain
થી પરિચિત કરવું *v* acquaint
થી પીડાતા હોવું *v* suffer from
થી વધારે *adv* upwards
થી વધારે ચળકતું હોવું *v* outshine
થી વધારે ટકવું *v* outlast
થીગડું દેવું *v* patch
થૂંકવું *v* spit
થેલી *n* bag
થોડા *adj* few
થોડા વખતમાં *adv* shortly
થોડીક ઓળખાણ *n* acquaintance
થોડું થોડું આપવું *v* dole out
થોડું થોડું કરીને *adv* little by little
થોડુંક *n* little bit
થોભિયા *n* whiskers

દ

દક્ષિણ *n* south
દક્ષિણ ગોળાર્ધનું એક દરિયાઈ પક્ષી *n* penguin
દક્ષિણ તરફનું *adv* southbound
દક્ષિણનું *adj* southern
દક્ષિણનો વતની *n* southerner
દક્ષિણપશ્ચિમ દિશા *n* southwest
દક્ષિણપૂર્વ દિશા *n* southeast
દખલ *n* interference
દખલ કરવી *v* intervene
દગાથી કરેલ ખૂન *n* assassination
દગાથી ખૂન કરવું *v* assassinate
દગાબાજ *adj* fraudulent
દગો *n* guile
દટ્ટો *n* plug
દડાની એક ફેંક *n* ball
દડો *n* ball
દત્તક *n* adoption

દત્તક તરીકે લેવું *v* adopt
દત્તક લીધેલું *adj* adoptive
દન્તવૈદ્ય *n* dentist
દફતરી કામ *n* paperwork
દફન કરવું *v* bury
દફનવિધિ *n* burial
દબાણ *n* compression, pressure, stress
દબાણ કરવું *v* enforce, force
દબાણમાપક યંત્ર *n* barometer
દબાવવું *v* pressure
દબાવી દેવું *v* repress
દમ *n* asthma
દમ થયો હોય એવું *adj* asthmatic
દમન *n* repression
દયા *n* compassion, mercy, pity
દયાજનક *adj* pathetic, pitiful
દયાળુ *adj* compassionate, gracious, merciful
દયાળુતા *n* kindness
દર *n* burrow, hole
દર કલાકે *adv* hourly
દરકાર કરવી *v* care about
દરખાસ્ત *n* proposal
દરખાસ્ત કરવી *v* propose
દરગુજર કરવું *v* condone, forgive
દરજણ *n* seamstress
દરજી *n* tailor
દરબારી ગાડી *n* coach, trainer
દરમિયાન *pre* during
દરમિયાનગીરી કરવી *v* intercede

દરમ્યાન *adv* meantime, meanwhile
દરમ્યાનગીરી *n* intercession, intervention
દરમ્યાનના વખતમાં *adv* meanwhile
દરરોજ *adj* everyday
દરવાજાનો રસ્તો *n* doorway
દરવાજો *n* gate
દરવાન *n* janitor, usher
દરાખ *n* mincemeat
દરિયા પર મિલકત બચાવવી તે *v* salvage
દરિયાઈ ખોરાક *n* seafood
દરિયાઈ પક્ષી *n* gull
દરિયાઈ પ્રાણી *n* lobster
દરિયાઈ માછલી *n* tuna
દરિયાઈ લૂટારો *n* pirate
દરિયાઈ સકવચ પ્રાણી *n* prawn
દરિયાકાંઠો *v* coast
દરિયાકિનારાનું *adj* coastal
દરિયાકિનારો *n* coast, seashore
દરિયાકિનારો *adj* seaside
દરિયાની ભરતીઓટ *n* tide
દરિયાની સાંકડી ખાડી *n* fjord
દરિયાનું *adj* marine
દરિયાપારનું *adv* overseas
દરિયો *n* sea
દરિયો ખેડવો *v* navigate
દરિયો પાર કરવો *v* sail
દરેક *adj* every
દરેક જણ *pro* everybody, everyone

દરોડો *n* raid
દરોડો પાડનાર *n* raider
દર્દશામક દવા *n* painkiller
દલિત *adj* downtrodden
દલીલ *n* argument
દલીલ કરનાર *n* contender
દલીલ કરવી *v* argue, contend
દલીલ તોડી પાડવી *v* cut down
દવા *n* medication, medicine
દવા આપવી *v* drug
દવાખાના બહારના દર્દી *n* outpatient
દવાની ગોળી *n* pill
દવાની ટીકડી *n* tablet
દવાની દુકાન *n* drugstore
દવાની પિચકારી *n* injection
દવાની બાહ્ય ટોટી *n* capsule
દવાની માત્રા *n* dosage
દશાંશ *adj* decimal
દસ *adj* ten
દસ લાખ *n* million
દસ વર્ષનો સમૂહ *n* decade
દસમું *n* tenth
દસ્તાવેજ *n* document; bond
દસ્તાવેજના સંક્ષેપો *n* briefs
દસ્તાવેજી ચિત્રપટ *n* documentary
દસ્તાવેજીકરણ *n* documentation
દહન *n* combustion
દહનશીલ *n* combustible
દહેજ *n* dowry
દહેશત *n* misgiving
દહેશત હોવી *v* dread
દળ *n* mass
દળવાની ઘંટી *n* mill
દળવું *v* grind
દંડ *n* fine, penalty
દંડ કરવો *v* fine
દંડ–મુક્તિ કાનૂન *n* impunity
દંડાત્મક *adj* vindictive
દંડૂકા વડે ઝૂડવું *v* bludgeon
દંતકથા *n* legend
દંતશૂળ *n* toothache; tusk
દંભ *n* hypocrisy
દંભી *adj* cynic, hypocrite
દંભી *n* cynicism
દાઇ *n* midwife
દાક્તર *n* physician
દાખલ કરવું *v* admit, insert, lodge
દાખલ કરેલું *n* insertion
દાખલ થવું *v* break into, enlist, enter, go in, log in
દાખલારૂપ *adj* exemplary
દાખલો *n* example, instance
દાખલો આપવો *v* exemplify
દાઝ્યાની નિશાની *n* burn
દાટવું *v* overwhelm
દાટો મારવો *v* plug
દાડમ *n* pomegranate
દાઢ *n* molar
દાઢી *n* beard
દાઢીવાળું *adj* bearded
દાણચોર *n* smuggler

દાણચોરીનો માલ *n* contraband
દાણો *n* bean
દાતરડું *n* sickle, hook
દાતા *n* donor
દાદ માગનારુ *n* crying
દાદરો *n* staircase
દાદા *n* granddad, grandfather
દાદા-દાદી *n* grandparents
દાદી *n* grandmother
દાદીમા *n* granny
દાન *n* alms, charity, donation, handout
દાનમાં આપવું *v* donate
દાનશીલ *adj* charitable
દાબવું *v* compress, press, squeeze
દાબી દેવું *v* hush up, quell, suppress
દારૂ *n* liquor, wine
દારૂ કે નાસ્તાની દુકાનની નોકરડી *n* barmaid
દારૂ કે નાસ્તાની દુકાનનો નોકર *n* barman, bartender
દારૂ બનાવવાનું કારખાનું *n* winery
દારૂગોળો *n* munitions
દારૂનું પીઠું *n* tavern
દારૂનો પ્યાલો *n* chalice
દારૂબંધી *n* prohibition
દાવો *n* claim
દાવો કરવો *v* claim
દાવો છોડી દેવો *v* waive
દાવો માંડવો *v* litigate, sue
દાંત *n* teeth, tooth
દાંત ઉપરની છારી *n* tartar
દાંત પરની છારી *n* scale
દાંતખોતરણી *n* toothpick
દાંતનું કે દાંતોનું *adj* dental
દાંતનું ચોકઠું *n* dentures
દાંતનું પેઢું *n* gum
દાંતાચક્રો *n* gear
દિગ્દર્શક *n* director
દિગ્મૂઢ *adj* dazed
દિગ્મૂઢ થવું *v* daze
દિપડો *n* jaguar
દિલગીર *adj* sorry
દિલાસો *n* condolences
દિલાસો આપવો *v* console
દિવસ *n* day
દિવસનો મધ્ય ભાગ *n* midday
દિવા સ્વપ્ન જોવું *v* daydream
દિવ્યત્વ *n* divinity
દિશા *n* direction
દિશા બદલવી *v* veer
દિશાસૂચન *n* guidelines
દીકરી *n* daughter
દીનતા *n* humility
દીપછત્ર *n* lampshade
દીર્ઘકાલીન *adj* long-term
દીવાદાંડી *n* beacon, lighthouse
દીવાનું *adj* lunatic
દીવાનો થાંભલો *n* lamppost
દીવાલ *n* wall
દીવો *n* lamp

દુ:ખ *n* misery
દુ:ખ કે દરદ વિનાનું *adj* painless
દુ:ખ મટાડવું *v* relieve
દુ:ખદ *adj* tragic
દુ:ખદાયક *adj* troublesome
દુ:ખી થવું *v* sadden
દુકાન *n* shop, store
દુકાળ *n* drought, famine
દુનિયા *n* world
દુન્યવી *adj* worldly
દુભાવવું *v* grieve
દુભાષિયો *n* interpreter
દુરસ્ત રાખવું *v* maintain
દુરાચારી *adj* dissolute
દુરારાધ્ય *adj* implacable
દુરુપયોગ *n* abuse, misuse
દુરુપયોગ કરવો *v* abuse
દુર્ગંધ *n* stench, stink
દુર્ગંધ દૂર કરનાર *n* deodorant
દુર્ગંધવાળું *adj* smelly
દુર્ગુણ *n* vice
દુર્ઘટનાકારક *adj* disastrous
દુર્દશા *n* predicament
દુર્દૈવી ઘટના *n* misfortune
દુર્લક્ષ *n* oversight
દુર્વર્તન *n* misconduct
દુશ્મન *n* enemy
દુષ્કૃત્ય *n* misdemeanor
દુષ્ટ *adj* bloody, vicious, wicked, satanic
દુષ્ટ *n* evil
દુષ્ટતા *n* wickedness
દુષ્ટબુદ્ધિ *n* malice
દુ:ખ *n* suffering
દુ:ખી *adj* miserable
દૂત *n* herald
દૂધ *n* milk
દૂધ ઉત્પાદનની જગ્યા *n* dairy farm
દૂધ પરની મલાઈ *n* cream
દૂધ પરની મલાઈવાળું *adj* creamy
દૂધના જેવું *adj* milky
દૂધની વાનગી *n* custard
દૂર *adv* away
દૂર આવેલું *adj* distant
દૂર કરવું *v* dislodge, eliminate, eradicate, remove, shun, stamp out, uproot, weed
દૂર કરવું તે *n* removal
દૂર રહેવું *v* refrain, spare
દૂરદર્શન *n* television
દૂરદર્શન દ્વારા બતાવવું *v* televise
દૂરધ્વનિક્ષેપક યંત્ર *n* radio
દૂરનું *adv* far, remote
દૂરબીન *n* binoculars, telescope
દૂરસંવેદન *n* telepathy
દૂષિત કરવું *v* pollute
દૃઢ વિશ્વાસ *n* confidence
દૃઢનિશ્ચયપૂર્વક શરૂ કરવું *v* set about
દૃષ્ટાંત દ્વારા સમજાવવું *v* illustrate

દેખરેખ રાખવી v oversee
દેખા દેવું v emerge
દેખાડો કરવો v show off
દેખાવ n appearance, look, looks
દેખાવ કરવો v feign
દેખાવડું adj good-looking, handsome
દેખાવું v appear, seem
દેખીતી રીતે adv apparently
દેખીતું adj apparent
દેડકો n frog, toad
દેય n dues
દેવ n deity
દેવદૂત n angel
દેવવાણી n oracle
દેવાદાર n debtor
દેવાળિયાપણું n bankruptcy
દેવાળું n liquidation
દેવી n goddess
દેવું n debt
દેવું ચૂકવી દેવું v liquidate
દેશ n country
દેશનિકાલ n banishment, exile
દેશનિકાલ કરવું v banish, exile
દેશની અંદરનું adv inland
દેશની ઉપરનો વાતાવરણનો ભાગ n airspace
દેશની બહાર adv abroad
દેશપાર કરવું v deport
દેશપારી n deportation
દેશબંધુ n compatriot
દેશબાંધવ n countryman
દેશભક્ત n patriot
દેશભક્તને લગતું adj patriotic
દેશવટો દેવો v relegate
દેશાંતર કરવું n immigration
દેહના ભાગો n organ
દૈત્ય n monster
દૈનિક કામ n chore
દૈવી adj divine
દૈવી આદેશ n commandment, precept
દૈવીગુણ ધરાવતું adj angelic
દોડધામવાળું adj bustling
દોડનાર n runner
દોડવાનું કાર્ય v run up
દોડવું v race, run
દોરડું n rope
દોરવણી n supervision
દોરવું v conduct, draw
દોરી n lace, string
દોરો n thread
દોરો પરોવવો v thread
દોષ n fault, flaw
દોષ કાઢવો v blame
દોષપાત્ર n culpability
દોષમુક્ત કરવું v exonerate
દોષયુક્ત adj faulty
દોષરહિત adj flawless
દોષશોધન n censorship
દોષારોપણ n accusation, blame
દોષી adj guilty

દોસ્ત *n* buddy
દૌહિત્ર *n* grandson

દ્ર

દ્રઢતા *n* firmness
દ્રવ્ય *n* material
દ્રવ્યલોભ *n* greed
દ્રશ્ય *n* scene
દ્રશ્યતા *n* visibility
દ્રષ્ટિ *n* sight, vision
દ્રષ્ટિકોણ *n* outlook, perspective
દ્રષ્ટિગોચર *adj* visible
દ્રષ્ટિનું સંબંધી *adj* optical
દ્રષ્ટિને લગતું *adj* visual
દ્રષ્ટિબિંદુ *n* standpoint, viewpoint
દ્રષ્ટિભ્રમ *n* trick
દ્રાક્ષ *n* grape
દ્રાક્ષની ખેતી *n* vineyard
દ્રાક્ષનું ફળ *n* grapefruit
દ્રાક્ષનો વેલો *n* grapevine, vine
દ્રાવક *adj* solvent
દ્રાવણ *n* solution
દ્રાવ્ય *adj* soluble

દ્વ

દ્વન્દ્વ યુદ્ધ *n* duel
દ્વારમંડપ *n* lobby, porch
દ્વારા *pre* by, per
દ્વિધાભાવ *n* dilemma
દ્વિધાવૃત્તિવાળું *adj* ambivalent
દ્વિપત્નીત્વ *n* bigamy
દ્વિભાષી *adj* bilingual
દ્વિમાસિક *adj* bimonthly
દ્વીપકલ્પ *n* peninsula
દ્વેષ *n* spite
દ્વેષી *adj* hateful

ધ

ધકેલવું *v* propel, push
ધગધગતું *adj* ablaze
ધગશ *n* ardor
ધગશ કે જોમ વિનાનું *n* limp
ધડાકા સાથે ખસવું *v* crash
ધડાકા સાથે ફાટવું *v* burst
ધડાકા સાથે ફૂટવું *v* blow out, explode
ધડાકા સાથે સ્ફોટ *n* detonation
ધડાકો *n* gunshot

ધડાકો કરવાનું સાધન *n* detonator
ધનલોભ *n* avarice
ધનલોભી *adj* greedy
ધનવાન બનાવવું *v* enrich
ધનાદેશ *n* money order
ધન્ય *adj* blessed
ધબકવું *v* throb
ધબકારો *n* throb
ધબડકો *n* collapse
ધબ્બો *n* bump
ધમકાવવું *v* intimidate
ધમકી *n* menace, threat
ધમકી આપવી *v* threaten
ધમણવાળું વાદ્ય *n* accordion
ધમાકેદાર પ્રવેશ *n* debut
ધરતી *n* soil
ધરતીકંપ *n* earthquake
ધરતીનું *adj* terrestrial
ધરપકડ *n* arrest
ધરપકડ કરવી *v* apprehend, arrest
ધરપકડ કરવી *n* capture
ધરા *n* soil
ધરી *n* axle
ધરીની આસપાસ ગોળ ફરવું *v* revolve
ધર્મ *n* religion, faith
ધર્મગુરુઓની સંસ્થા *n* hierarchy
ધર્મયુદ્ધ *n* crusade
ધર્માધિકારી *n* pontiff
ધર્માન્તર *n* convert
ધર્માંધ માણસ *adj* bigot
ધર્મોપદેશક *n* pastor
ધર્મોપદેશકો *n* clergy
ધસી જવું *v* tear
ધંધો *n* calling, trade
ધાડપાડુ *n* gangster, hoodlum, mobster
ધાતુ *n* metal
ધાતુ કે કાચનું ઢાળકામનું કારખાનું *n* foundry
ધાતુનું *adj* metallic
ધાતુનું પીપ *n* canister
ધાતુનો સામાન *n* hardware
ધાર *n* brink, edge
ધારક *n* bearer
ધારણા *n* assumption, supposition
ધારદાર બનાવવું *v* sharpen
ધારવું *v* assume, expect
ધારી લેતાં *c* supposing
ધાર્મિક *adj* religious
ધાર્મિક કૃત્ય *n* ceremony, rite
ધાર્મિક પ્રવચન *n* homily, sermon
ધાર્મિક સમાજ *n* cloister, convent
ધાર્મિક સંપ્રદાય *n* cult
ધાર્મિકતા *n* piety
ધાંધલ *n* fuss, hustle
ધાંધલિયું *adj* fussy
ધીમી ગતિવાળું *adj* sluggish
ધીમી ચાલે ચાલવું *v* pace
ધીમું *adj* slow
ધીમે કામ કરવું *v* slow down

ધીમે ધીમે *adv* step-by-step
ધીમે ધીમે ખવાવું *v* eat away
ધીમે ધીમે ખસવું *v* crawl, creep
ધીમે સાદે *adj* low-key
ધીમેથી *adv* slowly
ધીરજ *n* patience
ધુતકાર *n* snub
ધુતકારવું *v* snub
ધુમાડાથી સુકવેલું *adj* smoked
ધુમાડો *n* fumes
ધુમ્મસ *n* fog, haze, mist
ધુમ્મસવાળું *adj* foggy, hazy, misty
ધૂણી દેવી *v* fumigate
ધૂતારાગીરી *n* racketeering
ધૂમકેતુ *n* comet
ધૂમ્રપાન કરનાર *n* smoker
ધૂમ્રપાન ન કરનાર *n* nonsmoker
ધૂર્ત *adj* astute
ધૂળ *n* dust
ધૂળવાળું *adj* dusty
ધૂંધળું *adj* fuzzy
ધૃણાસ્પદ *adj* heinous
ધૈર્ય *n* fortitude
ધોઈ શકાય તેવું *adj* washable
ધોધ *n* cataract
ધોધમાર વરસાદ *n* downpour
ધોરી માર્ગ *n* freeway, highway
ધોવું *v* wash
ધ્યાન *n* attention, meditation
ધ્યાન આપનારું *adj* attentive
ધ્યાન આપવું *v* attend
ધ્યાન આપ્યા વિના *adv* regardless
ધ્યાન કરવું *v* meditate
ધ્યાન ખેંચનારું *adj* telling
ધ્યાન ખેંચાય એવું *adj* noticeable
ધ્યાન દૂર ખેંચી જવું *v* distract
ધ્યાન ન આપવું *v* overlook
ધ્યાન પર લાવવું *v* throw up
ધ્યાનપૂર્વક જોવું *v* look into
ધ્યાનપૂર્વક વાંચવું *v* look through
ધ્યાનમાં રાખવું *v* mind
ધ્યાનમાં રાખ્યા વિનાનું *adj* irrespective
ધ્યાનમાં લેવું *v* heed
ધ્યેયનો સમર્થક *n* partisan
ધ્રુજારી *n* shiver, shudder, tremor
ધ્રુવ *n* pole
ધ્રુવીય *adj* polar
ધ્રૂજવું *v* quake, shiver, shudder, tremble
ધ્રૂજારી *n* chill
ધ્વજ *n* flag
ધ્વજસ્તંભ *n* flagpole
ધ્વનિ *n* tone
ધ્વનિત *adj* implicit
ધ્વનિવર્ધક *n* amplifier
ધ્વનિવર્ધક યંત્ર *n* loudspeaker, microphone

ન

ન કરવા સમજાવવું *v* dissuade
ન ગમવું *v* dislike
નકલ *n* copy
નકલ કરનાર યંત્ર *n* copier
નકલ કરવી *v* copy, transcribe
નકલી *adj* fake
નકલી ચીજ *n* dummy
નકશા પર બતાવવું *v* map
નકશી કાપવાની યાંત્રિક કરવત *n* jigsaw
નકશીદાર કાપડ *n* tapestry
નકશો *n* map
નકામું *adj* futile, misfit, unfit, useless, wasteful, worthless
નકામો ભાગ કાપી નાખવો *v* prune
નકાર કરનારું *adj* repulsive
નકારવું *v* brush aside, reject
નકારાત્મક *adj* negative
નકૂચાની ફરતે ફરવું *v* swivel
નક્કર *adj* concrete, retroactive, valid
નક્કી કરવું *v* assess, decide, determine, shape
નક્ષત્ર *n* constellation
નખ *n* nail
નગણ્ય *adj* paltry
નગર *n* town
નગર હૉલ *n* city hall
નગરભવન *n* town hall
નગ્ન *adj* nude
નગ્નતા *n* nudity
નગ્નતા વિચારધારા *n* nudism
નચિંત *adj* carefree
નજર *n* eyesight, look
નજર કરવી *v* look, notice, spot
નજર નાખવી *v* glance
નજર રાખવી *v* monitor, supervise
નજરચૂક *n* slip
નજરે જોનાર સાક્ષી *n* eyewitness
નજરે જોવું *v* behold
નજાકત *n* delicacy
નજીક *pre* beside, near, at
નજીકનું *adj* close, nearby
નજીકમાં છે તે વિશે *adj* these
નજીવી ભૂલ *n* lapse
નજીવું *adj* marginal, petty
નઠારું સપનું *n* nightmare
નડતર *n* block, hitch, impediment, bar
નણંદ *n* sister-in-law
નથી *adv* not
નદી *n* river
નદી પરનો બંધ *n* dam
નદીનું મૂળ *n* source
નદીનો જોરદાર પ્રવાહ *n* race
નદીનો પટ *n* bed
નદીમુખ *n* estuary
નધણિયાતું *adj* derelict

નનામી *n* effigy
નનામું *n* anonymity
નપાણિયું *adj* wimp
નપુંસક *adj* impotent
નફરત *n* disgust, revulsion
નફરત કરવી *v* hate
નફરત તિરસ્કાર કરવો *v* loathe
નફરત પેદા કરનારું *adj* sickening
નફિકરું *adj* careless
નફો *n* gain, profit
નફો કરવો *v* profit
નબળાઇ *n* weakness
નબળાઈ *n* frailty
નબળું *n* faint
નબળું *adj* feeble
નબળું પડેલું *adj* worn-out
નબળું પાડવું *v* impair, sap
નબળું બનાવવું *v* weaken
નભાવવું *v* hold up
નમતુ આપવું *v* give in
નમવું *v* bow, incline
નમાલું *adj* spineless
નમૂનો *n* module, sample, specimen, pattern
નમ્ર *adj* humble, meek, subdue
નમ્ર કરવું *v* subdue
નમ્રતા *n* meekness
નમ્રતાથી *adv* humbly
નર *n* male
નર માંસભક્ષી *n* cannibal
નરક *n* hell

નરમ *adj* lenient, soft
નરમ વસ્તુ ભરીને ગાદીવાળું બનાવવું *v* pad
નરમાઈ *n* leniency
નરમાશ *n* softness
નલિકા *n* duct
નવ *adj* nine
નવજાત *n* newborn
નવમો *adj* ninth
નવરાશ *n* leisure
નવલકથા *n* novel
નવલકથા સાહિત્ય *n* fiction
નવલકથાકાર *n* novelist
નવવધૂ *n* bride, fiancé
નવસાર *n* ammonia
નવા સ્થળે જવું *v* relocate
નવા સ્થળે સ્થળાંતર *n* relocation
નવિનતમ *adj* latest
નવી ચામડી આવવી *v* skin
નવીકરણ *n* renewal
નવીન *n* novel
નવીનતા *n* novelty
નવીનીકરણ *n* innovation, renovation
નવીનીકરણ કરવું *v* remodel
નવું *adj* new
નવું ઉત્પન્ન કરવું *v* originate
નવું ધીરાણ મેળવવું *v* refinance
નવું નક્કોર *adj* brand-new
નવું પરણેલું *adj* newlywed
નવું યોજી કાઢવું *v* invent

નવેમ્બર મહિનો *n* November
નવેસર વિચારવું *v* reconsider
નવેસરથી *adv* afresh, anew
નવો આવેલો માણસ *n* newcomer
નશો ચઢાવતી દવા *n* cocaine
નષ્ટ થવું *v* vanish
નસકોરાંનો અવાજ *n* snore
નસકોરું *n* nostril
નસમાં અપાતું *adj* intravenous
નસમાં લોહી કે અન્ય પ્રવાહી આપવું *n* transfusion
નસીબ *n* luck
નસીબદાર *adj* fortunate
નહાવા માટેનું ટબ *n* bathtub
નહાવાનું ટબ *n* tub
નહિ *adv* not
નહેર *n* canal
નહોર મારવો *v* claw
નળ *n* colon; hose, tap, pipe
નળનું કામ કરનાર *n* plumber
નળનું કામ કરવું *n* plumbing
નળાકાર *n* cylinder
નળિયું *n* tile
નળી *n* pipe; straw
નંબર વિનાના ચશ્માં *n* goggles
ના કરતાં વધારે જીવવું *v* outlive
ના કારણે *pre* because of
ના જેવું *pre* like
ના જેવું જ *adj* like
ના જેવું હોવું *v* resemble
ના પાડવી *v* refuse
ના સમુદાયમાં *pre* among
નાઇટ્રોજન વાયુ *n* nitrogen
નાઉમેદ *adj* hopeless
નાઉમેદ કરનારું *adj* discouraging
નાઉમેદ કરવું *v* discourage
નાક *n* nose
નાકબૂલ કરવું *v* disclaim
નાકાબંધી *n* blockade
નાકાબંધી કરવી *v* blockade
નાકાબંધીની સ્થિતિ *n* blockage
નાખુશ *adj* unhappy
નાખુશ કરવું *v* displease
નાખુશ કરે તેવું *adj* displeasing
નાખુશી *n* unhappiness
નાખુશીથી *adv* reluctantly
નાગરિક *n* citizen
નાગરિકત્વ *n* citizenship
નાગરિકત્વનું *adj* civic
નાગરિકોનું *adj* civil
નાગું *adj* naked
નાગો રહેનાર માણસ *n* nudist
નાચવું *v* dance
નાજુક *adj* delicate, frail, petite, subtle
નાજુકાઇ *n* nuance
નાટક *n* play
નાટક રજૂ કરવું *v* stage
નાટકનું રૂપ આપવું *v* dramatize
નાટકનો પૂર્વપ્રયોગ *n* rehearsal
નાટક-સિનેમાની નાયીકા *n* heroin

નાટક-સિનેમાનો નાયક *n* hero
નાટ્યમય *adj* dramatic
નાડી *n* pulse
નાણાકીય *adj* financial
નાણાં *n* funds
નાણાં આપવા *v* fund
નાણાં ચૂકવવા *v* amortize, pay
નાણાં પૂરાં પાડવાં *v* finance
નાણાં ભરપાઈ કરવા *v* pay back
નાણાં રોકવાં *v* invest
નાણાં લેનાર *n* payee
નાણાંની આવનજાવન *v* turn over
નાતબહાર મૂકાયેલું *adj* outcast
નાતાલ *n* Christmas, x-mas
નાતાલનું પ્રાર્થનાગીત *n* carol
નાદાર *adj* bankrupt
નાદાર બનાવવું *v* bankrupt
નાદુરસ્ત થયેલું *adj* dilapidated
નાનકડી ઓરડી *n* cubicle
નાનકડી ઝડપી યુદ્ધનૌકા *n* destroyer
નાનકડી દુકાન *n* stall
નાનકડું ગામડું *n* hamlet
નાનકડું પીપ *n* keg
નાનકડો ધબ્બો *n* speck
નાના પથરા *n* gravel
નાના બાળકની સંભાળ રાખનાર *n* babysitter
નાના-નાની *n* maternal grandparents
નાનામાં નાનું *adj* least
નાનામાં નાનો કણ *n* corpuscle, molecule
નાની ઉંમરનું *adj* junior
નાની ખાડી *n* creek
નાની હલકી કુહાડી *n* hatchet
નાની હલકી હોડી *n* canoe
નાનું *adj* little, small
નાનું જીવડું *n* bug
નાનું તળાવ *n* pool
નાનું બાળક *n* baby
નાનું હલેસું *n* paddle
નાનો અખાત *n* cove
નાનો ચીપિયો *n* tweezers
નાનો ટાપુ *n* isle
નાનો ટુકડો *n* bit
નાપસંદ કરવું *v* disapprove
નાપસંદગી *n* disapproval
નાબૂદ કરવું *v* abolish, annul
નાબૂદી *n* annulment
નામ *n* name, noun
નામ પાડવું *v* name
નામકરણ વિધિ *n* christening
નામના *n* fame
નામયોગી કે શબ્દયોગી અવ્યય *n* preposition
નામરજી *n* displeasure
નામાંકિત *adj* illustrious
નામું *n* bookkeeping
નામોશી લગાડવી *v* disgrace
નારંગી *n* orange
નારંગી રંગની મોટી માછલી *n* salmon

નાલેશી કરવી v malign
નાવિક n sailor
નાશ કરવો v destroy, shatter, vandalize
નાશ થવો v wreck
નાશ પામવું v perish, vanish
નાસભાગ n stampede
નાસમજ adj unwise
નાસી છૂટવું v run away
નાસી જવું v escape, flee, get away
નાસૂર n ulcer; cancer
નાસ્તિક n atheist
નાસ્તિક adj godless
નાસ્તિકતા n atheism
નાસ્તો n snack
નાસ્તો કરવો v snack
નાહવું v bathe
નાહિંમત કરનારું adj discouraging
નાહિંમત કરવું v dishearten, discourage
નાળચાવાળું વાસણ n kettle
નાળિયેર n coconut
નાં કરતાં વધારે ઝડપથી અથવા લાંબું દોડવું v outrun
નિ:શસ્ત્ર કરવું v disarm
નિ:શસ્ત્રીકરણ n disarmament
નિ:સંતાન adj childless
નિ:સ્વાર્થી adj unselfish
નિકટતા n intimacy
નિકટવર્તી adj adjoining
નિકલ n nickel
નિકાલ n disposal
નિકાલ કરવો v dispose
નિકાલ માટે બજાર n outlet
નિકાલની રાહ જોતું adj pending
નિકાસ કરવી v export
નિખાલસ adj candid, forthright, frank
નિખાલસતા n candor, frankness
નિખાલસતાથી adv frankly
નિગમ n corporation
નિચોવવું v wring, squeeze
નિતંબ n bum
નિદ્રા n sleep
નિદ્રા જેવી અવસ્થા n trance
નિપુણ adj deft
નિપુણતા n mastery
નિપુણતા મેળવવી v master
નિબંધ n essay
નિમણૂક n appointment
નિમણૂક કરવી v appoint
નિમણૂંક કરવી v nominate
નિમિત્ત n cause
નિયત v stipulate
નિયત આહાર આપવો v ration
નિયત થયેલું adj fateful
નિયત વજનનો પાંઉ n loaf
નિયત સમય ઉપરાંતનો વખત adv overtime
નિયત સમયે વાગે એવું ઘડિયાળ n alarm clock
નિયતિ n destiny, fate
નિયમ n regulation

નિયમન કરવું *v* control, regulate
નિયમિત પગાર *v* wage
નિયમિત રીતે શ્રેણીબદ્ધ *n* order
નિયમિત રોજનો ક્રમ *n* routine
નિયમિતતા *n* regularity
નિયમિતપણે *adv* regularly
નિયંત્રક *n* master
નિયંત્રણ *n* control, restraint
નિયંત્રિત દવાનું સેવન કરવું *v* dope
નિયોજિત કરવું *v* ordain
નિરક્ષર *adj* uneducated
નિરભિમાની *adj* unassuming
નિરંકુશ સત્તાધારી *adj* domineering
નિરાધાર *adj* destitute
નિરાશ કરવું *v* disappoint
નિરાશ કરે તેવું *adj* disappointing
નિરાશા *n* disappointment, frustration
નિરાશા *adj* disenchanted
નિરાશા પ્રેરક *adj* despondent
નિરાશાજનક *adj* gloomy
નિરાશાવાદ *n* pessimism
નિરાશાવાદી *adj* pessimistic
નિરાંત કરાવનારું *adj* restful
નિરીક્ષક *n* inspector
નિરીક્ષણ *n* review
નિરીક્ષણ કરવું *v* go over
નિરુત્સાહ કરવું *v* deter
નિરુદ્દેશ *adj* aimless
નિરુદ્દેશ ભટકવું *v* stray
નિરુપદ્રવી *adj* harmless
નિર્જીવ *adj* lifeless
નિર્ણય *n* decision
નિર્ણાયક *adj* conclusive, crucial, deciding, decisive, definitive, fateful
નિર્ણાયક *n* umpire
નિર્ણાયક પગલું *n* plunge
નિર્દય *adj* merciless, relentless
નિર્દોષ *adj* blameless, innocent
નિર્દોષ છુટકારો *n* acquittal
નિર્દોષ જાહેર કરવું *v* acquit
નિર્દોષતા *n* innocence
નિર્ધાર *n* determination
નિર્ધારિત લક્ષ્ય *n* destination
નિર્ધારિત સમય *v* schedule
નિર્માણ *n* creation
નિર્માણ કરવું *v* construct, create, generate, set up
નિર્માતા *n* creator
નિર્વિવાદ *adj* indisputable
નિર્વિવાદી *adj* undisputed
નિવારણ *n* clearance, deterrence
નિવૃતિલાભ *n* gratuity
નિવૃત્ત થવું *v* retire
નિવૃત્તિ *n* retirement
નિવૃત્તિ વેતન *n* pension
નિવેદન *n* statement
નિશસ્ત્ર *adj* unarmed
નિશાન *n* target
નિશાનબાજ *n* marksman
નિશાનબાજી રમત *n* dart

નિશાની *n* sign, token
નિશ્ચય હોવો *n* mean
નિશ્ચિત *v* stipulate
નિશ્ચિત કામ *n* job
નિશ્ચિત ધોરણનું કરવું *v* standardize
નિશ્ચિત નહિ એવું *adj* tentative
નિષેધ કરવો *v* veto
નિષ્કપટ *adj* naive
નિષ્કર્ષ *n* conclusion
નિષ્કલંક *adj* spotless
નિષ્ક્રિય *adj* passive
નિષ્ક્રિય કરવું *v* paralyze
નિષ્ઠા *n* sincerity
નિષ્ઠાવાળું *adj* sincere
નિષ્ઠાહીન *adj* insincere
નિષ્ઠાહીનતા *n* insincerity
નિષ્ણાત *adj* proficient
નિષ્પક્ષપાતી *adj* impartial
નિષ્ફળ *adj* unsuccessful
નિષ્ફળ કરવું *v* flunk
નિષ્ફળ ગયેલી સિનેમા *n* flop
નિષ્ફળ ગયેલું નાટક *n* flop
નિષ્ફળ જવું *v* fail, go under, crumble, fall down
નિષ્ફળ બનાવવું *v* derail, foil, frustrate, thwart
નિષ્ફળતા *n* failure
નિસબત *n* concern
નિસરણી *n* ladder, stair
નિસરણી પરનો કઠેરો *n* handrail
નિસાસો *n* moan, sigh

નિસાસો મૂકવો *v* sigh
નિસ્તેજ *adj* indisposed
નિંદા *n* calumny, condemnation
નિંદા કરવી *v* censure
નિંદ્ય *adj* shady
નિઃસ્તબ્ધ *adj* still
ની અપેક્ષા કરવી *v* anticipate
ની અપેક્ષા રાખવી *v* look forward
ની ઉપર નાખવું *pre* upon
ની ઉપર મદાર રાખવો *v* reckon on
ની જગ્યા લેવી *v* replace
ની તપાસ કરવી *v* look into
ની તરફ જોવું *v* look at
ની તરફ મોઢું કરેલું *pre* facing
ની દિશામાં જવું *v* head for
ની નજીક *pre* close to
ની પડખે *pre* alongside
ની બાબતમાં *pre* regarding
ની માટે અરજી કરવી *v* apply for
ની માલિકીનું હોવું *v* possess
ની વચ્ચે *pre* amid
ની વિરુદ્ધ *pre* versus
ની સમકક્ષ થવું *v* amount to
ની સલાહ લેવી *v* consult
ની સાથે *pre* along
ની સાથે સંબદ્ધ હોવું *v* pertain
નીચલા સ્તરનું *adj* lowly
નીચલી કક્ષાનું *adj* junior
નીચલી પાયરીએ ઉતારવું *v* degrade

નીચા નમવું *v* crouch
નીચાણવાળી જમીન *n* meadow
નીચી કક્ષાનું *adj* mean
નીચું *adj* low
નીચે *adv* below, down
નીચે *pre* under
નીચે આવવું *v* come down
નીચે ઉતારવું *v* let down
નીચે ઊતરતું *adv* downhill
નીચે જવું *v* descend
નીચે તરફ *adj* down, downstairs
નીચે નમવું *v* duck
નીચે પડવું તે *v* drop
નીચે પાડવું *v* bring down
નીચે પાડવું *adj* lower
નીચે રહેલું *adj* underlying
નીચે લીટી દોરવી *v* underline
નીચે વળવું *v* bend down
નીચેની જગ્યાએ *pre* underneath
નીચો અવાજ *n* bass
નીડર *adj* intrepid
નીતરવું *v* filter
નીતિ *n* policy
નીતિ ભ્રષ્ટતા *n* depravity
નીતિકથા *n* parable
નીતિભ્રષ્ટ કરવું *adj* deprave
નીતિવાક્ય *n* slogan
નીતિશાસ્ત્ર *n* ethics
નીપજ *n* produce, output
નીરસ *adj* frigid
નીલમ *n* emerald, sapphire
નીંદણ *n* weed
નુકશાન *n* harm
નુકશાન કરવું *v* harm
નુકશાન ભરપાઇ *n* restitution
નુકશાનકારક *adj* detrimental, pernicious
નુકસાન *n* damage, loss
નુકસાન કરવું *v* damage
નુકસાન ભરપાઇ *n* indemnity
નુકસાન ભરપાઈ *n* compensation, recompense
નુકસાન ભરી આપવું *v* compensate, recompense
નુકસાનરહિત *adj* unharmed
નુકસાનીનું વળતર આપવું *v* indemnify
નું ઋણી હોવું *v* owe
નું કારણ બનવું *v* cause, precipitate, trigger
–નું –નો –ની માલિકી દર્શાવતું *pre* of
નું પ્રદર્શન કરવું *v* air
નું બનેલું હોવું *v* comprise, consist
નું મૂલ્ય નક્કી કરવું *v* appraise
નું હોવું *v* come from
નૃત્ય *n* dance, dancing
નૃત્યખંડ *n* ballroom
ને કપડા પહેરાવવાં *v* clothe
ને ખાતરી કરાવવી *v* convince
ને ઠેકાણે *n* lieu
ને પાત્ર બનાવવું *v* subject

ન

ને પ્રમાણ બનાવવું *v* go up
ને બદલે મૂકવું *v* substitute
ને મળવા જવું *v* call on
ને લગતું *pre* concerning
ને લીધે *adv* owing to
ને વટાવી જવું *v* overtake
ને વફાદાર રહેવું *v* abide by
ને વળગી રહેવું *v* stick to
ને વિષે રોષ બતાવવો *v* resent
નેતર જેવું એક ઝાડ *n* willow
નેતરનો છોડ *n* cane
નેતા *n* leader
નેતૃત્વ *n* leadership
નેધરલેન્ડનો વતની *adj* Dutch
નેધરલેન્ડ્સ દેશ *n* Netherlands
નેવું *adj* ninety
નૈઋત્યખૂણો *n* southwest
નૈતિક *adj* ethical, moral
નૈતિકતા *n* morality
નૈવેદ્ય *n* offering
નૈવેદ્ય ધરાવવાની વેદી *n* altar
નો અમલ કરવો *v* carry out, execute
નો ઉપયોગ કરવો *v* tap into
નો ઉલ્લેખ કરવો *v* refer to
-નો જવાબ આપવો *v* account for
નો મહિમા વધારવો *v* canonize
નો સરવાળો થવો *v* aggregate
નોકર *n* servant
નોકરી છોડી દેવી *v* retire
નોકરી વિનાનું *adj* jobless
નોકરીદાતા *n* employer
નોકરીશાહીનો અંગભૂત નોકર *n* bureaucrat
નોર્વે દેશ *n* Norway
નોર્વે દેશનું વતની *adj* Norwegian
નોંધ *n* remark
નોંધ કરવી *v* enroll, matriculate, register
નોંધ કરવી *adj* inward
નોંધણી *n* enrollment, record, registration
નોંધનીય *adj* notable
નોંધનીય રીતે *adv* notably
નોંધપાત્ર *adj* noteworthy, considerable
નોંધવહી *n* notebook
નોંધવું *v* note, record
નૌકાનયન *n* navigation
નૌકાભાર *n* cargo
નૌકાવિહાર કરવો *v* cruise
નૌકાસૈન્ય *n* fleet, navy
નૌસેનાપતિ *n* admiral
ન્યાય *n* fairness, justice
ન્યાયાધીશ *n* judge, magistrate
ન્યાયાલય *n* tribunal
ન્યાયી *adj* fair, right

પ

પકડ *n* clutch
પકડ-પાના *n* wrench
પકડવા *v* pursue
પકડવું *v* catch, grip
પકડીને ઊંચકવું *v* pick up
પકડેલાને છોડાવવાની ખંડણી *n* ransom
પકવવું *v* ripen
પક્ષ બદલવો *v* come over
પક્ષકાર *n* party
પક્ષત્યાગ *n* defection
પક્ષી *n* bird
પક્ષીનું બચ્ચું *n* chick
પક્ષીનો માળો *n* nest
પગ *n* foot, feet, leg, limb
પગ મૂકવો *v* tread
પગ વતી ખૂંદવું *v* trample
પગથિયા *n* stairs
પગથિયાવાળી સીડી *n* stepladder
પગદંડી *n* track
પગના જોડા *n* footwear
પગની આંગળી કે અંગૂઠાનો નખ *n* toenail
પગની એડી *n* heel
પગની ખરી *n* hoof
પગની ઘૂંટી *n* ankle
પગપાળા જનારાઓનો રસ્તો *n* sidewalk
પગરખાનું તળિયું *n* sole
પગરખું *n* shoe
પગલા લેવા *v* step
પગલાની છાપ *n* footprint
પગલી માંડતું બાળક *n* toddler
પગલું *n* move
પગાર *n* pay, salary
પગાર *v* redeem
પગારની પાવતી *n* pay slip
પગારનો ચેક *n* paycheck
પગારપત્રક *n* payroll
પગેરું કાઢવું *v* trace
પચાવવું તે *n* digestion
પચાસ *adj* fifty
પછાડવું *v* bang
પછાત *adj* backward
પછી *adj* later
પછી મળવું *v* get back
પછીથી *adv* afterwards
પજવણી *n* harassment
પજવવું *v* annoy, harass, trouble
પજવવું *n* bait
પટાનો ફટકો *n* lash
પટાવવું *v* coax
પટ્ટી *n* tape
પટ્ટીઓવાળું *adj* striped
પટ્ટો *n* belt, leash, strap
પડકાર *n* challenge
પડકાર આપવો *v* challenge
પડકારજનક *adj* challenging, daunting

પડકારવું v defy
પડઘો n echo
પડછાયો n shadow
પડતી n downfall
પડતું મૂકવું v discontinue
પડદો n curtain, drape, screen, veil
પડવા દેવું v shed
પડી ભાંગવું v fall through
પડી ભાંગવું તે v collapse
પડીકું ખોલવું v unwrap
પડોશ n neighborhood
પડોશી n neighbor
પણ adv also, too
પણ નહિ c nor
પતન n decline, descent, drop
પતરી n blade
પતંગ n kite
પતંગિયું n butterfly
પતાવટ n settlement
પતિ n husband
પતિ અથવા પત્ની n spouse
પતિપત્ની n couple
પત્ની n wife
પત્નીઓ n wives
પત્ર n letter
પત્રકાર n correspondent, journalist
પત્રના રૂપમાં કાવ્ય n epistle
પત્રવહેવાર n communication
પત્રિકા n bulletin
પથારી n bed

પથારી માટેની ચાદર n bedspread
પથ્થર n rubble, stone
પથ્થર મારવો v stone
પદ n rank
પદ કે હોદ્દો ધરાવતું n sitting
પદ ત્યાગ કરવો v abdicate
પદત્યાગ n abdication
પદભ્રષ્ટ કરવું v depose
પદવી n degree
પદવીમાં અગ્રતા n seniority
પદાર્થ n object, substance
પદાર્થનું કદ n volume
પદ્ધતિ n method
પદ્ધતિસરનું adj methodical
પમ્પ n pump
પર pre on
પર પીડનની માનસિક વિકૃતિ n masochism
પરગણું n parish
પરગણો n county
પરચૂરણ લેંઘો n slacks
પરણવું v wed
પરત ચુકવણી n repayment
પરત ચૂકવવું v repay
પરદેશમાં વસવા જનાર n emigrant
પરદેશમાં વસવા જવું v emigrate
પરદેશી adj foreign
પરદેશી વસાહતી n immigrant
પરનાળ n gutter

પરપોટો *n* bubble
પરબીડિયું *n* envelope
પરમાનંદ *n* ecstasy
પરમેશ્વર *n* God
પરવડવું *v* afford
પરવડી શકે તેવું *adj* affordable
પરવાનગી *n* admittance, permission
પરવાનગી આપવી *v* allow, let, permit
પરવાનો *n* license
પરવાનો આપવો *v* license
પરસાળ *n* gallery
પરસેવો *n* perspiration, sweat
પરસેવો છૂટવો *v* perspire, sweat
પરહેજી પાળવી *v* diet
પરંતુ *c* but
પરંપરા *n* tradition
પરાકાષ્ઠા *n* climax
પરાકાષ્ઠાનું *adj* utmost
પરાક્રમ *n* exploit, heroism
પરાગ રજ *n* pollen
પરાજય *n* defeat
પરાજય *n* beating, overthrow
પરાજિત *adj* beaten
પરાધીન *adj* dependent
પરાભૂત થયેલું *adj* prostrate
પરાવર્તન *n* reflection
પરાવર્તન કરવું *v* reflect
પરાળ *n* crowbar
પરિચય *n* introduction
પરિચય તાજો કરવો *v* brush up
પરિચય પુસ્તિકા *n* manual
પરિચારિકા *n* nurse
પરિણામ *n* consequence, fallout, outcome, result
પરિણામ આપવું *v* yield
પરિણીત *adj* married
પરિપક્વ *adj* mature
પરિપક્વતા *n* maturity
પરિપૂર્ણતા *n* fulfillment
પરિબળ *n* factor
પરિભાષા *n* terminology
પરિમિતિ *n* perimeter
પરિવર્તન *n* conversion
પરિશિષ્ટ *n* annex
પરિષદ *n* conference, summit
પરિસર *n* premises
પરિસ્થિતિ *n* situation
પરિસ્થિતિ વિજ્ઞાન *n* ecology
પરિસ્થિતિમાં બગાડો *n* aggravation
પરી *n* fairy
પરીક્ષા *n* examination
પરુ *n* pus
પરેડ ગ્રાઉન્ડ *n* drill
પરોક્ષ *adj* indirect
પરોઢ *n* dawn
પરોણાગત કરવી *v* entertain
પરોપજીવી પ્રાણી કે વનસ્પતિ *n* parasite
પર્યાય *n* synonym
પર્વત *n* mount
પલકારો મારવો *v* wink

પ

પલંગપોશ *n* sheet
પલાણ *n* saddle
પલાળીને નીચોવેલો રસ *n* infusion
પવન *n* wind
પવનચક્કી *n* windmill
પવનની હળવી લહેર *n* breeze
પવાલું *n* bowl
પવિત્ર *adj* sacred
પવિત્ર કરવું *v* sanctify
પવિત્ર બનાવવું *v* consecrate
પવિત્રતા *n* holiness
પશુ *n* beast
પશુ કે પંખીનો પંજો *n* nail
પશુઓનો તબીબ *n* veterinarian
પશુધન *n* livestock
પશ્ચાતાપ *n* remorse
પશ્ચાતાપભર્યું *adj* remorseful
પશ્ચિમ *n* west
પશ્ચિમ તરફનું *adv* westbound
પશ્ચિમનું એક વાદ્ય *n* piano
પશ્ચિમનો વતની *adj* westerner
પશ્ચિમી *adj* western
પસંદ કરવું *v* choose, elect, select
પસંદ પડવું *v* like
પસંદગી *n* choice, preference, selection
પસંદગી કરવામાં ચોખલિયો *adj* choosy
પસંદગી કરવી *v* opt for
પસંદગીદાયક માંસ *n* sirloin
પસાર થવું *v* elapse, pass
પસ્તાવું *v* repent
પસ્તાવો *n* penitent, repentance
પહાડ *n* mountain
પહાડી *adj* mountainous
પહેરવાનાં કપડાં *n* clothes
પહેરવેશ *n* wear
પહેરીને ઘસી નાખવું *v* wear out
પહેરો *n* watch, patrol
પહેરો *v* lurk
પહેલ *n* initiative
પહેલાં *pre* before
પહેલાંનું *adj* previous
પહેલી વિભક્તિનું રૂપ *pro* he
પહેલું *adj* prior
પહોળાઈ *n* breadth, width
પહોળું *adj* broad, wide
પહોળું કરવું *v* broaden, widen
પહોંચ *n* voucher
પહોંચવાની ક્રિયા *v* reach
પહોંચવાનો માર્ગ *n* access
પહોંચવું *v* get in
પહોંચવું *n* reach
પહોંચાડવું *v* convey
પહોંચી વળવું *v* cope
પહોંચી શકાય તેવું *adj* approachable
પંખો *n* fan
પંચ કે લવાદ તરીકે ફેંસલો કરવો *n* arbitration
પંચકોણ *n* pentagon

પંચાલ *n* locksmith
પંજેટી *n* pitchfork
પંજો *n* paw
પંથ *n* creed
પંદર *adj* fifteen
પંપાળવું *v* caress, cuddle, pamper
પા *n* quarters
પાઉંરોટી *n* bread
પાક *n* crop
પાકવું *v* fester
પાકી ખાતરીવાળું *adj* certain
પાકેલું *adj* ripe
પાખંડ *n* heresy
પાખંડી *adj* heretic
પાગલ *adj* mad
પાગલપણું *n* madness
પાચક *adj* digestive
પાછલા ભાગમાં *adv* back
પાછલો દરવાજો *n* backdoor
પાછળ *pre* after, behind
પાછળ જવું *v* follow
પાછળ ઝૂકવું *v* lean back
પાછળ ઢસડવું *v* trail
પાછળ ઢસડવું *n* trajectory
પાછળ પડવું *v* chase, fall behind
પાછળની બાજુએ *adv* backwards
પાછળનું *adj* rear
પાછળનો ભાગ *n* rear
પાછા આપેલા પૈસા *n* refund
પાછા જવું *v* go back
પાછા ફરવું *v* return, turn back
પાછા હઠવું *v* recede
પાછું આવવું *v* come back, revert
પાછું કાઢવું *v* repel
પાછું ખસવું *v* move back
પાછું ખેંચવું *v* retract, withdraw
પાછું ખેંચી લેવું *v* revoke
પાછું મેળવવું *v* reclaim, recover, regain
પાછું લાવવું *v* bring back, extradite
પાટ *n* ingot
પાટલૂન *n* pants
પાટા પરથી ઉતરેલું *n* derailment
પાટિયું *n* blackboard
પાટો બાંધવો *v* bandage
પાઠ *n* lesson, text
પાઠ કરવો *v* recite
પાઠયપુસ્તક *n* textbook
પાડી નાખવું *v* pull down, shed
પાણી *n* water
પાણી કાઢી નાખવું *v* dehydrate
પાણી ગરમ કરવાની ટાંકી *n* boiler
પાણી પીવડાવવું *v* water
પાણીથી તરબોળ *adj* soggy, swamped
પાણીની ટાંકી *n* cistern
પાણીની નહેર *n* aqueduct
પાણીનું ઊંડાણ માપવું *v* fathom
પાણીનું ખાબોચિયું *n* pool

પાણીનો *n* torrent
પાણીનો ખળભળાટ *n* ripple
પાણીનો ધોધ *n* fall, cascade, waterfall
પાણીનો પ્રવાહ *n* stream
પાણીમાં કે પાણી ઉપર રમાતું *adj* aquatic
પાણીમાં ડૂબકી મારવી *v* dive
પાણીમાં ડૂબવું *v* submerge
પાણીવાળું *adj* watery
પાતળી ચીપ *n* splint
પાતળું *adj* emaciated, lean, meager, slender, slim, thin; livid
પાતળું દોરડું *n* cord
પાતળો અણીદાર છેડો *n* tip
પાતળો લાંબો શિકારી કૂતરો *n* greyhound
પાત્ર *n* container, character
પાત્ર હોવું *v* merit
પાત્રતા *n* merit
પાત્રનું ઢાંકણું *n* lid
પાથરણું *n* bedding, rug
પાથરવું *v* cover
પાદચિહ્ન *n* footstep
પાદટીપ *n* footnote
પાદરી *n* bishop, chaplain, minister
પાદરીઓ અને લોકોની ધર્મસભા *n* synod
પાદરીઓ તૈયાર કરવાની પાઠશાળા *n* seminary
પાદરીની દીક્ષા આપવાની વિધિ *n* ordination
પાનખર *n* autumn
પાનખર ઋતુ *n* fall
પાનખર ઝાડનું લાકડું *n* hardwood
પાનું *n* page
પાપ *n* sin
પાપ કરવું *v* sin
પાપની માફી *n* remission
પાપની લાગણી *n* guilt
પાપનો એકરાર *n* confession
પાપનો એકરાર સાંભળનાર પાદરી *n* confessor
પાપભીરુ *adj* scrupulous
પાપભીરુતા *n* scruples
પાપી *adj* sinful
પાપી *n* sinner
પાયજામો *n* pajamas
પાયદળ *n* infantry
પાયદળની ટુકડી *n* platoon
પાયમાલ કરવું *v* botch, ruin
પાયમાલ કરવું તે *n* desolation
પાયમાલી *n* havoc, ravage, ruin
પાયમાલી કરવી *v* ravage
પાયરી *n* grade
પાયા વગરનું *adj* unfounded
પાયાના સિદ્ધાંતો *n* basics
પાયાનું કાર્ય *n* groundwork
પાયાનો પથ્થર *n* cornerstone
પાયારૂપ *adj* basic

પાયાવિહીન *adj* baseless
પાયો *adj* grassroots
પાયો *n* foundation
પારકું *n* alien
પારણુ *n* cradle, crib
પારદર્શક *adj* see-through, transparent
પારસ્પરિક *adv* mutually
પારિભાષિક શબ્દોનો કોશ *n* glossary
પારી પાડવી *v* fulfill
પારો *n* mercury
પાલખ બાંધવા માટેનો સામાન *n* scaffolding
પાવડા વડે ઉપાડવું *v* shovel
પાવડી *n* pedal
પાવડો *n* shovel, spade
પાવરધું *adj* versed
પાવો *n* reed
પાશવી *adj* bestial
પાશવીપણું *n* bestiality
પાસપોર્ટ *n* passport
પાસર્લિ નામનો એક છોડ *n* parsley
પાસા જેવા કકડા કરવા *v* dice
પાસાવાળી ટેટી *n* cantaloupe
પાસું *n* dice
પાસે *pre* at
પાસે પાસેનું *adj* collateral
પાસે હોવું *v* have
પાસેથી *pre* from
પાળ *n* dike
પાળવું *v* domesticate, pet
પાળીપોષી મોટું કરવું *v* rear
પાળેલાં મરઘાં બતકાં *n* poultry
પાળેલું પ્રાણી *n* pet
પાળેલું મરઘું *n* chicken
પાળેલો કૂકડો *n* rooster
પાંખ *n* wing
પાંખો ફફડાવવી *v* flutter
પાંચ *adj* five
પાંચમો *adj* fifth
પાંજરું *n* cage, trap
પાંડુરોગ *n* anemia, leukemia
પાંડુરોગથી પીડાતું *adj* anemic
પાંદડા *n* leaves
પાંદડું *n* leaf
પાંપણ *n* eyelash, lash
પાંસળી *n* rib
પિચકારી *n* syringe
પિતરાઈ *n* cousin
પિતૃ તુલ્ય *adj* fatherly
પિતૃત્વ *n* fatherhood, paternity
પિત્ત *n* bile
પિત્તાશય *n* gall bladder
પિન કોડ *n* zip code
પિયાનોવાદક *n* pianist
પિશાચ *n* phantom
પિસ્તોલ *n* pistol
પિસ્તોલ *v* revolver
પીચ *n* peach
પીછું *n* feather

પીછેહઠ *n* repulse, retreat, setback
પીછેહઠ કરવી *v* bow out, fall back, retreat
પીછો *n* chase
પીછો કરવો *v* stalk
પીછો પકડવો *v* tail
પીઠ પરનું પોટલું *n* backpack
પીઠની ખૂંધ *n* hump
પીઠબળ *n* backing
પીડા *n* pain, suffering
પીડા આપવી *v* persecute
પીડા કે દુખનું કારણ *n* affliction
પીડાઓ *n* woes
પીડાકારક *adj* painful
પીડાજનક *adj* excruciating
પીડાદાયક *adj* agonizing
પીડિત *adj* sore
પીણું *n* beverage, cocktail, drink
પીધેલ *adj* drunk, intoxicated, loaded
પીધેલાપણું *n* drunkenness
પીનાર *n* drinker
પીપ *n* barrel
પીપની ચકલી *n* faucet
પીરસવું *v* serve
પીવાલાયક *adj* drinkable
પીવું *v* drink
પીળાં પીછાંવાળું એક ગાનારું પક્ષી *n* canary
પીળું *adj* yellow
પુખ્ત ઉંમરની વ્યક્તિ *n* adult
પુખ્ત ઉંમરનું *n* grown-up
પુખ્ત પુરુષનો મન્દ્ર સ્વર *n* bass
પુચ્છવિહોણું મોટું વાંદરું *n* gorilla
પુત્ર *n* son
પુત્રવધૂ *n* daughter-in-law
પુન સંચાર કરવો *v* rejuvenate
પુન:પ્રવેશ *n* reentry
પુન:પ્રાપ્તિ *n* retrieval
પુન:સંગઠિત કરવું *v* reorganize
પુન:સ્થાપના કરવી *v* restore
પુન:સ્થાપિત કરવું *v* rehabilitate
પુનરાગમન *n* comeback, return
પુનરારંભ *n* resumption
પુનરાવર્તન *n* repetition, replay
પુનરુકિત કરવી *v* reiterate
પુનરુત્થાન *n* resurrection
પુનરૂત્પાદન કરવું *v* reproduce
પુનર્જન્મ *n* rebirth
પુનર્જીવન *n* regeneration
પુનર્મુદ્રણ *n* reprint
પુનર્લગ્ન કરવા *v* remarry
પુરણ *n* filling
પુરવઠો *n* supplies, stock
પુરવઠો આપનાર *n* supplier
પુરવઠો રાખવો *v* stock
પુરસ્કર્તા *n* sponsor
પુરસ્કાર *n* award
પુરસ્કાર આપવો *v* award
પુરાણકથા *n* myth
પુરાતત્ત્વવિદ્યા *n* archaeology
પુરાવો *n* evidence, proof, testimony

પુરુષ *n* man
પુરુષો *n* men
પુરૂષમિત્ર *n* boyfriend
પુરોહિત *n* priest
પુરોહિતપદે અભિષેક *n* consecration
પુલ *n* bridge
પુલના ગાળાઓનો થાંભલો *n* pier
પુષ્કળ બિયાંવાળું *adj* seedy
પુષ્ટિ આપનાર નિવેદન *n* confirmation
પુષ્ટિ આપવી *v* reassure
પુસ્તક *n* book
પુસ્તક વિક્રેતા *n* bookseller
પુસ્તકની પ્રસ્તાવના *n* foreword
પુસ્તકનું પ્રકરણ *n* chapter
પુસ્તકમાં આપેલું ચિત્ર *n* illustration
પુસ્તકોની અલમારી *n* bookcase
પુસ્તકોનો સ્ટોર *n* bookstore
પુસ્તિકા *n* booklet
પૂછવું *v* ask, inquire, investigate
પૂછીને પરીક્ષા કરવી *v* quiz
પૂજારણ *n* priestess
પૂજ્ય *adj* adorable
પૂજ્યભાવ હોવો *v* venerate
પૂઠું *n* cardboard
પૂર *n* flood
પૂર આવવું *v* flood
પૂર ચાલુ હોવું *n* flooding
પૂરક વસ્તુ *n* complement
પૂરતું *adj* adequate, ample, duly, enough, sufficient
પૂરદ્વાર *n* floodgate
પૂરું કરવું *v* complete, conclude
પૂરું પાડવું *v* furnish, provide
પૂરેપૂરી ખાતરી *n* certainty, conviction
પૂરેપૂરું *adv* quite
પૂરેપૂરું ડુબાડવું *v* plunge
પૂરેપૂરું ડુબાડી દેવું *v* overwhelm
પૂરેપૂરો નાશ કરવો *adj* shattering
પૂરો પગાર આપીને છૂટું કરવું *v* pay off
પૂર્ણ કરવું *v* accomplish
પૂર્ણતા *n* perfection
પૂર્ણપણે *adv* fully
પૂર્ણવિરામ *n* period; stop
પૂર્તતા *n* compliance
પૂર્વ *n* east, orient
પૂર્વ આધાર *n* precedent
પૂર્વ ઇતિહાસ *n* antecedents
પૂર્વ તરફથી *adv* eastward
પૂર્વ તરફનું *adj* eastbound
પૂર્વ સૂચન *v* foreshadow
પૂર્વ સૂચના *n* premonition
પૂર્વકલ્પના *n* presupposition
પૂર્વગામી *n* predecessor
પૂર્વગ્રહ *n* bias, bigotry, prejudice
પૂર્વચિહ્ન *n* precursor
પૂર્વજ *n* ancestor, patriarch
પૂર્વતૈયારી વિના *adv* impromptu

પ

પૂર્વદર્શન *n* preview
પૂર્વધારણા *n* hypothesis
પૂર્વનિયોજિત નિશાની *v* signal
પૂર્વનું *adj* eastern, oriental
પૂર્વનો રહેવાસી *n* easterner
પૂર્વપ્રયોગ કરવો *v* rehearse
પૂર્વભૂમિકા *n* background
પૂર્વાનુભવ *n* foretaste
પૂર્વે *c* once
પૂંછડી *n* tail
પૂંછડી પટપટાવવી *v* wag
પૂંઠાનો કાગળ *n* card
પૃથક્કરણ કરવું *v* scan
પૃથ્વી *n* earth
પૃથ્વીના ખંડોમાંથી કોઈપણ એક *n* continent
પૃષ્ઠવંશ *n* spine
પૅક ખોલવું *v* unpack
પેગંબર *n* prophet
પેચકસ *n* screwdriver
પેટ *n* abdomen, belly, stomach, tummy
પેટ કે હોજરીનું *adj* gastric
પેટમાં ચૂંક *n* gripe
પેટશૂળ *n* colic
પેટા વિભાગ *n* counter, desk
પેટામથાળું *n* subtitle
પેટી જેવો ચૂલો *n* broiler, oven
પેટ્રોલ *n* gasoline
પેઢી *n* generation
પેદા થયેલો માલ *n* product

પેદા થવું *v* emanate
પેન્સિલ *n* pencil
પેરિસનો રહેવાસી *n* parishioner
પેલા *adj* those
પેલી પાર *adv* beyond
પેશાબ *n* urine
પેશાબ કરવો તે *v* urinate
પૈડાની કોર *n* rim
પૈડાની ખીલી *n* linchpin
પૈડાનો નાભ *n* nave
પૈસા *n* money
પૈસા આપવા *v* cost, disburse
પૈસા ઉડાવવા *v* squander
પૈસા ચૂકવવા *v* defray
પૈસા પાછા આપવા *v* refund
પૈસાટકાવાળું *adj* well-to-do
પૈસાદાર *adj* loaded, rich
પૈસાનું પાકિટ *n* purse
પોક મૂકીને રોવું *v* howl
પોકળ *adj* vain
પોકળ રીતે *adv* vainly
પોકારનો શબ્દ *n* catchword
પોચી જમીન *n* bog, swamp
પોચી જમીનમાં ખૂંપેલું *v* bog down
પોચું *adj* mellow
પોટલું *n* bundle, package
પોટલું વાળવું *v* bundle
પોત *n* fabric
પોતપોતાનું *adj* respective
પોતા તરફ ખેંચવું *v* pull

પોતાના દેશમાં પરદેશી સત્તાનો મુલક *n* enclave
પોતાના મતનો અતિઆગ્રહ રાખનારું *adj* opinionated
પોતાના હસ્તાક્ષર *n* autograph
પોતાની તૈયારીથી *adv* willingly
પોતાની શ્રેષ્ઠ કૃતિ *n* masterpiece
પોતાનું *adj* own
પોતાનો દેશ કે પક્ષ છોડી બીજામાં ભળવું *v* defect
પોતે *pre* oneself
પોપચું *n* eyelid
પોપટ *n* parrot
પોપડાવાળું *adj* crusty
પોપડો *n* crust
પોપની સત્તા *n* papacy
પોર્ટુગલ દેશ *n* Portugal
પોર્ટુગલ દેશનું વતની *adj* Portuguese
પોલાણ *n* cavity
પોલાદ *n* steel
પોલીસ *n* police
પોલીસ અધિકારી *n* policeman
પોલીસમેન *n* cop
પોલીસોનો ઘેરો *n* cordon
પોલું *adj* hollow
પોલેન્ડ દેશ *n* Poland
પોલેન્ડનું વતની *adj* Polish
પોશાક *n* costume, wear
પોષક *adj* nutritious
પોષણ *n* nourishment
પોષણ કરવું *v* nourish
પોષ્ટ ખાતાની મહોર *n* seal
પોસ્ટકાર્ડ *n* postcard
પોસ્ટર *n* poster
પૌત્ર *n* grandchild, grandson
પૌત્રી *n* grandchild
પૌરુષ *n* virility
પૌરુષિક *adj* virile
પ્યાલો *n* brim, cup

પ્ર

પ્રકાર *adj* kind
પ્રકાશ *n* light
પ્રકાશક *n* publisher
પ્રકાશન *n* publication
પ્રકાશની વ્યવસ્થા *n* lighting
પ્રકાશનું કિરણ *n* beam, ray
પ્રકાશવું *v* glow, shine
પ્રકાશિત કરવું *v* blaze, illuminate
પ્રકાંડ *n* stem
પ્રક્રિયા *n* process
પ્રક્રિયા કરવી *v* process
પ્રક્ષુબ્ધ અને તંગ *adj* uptight
પ્રક્ષેપાસ્ત્ર *n* missile
પ્રખ્યાત *adj* famous
પ્રખ્યાત *adj* well-known
પ્રગટ કરનારું *adj* revealing

પ્રગટ કરવું *v* publish, disclose
પ્રગટીકરણ *n* revelation
પ્રગતિ *n* headway, progress
પ્રગતિશીલ *adj* progressive
પ્રચલિત *adj* customary, prevalent
પ્રચલિત વસ્તુ *n* vogue
પ્રચલિત હોવું *v* prevail
પ્રચંડ *adj* colossal, enormous, monstrous
પ્રચંડ રોષ *n* fury
પ્રચંડ હાથી *n* mammoth
પ્રચાર કરવો *v* propagate
પ્રજનન *n* reproduction
પ્રજનનક્ષમ અવસ્થા *n* puberty
પ્રજનનક્ષમતા *n* fertility
પ્રજાધર્મ *n* allegiance
પ્રજાસત્તાક રાષ્ટ્ર *n* republic
પ્રજોત્પાદન કરવું *v* procreate
પ્રણય *n* romance, affair
પ્રણયચેષ્ટાઓ કરવી *v* flirt
પ્રણયયાચન *n* courtship
પ્રતિકૂળ *adj* adverse, averse, unfavorable
પ્રતિકૂળ વલણ *n* aversion
પ્રતિકૂળતા *n* adversity, discomfort
પ્રતિકૃતિ *n* replica
પ્રતિકૃતિ કરવી *v* duplicate
પ્રતિક્રિયા *n* feedback, reaction, response
પ્રતિક્રિયા કરવી *v* counteract, react, respond
પ્રતિજ્ઞા *n* assertion, premise
પ્રતિનિધિ *n* delegate
પ્રતિનિધિ બનવું *v* delegate
પ્રતિનિધિ મંડળ *n* delegation
પ્રતિનિધિઓની સભા *n* congress
પ્રતિનિધિત્વ કરવું *v* stand for
પ્રતિપક્ષી *n* opponent
પ્રતિબદ્ધ *adj* committed
પ્રતિબદ્ધતા *n* commitment
પ્રતિબંધ મૂકવો *v* ban
પ્રતિબંધક *adj* preventive
પ્રતિભા સંપન્ન માણસ *n* genius
પ્રતિભાસંપન્ન *adj* gifted
પ્રતિમા *n* image
પ્રતિરોધક શકિત *n* resistance
પ્રતિવાદી *n* defendant
પ્રતિશત *adv* percent
પ્રતિષ્ઠા *n* prestige, reputation
પ્રતિષ્ઠાને હાનિ પહોંચાડવી *v* demean
પ્રતીક *n* symbol
પ્રતીકાત્મક ધાર્મિક વિધિ *n* sacrament
પ્રતીતિજનક *adj* convincing
પ્રત્યક્ષ કૃતિ *n* practice
પ્રત્યાઘાત *n* kickback
પ્રત્યારોપણ *n* extradition
પ્રત્યેક *adj* each
પ્રત્યેકને *pre* per
પ્રથમ *adj* first
પ્રદર્શન *n* display, exhibition, presentation

પ્રદર્શન કરનાર *n* model
પ્રદર્શન કરવું *v* display, exhibit
પ્રદાન *n* contribution
પ્રદાનકર્તા *n* contributor
પ્રદૂષણ *n* pollution
પ્રદેશ *n* region
પ્રદેશની સીમા *adj* bound
પ્રધાનમંડળ *n* ministry
પ્રબળ *adj* forceful
પ્રભાવશાળી *adj* awesome
પ્રભાવી *adj* imposing, impressive
પ્રભુત્વ *n* domination, grasp
પ્રભુત્વ ધરાવવું *v* dominate
પ્રભુત્વ મેળવવું *v* overcome
પ્રભુપ્રાર્થના *n* prayer
પ્રમાણપત્ર *n* certificate
પ્રમાણપત્ર આપવું *v* authenticate, certify
પ્રમાણભૂત *adj* authentic
પ્રમાણભૂત સાધન *n* standard
પ્રમાણભૂતતા *n* validity
પ્રમાણિકપણું *n* honesty
પ્રમુખ *n* mayor, president
પ્રમુખપદની અવધિ *n* presidency
પ્રયત્ન *n* attempt, effort, endeavor, exertion
પ્રયત્ન કરવો *v* attempt, endeavor, try
પ્રયોગ *n* experiment
પ્રયોગ કરવો *v* exercise
પ્રયોગશાળા *n* lab
પ્રયોજવું *v* apply
પ્રલોભનકારી *adj* alluring
પ્રવરતા *n* seniority
પ્રવાસ *n* journey, trip, voyage
પ્રવાસ માર્ગદર્શિકા *n* itinerary
પ્રવાસ શરૂ કરવો *v* set off
પ્રવાસી *n* tourist
પ્રવાસીઓ માટેની વીશી *n* inn
પ્રવાસે ઊપડવું *v* set out
પ્રવાહ *n* flow
પ્રવાહ બંધ કરવો *v* shut off
પ્રવાહથી તણાવું *v* drift
પ્રવાહપતિત માણસ *n* drifter
પ્રવાહી *n* fluid, liquid
પ્રવાહી *adj* lucid
પ્રવાહી ખટાશ *n* acidity
પ્રવાહી પર તરવું *v* float
પ્રવાહી પરથી મેલ કાઢી લેવો *v* skim
પ્રવાહીથી ચાલતું યંત્ર *adj* hydraulic
પ્રવાહીનું એક માપ *n* gallon, liter, pint
પ્રવાહીને દૂર લઈ જનાર નળી *n* pipeline
પ્રવાહીનો ગોળ કણ *n* globule
પ્રવૃતિ *n* activity
પ્રવૃત્તિ ચાલુ રાખવી *v* hold on to
પ્રવેશ *n* admission; doorstep, entrance, entry
પ્રવેશ કરવો *v* penetrate
પ્રવેશ ખંડ *n* hallway
પ્રવેશ મેળવવો *v* infiltrate

પ્ર

પ્રવેશદ્વાર *n* threshold
પ્રશંસક *n* admirer
પ્રશંસા *n* compliment
પ્રશંસાપાત્ર *adj* admirable
પ્રશ્ન *n* question
પ્રશ્ન કરવો *v* debrief, question
પ્રશ્ન રજૂ કરવો *v* pose
પ્રશ્નના નિરાકરણનો પ્રયાસ *v* tackle
પ્રશ્નાવલિ *n* questionnaire
પ્રશ્નોત્તર પદ્ધતિથી અપાતું શિક્ષણ *n* catechism
પ્રસન્ન કરવું *v* conciliate
પ્રસન્નતા *n* happiness
પ્રસંગ *n* eve; occasion
પ્રસંગવશાત્ *adv* incidentally
પ્રસંગોચિત *adj* pertinent
પ્રસંગોપાત *adv* occasionally
પ્રસાધન *n* cosmetic
પ્રસારક *n* broadcaster
પ્રસારણ *n* broadcast
પ્રસારણ કરવું *v* broadcast
પ્રસિદ્ધિ *n* publicity
પ્રસૂતિ *n* delivery
પ્રસ્તાવ *n* motion
પ્રસ્તાવના *n* preface, prelude, prologue
પ્રસ્થાપના *n* restoration
પ્રસ્થાપિત સિદ્ધાંત *n* axiom
પ્રાગૈતિહાસિક *adj* prehistoric
પ્રાચલ *n* parameters
પ્રાચીન *adj* archaic, primitive

પ્રાચીન *adj* ancient
પ્રાચીન દંતકથા *n* myth
પ્રાણ ફૂંકવો *v* animate
પ્રાણઘાતક *adj* lethal
પ્રાણવાયુ *n* oxygen
પ્રાણસંચાર *n* animation
પ્રાણી *n* animal, creature, organism
પ્રાણીનું માંસ *n* meat
પ્રાણીનો મોઢા પાસેનો અવયવ *n* tentacle
પ્રાણીશાસ્ત્ર *n* zoology
પ્રાણીસંગ્રહાલય *n* zoo
પ્રાથમિક *adj* elementary
પ્રાથમિકપણે *adv* primarily
પ્રાદેશિક *adj* regional
પ્રાધાન્ય *n* emphasis
પ્રાન્ત *n* province, territory
પ્રાપ્ત કરવું *v* achieve, attain, pick up
પ્રાપ્ત કરેલી વસ્તુ *n* acquisition
પ્રાપ્તિ *n* attainment
પ્રાપ્ત કરવા યોગ્ય *adj* attainable
પ્રામાણિક *adj* honest
પ્રાયશ્ચિત *n* atonement, expiation, penance
પ્રાયશ્ચિત કરવું *v* atone, expiate
પ્રાયશ્ચિતનું સ્થાન *n* purgatory
પ્રાયોજક *n* sponsor
પ્રારબ્ધ *n* fortune
પ્રારંભિક *adj* initial
પ્રાર્થના કરવી *v* pray

પ્રાર્થના સંગ્રહ *n* litany
પ્રાસનો શબ્દ *n* rhyme
પ્રાસંગિક *adj* contingent
પ્રાસંગિક કથા *n* episode
પ્રાસ્તાવિક *adj* preliminary
પ્રિય *adj* dear
પ્રિયા *n* sweetheart
પ્રીસ્ટથી ઊતરતી કક્ષાનો પાદરી *n* deacon
પ્રેક્ષક *n* onlooker, spectator
પ્રેક્ષકોને બેસવાનું મુખ્ય સ્ટૅન્ડ *n* grandstand
પ્રેમ *n* love
પ્રેમ કરવો *v* love
પ્રેમાદરપૂર્વક પૂજવું *v* adore
પ્રેમાળ *adj* affectionate, loving
પ્રેમી *n* lover
પ્રેરક બળ *n* urge
પ્રેરણા *n* inspiration
પ્રેરણા આપવી *v* inspire, motivate
પ્રેરણાદાયી પ્રભાવ *n* charisma
પ્રેરવું *v* incite, kindle
પ્રોટોકોલ *n* protocol
પ્રોત્સાહક *n* patron
પ્રોત્સાહિત કરવું *v* encourage
પ્રૌઢ *n* elder
પ્રૌદ્યોગિકી *n* technology
પ્લગમાંથી કાઢવું *v* unplug
પ્લાસ્ટિક *adj* plastic

ફ

ફકરો *n* paragraph, passage
ફટકારવું *v* flog
ફટકો *n* blow, hit, shot, stroke
ફટકો મારવો *v* hit, pitch
ફટાકડાં *n* firecracker
ફણગો *n* bud
ફણગો ફૂટવો *v* sprout
ફરકડી *n* spool
ફરજ પાડવી *v* compel
ફરજ મોકૂફી *n* suspension
ફરજ મોકૂફી કરવી *v* suspend
ફરજિયાત *adj* compulsory, mandatory
ફરતું કરવું *v* circulate
ફરમાન કરવું *v* decree
ફરવા જવું *v* hike, stroll
ફરવા જવું તે *n* walk
ફરવાલાયક સ્થળો જોવા *v* sightseeing
ફરવું *v* rotate
ફરસબંધી *n* pavement
ફરસી *n* chisel
ફરસીનો ભાલો *n* bill
ફરિયાદ *n* complaint, grievance
ફરિયાદ કરનાર *n* plaintiff
ફરિયાદ કરવી *v* complain, grouch, prosecute
ફરી કરવું *v* repeat

ફરી ચાલુ કરવું *v* refurbish, renew
ફરી છાપવું *v* reprint
ફરી જોડાવું *v* rejoin
ફરી નવું બનાવવું *v* renovate
ફરી પકડવું *v* recapture
ફરી પ્રાપ્ત કરવું *v* recuperate
ફરી બાંધવું *v* reconstruct
ફરી ભરવું *v* refill
ફરી ભરી દેવું *v* replenish
ફરી વાર થવું *v* recur
ફરી વાંચી જવું *v* revise
ફરી શરૂ કરવું *v* resume
ફરીથી *adv* again
ફરીથી અનુભવવું *v* relive
ફરીથી ઉપયોગ કરવો *v* recycle
ફરીથી કરવું *v* redo
ફરીથી ચૂંટી કાઢવું *v* reelect
ફરીથી જીવતું કરવું *v* resuscitate, revive
ફરીથી તપાસવું *v* review
ફરીથી દેખા દેવી *v* reappear, resurface
ફરીથી પાડવું *v* recapture
ફરીથી બનાવવું *v* remake
ફરીથી બાંધવું *v* rebuild
ફરીથી મળવું તે *n* reunion
ફસાઇ જવું *v* trap
ફસાયેલું *adj* stranded
ફસાવવું *v* beguile
ફળ *n* fruit, glucose
ફળઝાડની વાડી *n* orchard
ફળદાયી *adj* fruitful
ફળદ્રુપ *adj* fertile
ફળના જેવું *adj* fruity
ફંટાવું *v* digress
ફાઇલ *n* file, dossier
ફાઇલમાં મૂકવું *v* file
ફાચર *n* wedge
ફાજલ *adj* spare
ફાટ પાડવી *v* split
ફાટવું *v* break up, detonate, erupt
ફાટી જવું *v* come apart
ફાડવું *v* tear
ફાનસ *n* lantern
ફારસ *n* farce
ફાવે તેમ *adv* randomly
ફાવે તેમ વાપરી નાખવું *v* pilfer
ફાળ *n* fright
ફાળ પાડવી *v* frighten
ફાળવણી *n* assignment, errand
ફાળવવું *v* allocate, assign, earmark
ફાળો *n* contribution
ફાળો આપવો *v* contribute
ફાંસલો *n* lasso
ફાંસલો નાખીને પકડવું *v* lasso
ફાંસામાં નાખવું *v* snare
ફાંસી મોકૂફ રાખવી *n* reprieve
ફાંસીનો માંચડો *n* gallows
ફાંસો *n* noose, snare
ફિકર કરનાર *adj* mindful
ફિન લોકોની ભાષાને લગતું *adj* Finnish

ફિનલેન્ડ દેશ *n* Finland
ફિલસૂફ *n* philosopher
ફિલ્મની પટ્ટી *n* tape
ફીકું *adj* lurid
ફીણ *n* foam
ફીરકી *n* reel
ફુગાવો *n* inflation
ફુગાવો ઘટાડવો *v* deflate
ફુલમો *n* sausage
ફુલાવવું *v* bloat, inflate
ફુવારો *n* fountain
ફૂગ *n* fungus, mildew
ફૂગવાળું *adj* moldy
ફૂટબોલ *n* football
ફૂટવું *v* rupture
ફૂદીનો *n* mint
ફૂદું *n* moth
ફૂલ *n* flower
ફૂલ ખીલવાં *v* blossom
ફૂલ બેસવાં *v* bloom
ફૂલગોબી *n* cauliflower
ફૂલદાની *n* flowerpot, vase
ફૂલની પાંખડી *n* petal
ફૂલવું *v* swell
ફૂલેલું *adj* bloated, puffy
ફૂંક *n* puff
ફૂંકાવું *v* blow
ફૂંફાડો કરવો *v* hiss
ફેશનપરસ્ત *adj* trendy
ફેફસાંનો ક્ષયરોગ *n* tuberculosis
ફેફસાંનો સોજો *n* pneumonia
ફેફસું *n* lung
ફેબ્રુઆરી મહિનો *n* February
ફેરતપાસણી *n* review
ફેરફાર *n* alteration, change
ફેરફાર કરવા *v* modify
ફેરફાર કરવો *v* alter
ફેરવવું *v* convert
ફેરવાળો રસ્તો *n* detour
ફેરવી શકાય એવું *adj* portable
ફેરો *n* turn
ફેલાવવું *v* expand, extend, span, sprawl, spread
ફેલાવો *n* circulation, expansion
ફેંકવું *v* pitch, cast, throw
ફેંકી દીધેલો કચરો *n* refuse
ફેંકી દેવું *v* junk, throw away, discard
ફોઇ *n* aunt
ફોટા માટેનો પોઝ *n* pose
ફોટો ઝડપવો *v* snap
ફોટો પાડવા માટેનો પ્રકાશ *n* flashlight
ફોટો પાડવાનું સાધન *n* camera
ફોટોગ્રાફી *n* photography
ફોટોનકલ *n* photocopy
ફોતરું *n* hull
ફોનનો ડાયલ ટોન *n* dial tone
ફોલ્ડર *n* folder
ફોલ્લીઓ *n* rash
ફોલ્લો *n* blister; cyst
ફોસલાવવું *v* seduce
ફ્રાંસ દેશ *n* France

ફ

ફ્રાંસનું વતની *adj* French
ફ્લેટ પ્રકારના આવાસ *n* flat

બ

બકબક કરવી *v* babble
બકરી *n* goat
બકલ બાંધવું *v* buckle up
બકારી *n* qualm
બક્ષવું *v* confer
બક્ષિસ *n* bonus, bounty, reward
બક્ષિસ આપવી *v* bestow, reward
બખતર *n* armor
બગડેલું *adj* foul
બગલ *n* armpit
બગલું *n* stork
બગાડ *n* deterioration, spoils
બગાડવું *v* spoil
બગાસું *n* yawn
બગાસું ખાવું *v* yawn
બગીચો *n* garden, park
બચકું ભરવું *v* bite
બચડ બચડ ચાવવું *n* champ
બચત *n* savings
બચત ગલ્લો *n* piggy bank
બચાવ *n* rescue
બચાવનાર *n* savior
બચાવવું *v* save
બચી જનાર *n* survivor
બજાણિયો *n* acrobat
બજાર *n* bazaar, market
બજારમાં ખરીદવું *v* market
બજાવણીદાર *n* bailiff
બટન *n* button
બટન ખોલવા *v* unbutton
બટવો *n* wallet
બટાકાની કાતરી *n* chip
બટાકો *n* potato
બડાઇ હાંકવી *v* boast, brag
બઢતી *n* promotion
બઢતી આપવી *v* promote
બતક *n* duck
બતક જેવું મોટું પક્ષી *n* pelican
બતાવવું *v* show
બદનક્ષી *n* slander
બદનક્ષી કરનારું લખાણ *n* libel
બદનક્ષી કરવી *v* scandalize
બદનામ કરવું *v* blackmail, defame, denigrate
બદનામી *n* blackmail
બદમાશ *n* rascal, gangster
બદમાશ *adj* sinister
બદમિજાજી છોકરું *n* brat
બદલવું *v* change, switch, vary
બદલાતા મૂલ્યનું *adj* variable
બદલામાં *adv* instead
બદલાવવું *v* vary
બદલી *n* transfer
બદલી કરવી *v* transfer

બદલીમાં મૂકેલી વસ્તુ કે માણસ *n* replacement
બદલો *n* reprisal, retaliation, reward
બદલો લેવો *v* get back, retaliate
બદામ *n* almond
બદામી લાકડું *n* mahogany
બધા *adj* all
બધિર કરવું *v* deafen
બધી ટિકિટો ખપી જવી *n* sellout
બધી વસ્તુઓ *pro* everything
બનવાની તૈયારીમાં *adj* impending
બનવું *v* come about, happen, occur
બનાતનું કાપડ *n* felt
બનાવ *n* event
બનાવટ *n* make
બનાવટ કરવી *v* counterfeit, simulate
બનાવટનો પ્રકાર *n* model
બનાવટી *adj* artificial, counterfeit, dummy, phony
બનાવટી દસ્તાવેજ *n* forgery
બનાવટી વાળ *n* hairpiece
બનાવવું *v* make
બનેવી *n* brother-in-law
બપોર પછી *n* afternoon
બપોરનું ખાણું *n* brunch, lunch
બપોરનો બાર વાગ્યાનો સમય *n* noon
બબડવું *v* whine
બબડવું તે *v* grumble
બમણું *adj* double
બમણું કરવું *v* redouble
બમણું થવું *v* double
બયાન *n* recount
બરડ *adj* breakable, brittle, fragile
બરણી *n* jar, can
બરફ *n* ice, snow, shower
બરફ ગાડી *n* sleigh
બરફ જેવું ઠંડું *adj* ice-cold
બરફ પડવો *v* snow
બરફ પર સરકવું *v* ski
બરફ પીગળવો *v* defrost
બરફના કરા *n* hail
બરફના કરા પડવા *v* hail
બરફનો ટુકડો *n* ice cube
બરફવર્ષા *n* snowfall
બરાબર *adv* alright
બરાબર કરવું *v* redress
બરોબરિયો *n* match, peer
બરોબરિયો *adj* brotherly
બલિ *n* offering
બલિદાન *n* sacrifice
બસ *n* bus, streetcar
બહાદુર *adj* brave, courageous, gallant, valiant
બહાદુરી *n* bravery
બહાદુરીથી *adv* bravely
બહાનું *n* cover, excuse
બહાર *adv* out
બહાર આવવું *v* come out, emerge, run out

બહાર કાઢવું *v* emit, exhaust, expel, exude, stick out
બહાર જનારું *adj* outgoing
બહાર જવાનો માર્ગ *n* exit
બહાર જવાનો રસ્તો *n* way out
બહાર જવું *v* go out, get out
બહાર ધસી આવવું *v* flush
બહાર નીકળવું *v* log off, protrude
બહાર નીકળી આવવું *v* stand out
બહાર ફેલાયેલું *adj* outstretched
બહારની બાજુ *adv* outside
બહારની બાજુનું *adj* outer
બહારની બાજું જતું *adj* outward
બહારનું *adj* exterior, external, extraneous
બહારનો માણસ *n* outsider
બહારવટિયો *n* bandit
બહાલી *n* ratification
બહાલી આપવી *v* ratify
બહિર્મુખી *adj* extroverted
બહિષ્કાર કરવો *v* boycott
બહિષ્કૃત કરવું *v* outlaw
બહુ ઊંડી ખીણ *n* abyss
બહુ જ નાનું દુર્વાચ્ય *adj* cramped
બહુ જ સરસ *adj* superb
બહુ જોરથી ઘસવું *v* scrub
બહુ થોડા *adj* fewer
બહુ નાનું *adj* tiny
બહુ ભીડવાળું *adj* overcrowded
બહુ વખાણ કરવા *v* flatter
બહુપત્નીત્વ કે બહુપતિત્વ *n* polygamy
બહુપત્નીત્વ કે બહુપતિત્વ કરનાર *adj* polygamist
બહુમતી *n* majority
બહુમાન *n* honor
બહુરંગી *adj* varied
બહુવચન *n* plural
બહુવિધ *adj* multiple
બહેતર *adj* better
બહેરાશ *n* deafness
બહેરાશ લાવે તેવું *adj* deafening
બહેરું *adj* deaf
બળ *n* force
બળતણ *n* fuel
બળતણ ફરી ભરવું *v* refuel
બળતરા *n* inflammation
બળતું *adv* alight
બળદ *n* ox
બળદો *n* oxen
બળવાખોર *n* rebel
બળવાન *adj* mighty, potent
બળવાન બનાવવું *v* beef up, strengthen
બળવું *v* burn, scald
બળવો *n* insurrection, mutiny, rebellion, revolt, uprising
બળવો કરનાર *n* insurgency
બળવો કરવો *v* revolt
બળાત્કાર *n* rape
બળાત્કાર કરવો *v* rape
બળાત્કારી *n* rapist

બળિયાનું ચાઠું *n* pit
બંડ કરવું *v* rebel
બંદર *n* harbor, port
બંદી અવસ્થા *n* detention
બંદૂક *n* charge, firearm, gun, rifle
બંદૂકથી ઢાળી દેવું *v* gun down
બંદૂકની ગોળી *n* bullet
બંદૂકની ગોળીઓનો વરસાદ *n* hail
બંદૂકની નાળનું મોઢું *n* muzzle
બંદૂકનો ઘોડો *n* trigger
બંદૂકનો દારુ *n* gunpowder
બંદૂકબાજ *n* sniper
બંધ કરવું *v* cease, close, enclose, shut, slam
બંધ થયેલું *adj* closed
બંધ પડેલું *adv* off
બંધ વાહનને ખેંચનાર વાહન *n* tow truck
બંધ વાળેલી મુઠ્ઠી *n* fist
બંધ સ્થિતિ *n* closure
બંધન *n* captivity
બંધન છોડવું *v* untie
બંધનકારક *adj* binding, obligatory
બંધનકારક હોવું *v* oblige
બંધનકારકતા *n* obligation
બંધબેસતું *adj* fitting
બંધબેસતું કરી શકાય તેવું *adj* adjustable
બંધબેસતું નહિ એવું *adj* inappropriate
બંધારણ *n* constitution, structure
બંધિયાર *adj* stagnant
બંધિયારપણું *n* stagnation
બંને *adj* both
બંબાવાળો *n* fireman
બાઇબલ ને લગતું *adj* biblical
બાકાત રાખવું *v* exclude
બાકાત રાખવું તે *n* omission
બાકી રહેલી વસ્તુ *v* rest
બાકી રહેલું *adj* remaining
બાકી રહેવું *v* remain, stay
બાકી વધેલું ખાવાનું *n* leftovers
બાજ પક્ષી *n* hawk
બાજુ *n* side
બાજુ પર મૂકવું *v* put aside
બાજુએ ખસીને ટાળવું *v* sidestep
બાજુનું *adj* lateral
બાજુનું ઘર *adj* next door
બાજુબંધ *n* bracelet
બાઝાબાઝી *n* scuffle
બાટલી *n* bottle
બાણનો ભાથો *v* quiver
બાતમી માટે મોકલેલું *n* scout
બાતમીદાર *n* informer
બાથમાં લેવું *v* embrace
બાદ કરતાં *adj* minus
બાદ કરવું *v* deduct, subtract
બાદ કરેલી રકમ *n* deduction
બાદબાકી *n* subtraction
બાદમાં *adv* later
બાધ્ય હોવું *v* obligate
બાપ *n* dad, father

બાપ્તિસ્માનો સંસ્કાર કરીને નામ પાડવું *v* christen
બાબત *n* affair, item
બાયલો *n* coward
બાર *adj* twelve
બારણાની ખીંટી *n* latch
બારણું *n* door
બારનો જુમલો *n* dozen
બારમું *adj* twelfth
બારી *n* window
બારીક તપાસ કરવી *v* probe
બારીક બનાવનાર *adj* attenuating
બારીક બનાવવું *v* attenuate
બારીકાઇથી જોવું *v* inspect
બારીકાઈથી જોવું *v* observe
બાલિશ *adj* childish, puerile
બાલ્યાવસ્થા *n* infancy
બાવલું *n* statue
બાષ્પીભવન થવું *v* evaporate
બાહ્ય દેખાવ *n* front
બાહ્યરૂપ *n* figure
બાળક *n* child, kid
બાળકની ધાવ *n* nanny
બાળકનો ઉછેર *n* upbringing
બાળકો *n* children
બાળકોની આયા *n* nanny
બાળકોની સંભાળ રાખવાની જગ્યા *n* nursery
બાળપણ *n* childhood
બાળવું *v* cremate, scorch
બાળોતિયું *n* diaper
બાંકડો *n* bench, couch, pew
બાંડિયું *n* vest
બાંધવાનો લીરો *n* band
બાંધવું *v* bind, tie
બાંધી દેવું *v* clamp, fasten
બાંફેલા માંસની વાની *n* stew
બાંય વગરનું *adj* sleeveless
બાંયધરી *n* guarantee, warranty
બાંયધરી આપનાર *n* guarantor
બાંયધરી આપવી *v* guarantee, underwrite, vouch for
બિડવું *v* box
બિડાણ *n* enclosure, endorsement
બિનઅનુભવી *adj* inexperienced
બિનઅસરકારક *adj* ineffective
બિનકાર્યક્ષમ *adj* inefficient
બિન-કુશળ *adj* inept
બિનજરૂરી *adj* redundant, unnecessary
બિનતર્કસંગત *adj* illogical
બિનતારી *adj* wireless
બિનનફાકારક *adj* unprofitable
બિનપ્રોત્સાહન *n* discouragement
બિનફળદ્રૂપ *adj* infertile
બિનલોકપ્રિય *adj* unpopular
બિનવહીવટ *n* disuse
બિનસત્તાવાર આરોપ્ય નિવેદન *adj* off-the-record
બિનસંશયી *adj* unsuspecting
બિમાર *adj* ailing
બિમારી *n* ailment

બિયર ગાળવાની ભઠ્ઠી *n* brewery
બિયર બનાવવો *v* brew
બિયરનો પાઇન્ટ *n* pint
બિરાદર *n* fellow
બિલાડી *n* cat
બિલાડીનું બચ્ચું *n* kitten
બિલાડીનો ટોપ *n* mushroom
બિલ્લો *n* badge
બિવડાવવું *v* daunt, frighten
બિશપની દેખરેખ નીચેનો પ્રદેશ *n* diocese
બિસમાર હાલત *n* disrepair
બિસ્કિટ *n* biscuit
બિહામણું *adj* grisly, hideous
બિંદુ *n* point
બી *n* seed
બી રોપવું *v* sow
બીક *n* fear, scare
બીકણ *adj* jumpy, timid
બીકણ *n* coward
બીકણ માણસ *n* mouse
બીકણપણું *n* timidity
બીજ વાવવું *v* plant
બીજગણિત *n* algebra
બીજરહિત *adj* seedless
બીજા દેશમાં જન્મેલું *n* foreigner
બીજા પ્રદેશનું *adj* foreign
બીજા વાહનથી ખેંચાતું વાહન *n* trailer
બીજાથી ઓછું *adj* lesser
બીજાની લાગણીઓનો વિચાર કરવો *adj* considerate
બીજી પંક્તિનું *adj* secondary
બીજે કોઈ ઠેકાણે *adv* elsewhere
બીજે વાળવું *v* divert
બીજે વાળવું તે *n* diversion
બીજો ભાગ *n* sequel
બીજો રસ્તો પકડવા પહેલો છોડવો *v* turn off
બીટનો કંદ *n* beet
બીડી પેટવવાનું સાધન *n* lighter
બીને પાછું હઠવું *v* chicken out
બીમાર *adj* ill
બીયર *n* beer
બુદ્ધિશાળી *adj* brilliant, cerebral, rational
બુદ્ધિશાળી *n* prodigy
બુદ્ધિશાળી વ્યકિત *n* mastermind
બુદ્ધિહીન *adj* mindless, stupid
બુધવાર *n* Wednesday
બુધ્ધિ *v* sense
બુમરાણ *n* noise, outcry
બુલંદ *adj* loud
બૂચના ઝાડ *n* cork
બૂટ પોલિશ *n* shoe polish
બૂટ મળે તે સ્ટોર *n* shoe store
બૂટની દોરી *n* shoelace
બૂમ *n* shout
બૂમ પાડવી *v* call, call out, invoke, shout, yell
બૂમબરાડા *n* furor
બૂમો પાડતું *n* shouting
બૅંકમાં નાણાંની આપ-લે કરનાર *n* teller

બે *adj* two
બે આખલાની લડાઇ *n* bull fight
બે કુટુંબો વચ્ચેનો કલહ *n* feud
બે કે તેથી વધુ દિશામાંથી બંદૂક વડે ગોળીબાર *n* crossfire
બે ટીમોની રમત *n* volleyball
બે ટુકડી દ્વારા રમાતી રમત *n* basketball
બે ધોરિયા ને એક પૈડાની હાથગાડી *n* wheelbarrow
બે પૈડાનું વાહન *n* scooter
બે લીટીઓ કે સપાટીઓ વચ્ચેનો ખૂણો *n* angle
બે વખત તપાસવું *v* double-check
બે વાર *adv* twice
બેઇમાન *adj* devious
બેકાયદા જાહેર કરવું *v* outlaw
બેકાર *adj* unemployed
બેકારી *n* unemployment
બેઘર *adj* homeless
બેચેન *adj* uneasy
બેચેની *n* uneasiness
બેટરી *n* battery
બેટરી ચાર્જ કરવી *v* charge
બેટરીમાં પાવર ભરવો *v* recharge
બેઠક *n* seat
બેઠકનો ઓરડો *n* living room
બેઠકમાં ગાદી *n* upholstery
બેઠકોની હાર *n* row
બેઠેલું *adj* seated
બેડી *n* shackle
બેડોળ *adj* ugly
બેડોળ કરવું *v* disfigure
બેડોળપણું *n* clumsiness, ugliness
બેદરકાર *adj* lax, negligent
બેદરકારી *n* negligence
બેદરકારીથી લખવું *v* scribble
બેધ્યાનપણું *n* distraction
બેપરવાઈ *n* carelessness
બેબાકળાપણું *n* consternation
બેબાકળું *adj* frenzied
બેભાન *adj* faint, unconscious
બેભાન થવું *v* faint, pass out
બેમાંથી એકે નહિ *adj* neither
બેમાંથી કોઇપણ એક *adj* either
બેલ્જિયમ દેશ *n* Belgium
બેલ્જિયમને લગતું *adj* Belgian
બેવડું *adj* dual
બેવફા *adj* disloyal, unfaithful
બેવફાઇ *n* disloyalty
બેવફાઈ *n* infidelity
બેશક *adv* undoubtedly
બેશરમ *adj* shameless
બેસતું કરવું *v* conform
બેસવું *v* sit
બેસાડવું *v* fix
બેસાડેલું *n* stand
બેસુમાર *adj* exorbitant
બેસૂરું *adj* dissonant
બેસ્વાદ *adj* distasteful, insipid, tasteless

બોક્સિંગની રમત *n* boxing
બોમ્બ *n* bomb, grenade
બોમ્બ નાખવો *v* bomb
બોમ્બ વડે હુમલો *n* bombing
બોગદું *n* tunnel
બોજાવાળું *adj* burdensome
બોજો *n* burden, load
બોજો દૂર કરવો *v* unload
બોધ આપવો *v* enlighten, exhort
બોધકથા *n* fable
બોધપાઠ *n* moral
બોરિયાનો ગાજ *n* buttonhole
બોલને લાત મારવી *n* kickoff
બોલવા *n* style
બોલવું *v* speak, talk
બોલાવવી (સભા) *v* convene
બોલાવવું *v* evoke, summon
બોલી *n* bid, dialect
બોલી *v* quote
બોલી લગાવવી *v* bid
બોલીને લખાવવું *v* dictate
બોંબની ઉડતી કરચો *n* shrapnel
બૌદ્ધિક શક્તિ *n* caliber
બ્રશ મારવો *v* brush
બ્રહ્મચર્ય *n* celibacy
બ્રહ્મચારી *adj* celibate
બ્રહ્મજ્ઞાન *n* theology
બ્રહ્મવિદ્યાનો નિષ્ણાત *n* theologian
બ્રિટન દેશ *n* Britain
બ્રિટિશ નાણું *n* penny
બ્રિટીશ *adj* British
બ્રેક મારવી *v* brake

ભ

ભક્તિભાવવાળું *adj* pious
ભગવાન *n* lord
ભગ્નનૌકાનો નાવિક *n* castaway
ભજન *n* hymn
ભટકનાર *n* wanderer
ભટકવું *v* roam, wander
ભઠિયારખાનું *n* bakery
ભઠિયારો *n* baker
ભઠ્ઠી *n* furnace, heater
ભડકાવી મારવું *v* scare
ભડકો *n* flare
ભડથું થવું *v* char
ભણતર *n* learning
ભણનાર *n* learner
ભણાવવાની શૈલી *n* pedagogy
ભત્રીજી *n* niece
ભત્રીજો *n* nephew
ભથ્થું *n* allowance
ભપકાદાર *adj* flashy
ભપકો કરવો *v* flaunt
ભભકાદાર *adj* flamboyant, majestic, posh
ભમરડો *n* top

ભમરી *n* wasp
ભમ્મર *n* brow, eyebrow
ભય *n* danger
ભય બ્યૂગલ *n* siren
ભયજનક *adj* terrible
ભયભીત *adj* afraid
ભયભીત કરવું *v* terrify, terrorize
ભયસ્થાન *n* pitfall
ભયંકર *adj* dire, fearful, horrible
ભયંકર કંટાળાજનક *adj* gruesome
ભયાનક *adj* awful, dreadful, horrendous
ભયાવહ *adj* dreaded, terrifying
ભરઉનાળો *n* midsummer
ભરજુવાનીવાળું *adj* youthful
ભરણપોષણ *n* maintenance, upkeep
ભરત ભરવું *v* embroider
ભરતકામ *n* embroidery
ભરતિયું *n* invoice
ભરતી *n* conscript, recruit, recruitment
ભરતી કરવી *v* recruit
ભરતીજન્ય મોજું *n* tidal wave
ભરપાઇ *n* reimbursement
ભરપાઇ કરવું *v* recoup, reimburse, retrieve
ભરપૂર *adj* replete
ભરવાડ *n* shepherd
ભરવું *v* fill
ભરેલું *adj* full

ભરોસાદાર *adj* reliable
ભલમનસાઇ *n* goodwill
ભવાં ચડાવવાં *v* frown
ભવિષ્ય *n* future, prediction
ભવિષ્ય ભાખવું *v* foretell, predict
ભવિષ્યનું *adj* would-be
ભવિષ્યનું સૂચક ચિહ્ન *n* portent
ભવિષ્યમાં *adv* hereafter
ભવ્ય *adj* glorious, grand, magnificent, splendid
ભવ્ય પોશાક *n* array
ભવ્ય ભપકાદાર *adj* sumptuous
ભવ્યતા *n* glory, majesty
ભસવું *v* bark
ભળવું *v* mingle, socialize
ભંગાણ *n* rupture
ભંગાર *n* junk, shred
ભંડાર *n* stock
ભંડારિયું *n* kiosk
ભંડોળ *n* fund
ભાઇઓનું *adj* fraternal
ભાઈચારો *n* brotherhood
ભાગ *n* division, part, portion, ration, share
ભાગ તરીકે અપાતી રકમ *n* dividend
ભાગ પાડવા *v* divide, part, sever
ભાગ લેવો *v* participate
ભાગલા *n* disunity, partition, schism
ભાગાકારનું ફળ *n* quotient
ભાગીદાર *n* partner, shareholder

ભાગીદારી *n* partnership
ભાગેડુ *n* fugitive
ભાગેડુ સૈનિક *n* deserter
ભાગ્યશાળી *adj* lucky
ભાગ્યે જ *adv* barely, rarely, scarcely, seldom
ભાજક *n* denominator
ભાડાની મોટરગાડી *n* cab
ભાડું *n* fare, freight, rent
ભાડૂત *n* tenant
ભાડૂતી ખૂની *n* assassin
ભાડે આપનાર *n* lessor
ભાડે આપવું *v* rent
ભાડે રાખનાર *n* lessee
ભાડે રાખવું *v* charter, hire
ભાડે લેવું *v* lease
ભાન *n* consciousness
ભાભી *n* sister-in-law
ભાર ઊંચકવાની સાગટી *n* lever
ભાર મૂકવો *v* emphasize
ભાર લાદેલું *adj* laden
ભારવાહક વાહન *n* van
ભારે *adj* heavy
ભારે ઉત્પાત *n* catastrophe
ભારે કષ્ટ *n* tribulation
ભારે કીમતી *adj* sumptuous
ભારે તફાવત *n* chasm
ભારે તલપ *n* craving
ભારે મોટા સંકટો *n* extremities
ભારે સંયમી *adj* stoic
ભારેપણું *n* heaviness

ભાલો *n* spear
ભાવ *n* rate
ભાવનાનો ઊભરો *n* outburst
ભાવનાશીલ *adj* emotional, fond
ભાવનાશીલતા *n* fondness
ભાવનું પત્રક *n* tariff
ભાવશૂન્ય *adj* null
ભાવસૂચક અંગચેષ્ટા કરવી *v* gesticulate
ભાવાર્થ *n* tenor
ભાવિ *n* prospect
ભાવિ *adj* would-be
ભાવિની આગાહી *n* prophecy
ભાવિનું સૂચક ચિહ્ન *n* omen
ભાવી પેઢીઓ *n* posterity
ભાવોન્માદવાળું *adj* ecstatic
ભાષણ *n* lecture, speech, topic
ભાષા *n* language
ભાષાંતર કરવું *v* translate
ભાંગનાં સૂકાં પાંદડાં *n* hashish
ભાંગફોડ *n* sabotage
ભાંગફોડ કરવી *v* sabotage
ભાંગવું *v* disrupt, rupture
ભાંગી ગયેલી વસ્તુ *n* wreckage
ભાંગી ગયેલું *adj* decrepit
ભાંગી ગયેલો ભાગ *n* fragment
ભાંગી પડવું તે *n* breakdown
ભાંગેલો કકડો *n* scrap
ભિક્ષુક *n* friar
ભિખારી *n* beggar
ભિન્ન *adj* dissimilar, different

ભિન્ન રીતે *adj* unlike
ભિન્ન હોવું *v* differ
ભિન્નતા *n* contrast, difference, distinction
ભીખ માગવી *v* beg
ભીડ *n* crowd
ભીડ કરવી *v* huddle
ભીડ હોય તેવું *adj* congested, crowded
ભીનું *adj* damp, wet
ભીનું કરવું *v* dampen
ભીષણ આક્રમણ *n* onslaught
ભીંજવવું *v* soak
ભુલભુલામણી *n* labyrinth, maze
ભુલાવનારું *adj* oblivious
ભુલાવવું *v* deceive, dupe
ભૂકી *n* powder
ભૂખ *n* appetite, hunger
ભૂખ ઉઘાડનાર *n* appetizer
ભૂખમરો *n* malnutrition, starvation
ભૂખમરો વેઠવો *v* starve
ભૂખરા રંગનું *adj* gray
ભૂખ્યું *adj* hungry
ભૂગર્ભ *adj* underground
ભૂગર્ભ વિદ્યુત રેલવે *n* subway
ભૂગર્ભસુરંગ *n* sap
ભૂગોળ *n* geography
ભૂત *n* ghost, phantom
ભૂતકાળ *n* past
ભૂત-પિશાચવાળું *adj* spooky
ભૂપ્રદેશ *n* terrain
ભૂમિ *n* soil
ભૂમિતિ *n* geometry
ભૂલ *n* error, mistake
ભૂલ કબૂલવી *v* recant
ભૂલ કરવી *v* mistake
ભૂલભરેલી માન્યતા *n* fallacy
ભૂલભરેલું *adj* erroneous, mistaken
ભૂલરહિત *adj* unmistakable
ભૂલી જવું *v* forget
ભૂલી ન શકાય તેવું *adj* unforgettable
ભૂલો કરવી *v* err
ભૂવો *n* exorcist
ભૂશિર *n* cape
ભૂસી નાખનાર *n* eraser
ભૂસી નાખવું *v* erase, obliterate
ભૂસ્તરશાસ્ત્ર *n* geology
ભૂંડનું માંસ *n* bacon
ભેગા કરેલા આંકડા *n* statistic
ભેગા થવું *v* get together
ભેગુ થવું *v* back up, gather
ભેગું કરવું *v* collect, muster, pool
ભેગું કરી રાખવું *v* hoard
ભેગું થવું *v* coincide
ભેજ *n* humidity, moisture
ભેજવાળું *adj* humid
ભેટ *n* gift, present
ભેટવું *v* hug
ભેદ કરવો *v* contrast, distinguish
ભેદ કે તફાવત જોવો *v* discriminate

ભેદભાવ *n* discrimination
ભેદ્ય *adj* vulnerable
ભેળવવું *v* mix
ભેળવીને એક કરી દેવું *v* incorporate
ભેંસ *n* buffalo
ભોગ *n* casualty, victim
ભોગ બનાવવું *v* victimize
ભોગવિલાસ *n* luxury
ભોજન *n* meal
ભોજન પહેલાં પીવાતું મદ્ય *n* aperitif
ભોજન વખતની હજૂરિયણ *n* waitress
ભોજન વખતનો હજૂરિયો *n* waiter
ભોજન સાથેની થાળી *n* plate
ભોજનને અંતે પીરસાતી મધુર વાની *n* dessert
ભોજનપત્રક *n* menu
ભોજનાલય *n* cafeteria
ભોયરું *n* cavern
ભોળિયો *adj* sucker
ભોળું *adj* gullible, fond
ભોંકવાથી પડેલું કાણું *n* puncture
ભોંકવું *v* prick, plunge
ભોંય *n* floor
ભોંયતળિયું *n* ground floor
ભોંયરાનું બંદીખાનું *n* dungeon
ભોંયરું *n* basement, cellar
ભૌતિક પદાર્થ *n* matter
ભૌતિક વિજ્ઞાન *n* physics

ભ્રમ *n* fantasy, illusion
ભ્રમ થવો *v* hallucinate
ભ્રમ દૂર થવો તે *n* disillusion
ભ્રમણ *n* rotation
ભ્રમણકક્ષા *n* orbit
ભ્રમણા *n* delusion
ભ્રષ્ટ *adj* corrupt
ભ્રષ્ટ કરવું *v* corrupt
ભ્રષ્ટ થવું તે *n* degeneration
ભ્રષ્ટાચાર *n* corruption
ભ્રાતૃત્વ *n* fraternity
ભ્રામક *adj* deceptive, elusive

મ

મકાઇ *n* corn
મકાઈની ધાણી *n* popcorn
મકાન અથવા રંગમંચની સજાવટ *n* décor
મકાનના ભાગ તૈયાર કરાવવા *v* prefabricate
મકાનની અંદરની *adv* indoor
મક્કમ *adj* adamant
મક્કમતા *n* tenacity
મક્કમતાપૂર્વક જાહેર કરવું *v* assert
મખમલ *n* velvet
મખમલી *adj* plush

મગજ *n* brain
મગજ અને કરોડરજ્જુમાં બળતરા *n* meningitis
મગજનું ધોવાણ *v* brainwash
મગફળીનો દાણો *n* peanut
મગર *n* alligator, crocodile
મચકોડવું *v* dislocate, sprain
મચ્છર *n* mosquito
મજબૂત *adj* tough
મજબૂત કરવું *v* toughen
મજબૂત પકડ *n* grip
મજબૂત પકડવું *v* clench, detain, grasp, hold
મજબૂત બનાવવું *v* consolidate, fortify, reinforce, straighten out
મજબૂત બાંધાનું *adj* sturdy
મજાગરાં જડવા *v* hinge
મજાગરુ *n* hinge
મજૂર *n* laborer
મજૂરી *n* labor
મજ્જાતંતુ વિકૃતિથી પીડાતું *adj* neurotic
મટવું *v* heal
મઠ *n* monastery
મઠને લગતું *adj* monastic
મઠાધિપતિ *n* abbot
મડદાગાડી *n* hearse
મડદાને મસાલા વડે ટકાવી રાખવું *v* embalm
મડદાપેટી *n* casket, coffin
મડદું *n* corpse
મડાગાંઠ *adj* deadlock
મડાગાંઠ *n* stalemate
મત *n* vote
મત આપવો *v* vote
મતદાન *n* poll, voting
મતપત્ર *n* ballot
મતભેદ *n* disagreement, dispute
મત્સ્ય કન્યા *n* mermaid
મથાળું *n* title
મદદ *n* aid, favor, help, reinforcements
મદદ કરવી *v* aid, assist, help
મદદનીશ *n* aide, helper
મદિરાપાન *n* booze
મદિરાપાનનો અતિરેક *n* alcoholism
મદ્યાર્કવાળું *adj* alcoholic
મધ *n* honey
મધપૂડાનો મોટો સમુદાય *v* swarm
મધપૂડો *n* beehive
મધમાખી *n* bee
મધમાખીઓનો કૃત્રિમ પૂડો *n* hive
મધુમેહ *n* diabetes
મધુમેહનો દરદી *adj* diabetic
મધુર સંગીત *n* melody
મધુરજની *n* honeymoon
મધ્યબિંદુ *n* middle
મધ્યમ *adj* medium, moderate
મધ્યમાં લાવવું *v* center
મધ્યયુગ પૂર્વેનો પ્રાચીનકાળ *n* antiquity

મધ્યયુગીન *adj* medieval
મધ્યરાત્રિ *n* midnight
મધ્યસ્થ *n* intermediary
મધ્યસ્થ થવું *v* mediate
મધ્યસ્થી *n* arbiter, mediator
મન *n* mind
મન દૂભવવું *v* affront, offend
મન મારવું *v* crucify, mortify
મનદુઃખ *n* resentment
મનનું સાબૂતપણું *n* sanity
મનને મનાવે એવું *adj* persuasive
મનનો ઝોક *n* predilection
મનપસંદ *adj* nice
મનમાં સંઘરવું *v* cherish
મનસૂબો *n* intention
મનસૂબો હોવો *v* intend
મનસ્વી *adj* arbitrary, overbearing
મના કરવું *v* inhibit
મનાઇ *n* ban
મનાઇ કરવી *v* prohibit
મનાઈ કરવી *v* forbid, forewarn, veto
મનાવવું *v* placate
મનાવવું તે *n* persuasion
મનીઓર્ડર *n* money order
મનુષ્ય વધ *n* homicide
મનુષ્યવધ *n* manslaughter
મનોપચારનું શાસ્ત્ર *n* psychiatry
મનોરંજક *adj* amusing, entertaining
મનોરંજક કાર્યક્રમ *n* revue
મનોરંજન *n* amusement, entertainment, pastime, promenade, recreation, pursuit
મનોરંજન કરવું *v* recreate
મફત *adj* free
મરકી *n* plague
મરઘી *n* hen
મરજી *n* will, willingness
મરજીથી *adv* willfully
મરજીવો *n* diver
મરડવું *v* twist
મરણ કે દફનને લગતું *n* mortuary
મરણપથારી *n* deathbed
મરણાધીન *adj* mortal
મરણાધીનતા *n* mortality
મરણિયું *adj* desperate, frantic
મરદના ગુણવાળું *adj* manly
મરદાનગી *n* manliness
મરદાની *adj* masculine
મરી જવું *v* die
મર્મભેદક *adj* poignant
મર્યાદા *n* limitation, modesty
મર્યાદા *pre* barring
મર્યાદા બાંધવી *v* limit
મર્યાદા વટાવી જવું *v* overrun
મર્યાદામાં રાખવું *v* confine
મર્યાદિત *adj* narrow
મર્યાદિત કરવું *v* restrict
મર્યાદિત રીતે *adv* narrowly
મલમ *n* ointment
મલાવરોધ *n* retention

મવાલી *n* hooligan
મશાલ *n* brand, torch
મશીનના છૂટા ભાગ *n* spare part
મશ્કરી *n* ridicule
મશ્કરી કરવી *v* ridicule, scoff
મસલત કરવી *v* deliberate
મસાલાવાળું ખાદ્ય *n* seasoning
મસાલેદાર *adj* spicy
મસાલો *n* spice
મસીહા *n* Messiah
મસૂરનો દાણો *n* lentil
મસો *n* wart
મસ્જિદ *n* mosque
મસ્તક ઉપર લટકાવાતું યંત્ર *n* headphones
મસ્તી *n* mischief
મસ્તીખોર *adj* mischievous
મહત્ત્વ *v* precede
મહત્ત્વની પ્રગતિ *n* breakthrough
મહત્ત્વની વ્યક્તિ કે ઘટના *n* Advent
મહત્વ *n* significance
મહત્વનું *adj* major, significant
મહત્વનું હોવું *v* matter
મહત્વરહિત *adj* uneventful
મહાઅપરાધ *n* felony
મહાકષ્ટ *n* agony
મહાઘાતકી *adj* atrocious
મહાજન *n* guild
મહાત્વાકાંક્ષા *n* ambition, aspiration
મહાત્વાકાંક્ષી *adj* ambitious
મહાન *adj* great
મહાનતા *n* greatness
મહાપૂર *n* deluge
મહાભય *n* horror
મહાવિદ્યાલય *n* college
મહાસત્તા *n* superpower
મહાસાગર *n* ocean
મહિનો *n* month
મહિમા *n* majesty
મહેનતાણું આપવું *v* remunerate
મહેમાન *n* guest
મહેમાનગતિ *n* hospitality
મહેરબાની કરીને *adv* kindly
મહેસૂલ *n* revenue
મળતાપણું *n* resemblance
મળતાવડું *adj* affable, amiable, effusive, sociable
મળતું કરવું *v* conform
મળવા જવું *v* drop in
મળવું *v* converge, meet, correspond
મંગળ ગ્રહ *n* Mars
મંગળવાર *n* Tuesday
મંચ *n* stage
મંજૂર કરવું *v* approve, confirm, sanction, verify
મંજૂરી *n* approbation
મંડળી બનાવવી *v* club
મંડ્યા રહેવું *v* persevere
મંત્ર *n* spell
મંત્રમુગ્ધ કરવું *v* fascinate
મંત્રમુગ્ધ કરે તેવું *adj* enthralling

મંત્રી *n* minister
મંત્રોચ્ચાર *n* chant
મંદબુદ્ધિ *adj* dull, retarded
મંદિર *n* temple
મંદી *n* recession, depression
મંદી *adj* downturn
માખણ *n* butter
માખી *n* fly
માગણી કરવી *v* demand
માછલાં પકડવા *v* fish
માછલી *n* fish; swordfish
માછલી ઘર *n* aquarium
માછલીનો પાંખ જેવો અવયવ *n* fin
માછલી-સાપનું કવચ જેવું ભીંગડું *n* scale
માછીમાર *n* fisherman
માટલું *n* pitcher
માટી *n* clay; barricade
માટે *pre* for
માટે *adv* therefore
માણસ *n* person
માણસ કે પ્રાણીનું ધડ *n* trunk
માણસ કે માલ લઇ જવો *n* pick-up
માણસની પીઠ *n* back, torso
માણસો પૂરા પાડવા *v* staff
માણેક *n* ruby
માતા *n* mom, mother
માતાપિતા *n* parents
માતૃત્વ *n* maternity, motherhood
માતૃપક્ષનું *adj* maternal

માથા ઉપરની વાળવાળી ચામડી *n* scalp
માથા દીઠ *adv* apiece
માથા માટેનું કવચ *n* helmet
માથાના વાળ કાપીને ટૂંકા કરવા તે *v* crop
માથાનું દરદ *n* headache
માથું *n* head
માથું અને ગરદન ઢાંકતી ટોપી *n* hood
માથું ટેકવવું *v* recline
માથું ડોલાવવું *v* nod
માથે લેવું *v* undertake
માથે વહોરી લેવું *v* incur
માદા *n* female
માન આપવું *v* respect
માનને પાત્ર *adj* respectful
માનભંગ *n* degradation, dishonor
માનવ *n* human being
માનવ શરીરના કોષોમાં મળતો 'સ્ટેરોઇડ' મદ્યાર્ક *n* cholesterol
માનવજાત *n* humankind
માનવજાતિ *n* mankind
માનવવિદ્યાઓ *n* humanities
માનવશાસ્ત્ર *n* humanities
માનવીય *adj* human
માનવું *v* believe, suppose
માનસ-ચિકિત્સક *n* psychiatrist
માનસશાસ્ત્ર *n* psychology
માનસિક *adj* mental
માનસિક આઘાતજનક *adj* traumatic

માનસિક તાણ *n* tension
માનસિક પીડા *n* distress
માનસિક રીતે *adv* mentally
માનસિકતા *n* mentality
માનહાનિ *n* disgrace
માનહાનિકારક *adj* disgraceful
માની લેવું *v* presume
માની શકાય તેવું *adj* believable
માનીતું *adj* favorite
માન્ય કરવું *v* comply
માન્યતા *n* approval, belief
માપ *n* measurement
માપદંડ *n* criterion
માપનું ઘટક *n* inch
માપવું *v* calibrate, gage, gauge, measure
માફ કરવુ *v* absolve
માફ કરવું *v* excuse, pardon, remit
માફી *n* pardon
માફી માગવી *v* apologize
મામૂલી *adj* mediocre
મામો *n* uncle
માયાળુ *adj* tender
મારફતિયો *n* agent
મારવું *v* beat
મારી જાતે *pro* myself
મારી નાખવા *v* pursue
મારી નાખવું *v* kill, slay
મારું *pro* mine
મારું *adj* my
માર્કાનો માલ *n* brand
માર્ક્સવાદી *adj* Marxist
માર્ગ *n* path
માર્ગ સંગમ *n* crossroads
માર્ગદર્શક *n* guide
માર્ગદર્શક લઘુગ્રંથ *n* handbook
માર્ગદર્શન *n* guidance
માર્ગદર્શન આપવું *v* guide
માર્ગદર્શિકા *n* guidebook
માર્ગસૂચક સ્તંભ *n* milestone
માર્ચ મહિનો *n* March
માલ *n* goods
માલ ગીરો રાખી નાણાં ધીરનાર *n* pawnbroker
માલનું વહન *n* carriage
માલનો આંકડો મોકલવો *v* bill
માલવાહક નૌકા *n* barge
માલસામાનની યાદી *n* inventory
માલિક *n* owner, lord
માલિકી *n* ownership, possession
માલિકી જવા દેવી *v* disown
માલિકી હોવી *v* own
માલિકીનું હોવું *v* belong
માલિશ *n* massage
માલિશ કરનાર સ્ત્રી *n* masseuse
માલિશ કરવી *v* massage
માવો *n* pulp
માસિક પ્રગટ થતું *adv* monthly
માસિક સ્રાવ *n* menstruation
માસી *n* aunt
માહિતી *n* information
માહિતીનો જથ્થો *n* database

માહિતીપત્રિકા *n* brochure
માળા *n* garland, necklace
માળી *n* gardener
માં ભીંજવવું *v* soak in
માં રસ લેવો *v* concern
માંગ *n* demand; litigation
માંગણાં *n* dues
માંગલિક *adj* auspicious
માંથી *pre* from
માંથી પસાર થવું *v* undergo
માંદગી *n* illness, sickness
માંદગીનો ઊથલો *n* relapse
માંદલું *adj* unhealthy
માંદાની પૈડાંવાળી ખુરશી *n* wheelchair
માંદાની હેરફેરનો ખાટલો *n* stretcher
માંદું *adj* sick
માંસ *n* meat; sandwich
માંસ કાપવું *v* carve
માંસનો જાડો ટુકડો *n* steak
માંસનો દડો *n* meatball
માંસમચ્છીનું સૂપ *n* broth
માંસલ *adj* corpulent
મિજબાની *n* banquet, feast, treat
મિજબાની કરવી *v* party
મિજાજ *n* mood
મિજાજી *adj* grumpy
મિઠાઈ *n* sweets
મિત્ર *n* friend, pal
મિત્રની જેમ વર્તવું *v* befriend
મિનારો *n* tower, turret
મિનિટ *n* minute
મિનિટનો સાઠમો ભાગ *n* second
મિલકત *n* asset, estate, property
મિશ્ર ખાતર *n* compost
મિશ્રક *n* mixer
મિશ્રણ *n* blend, mixture
મિશ્રણ કરવું *v* blend
મિશ્રધાતુ *n* alloy
મીટર *n* meter
મીટરને લગતું *adj* metric
મીઠા મરીનો છોડ *n* bell pepper
મીઠાનું *adj* salty
મીઠાશ *n* sweetness
મીઠું *n* salt
મીઠું *adj* sweet
મીઠું મસાલો *n* condiment
મીણ *n* wax
મીણબત્તી *n* candle
મીંઢો માણસ *n* clam
મુકદ્દમો *n* case
મુકાબલો કરવો *v* cope
મુકામ કરવો *v* halt
મુક્તિ *n* salvation
મુક્કો મારવો *v* punch
મુક્ત કરવું *v* emancipate, free, liberate, release
મુક્ત મનનું *adj* broadminded
મુક્તચિત્ત *adj* open-minded
મુક્તિ *n* liberation
મુખત્યાર *n* attorney
મુખવટાથી મોઢું ઢાંકવું *v* mask

મ

મુખવટો *n* mask
મુખવટો ઉતારવો *v* unmask
મુખ્ય *adj* conducive, leading, main, prime, principal
મુખ્ય એલચી *n* consul
મુખ્ય બાબત *n* highlight
મુખ્ય મથક *n* headquarters
મુખ્ય શહેર *n* metropolis
મુખ્યત્વે *adv* chiefly
મુગટ *n* crown
મુગટ પહેરાવવો *v* crown
મુગટના જેવું *adj* coronary
મુજબ *pre* according to
મુત્સદ્દી *n* diplomat
મુત્સદ્દીગીરી *n* diplomacy
મુત્સદ્દીગીરીવાળું *adj* diplomatic
મુદત પૂરી થવી તે *n* expiration
મુદત વટાવી ગયેલું *adj* overdue
મુદ્દો *n* point
મુદ્રક *n* printer
મુદ્રણ *n* printing
મુદ્રાલેખ *n* motto
મુનસફી *n* discretion
મુરબ્બો *n* jam, conserve, marmalade
મુલતવી *n* postponement
મુલતવી રાખવું *v* defer
મુલાકાત *n* visit
મુલાકાત લેવી *v* visit
મુલાકાતી *n* visitor
મુશ્કેલ *adj* arduous, difficult
મુશ્કેલ બનાવવું *v* complicate
મુશ્કેલી *n* difficulty, hang-up, problem, trouble
મુશ્કેલીમાંથી બહાર આવવું *v* get over
મુષ્ટિયોદ્ધો *n* boxer
મુસદ્દો *n* draft
મુસદ્દો ઘડવો *v* draft
મુસલમાન *adj* Muslim
મુસાફર *n* traveler
મુસાફરનો સામાન *n* luggage
મુસાફરી *n* tour
મુસાફરી કરવી *v* travel
મૂક અભિનય કરવો તે *v* mime
મૂકપ્રેક્ષક *n* bystander
મૂકવું *v* put
મૂછ *n* mustache
મૂડી *n* capital
મૂડી પૂરી પાડવી *v* capitalize
મૂડીનું રોકાણ *n* investment
મૂડીવાદ *n* capitalism
મૂત્રપિંડ *n* kidney
મૂત્રાશય *n* bladder
મૂરખ *adj* crass, dumb
મૂર્ખ *adj* fool, moron, senseless, silly
મૂર્ખ *n* idiot
મૂર્ખ બનાવવું *v* fool
મૂર્ખ માણસ *adj* slob
મૂર્ખ માણસ *v* jerk
મૂર્ખતા *n* folly
મૂર્ખતાભર્યું *adj* frivolous
મૂર્ખતાયુક્ત *adj* idiotic

મૂર્ખાઈ *n* nonsense, stupidity
મૂર્છા *n* coma
મૂર્ત સ્વરૂપ આપવું *v* embody
મૂર્તિ *n* icon, idol
મૂર્તિપૂજક *n* heathen
મૂર્તિપૂજક *adj* pagan
મૂર્તિપૂજા *n* idolatry
મૂલ્ય *v* outweigh
મૂલ્ય *n* value
મૂલ્ય નિર્ધારણ *n* appraisal
મૂલ્યવાન *adj* valuable
મૂલ્યાંકન કરવું *v* evaluate
મૂળ *n* original, origin
મૂળ *adj* radical
મૂળ નમૂનો *n* prototype
મૂળ રીતે *adv* originally
મૂળભૂત *adj* ultimate
મૂળો *n* radish
મૂંગું *adj* dumb
મૂંઝવણ *n* quandary, constraint
મૂંઝવણમાં નાખવું *v* embroil
મૂંઝવણમાં નાખેલું *adj* disoriented
મૃગજળ *n* mirage
મૃત *adj* dead, deceased
મૃત્યુ *n* death, demise
મૃત્યુ પામવું *v* pass away
મૃત્યુનો આંકડો *n* death toll
મૃત્યુપત્ર *n* will
મૃદુ સ્વભાવનું *adj* pliable
મે મહિનો *n* May

મેક્સિકો દેશનું *adj* Mexican
મેઘધનુષ *n* rainbow
મેઘધનુષ્ય *n* bow
મેદાન *n* plain
મેયર *n* mayor
મેલ *n* dirt
મેલી વિદ્યા *n* witchcraft
મેલું *adj* dirty
મેલું પાણી *n* sewage
મેળ સાધવો *v* accommodate
મેળવવું *v* acquire, gain, get, obtain, preempt, procure, receive, take out
મેળાવડાની મોટી જગ્યા *n* saloon
મેળાવડો *n* gathering
મેળો *n* fair
મૈત્રી *n* friendship
મૈત્રીભર્યું *adj* amicable
મોકલનાર *n* sender
મોકલવું *v* send
મોકલી આપવું *v* dispatch
મોકલેલા પૈસા *n* remittance
મોકળાશ *n* room
મોકળાશવાળું *adj* roomy, spacious
મોકૂફ રાખવું *v* adjourn, postpone
મોખરાની ટુકડી *n* pioneer, vanguard
મોખરાનું *adj* front
મોજ કરવી *v* revel
મોજિલું *adj* jovial
મોજું *n* sock; wave

મોજું નીચે ન ઊતરે તે માટે બાંધવાનો બંધ *n* garter
મોટર સાઇકલ *n* motorcycle
મોટરગાડી *n* automobile, motor
મોટરદળ *n* cavalry
મોટરસાઇકલ *n* bike
મોટા કદનું *adj* sizable
મોટા ભાગનું *adj* most
મોટાઈ બતાવવી *v* condescend
મોટી ઇમારત *n* block
મોટી ભૂલ *n* blunder, goof
મોટી ભૂલ કરવી *v* goof
મોટી સભા *n* rally
મોટી સંખ્યા *n* multitude
મોટું *adj* big, large
મોટું અને ભારે *adj* massive
મોટું ઈનામ *n* jackpot
મોટું કરવું *v* amplify, magnify
મોટું કરવું તે *n* enlargement
મોટું થવું *v* grow up
મોટું પીપ *n* butt
મોટું બજાર *n* supermarket
મોટું મકાન *n* mansion
મોટું લશ્કર *n* legion
મોટું વળાવાનું વહાણ *n* frigate
મોટું વિમાન *n* airliner
મોટે ભાગે *adv* almost, mainly
મોટેથી *adv* aloud, loudly, noisily
મોટેથી રડવું *v* clamor, cry out
મોટેથી રડવું તે *v* wail
મોટો અક્ષર *n* capital letter
મોટો ઉંદર *n* rat
મોટો કૂંજો *n* pitcher
મોટો ચન્દ્રક *n* medallion
મોટો જથ્થો *n* bulk
મોટો ડગલો *n* overcoat
મોટો તંબુ *n* pavilion
મોટો સાર્વજનિક ઓરડો *n* hall
મોડું આવતું *adv* tardy
મોડું આવેલું *adv* late
મોડું કરવું *v* delay
મોડું પડેલું *adj* belated
મોડેથી *adv* lately
મોઢાપરનો ભાવ *n* aspect
મોઢામાં મમળાવવાનો ગુંદર જેવો પદાર્થ *n* bubble gum
મોઢે કરવું *v* memorize
મોઢે વગાડવાનું એક વાદ્ય *n* cornet
મોઢે શીકલી બાંધવી *v* muzzle
મોતનો સંકજો *n* death trap
મોતી *n* pearl
મોબાઈલ ફોન *n* cellphone
મોર *n* peacock
મોરી *n* sewer
મોસમનું *adj* seasonal
મોહ પમાડવું *v* enthrall
મોહક કે આકર્ષક *adj* glamorous
મોહકતા *n* charm
મોળું બનાવવું *v* water down
મોં *n* mouth
મોંઘું *adj* costly, expensive
મોંથી વગાડવાનું લાકડાનું એક વાદ્ય *n* clarinet

મોંનો ચાળો *n* grimace
મૌખિક *adv* orally
મૌખિક રીતે *adv* verbally
મૌન *n* silence
મૌલિક ન હોય તેવું *adj* derivative
મ્યુનિસિપાલિટીવાળું શહેર *n* borough

ય

યકૃત *n* liver
યજમાન *n* host
યથાવત સ્થિતિ *adj* standstill
યહૂદી *n* Jew
યહૂદી *adj* Jewish
યહૂદી ધર્મગુરુ *n* rabbi
યહૂદીઓનું દેવળ *n* synagogue
યહૂદીઓનો ધર્મ *n* Judaism
યંત્ર *n* engine, machine
યંત્ર ચલાવવું *v* operate
યંત્ર દ્વારા ભરીને ચલાવાતી બંદૂક *n* machine gun
યંત્રથી ખસતી સીઢી *n* escalator
યંત્રની કાર્યપદ્ધતિ *n* mechanism
યંત્રવત *adj* monotonous
યંત્રો *n* hardware
યંત્રો બનાવનાર કુશળ કારીગર *n* mechanic
યાતના *n* torture
યાત્રા *n* pilgrimage
યાત્રી *n* voyager
યાદ *n* regards
યાદ કરવું *v* recall, recollect
યાદ કરાવવું *v* take back
યાદ દેવડાવવું *v* remind
યાદ રાખવું *v* remember
યાદી *n* list
યાદી બનાવવી *v* list
યાને *adv* namely
યાંત્રિક સ્વરૂપ આપવું *v* mechanize
યાંત્રિક હળ *n* tractor
યુક્તિ *n* trick
યુગ *n* epoch, era
યુદ્ધ *n* war
યુદ્ધજહાજ *n* battleship
યુદ્ધની પરિસ્થિતિ *n* warfare
યુદ્ધનૌકા *n* warship
યુદ્ધરત *adj* belligerent
યુદ્ધવિરામ *n* armistice, truce
યુરોપ ખંડ *n* Europe
યુરોપનું વતની *adj* European
યોગાનુયોગ *n* coincidence
યોગ્ય *adj* appropriate, eligible, proper, suitable
યોગ્ય કદમાપનું હોવું *v* fit
યોગ્ય જોડ ખોળવી *v* match
યોગ્ય મુલવણી કરવી *v* appreciate
યોગ્ય રીતે *adv* properly

યોગ્ય સમયે કરેલું *adj* opportune
યોજના *n* plan, project, scheme
યોજના કરવી *v* devise, mastermind, plan
યોજના ઘડવી *v* project
યોજનાબદ્ધ *adj* systematic
યોદ્ધો *n* fighter
યૌવન *n* youth

ર

રકઝક કરવી *v* haggle
રકમ *n* amount
રકમ હોડમાં મૂકવી *v* stake
રક્તપિત્ત *n* leprosy
રક્તપીતિયો *n* leper
રક્તવાહિની *n* artery, vein
રક્તસ્ત્રાવ *n* bleeding
રક્તાઘાત *n* confiscation, seizure
રક્ષણ *n* protection
રક્ષણ કરવું *v* defend, shield
રક્ષણ કરવું *v* fence
રક્ષણાર્થે મૂકાયેલું લશ્કર *n* garrison
રખડુ જાતિનું માણસ *n* gypsy
રખડુ માણસ *n* vagrant
રખેવાળ *n* caretaker, custodian
રચના *n* composition, formation, design
રચનાત્મક *adj* constructive
રજ *n* particle
રજાઇ *n* quilt
રજાઇ બનાવવી *v* quit
રજાનો દિવસ *n* holiday
રજૂ કરવું *v* introduce, present, put up
રજૂઆત કરવી *v* represent
રજોનિવૃત્તિ *n* menopause
રડવું *v* cry, weep
રડાર *n* radar
રણદ્વીપ *n* oasis
રણપ્રદેશ *n* desert
રતાળુ *n* yam
રત્ન *n* gem, jewel
રદ *n* repeal
રદ *adj* void
રદ કરવાની ક્રિયા *n* cancellation
રદ કરવું *v* abrogate, call off, cancel, cross out, invalidate, nullify, quash, reject, repeal, turn down, undo
રદ ન કરી શકાય એવું *adj* irrevocable
રદબાતલ થવું *v* lapse
રદિયો આપવો *v* rebut
રફૂ કરવું *v* darn
રબર *n* rubber
રબ્બરનું કુશન *v* cushion
રમકડું *n* toy
રમત *n* game, sport

રમતગમતનું મેદાન *n* field
રમતગમતનું શોખીન *adj* sporty
રમતગમની જગ્યા *n* court
રમતનું મેદાન *n* playground
રમતમાં હારનાર *n* loser
રમતિયાળ *adj* playful
રમતો રમવાના રૅકેટ *n* racket
રમવું *v* play
રમુજી *adj* humorous
રમૂજ *n* joke
રમૂજ કરવી *v* joke
રમૂજ પમાડવી *v* amuse
રમૂજી *adj* funny
રમૂજી રીતે *adv* jokingly
રવાના કરેલો માલ *n* consignment
રવાના થવું *v* depart
રવિવાર *n* Sunday
રશિયા દેશ *n* Russia
રશિયાના સોવિયેટ યુનિયનનું *adj* soviet
રશિયાનું વતની *adj* Russian
રશિયાનો ઝાર રાજા *n* czar
રસ ઝરતી ગ્રંથિ *n* gland
રસ ધરાવતું *adj* interested
રસદાર *adj* juicy, succulent
રસાયણશાસ્ત્ર *n* chemistry
રસાયણશાસ્ત્રી *n* chemist
રસિક *adj* interesting
રસી *n* vaccine
રસી ટાંકવી *v* vaccinate
રસીદ *n* receipt
રસો *n* gravy, soup
રસોઇયો *n* chef, cook
રસોઈ *n* cooking
રસોડાનું છાજલીઓવાળું કબાટ *n* dresser
રસોડું *n* kitchen
રસ્તા *n* network
રસ્તા કે પાણીમાં ઉપર આવેલી જમીન *n* frontage
રસ્તા પરની હોટલ *n* motel
રસ્તાની નીચેથી પસાર થતો રસ્તો *n* underpass
રસ્તાને અનુસરવું *v* track
રસ્તામાં પડતો ખાડો *n* pothole
રસ્તામાં ભારે ભીડ *n* jam
રસ્તાવાળી પરસાળ *n* aisle, corridor
રસ્તો *n* pass, road, route, way, lane
રહસ્ય *n* mystery
રહસ્યમય *adj* mysterious, occult
રહસ્યમય બનાવવું *v* mystify
રહસ્યમિત્ર *n* confidant
રહસ્યવાદી *adj* mystic
રહેવા દેવું *v* leave
રહેવાસી *n* inhabitant
રહેવું *v* inhabit, populate, reside
રંગ *n* color, paint
રંગ દેવો *v* dye
રંગ લગાડવો *v* paint
રંગકામ *n* painting
રંગચિત્ર *n* painting

રંગદ્રવ્ય *n* dye
રંગનું બ્રશ *n* paintbrush
રંગભૂમિ *n* theater
રંગમંચ પરનું *adj* scenic
રંગવાની ક્રિયા *adj* dying
રંગવાળા ચશ્મા *n* sunglasses
રંગવું *v* color
રંગારો *n* painter; squid
રંગીન *adj* colorful
રંગીન ચાક *n* crayon
રાઈનો દાણો *n* mustard
રાક્ષસ *n* demon, giant
રાક્ષસી *adj* diabolical, satanic
રાખ *n* ash
રાખદાની *n* ashtray
રાખોડી રંગનું *adj* grayish
રાગ *n* tune
રાગદાર *adj* melodic
રાચરચીલા વિનાનું *adj* unfurnished
રાચરચીલાથી સજાવટ *n* furnishings
રાચરચીલું *n* furniture
રાજ કરવું *v* rule
રાજકન્યા *n* princess
રાજકારણ *n* politics
રાજકીય આશ્રય *n* asylum
રાજકીય ટેકેદાર *n* henchman
રાજકુંવર *n* prince
રાજત્વ *n* royalty
રાજદૂત *n* ambassador, envoy, missionary
રાજદ્રોહ *n* treason
રાજધાની *n* capital, metropolis
રાજનીતિજ્ઞ *n* politician
રાજમહેલ *n* palace
રાજવંશ *n* dynasty
રાજવી *adj* royal
રાજવી વ્યક્તિ *n* Highness
રાજહંસ *n* swan
રાજા *n* king, monarch
રાજા *pro* ours
રાજાશાહી *n* monarchy
રાજાશાહી *adj* regal
રાજી *adj* glad
રાજીનામું *n* resignation
રાજીનામું આપવું *v* resign, step down
રાજ્ય *n* realm, state
રાજ્ય કરવું *v* reign
રાજ્ય તરફથી અપાતો ઇજારો *n* patent
રાજ્યની ધારાસભા *n* legislature
રાજ્યપાલ *n* governor
રાજ્યાભિષેકની વિધિ *n* coronation
રાણી *n* queen
રાત *n* night
રાતકીડો *n* cricket
રાતનું *adj* nocturnal
રાતા દેખાવું *adj* tanned
રાત્રી ક્લબોમાં મહેમાનોનું મનોરંજન કરનાર સ્ત્રી *n* hostess
રાયતું *n* sauce

રાષ્ટ્ર *n* nation
રાષ્ટ્રની માલિકીનું બનાવવું *v* nationalize
રાષ્ટ્રીય *adj* national
રાષ્ટ્રીયતા *n* nationality
રાસબરી *n* raspberry
રાસાયણિક *adj* chemical
રાસાયણિક પ્રક્રિયાથી ધોયેલું *n* bleach
રાસાયણિક પ્રક્રિયાથી ધોવું *v* bleach
રાસાયણિક મૂળ તત્વ *n* basic chemical element
રાસાયણિક વિઘટન *v* chemical decomposition, break down
રાહ જોનારાઓની હાર *n* queue
રાહ જોવી *v* await, wait
રાહત *n* balm, comfort, relief, respite
રાંધણની પદ્ધતિ *n* cuisine
રાંધવું *v* cook
રાંધ્યા વિનાના શાકભાજી-ફળનું કચુંબર *n* salad
રિબન *n* ribbon
રિબાવવું *v* agonize
રિબાવું *v* afflict
રિવાજ *n* custom
રીઝવવું *v* indulge
રીઢું *adj* callous
રીત *n* way
રીતભાત *n* demeanor, etiquette, manner
રીંછ *n* bear
રુખસદ *n* dismissal
રુચિકર *adj* likable
રુચિવર્ધક *adj* gusty
રુપરેખા *n* design
રુંવાટી *n* fur
રુંવાટીવાળું *adj* furry
રૂઢિચુસ્ત *adj* conservative, orthodox
રૂઢિચૂસ્ત *adj* conventional
રૂઢિપરસ્ત *adj* bourgeois
રૂઢિપ્રયોગ *n* idiom
રૂપક *n* allegory, metaphor
રૂપરેખા *n* contour, draft, outline
રૂપરેખા દોરવી *v* outline
રૂપાળું *adj* pretty
રૂપાંતર કરવું *v* mutate, transform
રૂપાંતરણ *n* transformation
રૂમાલ *n* napkin
રૂવાંવાળા કાપડનો ઝભ્ભો *n* bathrobe
રૂંધાવું *v* clog
રેખા *n* line
રેખાકૃતિ *n* drawing, profile
રેખાચિત્ર *n* sketch
રેખાચિત્રો દોરવાં *v* sketch
રેખાંશ *n* longitude
રેચક દવા *adj* laxative
રેડવું *v* pour
રેડિયો કે ટી.વી.ની ચેનલ *n* channel
રેણ કરનાર *n* welder

રેણ કરવું *v* solder, weld
રેતિયો કાગળ *n* sandpaper
રેતી *n* sand
રેલ માર્ગ *n* railroad
રેલમછેલ કરવું *v* inundate
રેલવે સ્ટેશનનો મજૂર *n* porter
રેલવેનો ખુલ્લો ડબો *n* wagon
રેલવેનો પાટો *n* rail
રેશમ *n* silk
રેસો *n* fiber
રોકડ *n* cash
રોકવું *v* prohibit, rein
રોકાણકાર *n* investor
રોગ *n* disease
રોગ મટાડવો *v* cure
રોગથી ઉપદ્રવિત થયેલ *adj* infested
રોગના ચેપથી મુક્ત *adj* immune
રોગના ચેપથી મુક્ત કરવું *v* immunize
રોગનું નિદાન *n* diagnosis
રોગનું નિદાન કરવું *v* diagnose
રોગનો દાખલો *n* case
રોજ *adv* daily
રોજગાર *n* vocation
રોજગારી *n* employment
રોજનીશી *n* diary
રોજમેળ *n* journal
રોજી *n* wage
રોપવું *v* implant
રોમન કૅથલિક સંપ્રદાયને વળગી રહેનારું *n* Catholicism
રોમાંચ *n* thrill
રોમાંચિત થવું *v* thrill
રોષ *n* grudge
રોષપૂર્વક *adv* grudgingly

લ

લકવો *n* paralysis
લશ્કરની મોખરાની હાર *n* front
લક્ષ્ય *n* goal, objective, target
લખપતિ *n* millionaire
લખવા માટેનું પાટિયું *n* chalkboard
લખવાની સ્લેટ *n* slate
લખવું *v* correspond, write
લખાણ *n* writing
લખી કાઢવું *v* write down
લખી વાંચી શકનાર *adj* literate
લખેલા શબ્દો *n* wording
લખેલી દવા *n* prescription
લગભગ *adv* nearly, virtually
લગામ *n* bridle, rein
લગ્ન *n* marriage, wedding; match
લગ્ન કરવું *v* marry
લગ્નવિચ્છેદ *n* divorce
લગ્નવિધિ *n* matrimony
લઘુગ્રહ *n* asteroid
લઘુચિત્ર *n* miniature

લઘુમતી *n* minority
લઘુલિપિ *n* shorthand
લજવવું *v* shame
લજ્જા અનુભવવી *v* blush
લટકણિયું *n* pendant
લટકવું *v* dangle, hang on
લટકાવવું *v* hang, suspend
લટકાવેલું *n* suspension
લડવું *v* battle, combat, fight
લડવૈયો *n* combatant, warrior
લડાઇ *n* battle, fight
લડાઈ *n* combat
લડાઈખોર *adj* militant
લણણી *n* harvest
લણણી કરવી *v* harvest, reap
લથડિયાં ખાવાં *v* stagger
લપસણું *adj* slippery
લપસી જવું *v* slip
લપેટવું *v* envelop
લબાડ માણસ *n* twister
લય *n* rhythm
લલચાવવું *v* entice, induce, lure, tempt
લલચાવે તેવું *adj* enticing
લવચીક *adj* flexible, supple
લવાજમ *n* fee, subscription
લવાજમ આપવું *v* subscribe
લવાદ *n* referee
લવારો કરવો *v* rave
લશ્કર *n* army
લશ્કર ખડકવું *v* deploy
લશ્કરની છાવણી *n* camp
લશ્કરનો ઉંચી પાયરીનો અધિકારી *n* colonel
લશ્કરનો સિપાઈ *n* soldier
લશ્કરી કિલ્લો *n* bulwark, fortress
લશ્કરી ટુકડી *n* brigade
લશ્કરી સિપાઈઓને રહેવાના મકાનો *n* barracks
લસણ *n* garlic
લહેજત *n* flavor
લહેજતદાર *adj* tasty
લંગડાતાં ચાલવું *v* limp
લંગડો *adj* cripple
લંગર *n* anchor
લંગર સાથે બાંધેલું તરતું નિશાન *n* buoy
લંબચોરસ *n* rectangle
લંબચોરસ આકારનું *adj* oblong; rectangular
લંબાઈ *n* length
લંબાઈ માપવાનું એક ઘટક *n* yard
લંબાણથી બોલવું *v* dwell
લંબાવવું *v* prolong
લંબાવેલું *adj* protracted
લાઉડ સ્પીકર *n* speaker
લાકડા કાપવાનું ચેનથી ચાલતું યંત્ર *n* chainsaw
લાકડાનું *adj* wooden
લાકડાનું પાટિયું *n* board
લાકડાનો આધાર *n* bracket
લાકડાનો ટુકડો *n* log

લાકડાંનો કોલસો *n* charcoal
લાકડીના છેડે બેસાડેલ ખોળી *n* tip
લાકડું *n* lumber, varnish, wood
લાકડું *v* varnish
લાકડું-પથ્થરની ચીપ *n* splinter
લાકડું-પથ્થરની ચીપ કરવી *v* splinter
લાક્ષણિક *adj* distinctive, typical
લાક્ષણિકતા *adj* characteristic
લાખથી બંધ કરવું *v* seal
લાગણી *n* affection, emotion, feeling, sentiment
લાગણી *adj* blue
લાગણી વિનાનું *adj* heartless
લાગણીઓ *n* feelings
લાગણીઓ ખુલ્લી રીતે વ્યકત કરનારું *adj* demonstrative
લાગણીનો ઊભરો *n* outpouring
લાગણીવશ *adj* sentimental
લાગવું *v* feel
લાગુ પડે એવું *adj* applicable
લાચાર *adj* helpless
લાચાર માણસ *n* underdog
લાડ લડાવવાં *v* fondle
લાત મારવી *v* kick
લાદવું *v* impose, inflict
લાદી *n* tile
લાભ *n* advantage, benefit
લાભ થવો *v* benefit
લાભકારક *adj* lucrative
લાભકારક તફાવત *n* odds
લાભદાયક *adj* profitable, rewarding
લાભદાયી *adj* beneficial
લાભાન્વિત *n* beneficiary
લાયક થવું *v* qualify
લાયકાતવાળું *adj* deserving
લાલ કરવું *v* redden
લાલ રસાળ ફળ *n* raspberry
લાલ રંગનું *adj* red
લાલચ *n* temptation
લાલચ બતાવવી *v* hold out
લાલચોળ *adj* red-hot
લાલિત્ય *n* elegance
લાલિત્યપૂર્ણ *adj* elegant, graceful
લાવવું *v* bring
લાહી *n* paste
લાળ *n* saliva
લાંચ *n* bribe, bribery, extortion
લાંચ *v* extort
લાંચ આપવી *v* bribe, buy off
લાંબા અંતરે *adv* afar
લાંબાં ડગલાં ભરીને ચાલવું *v* stride
લાંબી પટ્ટી *n* strip
લાંબી પાંખોવાળો નાનો પોપટ *n* parakeet
લાંબી રજા *n* vacation
લાંબી સંગીતરચના *n* symphony
લાંબું *adj* long
લાંબું કરવું *v* protract, span
લાંબો અને ઊંડો કાપો *n* gash
લાંબો અને ઊંડો ઘા *n* slash

લાંબો કાપો પાડવો *v* slit
લાંબો ગડગડાટ *n* thunder
લાંબો ફ્રેન્ચ પાંઉ *n* baguette
લાંબો વખત ટકનારું *adj* perennial
લાંબો સમય ટકનારું *adj* long-standing
લિખિત કાયદો *n* statute
લિજજત *n* gusto
લિજ્જત *n* zest
લિફ્ટ *n* elevator
લિલામ *n* auction
લિલામ કરનાર *n* auctioneer
લિલામ કરવું *v* auction
લિંગ *n* sex
લીલ *n* moss
લીલા મગ *n* green bean
લીલું *adj* green
લીલુંછમ અને વિપુલ *adj* lush
લીંટ *n* mucus
લીંપણ *n* plaster
લીંપવું *v* plaster
લીંબુ *n* lemon, lime
લીંબુનું શરબત *n* lemonade
લુચ્ચું *adj* cunning
લુપ્ત *adj* extinct
લુહાર *n* blacksmith, smith
લુંટારો *n* gangster
લૂ લાગવી *n* heatstroke
લૂછવું *v* mop, wipe
લૂલું *adj* lame
લૂંટ *n* loot
લૂંટ કરવી *v* loot, pillage
લૂંટનો ગુનો *n* mugging
લૂંટફાટ *n* robbery
લૂંટફાટ કરવી *v* ransack
લૂંટવું *v* plunder, rob
લૂંટારો *n* robber
લેખ *n* article
લેખક *n* author, writer
લેખન-સાહિત્ય સામગ્રી *n* stationery
લેખિત *adj* written
લેણદાર *n* creditor
લેણી રકમ *adj* due
લેન *n* lane
લેબલ *n* label
લેવટો *n* lobster
લેવડદેવડ *n* dealings
લેવું *v* take
લેંઘો *n* trousers
લૈંગિક *adj* carnal
લૈંગિક પ્રક્રિયા રહિત *n* cloning
લૈંગિક પ્રક્રિયા વિના પેદા કરવું *v* clone
લૉટરી *n* draw
લોકકળાનું *adj* folksy
લોકગીત *n* lay
લોકપ્રિય *adj* popular
લોકપ્રિય બનાવવું *v* popularize
લોકમત *n* referendum
લોકશાહી *n* democracy
લોકશાહી રાજ્યતંત્રને લગતું *adj* democratic

લોકસંખ્યા *n* population
લોકો *n* folks, people
લોકોના અભિપ્રાયો જાણવા *v* sound out
લોટ *n* dough, flour
લોટની ખેળ *n* paste
લોટનું પડ *n* crust
લોઢું *n* iron
લોભ કરવો *v* covet, lust
લોભામણું *adj* tempting
લોભાવવું તે *n* enticement
લોભી *adj* avaricious
લોલક *n* pendulum
લોહચુંબક *n* magnet
લોહી *n* blood
લોહી ગંઠાઈ જવું તે *n* thrombosis
લોહી ગંઠાવું *n* serum
લોહી ચૂસનારું વાગોળ *n* vampire
લોહી નીકળવું *v* bleed
લોહીતરસ્યું *adj* bloodthirsty
લોહીથી ખરડાયેલું *adj* gory
લોહીનો ગઠ્ઠો *n* clot

વ

વકતા *n* speaker
વકતૃત્વ *n* eloquence
વકરો *n* proceeds
વકીલ *n* counsel, counselor, lawyer
વકીલનું પાકીટ *n* briefcase
વકીલાત કરવી *v* advocate
વક્રોક્તિ *n* irony
વક્ષ:સ્થળ *n* chest
વક્ષસ્થળ *n* bust
વખત *n* times
વખાણ *n* praise
વખાણવા યોગ્ય *adj* praiseworthy
વખાણવું *v* admire, praise
વખાર *n* depot, warehouse
વખોડવું *v* condemn
વગ *n* influence
વગદાર *adj* influential
વગર *pre* without
વચન *n* pledge, promise
વચનથી બંધાવું *v* pledge
વચનબદ્ધ *adj* engaged
વચનબદ્ધ થવું *v* engage
વચમાં અટકાવવું *v* interrupt
વચ્ચે *pre* between
વચ્ચે પડવું *v* interfere
વચ્ચે રોકાવું *v* stop over
વચ્ચેની ખાલી જગ્યા વધારવી *v* space out

વચ્ચેનો સમય *n* interval
વછેરો *n* colt
વજન *v* outweigh
વજન *n* weight
વજન કરવું *v* weigh
વજન ભરવું *v* burden, load
વજનનો એકમ *n* ounce
વટાણો *n* pea
વટાવી જવું *v* transcend, exceed
વટેમાર્ગુ *n* passer-by, pedestrian
વડીલ *adj* elderly, senior
વડો *n* chief
વડો કારીગર *n* foreman
વડો પાદરી *n* archbishop
વણવાનો સંચો *n* loom
વણસવું *v* compound, degenerate, worsen
વણાટ *n* texture
વણાયેલું *adj* woven
વતન *n* homeland
વત્તા *adv* plus
વધતું *adj* increasing
વધતો *adj* increasing
વધસ્તંભ *n* cross
વધારવું *v* augment, increase, expand, extend, raise
વધારાનું *adj* additional, extra
વધારાનો કર *n* surcharge
વધારામાં *adv* moreover
વધારે *adj* more
વધારે દૂર *adv* farther
વધારે નરમ કરવું *v* soften
વધારે પડતી કિંમત આંકવી *v* overestimate
વધારે પડતી દવા *n* overdose
વધારે પડતું *adj* undue
વધારે પડતું મહત્વ આપવું *v* overrate
વધારે માંગ્યા કરવું *adj* demanding
વધારે લાંબું કરવું *v* lengthen
વધારો *n* hike, increase, increment, raise, expansion, extension
વધાવવું *v* acclaim
વધી જવું *v* run into
વધુ આગળ *adv* further
વધુ ખરાબ *adj* worse
વધુ ગતિમાં જવું *v* fast
વધુ ગળ્યું કરવું *v* sweeten
વધુ તીવ્ર બનાવવું *v* enhance
વધુ પડતું વજન *adj* overweight
વધુ પૈસા માંગવા *v* overcharge
વધુમાં *adv* furthermore
વધૂનું કે લગ્નનું *adj* bridal
વનસ્પતિ સૃષ્ટિ *n* vegetation
વનસ્પતિશાસ્ત્ર *n* botany
વન્યજીવન *n* wildlife
વપરાશ *n* consumption
વપરાશકર્તા *n* user
વફાદાર *adj* faithful, loyal
વફાદારી *n* fidelity, loyalty
વમળ *n* whirlpool
વર *n* groom

વરદીથી ખાસ તૈયાર કરેલું *adj* custom-made
વરરાજા *n* bridegroom
વરસ *n* year
વરસાદ *n* rain, rainfall, shower
વરસાદ પડવો *v* rain
વરસાદ લાવનારું *adj* rainy
વરસાદમાં પલળે નહિ એવો કોટ *n* raincoat
વરસોળી *n* tumor
વરાળ *n* steam
વરાળ કરવી *v* vaporize
વરાળ ઘટ્ટ થવાથી બનતું પ્રવાહી *n* condensation
વરાળ થઇને ઊડી જાય એવા પ્રવાહીથી કપડું ધોવું *v* dry-clean
વરાળ બનાવી તેમાંથી પાણી મેળવવું *v* distill
વરાળના પ્રવાહથી ચાલતી મોટર *n* turbine
વરાળની સિસોટી *n* buzzer
વરુ *n* wolf
વર્ગ *n* category, type; square
વર્ગખંડ *n* classroom
વર્ગવાર ગોઠવેલું *adj* assorted
વર્ગીકરણ કરવું *v* classify
વર્ચસ્વ *n* ascendancy, lordship, yoke
વર્ચસ્વ હોવું *v* predominate
વર્ણન *n* story, description
વર્ણનાત્મક *adj* descriptive
વર્ણભેદ દૂર કરવો *v* desegregate
વર્ણમાળા *n* alphabet
વર્ણવવું *v* describe
વર્તન *n* behavior, conduct
વર્તમાન *adj* current
વર્તમાન પત્ર *n* newspaper
વર્તવું *v* treat, conduct
વર્તુળ *n* circle
વર્તુળ કે ગોળાની ત્રિજ્યા *n* radius
વર્તુળાકાર *adj* circular, round
વર્ષનો પ્રથમ મહિનો *n* January
વલણ *n* inclination, leaning, propensity, tendency
વશ કરવું *v* charm, tame
વશ કરી શકાય એવું *adj* amenable
વશીકરણ કરવું *v* mesmerize
વસવા યોગ્ય *adj* habitable
વસવાટ યોગ્ય *adj* inhabitable
વસવું *v* settle
વસંતઋતુ *n* spring
વસાહત *n* colony
વસાહત વસાવવી *n* colonization
વસાહતમાં વસવું *v* colonize
વસાહતી *adj* colonial
વસાહતી *n* settler
વસૂલ કરવું *v* levy
વસૂલાત *n* recovery
વસ્તી ગણતરી *n* census
વસ્તુ *n* stuff, thing, article, body
વસ્તુ પહોંચાડવી *v* transmit

વસ્તુ વૈવિધ્ય *n* assortment
વસ્તુઓનો વિધ્વંસ કરનાર *n* vandal
વસ્તુની ધાર કાઢવી *v* edge
વસ્તુની હાજરી શોધી કાઢવાનું સાધન *n* detector
વસ્તુને અંશત: ઢાંકવું *v* overlap
વસ્તુસ્થિતિ જોતાં *c* whereas
વસ્ત્ર *n* garment
વસ્ત્ર ઉતારવું *v* take off
વસ્ત્ર પરિધાન *n* dressing
વસ્ત્ર પરિધાન કક્ષ *n* locker room
વસ્ત્રની ગડી *n* pleat
વસ્ત્રનો લટકતો ભાગ *n* lap
વસ્ત્રમાં લાંબો ચીરો *n* vent
વસ્ત્રહીન *adj* bare
વહન કરવું *v* convey, transport
વહાણ *n* crew, ferry, ship, stern, stewardess
વહાણ કે રેલગાડીમાં સૂવાની જગ્યા કે પાટિયું *n* berth
વહાણ કે હવાઈ જહાજ પર *adv* aboard
વહાણ કે હોડીનું તૂતક *n* deck
વહાણ થોભવાનો ડક્કો *n* wharf
વહાણ પરથી દરિયામાં *adv* overboard
વહાણના ડોલવાથી ઓકારી *adj* seasick
વહાણનું સુકાન *n* rudder
વહાણને થાંભલા સાથે બાંધવું *v* moor
વહાણનો ડોલકૂવો *n* mast
વહાણમાં ચડાવવું *v* embark
વહાણમાં પ્રવાસ *n* sail
વહાલી વ્યક્તિ *adj* darling
વહાલું થવું *v* ingratiate
વહાલું લાગે એવું *adj* lovable
વહી જવું કે જઈને ખાલી થવું *v* drain
વહેણ *n* flow
વહેતું બંધ થવું *v* stagnate
વહેમ *n* superstition
વહેલ માછલી *n* whale
વહેલું *adv* early
વહેવારુ માણસ *adj* pragmatist
વહેવારું *adj* down-to-earth
વહેવું *v* flow
વહેંચણી *n* allotment, dispensation
વહેંચવું *v* dispense, distribute, hand out, share
વહેંચી આપવું *v* allot
વળ *n* twist
વળ દઈને ગૂંથવું *v* intertwine
વળગણ *n* obsession
વળગવું *v* haunt, obsess
વળગી રહેવું *v* adhere, cling, persist
વળતર *n* discount, rebate
વળતર આપવું *v* discount
વળતો પ્રહાર કરવો *v* hit back
વળતો ફટકો મારવો *v* strike back

વ

વળાંક *n* curve
વળાંક લેવો *v* curve, turn
વળી *adv* furthermore
વંકાયેલું *adj* warped
વંકાવું *v* warp
વંચિત *adj* bereaved
વંચિત કરવું *v* deprive
વંચિતતા *n* deprivation
વંદો *n* cockroach
વંશ *n* ancestry
વંશજ *n* descendant
વાઇ *n* hysteria
વાઈ *n* epilepsy
વાકેફ *adj* aware
વાક્ય *n* sentence
વાગોળવું *v* munch
વાઘ *n* tiger
વાચક *n* reader
વાચન *n* reading
વાચાળ *adj* talkative
વાછરડાનું માંસ *n* veal
વાજબી *adj* judicious, reasonable
વાજિંત્રનો તાર *n* string
વાટકો *n* bowl
વાટાઘાટ *n* negotiation
વાટાઘાટ કરવી *v* negotiate
વાડ *n* fence
વાડો *n* backyard, courtyard
વાણિજ્ય *n* commerce
વાતચીત કરવી *v* converse
વાતના અંતે *v* boil down to
વાતાવરણ *n* atmosphere, environment
વાતાવરણને લગતું *adj* atmospheric
વાતોડિયું *adj* garrulous
વાદકવૃંદ *n* orchestra
વાદવિવાદ *n* debate
વાદળ વિનાનું *adj* cloudless
વાદળછાયું *adj* cloudy
વાદળા જેવો ગડગડાટ થવો *v* rumble
વાદળાંથી ઘેરાયેલું *adj* overcast
વાદળું *n* cloud
વાદ્ય મેળવવું તે *v* tune
વાદ્યનો સ્વર મેળવવો *v* tune up
વાદ્યવાદક *n* organist
વાનગીની રીત *n* recipe
વાપરવાની રીત *n* usage
વાપરવું *v* use
વામન *n* dwarf
વાયડાપણું *n* allergy
વાયડું *adj* allergic
વાયુ *n* air
વાયોલિન *n* violin
વાયોલિન વગાડનાર *n* violinist
વારસ *n* heir, successor
વારસહક લઈ લેવો *v* disinherit
વારસાગત *adj* hereditary
વારસામાં આપવું *v* hand down
વારસામાં મળવું *v* inherit
વારસો *n* inheritance, legacy
વારંવાર *adv* often

વારંવાર થતું *v* frequent
વારંવાર હાલવું અથવા હલાવવું *v* wiggle
વારંવારનું *adj* frequent
વારાફરતી *adj* alternate
વારાફરતી કરાતું *v* alternate
વારે વારે બદલાવું *v* fluctuate
વાર્તા *n* tale, story
વાર્તાલાપ *n* conversation, interview
વાર્ષિક *adj* annual, yearly
વાર્ષિક પંચાંગ *n* almanac
વાલી *n* guardian
વાલ્વ *n* valve
વાવાઝોડું *n* hurricane, tempest
વાસણ *n* pot, vessel
વાસી *adj* stale
વાસ્તવવાદ *n* realism
વાસ્તવિક *adj* factual, real, tangible
વાસ્તવિકતા *n* reality
વાસ્તવિકપણે *adv* actually
વાસ્તિવક *adj* actual
વાહન *n* vehicle
વાહન ઊભું રાખવું *v* park
વાહન બંધ પડવું *v* break down
વાહન હાંકનાર *n* chauffeur, conductor, driver
વાહનના આગળના ભાગે *adv* head-on
વાહનની સહેલ *n* drive
વાહનનું કાર્બ્યુરેટર *n* carburetor
વાહનનું પૈડું *n* wheel
વાહનનો તબેલો *n* garage
વાહનમાં ચડવું *v* board
વાહનોનો કાફલો *n* convoy
વાહિયાત *adj* absurd
વાહિયાત વાત *n* crap
વાળ *n* hair
વાળ ઓળવાનું બ્રશ *n* hairbrush
વાળ જેવી વસ્તુવાળું *adj* hairy
વાળ હોળવા *v* comb
વાળનાં થોભિયાં *n* sideburns
વાળવાથી પડેલો સળ *n* crease
વાળું *n* supper
વાળેલો વીંટો *n* roll
વાંકુ કરવું *v* bend
વાંકુચૂંકું કાપવું *v* mangle
વાંકું વાળવું *v* curl
વાંચવું *v* read
વાંઝિયું *adj* sterile
વાંદરો *n* ape, chimpanzee, monkey
વાંધા ભરેલું *adj* questionable
વાંધો *n* objection
વાંધો ઉઠાવવો *v* dispute, object, protest
વાંસ *n* bamboo
વાંસળી *n* flute
વિકરાળ *adj* ferocious, ghastly, savage
વિકરાળતા *n* ferocity
વિકલાંગ *n* handicap
વિકલ્પ *n* alternative, option

વિકસવું 336

વિકસવું *v* grow
વિકસાવવું *v* develop
વિકારગ્રસ્ત *adj* perverse
વિકાસ *n* development
વિકિરણશીલ ધાતુરૂપ એક મૂળતત્ત્વ *n* plutonium
વિકૃત *adj* pervert
વિકૃત કરવું *v* distort, pervert
વિકૃત કરેલું *adj* twisted
વિકૃતિ *n* distortion
વિક્રેતા *n* seller
વિક્ષિપ્ત *adj* deranged
વિક્ષેપ *n* interruption
વિક્ષેપ કરવો તે *n* disruption
વિખેરવું *v* disband, disperse
વિખેરાયેલું *n* dispersal
વિખેરાવું *v* diffuse
વિખેરી નાખવું *v* dismiss
વિગત *n* detail
વિગતવાર કહેવું *v* detail
વિગતવાર ભાવયાદી *n* catalog
વિઘટન *n* disintegration
વિઘટન કરવું કે થવું *v* disintegrate
વિઘ્ન *n* obstacle, obstruction
વિઘ્ન આવવું *v* hinder
વિઘ્ન નાખવું *v* block
વિચક્ષણ *adj* shrewd
વિચાર *n* thought, notion
વિચારણા *n* consideration
વિચારણીય *adj* considerable
વિચારવું *v* consider, contemplate, think
વિચારશકિત વિનાનું *adj* brute
વિચારસરણી *n* ideology
વિચારી *adj* thoughtful
વિચિત્ર *adj* creepy, eerie, odd, strange, weird
વિચિત્ર રીતભાત *n* mannerism
વિચિત્રતા *n* oddity
વિચ્છેદ કરવો *v* sever
વિજય *n* triumph, victory
વિજયની સૂચક હોળી *n* bonfire
વિજયનું સ્મારક ચિહ્ન *n* trophy
વિજયી *adj* triumphant, victorious
વિજયી થવું *v* conquer
વિજળી પેદા કરનાર યંત્ર *n* generator
વિજળીનો ચમકારો *n* lightning
વિજેતા *n* conqueror, victor, winner
વિજ્ઞાન *n* science
વિજ્ઞાનના સિદ્ધાંતો પ્રમાણેનું *adj* scientific
વિટામિન *n* vitamin
વિતરણ *n* distribution
વિદાય *n* departure, parting
વિદાય સમારંભ *n* farewell
વિદૂષક *n* clown, joker
વિદ્યા આડંબરવાળું *adj* pedantic
વિદ્યાપીઠનું સત્ર *n* semester
વિદ્યાપીઠનો કુલપતિ *n* chancellor

વિદ્યાર્થી *n* pupil, student
વિદ્યાર્થીની ચોપડી *n* workbook
વિદ્યાશાખા *n* field
વિદ્યુત પ્રવાહ *n* current
વિદ્યુતરોધન *n* insulation
વિદ્યુતરોધન કરવું *v* insulate
વિદ્યુતશાસ્ત્રી *n* electrician
વિદ્વત્તાને લગતું *adj* academic
વિદ્વાન *adj* learned
વિધવા *n* widow
વિધાતા *n* fate
વિધિસર પ્રશ્ન પૂછવા *v* interrogate
વિધુર *n* widower
વિનયશીલ *adj* gentle
વિનયી *adj* bland, courteous, modest
વિનંતિ કરવી *v* urge
વિનંતી *n* request
વિનંતી કરવી *v* request, ask
વિનાનું *adj* devoid
વિનાશ *n* destruction, devastation, doom
વિનાશ તરફ ધકેલાવું *adj* doomed
વિનાશક *adj* destructive, devastating
વિનિમય *n* swap
વિનિમય કરવો *v* barter, exchange
વિનિમય કરવો તે *v* swap
વિનોદ *n* gag

વિનોદવૃત્તિ *n* humor, wit
વિનોદી *adj* witty
વિનોદી ચિત્રપટ *n* comedy
વિપરીત *adj* contrary
વિપુલ *adj* abundant, lavish, plentiful
વિપુલતા *n* abundance, plenty
વિભક્તિ રૂપાખ્યાન *n* declension
વિભાગ *n* department, section, zone, division
વિભાગનો વડો *n* dean
વિભાગીકરણ *n* ramification
વિભાજન *n* split
વિભાજીત *n* cleft
વિભાજ્ય *adj* divisible
વિભાવના *n* concept
વિમાન *n* aircraft, airplane, radar, plane
વિમાન ચલાવનાર *n* pilot
વિમાન સંચાલન *n* aviation
વિમાનઉડાણ માર્ગ *n* runway
વિમાનચાલક *n* flier
વિમાનના ચાલકની બેસવાની જગ્યા *n* cockpit
વિમાનના દર *n* airfare
વિમાનનું ઉડાન ભરવું *v* take off
વિમાનનું ઉતરાણ *n* landing
વિમાનનું એકદમ નીચે ઊતરવું *adv* nosedive
વિમાનમાં ચડવા-ઉતરવાની સીડી *n* ramp
વિમાનમાંથી ઉતરવું *v* bail out

વિમાની કંપની *n* airline
વિયોગ *n* bereavement
વિરામ *n* break
વિરામનો ગાળો *n* interlude
વિરુદ્ધ *pre* against
વિરુદ્ધ દિશામાં *adv* opposite
વિરૂપ કરવું *v* disfigure
વિરેચન *n* purge
વિરોધ *n* conflict, protest
વિરોધ કરવો *v* antagonize, counter, oppose
વિરોધ પક્ષ *n* opposition
વિરોધાભાસ *n* contradiction, paradox
વિરોધી *adj* opposite
વિરોધી *n* opposite
વિલક્ષણ *adj* grotesque, prodigious, queer
વિલંબ *n* delay
વિલંબિત *adj* lingering
વિલાપ *n* cry, wail
વિલાપ કરવો *v* mourn
વિલીન કરવું *v* merge
વિવાદ *n* controversy
વિવાદાસ્પદ *adj* controversial
વિવાહ *n* engagement
વિવિધ *adj* diverse
વિવિધ પ્રકારનું *adj* various
વિવિધ રંગનું ફૂલ *n* tulip
વિવિધતા *n* diversity, variety
વિવિધતા આણવી *v* diversify
વિવેકબુદ્ધિ વિનાનું *n* blindfold

વિવેચક *n* critique
વિશાળ *adj* immense, vast
વિશાળ દૃશ્ય *n* panorama
વિશાળકાય કદાવર પ્રાણી ડાયનાસોર *n* dinosaur
વિશાળતા *n* immensity
વિશિષ્ટ *adj* distinct, peculiar
વિશિષ્ટ આવડત *n* talent
વિશિષ્ટ ગુણ *n* trait
વિશિષ્ટ દિશા *n* trend
વિશિષ્ટ પ્રકારનો વિચાર મત *v* indoctrinate
વિશિષ્ટ સ્થાન *n* location
વિશેષ અધિકાર *n* prerogative, privilege
વિશેષણ *n* adjective
વિશેષતા *n* specialty
વિશેષાધિકાર *n* entree
વિશ્રાન્તિગૃહ *n* restaurant
વિશ્રાન્તિનો સમય *n* recess
વિશ્રાંતિ *n* repose
વિશ્રાંતિસ્થાન *n* lounge
વિશ્લેષણ *n* analysis
વિશ્લેષણ કરવું *v* analyze
વિશ્વવિદ્યાલય *n* university
વિશ્વવ્યાપક *adj* worldwide
વિશ્વસનીય *adj* credible, dependable
વિશ્વસનીયતા *n* credibility
વિશ્વાસ *n* credit, reliance, trust
વિશ્વાસ ન રાખવો *v* mistrust
વિશ્વાસ રાખવો *v* trust
વિશ્વાસઘાત *n* betrayal, treachery

વિશ્વાસઘાત કરનાર n traitor
વિશ્વાસઘાત કરવો v betray, double-cross
વિશ્વાસઘાતી adj treacherous
વિશ્વાસપાત્ર adj reliable
વિશ્વાસપાત્રતા n authenticity
વિષ n toxin
વિષમ adj diverse
વિષમતા n disparity
વિષમારણ n antidote
વિષય n contents, subject, matter
વિષયવસ્તુ n theme
વિષયાસક્ત adj sensual
વિષયાંતર n deviation
વિષાદ n melancholy
વિષુવવૃત્ત n equator
વિષુવવૃત્તની ઉત્તર-દક્ષિણે ૨૩' ૨૭" પર આવેલી રેખા n tropic
વિસર્જન n dissolution
વિસંગત adj inconsistent, repugnant
વિસંગતતા કરે તેવું adj conflicting
વિસંગતતા થવી v conflict
વિસંવાદી adj discordant
વિસ્તરણ n extension
વિસ્તાર n area, dimension
વિસ્તૃત કરવું v enlarge
વિસ્ફોટ n blast, explosion
વિસ્મય n amazement
વિસ્મયકારક adj amazing, astounding
વિસ્મૃતિ n oblivion
વીજળી n electricity
વીજળી આપવી v electrify
વીજળી ગોળો n bulb
વીજળી દ્વારા મોત નીપજાવવું v electrocute
વીજળીક શક્તિના માપનો એકમ n watt
વીજળીથી ચાલતું adj electric
વીજળીથી પાણી ગરમ કરવાનું સાધન n geyser
વીજળીના દબાણનું માપ n voltage
વીજળીનાં મોજાં ગ્રહણ કરનાર તાર n antenna
વીજળીનો કડાકો n thunderbolt
વીજાણુઓનું adj electronic
વીણી કાઢવું v pick
વીતી ગયેલું adj past
વીમો n insurance
વીરનું adj heroic
વીશી n hotel, lodging
વીસ adj twenty
વીસમું adj twentieth
વીંછળવું v rinse
વીંછી n scorpion
વીંટવા માટેનો કાગળ n wrapping
વીંટવું v wrap
વીંટાળેલું adj shrouded
વીંટી n ring
વીંટો વાળવો v roll

વીંધવું

વીંધવું *v* stab
વીંધીને આરપાર જવું *v* pierce
વૃત્તખંડ *n* arc, segment
વૃત્તાન્ત *n* version, account
વૃત્તિ *n* penchant
વૃત્તિ કે વલણવાળું *adj* prone
વૃદ્ધાવસ્થાનાં લક્ષણ દર્શાવતું *adj* senile
વૃદ્ધિ *n* growth, boost
વૃષણ *n* testicle
વેગ *n* pace
વેગ વધારનાર *n* accelerator
વેગ વધારવો *v* accelerate
વેગળું *adj* remote
વેગીલું *adj* rapid
વેચવું *v* sell
વેચાઈ ચૂકેલું *adj* sold-out
વેચાઉ માલ *n* merchandise
વેચાણ *n* sale
વેચાણ કરનાર માણસ *n* salesman
વેચાણ રસીદ *n* sale slip
વેડફવું *v* waste
વેણી *n* braid
વેદના *n* groan
વેદનામાં કે હસવામાં દાંત કાઢવા *v* grin
વેધશાળા *n* observatory
વેપાર *n* business
વેપાર કરવો *v* trade
વેપારને લગતું *adj* commercial
વેપારમાં મંદી *n* slump

વેપારમાં મંદી આવવી *v* slump
વેપારી *n* dealer, merchant, trader
વેપારી અને ગ્રાહક વચ્ચેનો વચેટિયો *n* middleman
વેપારી પેઢી *n* firm
વેપારી માણસ *n* businessman
વેપારીનો માર્કો *n* trademark
વેબ બ્રાઉઝર *n* browser
વેર *n* animosity, vengeance
વેર વાળવું *v* avenge, revenge
વેરની વસૂલાત *n* revenge
વેરવિખેર *adj* chaotic
વેરવિખેર કરવું *v* scatter
વેરાન *adj* stark
વેરાન ઉજ્જડ પ્રદેશ *n* wilderness
વેરાન કરવું *v* devastate
વેરો *n* toll
વેશ્યાગૃહ *n* brothel
વેષ પલટવો *v* disguise
વેષપલટો *n* disguise
વૈકલ્પિક *adj* optional
વૈકલ્પિક રસ્તો *n* bypass
વૈકલ્પિક રસ્તો કરવો *v* bypass
વૈજ્ઞાનિક *n* scientist
વૈદ *n* healer
વૈભવ *n* splendor
વૈમાનિક *n* aviator
વૈમાનિક છત્રીદળનો સભ્ય *n* paratrooper
વૈવાહિક *adj* conjugal, marital
વૈવિધ્યપૂર્ણ *adj* varied

વૈશ્વીક *adj* cosmic
વ્યક્ત કરવું *v* express, manifest
વ્યક્ત કરી શકાય તેવું *adj* express
વ્યક્તિ *n* subject
વ્યક્તિ નિરપેક્ષ *adj* impersonal
વ્યક્તિગત *adj* personal, single
વ્યક્તિત્વ *n* personality
વ્યગ્રતા *n* discomfort
વ્યભિચાર *n* adultery
વ્યભિચારી *adj* promiscuous
વ્યર્થતા *n* futility, vanity
વ્યવસાય *n* profession, pursuit
વ્યવસાય કરનાર *adj* practicing
વ્યવસાય કરવો *v* practice
વ્યવસ્થા *n* arrangement, system
વ્યવસ્થાપક મંડળ *n* management
વ્યવસ્થિત કરવું *v* arrange
વ્યવસ્થિત બનાવવું *v* organize
વ્યવસ્થિતપણે ગોઠવવું *v* compact
વ્યવહાર *n* transaction
વ્યવહારિક જ્ઞાન *n* know-how
વ્યસન *n* addiction
વ્યસન લગાડનારું *adj* addictive
વ્યસની *adj* addicted
વ્યસ્ત *adj* busy
વ્યસ્તતાથી *adv* busily
વ્યંગ્યચિત્ર *n* cartoon
વ્યંગ્યાત્મક *adj* ironic
વ્યંજન *n* consonant
વ્યાકરણ *n* grammar
વ્યાખ્યા *n* definition
વ્યાખ્યા કરવી *v* define
વ્યાજ *n* interest
વ્યાજબી રીતે *adv* justly
વ્યાપક *adj* comprehensive
વ્યાપક રીતે *adv* broadly, widely
વ્યાપક રોગચાળો *n* epidemic
વ્યાપવું *v* permeate
વ્યાપેલી જગ્યા *n* extent
વ્યાપેલું ક્ષેત્ર *n* coverage
વ્યાપ્ત *adj* rampant
વ્યાયામ શાળા *n* gymnasium
વ્યાયામના ખેલોમાં નિષ્ણાત *n* athlete
વ્યાવસાયિક *adj* professional
વ્યાવહારિક *adj* practical
વ્યાસ *n* diameter
વ્યાસપીઠ *n* pulpit
વ્યૂહ રચવો તે *n* deployment
વ્યૂહરચના *n* ploy, strategy, tactics

શ

શકમંદ માણસ *n* suspect
શક્તિહીન *adj* powerless
શક્ય *adj* possible

શક્ય બનાવવું *v* enable
શક્ય હોય એવું *adj* feasible
શક્યતા *n* likelihood, possibility, probability
શક્યતા *v* may
શણગારવું *v* adorn, garnish
શણનું જાડું મજબૂત કપડું *n* canvas
શણનું વણેલું કાપડ *n* linen
શતાબ્દી *n* centenary
શતાવરી *n* asparagus
શત્રુ *n* foe
શત્રુતા *n* hostility
શત્રુતાવાળું *adj* hostile
શનિરવિ *n* weekend
શનિરવિ સિવાયનો દિવસ *adj* weekday
શનિવાર *n* Saturday
શપથ લેવા *v* vow
શબ પરીક્ષણ *n* autopsy
શબ્દ *n* word
શબ્દ વ્યૂહ *n* crossword
શબ્દ સમૂહ *n* phrase
શબ્દકોશ *n* dictionary
શબ્દતોડ કે શબ્દસાંધણ ચિહ્ન *n* hyphen
શબ્દભંડોળ *n* vocabulary
શબ્દયોગી અવ્યય *n* preposition
શબ્દસમસ્યા *n* charade
શબ્દાતીત *adj* unspeakable
શમન કરવું *v* sedate
શમાદાન *n* candlestick
શમાવવું *v* appeasement, soothe
શયનખંડ *n* bedroom
શરણાર્થી *n* refugee
શરત *n* bet, condition, prerequisite
શરત મારવી *v* bet
શરતી *adj* conditional
શરતો *n* terms
શરદી-તાવની એક દવા *n* aspirin
શરમ *n* shame
શરમજનક *adj* shameful
શરમનો શેરડો *n* blush
શરમાળ *adj* bashful, shy
શરમાળપણું *n* shyness
શરમિંદુ કરવું *v* embarrass
શરમિંદું *adj* ashamed
શરમિંદું કરવું *v* show up
શરીર *n* body
શરીર પરનો તલ *n* mole
શરીરમાં દવા દાખલ કરવી *v* inject
શરીરરચના શાસ્ત્ર *n* anatomy
શરીરે વીંધાવું તે *n* piercing
શરૂ કરનાર *n* beginner
શરૂ કરવું *v* begin, commence, initiate, launch, spark off, start
શરૂઆત *n* beginning, inception, opening, outset, start
શરૂઆતનું *adj* initial
શરૂઆતમાં *adv* initially
શસ્ત્ર સરંજામ *n* armaments

શસ્ત્રક્રિયા *n* operation
શસ્ત્રવિરામ *n* cease-fire
શસ્ત્રવૈદક *adv* surgical
શસ્ત્રવૈદ્ય *n* surgeon
શસ્ત્રસજ્જ *adj* armed
શસ્ત્રસજ્જ કરવું *v* arm
શસ્ત્રાગાર *n* arsenal
શસ્ત્રો *n* hardware
શહાદત *n* martyrdom
શહીદ *n* martyr
શહેર *n* city
શહેરની બહારની હદ *n* outskirts
શહેરનો મધ્ય ભાગ *n* downtown
શહેરી *adj* urban
શંકા *n* doubt, suspicion
શંકા કરવી *v* distrust, doubt
શંકા રાખવી *v* suspect
શંકા વિનાનું *adj* unequivocal
શંકાનિવારણ કરવું *v* vindicate
શંકાશીલ *adj* fishy
શંકાસ્પદ *adl* doubtful, dubious, suspicious
શંકુ *n* cone
શા માટે *adv* why
શાકભાજી *n* juice
શાકભાજી *v* vegetable
શાકભાજીનો રસો *n* puree
શાકાહારી *v* vegetarian
શાખા કાર્યાલય *n* branch office
શાણપણ *n* wisdom
શાપ આપવો *v* curse, cuss
શાબાશી આપવી *v* cheer
શાબ્દિક પ્રહાર કરવો *v* lash out
શામક દવા *n* sedation
શારીરિક *adj* bodily, corporal
શારીરિક કૃશતા *v* atrophy
શારીરિક રીતે *adv* physically
શારીરિક સજ્જતા *n* fitness
શાર્ક *n* shark
શાસક રાજા *n* ruler
શાસન *n* rule
શાસનકર્તા *n* ruler
શાસનપદ્ધતિ *n* regime
શાહમૃગ *n* ostrich
શાહી *n* ink
શાહીનો ડાઘો *n* blot
શાહુડી *n* porcupine
શાળા *n* school
શાંત *adj* calm, composed, peaceful, placid, quiet, serene, silent
શાંત કરવું *v* silence
શાંત પાડવું *v* calm down, defuse, mitigate, pacify, quench, cool down
શાંતિ *n* composure, lull, peace, quietness, serenity
શિકાર *n* hunting, prey, quarry
શિકાર કે લૂંટની શોધમાં આમતેમ ભમ્યા કરવું *v* prowl
શિકારી *n* hunter
શિકારે જવું *v* hunt
શિક્ષક *n* teacher

શિક્ષણ આપવું *v* institute
શિક્ષા *n* sentence
શિખર *n* crest, peak, summit
શિખાઉ *n* layman
શિખાઉ માણસ *n* novice
શિયાળ *n* fox, jackal
શિયાળના જેવું *adj* foxy
શિયાળો *n* winter
શિરચ્છેદ કરવો *v* behead, decapitate
શિરચ્છેદ યંત્ર *n* guillotine
શિરમોરસમું *n* crowning
શિરોબિંદુ *n* apex
શિલા *n* slab
શિલાલેખ *n* inscription
શિલ્પ *n* sculpture
શિલ્પી *n* sculptor
શિશુ *n* infant
શિષ્ટાચાર *n* decency, manners
શિષ્ય *n* disciple, pupil
શિસ્ત *n* discipline
શિંગડુ *n* horn
શીખવવું *v* teach
શીખવું *v* learn
શીઘ્રફોટો *n* snapshot
શીત ઓરડો *n* freezer
શીત પ્રદેશનું હરણ *n* reindeer
શીતપેટી *n* icebox
શીતળા *n* smallpox
શીર્ષક *n* heading
શીશી *v* bottle
શુક્રજંતુ *n* sperm
શુક્રવાર *n* Friday
શુદ્ધ *adj* immaculate, pure
શુદ્ધ કરવું *v* purify, refine
શુદ્ધતા *n* purity
શુદ્ધીકરણ *n* purification
શુભેચ્છક *n* benefactor
શુભેચ્છા *n* greetings
શું *adj* what
શૂન્ય *n* zero
શૂરવીર *n* hero
શૂરવીર યોદ્ધો *n* knight
શૂળિયો દાંત *n* fang
શૂળી *n* cross
શૃંગાર સજાવટ *n* makeup
શેકવું *v* bake, grill, roast, toast
શેકેલા માંસની વાની *n* roast
શેઠાઇ કરનારું *adj* bossy
શેતરંજની રમત *n* chess
શેતરંજી *n* carpet
શેરી *n* street
શેરી પરની લાઈટ *n* streetlight
શેરો *n* endorsement
શેવાળ *n* moss
શેષ *n* remainder, remnant
શેહ *n* check
શૈક્ષણિક *adj* educational
શોક *n* contrition, grief, lament, mourning, sorrow
શોક કરવો *v* deplore, lament
શોકાતુર *adj* sorrowful
શોકાન્તિક નાટક *n* tragedy
શોખ *n* hobby

શોચનીય *adj* deplorable
શોધ *n* invention; quest
શોધવું *v* find, locate, search, seek, look for
શોધી કાઢવું *v* ascertain, detect, discover, explore, find out
શોધેલી વસ્તુ *n* discovery
શોષક *n* dryer
શોષણ *n* exploitation
શોષણ કરવું *v* exploit
શોષવું *v* soak up
શોષાવું *v* sink in
શોષી લેનારો પદાર્થ *adj* absorbent
શોષી લેવું *v* absorb

શ્ર

શ્રદ્ધા *n* faith
શ્રદ્ધાળુ *n* believer
શ્રવણેન્દ્રિયને લગતું *adj* acoustic
શ્રીમંત *adj* wealthy
શ્રીમાન *n* mister
શ્રેણી *n* series
શ્રેણી આપવી *v* grade
શ્રેષ્ઠ *adj* best
શ્રેષ્ઠતા *n* excellence
શ્રોતા *n* audience, listener

શ્રોતાપ્રેક્ષકગૃહ *n* auditorium
શ્વાસ *n* breath
શ્વાસ લેવું *v* inhale
શ્વાસ લેવો *v* breathe
શ્વાસનળી *n* windpipe
શ્વાસનળીનો સોજો *n* bronchitis
શ્વાસોચ્છવાસ *n* breathing, respiration

ષ

ષષ્ઠિ વિભક્તિનું રૂપ *adj* his
ષષ્ઠીનું રૂપ *adj* her

સ

સકારાત્મક *adj* positive
સક્રિય *adj* active
સક્રિય બનાવવું *v* activate
સક્રિયકરણ *n* activation
સક્ષમ *adj* capable
સખત *adj* stern

સખત આઘાતથી મગજને થયેલી ઈજા *n* concussion
સખત ટીકા કરવી *v* denounce
સખત ફટકો મારવો *v* knock
સખત મહેનત કરવી *v* toil
સખતાઇ *n* rigor
સખ્તાઈ *n* hardness
સગપણ *n* kinship
સગપણ સંબંધ *n* affinity
સગર્ભા *adj* pregnant
સગર્ભા થવું *v* conceive
સગવડભર્યું *adj* convenient
સગી બહેન *n* sister
સગીર *n* minor
સગો ભાઇ *n* brother
સચિવ *n* secretary
સચેત *adj* conscious
સચોટ પુરાવો શોધવાની ગન *n* smoking gun
સજા *n* punishment, sanction
સજા કરવી *v* chastise, punish, sentence
સજા કરવી તે *n* chastisement
સજાને પાત્ર બનાવવું *v* penalize
સજાપાત્ર *adj* punishable
સજામાંથી છૂટકારો *v* get off
સજાવટ *n* garnish
સજીવમાં કલમ આરોપણ કરવું *v* graft
સજીવારોપણ કરવું *v* epitomize, personify
સજ્જ કરવું *v* equip
સજ્જડ કરવું *v* clip
સજ્જડ બાંધવું *v* clinch
સજ્જતા *n* readiness
સડવું *v* decay, rot
સડેલું *adj* rotten
સડો *n* decay, gangrene, rot
સઢ બાંધવાનું આડું લાકડું *n* yard
સઢની મદદથી ચાલતું વહાણ *n* sailboat
સતત *adj* consecutive
સતત કરડયા કરવું *v* gnaw
સતત ચાલતું *adj* incessant
સતત નજર રાખવી *v* watch
સતત બોંબનો મારો થવો *v* hail
સતત ભારે તોપમારો *n* barrage
સતત મુશ્કેલીઓનો સામનો *v* get by
સતત વધતું જવું *v* accumulate
સતત વધારતા જવું *v* pile up
સતત વેદના *n* ache
સતાવવું *v* molest
સત્કાર *n* reception
સત્તર *adj* seventeen
સત્તા *n* authority
સત્તા ગુમાવવી *n* fall
સત્તા ચલાવવી *v* govern
સત્તાવાર *adj* official
સત્ય *n* truth
સત્ર *n* session
સત્વ *n* essence
સદગુણ *n* goodness

સદગૃહસ્થ *n* gentleman
સદંતર નાશ *n* annihilation
સદંતર નાશ કરવો *v* annihilate, exterminate
સદાકાળ ટકનારું *adj* everlasting
સન્નારી *n* lady, madam
સન્માનીય નહિ તેવું *adj* dishonorable
સપાટ *adj* even, smooth
સપાટ કરવું *v* flatten
સપાટ જમીન *n* plateau
સપાટી *n* level, surface, plane
સપ્ટેમ્બર મહિનો *n* September
સફરજન *n* mincemeat
સફરજન. *n* apple
સફરજનના રસનો આસવ *n* cider
સફળ *adj* successful, unfailing
સફળ ચાલ *n* coup
સફળ થવું *v* prosper, succeed
સફળ પ્રયત્ન *n* hit
સફળતા *n* success
સફાઈ કરનાર *n* cleaner, detergent
સફાઈ કરવી *v* clean
સફેદ *adj* white
સફેદ કરવું *v* whiten
સભા *n* assembly, chairman, encounter, meeting
સભ્ય *n* member
સભ્ય *adj* polite
સભ્ય વર્તન *n* decorum
સભ્યતા *n* politeness
સભ્યપદ *n* membership
સભ્યોના મત માગવા *v* lobby
સમકાલિક કરવું *v* synchronize
સમકાલીન *adj* contemporary
સમજદાર *adj* wise
સમજવામાં નિષ્ફળ જવું *v* miss
સમજવું *v* comprehend, understand
સમજશક્તિ *n* understanding
સમજાવવું *v* explain, persuade
સમજાવી ન શકાય એવું *adj* inexplicable
સમજી શકાય તેવું *adj* understandable
સમજુ *adj* sensible
સમજું *adj* sane
સમજૂતી *n* agreement, settlement
સમજૂતી ઉમેરવી *n* annotation
સમતલ *adj* flat
સમતલ કરવું *v* smooth
સમતલ બનાવવું *v* level
સમતલ ભૂમિ *n* plane
સમતુલા *n* poise
સમતોલપણું *n* equilibrium
સમન્વય *n* coordination
સમન્વય કરવો *v* coordinate
સમન્વયક *n* coordinator
સમન્સ *n* subpoena
સમન્સ બજાવવું *v* subpoena
સમપ્રમાણતા *n* symmetry

સમબાજુ ચતુષ્કોણ *n* diamond
સમય *n* time
સમય *c* while
સમય કાઢવો *v* squeeze in
સમય નક્કી કરવો *v* time
સમય પહેલાં થયેલું કે કરેલું *adj* premature
સમય બગાડવો *v* mess around
સમયગાળો *n* duration
સમયનો ગાળો *c* while
સમયપત્રક *n* schedule, timetable
સમયમર્યાદા *n* deadline
સમયસર કાળજી *n* providence
સમયસરનું *adj* timely
સમર્થ *adj* able
સમર્થક *n* supporter
સમર્થન કરવાનો સિદ્ધાંત *n* thesis
સમર્થન કરવું *v* uphold
સમર્થિત કરવું *v* corroborate
સમર્પણ *n* dedication, surrender
સમવાયી *adj* federal
સમસ્યારૂપ *adj* problematic
સમાચાર *n* news
સમાચારનું પ્રસારણ *n* newscast
સમાચારપત્રની દુકાન *n* newsstand
સમાજ *n* society
સમાજનો વર્ગ *n* class
સમાજવાદ *n* socialism
સમાજવાદી *adj* socialist
સમાધાન *n* compromise
સમાધાન કરવું *v* content
સમાધાન કરાવવું *v* reconcile
સમાધાન કરાવે તેવું *adj* conciliatory
સમાધાનકારક *adj* satisfactory
સમાધિ *n* shrine
સમાધિલેખ *n* epitaph
સમાન *adj* even
સમાન ગણવું *v* equate
સમાન લક્ષણોવાળા પ્રાણીઓ *n* species
સમાન હિત ધરાવનારની મંડળી *n* club
સમાનતા *n* equality, parity
સમાનાર્થ *adj* equivalent
સમાપન *n* completion, conclusion
સમાપ્તિ *n* accomplishment
સમાયોજન *n* adjustment
સમારકામ *n* reparation
સમારવું *v* chop
સમારંભ *n* function
સમારંભો ગોઠવનાર *n* marshal
સમાવવું *v* include
સમાવિષ્ટ કરવું *v* involve
સમાવેશ કરવો *v* contain
સમાવેશક *adv* inclusive
સમાંતર *n* parallel
સમિતિ *n* committee
સમિતિનો પ્રમુખ *n* chairman
સમીકરણ *n* equation
સમીસાંજ *n* nightfall

સમુદાય *n* community, congregation, throng
સમુદાય ભેગો કરવો *v* congregate
સમુદ્ર કિનારો *n* beach
સમું કરવું *v* mend, repair
સમૂહ *n* set
સમૂળ નાશ કરવો *v* wipe out
સમૃદ્ધ *adj* prosperous, well-to-do
સમૃદ્ધ થવું *v* flourish, thrive
સમૃદ્ધ હોવું *v* abound
સમૃદ્ધિ *n* opulence, prosperity
સમોવડિયો *n* fellow
સમ્રાટ *n* emperor
સમ્રાટની પત્ની *n* empress
સરકતા જવું *v* skate
સરકામાં માંસ-માછલી બોળવી *v* marinate
સરકાર *n* government
સરકારી ખાતું *n* bureau
સરકારી દફતર *n* archive
સરકો *n* vinegar
સરખાપણું *n* likeness
સરખામણી *n* comparison
સરખાવવું *v* compare
સરખું *adj* alike, comparable, equal, similar
સરખું કરવું *v* balance
સરખે ભાગે *adv* fifty-fifty
સરઘસ *n* procession
સરનામું *n* address
સરપંચ *n* foreman

સરમુખત્યાર *n* dictator
સરમુખત્યારશાહી *n* dictatorship
સરવાળો *n* addition, sum
સરસ *adj* fine
સરહદ *n* border
સરળ *adj* simple
સરળતાથી *adv* easily
સરળતાપૂર્વક *adv* smoothly
સરીસૃપ *n* reptile
સરુનું ઝાડ *n* cypress
સરેરાશ *n* average
સરોવર *n* lake
સર્કસ *n* circus
સર્કસ માટેનું કૂંડાળું *n* ring
સર્જનાત્મક *adj* creative
સર્જનાત્મકતા *n* creativity
સર્પ *n* serpent
સર્પાકાર *adj* winding
સર્પાકારે જવું *v* wind
સર્ફિંગ કરવું *v* surf
સર્વક્ષમા *n* amnesty
સર્વતોમુખી *adj* versatile
સર્વનામ *n* pronoun
સર્વનાશ *n* holocaust
સર્વવિજેતા *n* champion
સર્વશક્તિમાન *adj* almighty
સર્વશ્રેષ્ઠ હોવું *v* excel
સર્વસંમતિ *n* consensus, unanimity
સર્વસામાન્ય નિરીક્ષણ *n* overview
સર્વેક્ષણ *n* survey

સર્વોચ્ચ *adj* supreme
સર્વોપરિ *adj* sovereign
સર્વોપરિતા *n* sovereignty, supremacy
સર્વોપરી *adj* paramount, supreme
સર્વોપરીપણું *n* primacy
સલાટ *n* mason
સલામત *adj* secure
સલામત કરવું *v* insure
સલામતી *n* safety, security
સલાહ *n* advice
સલાહ આપવી *v* advise, counsel
સલાહ લેવી *v* deliberate, confer
સલાહકાર *n* adviser, counsel
સલાહપાત્ર *adj* advisable
સલાહમસલત *n* consultation
સવાર *n* morning
સવારનો નાસ્તો *n* breakfast
સવારી કરવી *v* ride
સવારીનું ટટ્ટુ *n* cob
સશસ્ત્ર અધિકારી *n* sergeant
સશસ્ત્ર બહારવટિયો *n* gunman
સશસ્ત્ર લૂંટ *n* heist
સસરો *n* father-in-law
સસલું *n* hare, rabbit
સસ્તન ઉભયચર દરિયાઈ પ્રાણી *n* walrus
સસ્તન પ્રાણી *n* mammal
સસ્તુ *adj* inexpensive
સસ્તું *adj* cheap
સહઅસ્તિત્વ ધરાવવું *v* coexist
સહકાર *n* collaboration, cooperation
સહકાર આપવો *v* cooperate
સહકાર આપે તેવું *adj* cooperative
સહકાર સાધવો *v* collaborate
સહજ વૃત્તિ *n* instinct
સહન કરવું *v* endure, go through, put up with, suffer, tolerate
સહનશીલ *adj* patient
સહભાગિતા *n* communion, participation
સહમત *adj* agreeable
સહમત હોવું *v* agree
સહસ્ત્ર *adj* thousand
સહાધ્યાયી *n* classmate
સહાનુભૂતિ *n* sympathy
સહાનુભૂતિ વ્યક્ત કરવી *v* sympathize
સહાનુભૂતિશીલ *adj* congenial
સહાયક *adj* auxiliary, subsidiary
સહાયતા *n* assistance
સહારો આપવો *v* take in
સહિયારી લૂંટ *n* booty
સહિષ્ણુતા *n* tolerance
સહી *n* signature, sign
સહી કરવી *v* endorse, sign
સહીસલામત *adj* safe, unhurt
સહેજ ગરમ *adj* lukewarm
સહેજ ભીનું કરવું *v* moisten
સહેજ સ્પર્શ કરવો *n* graze
સહેલગાહ *v* hitchhike
સહેલાઈથી *adv* simply
સહેલું *adj* easy

સહ્ય *adj* bearable, tolerable
સળ પાડવા *v* crease
સળગાવવું *v* ignite, light
સળંગ *adj* continuous
સળિયો *n* bar, rod
સળેખમ સાથે તાવ *n* flu
સંકટમાંથી બચાવવું *v* ransom, rescue
સંકલન કરવું *v* codify, compile
સંકેત *n* signal
સંકેતલિપિ *n* notation
સંકેલવું *v* wind up
સંકોચાવું *v* shrink
સંક્રમણ *n* transit
સંક્રાન્તિ *n* transition
સંક્ષિપ્ત *adj* concise, terse
સંક્ષિપ્ત *n* abbreviation
સંક્ષિપ્ત કરવું *v* abbreviate
સંક્ષિપ્ત રૂપ *n* contraction
સંક્ષેપ *n* brevity, compendium, outline
સંક્ષેપમાં *adv* briefly
સંક્ષેપમાં *n* nut-shell
સંક્ષેપમાં કહેવું *v* recap
સંખ્યા *n* number
સંખ્યાબંધ *adj* numerous
સંખ્યાબંધ *v* frequent
સંગઠન *n* organization, union
સંગઠિત કરવું *v* integrate
સંગઠિત પ્રવાસ *n* tourism
સંગત *n* company
સંગમસ્થાન *n* junction

સંગીત *n* music
સંગીત જલસો *n* concert, recital
સંગીત નાટક *n* opera
સંગીત માટે કરેલી રચના *n* setting
સંગીત રચવું *v* compose
સંગીત રચેલું *adj* composed
સંગીતકાર *n* composer, musician
સંગીતની શરૂઆત કરવી *v* strike up
સંગીતનો સ્વર *n* note
સંગીન *n* bayonet
સંગ્રહ *n* collection, storage
સંગ્રહ કરવો *v* amass, store
સંગ્રહાલય *n* museum
સંગ્રહાલયનો વસ્તુપાલ *n* curator
સંઘરાજ્ય *n* unification
સંઘરી રાખેલું *adj* pent-up
સંઘર્ષ *n* strife, struggle, friction
સંઘર્ષ કરવો *v* struggle
સંચારબંધી *n* curfew
સંચાલક *n* manager
સંચાલન કરવું *v* administer, lead, manage, manipulate
સંચાલન કરી શકાય તેવું *adj* manageable
સંજોગો *n* circumstance
સંજ્ઞા *n* noun
સંડાસ *n* lavatory
સંડોવણી *n* implication, involvement

સંડોવવું *v* implicate
સંડોવાયેલું *v* involved
સંત *n* saint
સંતતિ *n* issue, offspring
સંતાડવું *v* hide
સંતાન *n* offspring
સંતાન ઉત્પન્ન કરવું *v* breed
સંતાપ *n* anguish
સંતુષ્ટ *adj* content
સંતુષ્ટ કરવું *v* appease, satisfy
સંતોષ *n* satisfaction
સંતોષ આપવો *v* pander, please
સંતોષકારક *adj* pleasing
સંદર્ભ *n* context, reference
સંદિગ્ધાર્થ *adj* ambiguous
સંદેશવાહક *n* messenger
સંદેશો *n* message
સંધિ *n* ally, treaty
સંધિવા *n* arthritis, gout, rheumatism
સંન્યાસિની *n* nun
સંન્યાસિનીઓનો મઠ *n* abbey
સંપત્તિ *n* affluence, wealth
સંપર્ક *n* contact
સંપર્ક કરવો *v* approach, communicate
સંપર્ક સાધવો *v* contact
સંપૂર્ણ *adj* absolute, complete, impeccable, perfect, thorough
સંપૂર્ણ કળા *n* heyday
સંપૂર્ણ રીતે *adv* completely
સંપૂર્ણ સ્થિરતા *n* calm, tranquility
સંપૂર્ણતા *n* totality
સંપૂર્ણપણે *adv* entirely
સંપૂર્ણપણે *adj* outright
સંપ્રદાય *n* sect
સંબંધ *n* relationship, attachment
સંબંધ વિચ્છેદ *n* severance
સંબંધમાં આણવું *v* correlate
સંબંધિત *adj* related
સંબંધી *n* relative
સંબોધન *v* address
સંભવનીયતા *adj* potential
સંભવિત *adv* likely
સંભળાય એવું *adj* audible
સંભારણું *n* memento, remembrance, souvenir
સંભાવના *n* chance
સંભાવ્ય *adj* plausible, probable
સંભાવ્ય ઘટના *n* eventuality
સંભાળ *n* care
સંભાળ રાખવી *v* care for
સંભાળ લેવી *v* care, look after
સંમત થવું *v* settle for
સંમત ન થવું *v* disagree, dissent
સંમતિ *n* consent
સંમતિ આપવી *v* consent
સંમાનનીય *adj* worthy
સંમિશ્રણ *n* infusion
સંમિશ્રણ કરનાર યંત્ર *n* blender
સંમેલન *n* convention
સંમોહન *n* hypnosis
સંમોહન કરવું *v* hypnotize

સંયમન *n* austerity, moderation
સંયમી *adj* ascetic, austere
સંયુક્ત રીતે *adv* jointly
સંયુક્ત સ્વર *n* diphthong
સંયોજન *n* combination, compound, merger
સંરક્ષક *n* defender, guard
સંરક્ષણ *n* conservation, defense
સંરક્ષણ વિનાનું *adj* defenseless
સંલક્ષણ *n* symptom
સંવનન *n* courtship
સંવર્ધન *n* culture
સંવર્ધન કરવું *v* foster
સંવાદ *n* dialogue
સંવેદનશીલ *adj* sensitive
સંવેદનશૂન્ય કરવું *v* deaden
સંવેદના *n* sensation
સંવેદનારહિત *adj* insensitive
સંવેદનાશૂન્ય *adj* numb
સંવેદનાશૂન્યતા *n* numbness
સંવેદનાહરણ *n* anesthesia
સંશયરહિત *adj* unsuspecting
સંશયી *adj* skeptic
સંશોધન *n* research
સંશોધન કરવું *v* research
સંશ્લેષણ *n* synthesis
સંસદ *n* parliament
સંસ્કારિતા *n* gentleness
સંસ્કારિતાની મોહકતા *n* grace
સંસ્કારિતાનો ડોળ કરવો *adj* genteel
સંસ્કારી બનાવવું *v* civilize
સંસ્કૃતિ *n* civilization
સંસ્થાનું દેવઘર *n* chapel
સંસ્મરણીય *adj* memorable
સંસ્મરણો *n* memoirs
સાઇકલ *n* bicycle
સાકરની એક મીઠાઈ *n* candy
સાક્ષાત્કાર *n* apocalypse
સાક્ષી *n* witness
સાક્ષી પૂરવી *v* attest
સાચવવું *v* conserve
સાચવી રાખવું *v* keep
સાચું *adj* correct, truthful
સાચું *adv* right
સાચું ન માનવું તે *n* disbelief
સાજા થવું *v* get over
સાઠ *adj* sixty
સાણસી *n* pliers
સાણસો *n* pincers
સાત *adj* seven
સાતત્ય *n* continuity
સાતમું *adj* seventh
સાથ આપવો *v* accompany
સાથ આપવો *n* escort
સાથી *n* colleague, companion, comrade, mate, fellow
સાથીદાર *n* fellowship
સાથે *adv* together
સાથે *pre* with
સાથે જોડનાર બળ *n* bond
સાથે જોડવું *v* unite
સાથે પ્રવાસ કરનાર કાફલો *n* caravan

સાથે મળીને કામ કરનાર *n* collaborator
સાથે રહેવું *v* cohabit
સાથેસાથે *adj* altogether
સાદાઈ *n* simplicity
સાદી રીતે *adv* plainly
સાદું *adj* homely, plain
સાદું બનાવવું *v* simplify
સાધન *n* device, means, utensil
સાધન સંપન્ન *adj* affluent
સાધનસામગ્રી *n* equipment, resource
સાધારણ *n* general
સાધુ *n* monk
સાધુતા *n* sanctity
સાનુકૂળ *adj* favorable
સાન્નિધ્ય *n* proximity
સાપ *n* snake
સાપની એક જાતિ *v* rattle
સાપેક્ષ *adj* relative
સાપ્તાહિક *adv* weekly
સાફ *adj* explicit
સાફ કરવું *v* purge
સાબુપાણીનું ફીણ *n* lather
સાબૂત *adj* intact
સામાન ભરવો *v* pack
સામનો કરવો *v* field, withstand
સામયિક *n* journal
સામર્થ્ય *n* might
સામસામા અથડાવું *v* clash, collide
સામસામા લાવવું *v* confront
સામસામા હોવું *n* confrontation
સામાજિક દરજ્જો *n* status
સામાજિક રોમાંટિક મુલાકાતની તારીખ *n* date
સામાન *n* baggage
સામાનની હાથગાડી *n* trolley
સામાનનું પોટલું *n* parcel
સામાન્ય *adj* common, normal, widespread
સામાન્ય *v* frequent
સામાન્ય કરતાં ઓછા વજનવાળું *n* lightweight
સામાન્ય કરવું *v* normalize
સામાન્ય કોટિનું *adj* ordinary
સામાન્ય યોગ્યતા *n* mediocrity
સામાન્ય રીતે *adv* normally, ordinarily
સામાન્ય રૂપ આપવું *v* generalize
સામાન્યપણે બનતું *adj* usual
સામાયિક *n* magazine
સામૂહિક શયનગૃહ *n* dormitory
સામ્યતા *n* similarity
સામ્યવાદ *n* communism
સામ્યવાદી *adj* communist
સામ્રાજ્ય *n* empire, kingdom
સામ્રાજ્યનું *adj* imperial
સામ્રાજ્યવાદ *n* imperialism
સાયકલ ચલાવનાર *n* cyclist
સાયકલ ચલાવવી *v* cycle
સાર આપવો *v* recap
સારણગાંઠ *n* hernia
સારાંશમાં કહેવું *v* summarize

355 સિદ્ધ કરવું

સારી પેઠે ઓઢી લેવું *v* wrap up
સારી રીતે *adv* nicely
સારું *adj* good
સારું *adv* okay
સારો માણસ *n* gentleman
સાર્વજનિક *adj* public
સાર્વત્રિક *adj* universal
સાવ ગરીબ *adj* penniless
સાવકા પિતા *n* stepfather
સાવકી પુત્રી *n* stepdaughter
સાવકી બહેન *n* stepsister
સાવકી માતા *n* stepmother
સાવકું બાળક *n* stepson
સાવકો ભાઈ *n* stepbrother
સાવચેત *adj* cautious
સાવચેતી *n* precaution
સાવધ *adj* careful, discreet, prudent, wary
સાવધ રહેવું *v* beware
સાવધાન *adj* watchful
સાવધાન રહેવું *v* look out
સાવધાની રાખવી *v* watch out
સાસરી પક્ષનાં *n* in-laws
સાસુ *n* mother-in-law
સાહસ *n* adventure, dare, venture
સાહસ કરવું *v* venture
સાહસિક *adj* audacious
સાહસિક વૃત્તિ *adj* daring
સાહસિકતા *n* audacity
સાહિત્ય *n* literature
સાહિત્ય અને કળાની પડતી *n* decadence
સાહેબ *n* sir
સાળી *n* sister-in-law
સાળો *n* brother-in-law
સાંકડી ગલી *n* alley
સાંકડી જગ્યા *n* bottleneck
સાંકડી નજરનું *adj* parochial
સાંકડું *n* strait
સાંકળ *n* chain
સાંકળ વતી બાંધવું *v* chain
સાંકળની કડી *n* link
સાંકળવું *v* link
સાંકેતિક *adj* symbolic
સાંકેતિક શબ્દ *n* password
સાંજ *n* evening
સાંજનું ભોજન *n* dinner
સાંજોગિક *adj* circumstantial
સાંઢિયો *n* lobster
સાંતળેલું *adj* scrambled
સાંધા વતી જોડવું *v* articulate
સાંધા વિનાનું *adj* seamless
સાંભળવા માટે કાનમાં ભરાવવાનું યંત્ર *n* earphones
સાંભળવું *v* eavesdrop, hear, listen
સાંયોગિક *adj* coincidental
સાંસ્કૃતિક *adj* cultural
સિક્કા પાડવા *v* mint
સિક્કો *n* coin
સિક્કો મારવો *v* stamp
સિગાર *n* cigar
સિગારેટ *n* cigarette
સિત્તેર *adj* seventy
સિદ્ધ કરવું *v* prove

સ

સિદ્ધ થયેલું *adj* proven
સિદ્ધાન્ત *n* principle, proposition, theory
સિદ્ધાંત *n* doctrine
સિદ્ધિ *n* achievement
સિનેમા *n* film, movie, cinema
સિપાઇઓ *n* troop
સિમેન્ટ *n* cement
સિમેંટ કોંક્રિટ *n* concrete
સિલક *n* surplus, balance
સિવાય *pre* except
સિવાય *c* unless
સિસોટી *n* whistle
સિસોટી વગાડવી *v* whistle
સિસોટીના અવાજ સાથેનો શ્વાસ *v* wheeze
સિંચાઈ *n* irrigation
સિંચાઈ કરવી *v* irrigate
સિંહ *n* lion
સિંહણ *n* lioness
સિંહનું બચ્ચું *n* cub
સિંહાવલોકન *n* hindsight
સિંહાસન *n* throne
સીધ-નિર્ધારણ *n* alignment
સીધા ઘાટનો પ્યાલો *n* mug
સીધા ચડાણવાળું *adj* steep
સીધું *adj* direct, straight
સીધો ભૂસકો મારવો *v* plummet
સીમા *n* frontier, limit
સીમારેખા *adj* borderline
સીવણ *n* seam
સીવવાની ક્રિયા *n* sewing
સીવવું *v* sew
સીસામુક્ત *adj* unleaded
સીસાયુક્ત *adj* leaded
સીસુ *n* lead
સુકલકડી *adj* skinny
સુકવવું *v* parch
સુકાન *n* helm
સુખ *n* pleasure
સુખકારક *adj* pleasant
સુખચેન આપનાર *n* comforter
સુખચેનથી દૂર રહેવું *n* abstinence
સુખદાયક *adj* comfortable
સુખસગવડવાળું *adj* luxurious
સુખી *adj* happy
સુગંધ *n* fragrance, scent
સુઘડ *adj* decent, tidy
સુથાર *n* carpenter
સુથારીનું કામ *n* carpentry
સુદ્ધાં *adv* either
સુધરે નહિ એવું *adj* incorrigible, incurable
સુધારવું *v* correct, improve, rectify, reform, touch up
સુધારા કરવા *v* amend
સુધારાના પ્રણેતાનું *adj* apostolic
સુધારાનો આગેવાન *n* apostle
સુધારી ન શકાય એવું *adj* irreparable
સુધારો *n* amendment, correction, improvement, reform, revision
સુધારો *adj* convalescent

સુધારો કરવો *v* revise
સુધી *adv* till
સુનમ્ય *adj* pliable
સુનાવણી *n* hearing, trial
સુનિયોજિત *adj* tactical
સુનિશ્ચિત કરવું *v* ensure
સુન્નત *n* circumcision
સુન્નત કરવી *v* circumcise
સુપરિચિત *adj* familiar
સુપ્રસિદ્ધ માણસ *n* celebrity
સુમેળ *n* harmony
સુમેળમાં હોવું *v* harmonize
સુયોગ્ય *adj* competent
સુરક્ષિત કરવું *v* secure
સુરક્ષિત રાખવું *v* preserve, protect
સુરક્ષિત રાખવું *n* safeguard
સુરંગ *n* dynamite
સુરંગક્ષેત્ર *n* minefield
સુલભ *adj* accessible
સુવાચ્ય *adj* legible
સુવાસવાળું સંતરું *n* tangerine
સુવિખ્યાત *adj* renowned
સુવિધા *n* amenities
સુશોભનરૂપ *adj* ornamental
સુશોભનાત્મક *adj* decorative
સુશોભિત *adj* inlaid
સુશોભિત કરવું *v* decorate, embellish
સુસંગત *adj* coherent, compatible, consistent, relevant
સુસંગત *n* accord

સુસંગતતા *n* compatibility
સુસંગતપણું *n* consistency
સુંદર *adj* beautiful, lovely, fair
સુંદર કરવું *v* beautify
સુંદર વસ્ત્રો *n* apparel
સુંવાળાપણું *n* smoothness
સુંવાળું *adj* tender
સુંવાળું ચામડું *n* kid
સૂકવવું *v* dry, dehydrate
સૂકવેલું *adj* dried
સૂકી કાળી દ્રાક્ષ *n* prune
સૂકી દ્રાક્ષ *n* raisin
સૂકું *adj* arid
સૂકો કાળ *n* drought
સૂક્ષ્મ *adj* tenuous, thin
સૂક્ષ્મજીવ *n* microbe
સૂક્ષ્મતરંગ *n* microwave
સૂક્ષ્મદર્શક યંત્ર *n* microscope
સૂગ ચડે એવું *adj* nasty
સૂચક *adj* suggestive
સૂચન *n* suggestion
સૂચના *n* direction
સૂચના આપનાર *n* instructor
સૂચના આપવી *v* instruct
સૂચનાપત્ર *n* newsletter
સૂચવવું *v* denote, indicate, recommend, signify, suggest
સૂચવવું તે *n* indication
સૂચિત કરવું *v* connote
સૂચિમાં નોંધવું *v* catalog
સૂજેલું *adj* swollen

સૂટ *n* suit
સૂત્ર *n* formula
સૂપ *n* soup
સૂર *n* tune
સૂર્ય *n* sun
સૂર્યદાહની દવા *n* sun block
સૂર્યની આસપાસ ફરતો ગ્રહ *n* planet
સૂર્યપ્રકાશવાળું *adj* sunny
સૂર્યાસ્ત *n* dusk, sundown, sunset
સૂર્યોદય *n* sunrise
સૂંઘવું *v* smell, sniff
સેનાપતિ *n* commander
સેનેટ-સભ્ય *n* senator
સેન્ટ *n* cent
સેન્ટનો સિક્કો *n* dime
સેન્ટિમીટર *n* centimeter
સેલ ફોન *n* cell phone
સેવક *n* attendant
સેવા *n* service
સેવા કરવી *v* serve
સેવા કે મદદ કરવી *v* minister
સેવાચાકરી કરવી *v* nurse
સેવાનું વળતર આપવું *v* reward
સૈનિકોની લશ્કરી ટુકડી *n* battalion
સો *adj* hundred
સો વરસ *n* century
સોગન *n* oath
સોગન લેવા *v* swear
સોગનામું કરનાર અધિકારી *n* notary

સોજો *n* bulge, swelling
સોટી *n* cane
સોદાબાજી *n* bargaining
સોદો *n* bargain, deal, transaction
સોદો કરવો *v* bargain, deal
સોનાની શુદ્ધતા માપવાનો એકમ *n* carat
સોનું *n* gold
સોનેરી *adj* golden
સોનેરી વાળવાળું *adj* blond
સોફા *n* sofa
સોબત *n* companionship
સોબતી *n* fellow
સોમલ નામનું ઝેર *n* arsenic
સોમવાર *n* Monday
સોમું *adj* hundredth
સોય *n* needle
સોરટી *n* lottery
સોળ *adj* sixteen
સોંપવુ *v* deliver
સોંપવું *v* commend
સોંપી દેવું *v* capitulate, surrender
સોંપેલું કામ *n* task, commission
સૌજન્ય *n* courtesy
સૌથી આગળ પડતું *adj* premier
સૌથી ખરાબ *adj* worst
સૌથી પહેલું *adj* foremost
સૌન્દર્ય *n* beauty
સૌમ્ય *adj* sober
સૌમ્ય બનાવવું *v* mellow
સૌર *adj* solar
સ્કર્ટ *n* skirt

સ્કૂલનો વર્ગ *n* class
સ્કોટિશ નૃત્ય *n* reel
સ્ક્રૂથી જડવું *v* screw
સ્ટોકરૂમ *n* stockroom
સ્ટ્રોબેરી *n* strawberry
સ્તન *n* breast
સ્તનની ડીંટી *n* nipple
સ્તબ્ધ *adj* petrified
સ્તર *n* level
સ્તુતિ *n* commendation
સ્તુતિ કરવી *v* exalt
સ્તુતિ ગીત *n* anthem
સ્ત્રાવ *n* emission
સ્ત્રી *n* woman
સ્ત્રી વારસ *n* heiress
સ્ત્રીઓ *n* women
સ્ત્રીઓના પગના ચૂસ્ત મોજાં *n* pantyhose
સ્ત્રીઓનાં આંતરવસ્ત્ર *n* lingerie
સ્ત્રી-છોકરીનું બાંય વિનાનું વસ્ત્ર *n* tunic
સ્ત્રીજાતિવાચક ઉપસર્ગ *pro* she
સ્ત્રીનું ઉપરથી પહેરવાનું લાંબું રૂપાળું વસ્ત્ર *n* gown
સ્ત્રીનું માસિક *n* period
સ્ત્રીનું વક્ષસ્થળ વસ્ત્ર *n* bra
સ્ત્રીને છાજે એવું *adj* ladylike
સ્ત્રીનો રાતનો પોશાક *n* nightgown
સ્ત્રીપુરુષનો આડો સંબંધ *n* liaison
સ્ત્રીમિત્ર *n* girlfriend
સ્ત્રીરોગવિજ્ઞાન *n* gynecology
સ્ત્રીલિંગી *adj* feminine
સ્થપતિ *n* architect
સ્થળ *n* site
સ્થળાંતર *n* shift
સ્થળાંતર કરનારું *n* migrant
સ્થળાંતર કરવું *v* migrate
સ્થાનક *n* station
સ્થાનિક *adj* local
સ્થાનીય કૃત *v* localize
સ્થાપક *n* founder
સ્થાપત્ય *n* architecture
સ્થાપન કરવું *v* constitute, install
સ્થાપના *n* foundation, installation
સ્થાપવું *v* establish
સ્થાપિત ધર્મમતને અનુસરનાર *adj* conformist
સ્થાયી *adj* chronic, constant
સ્થાયી *n* standing
સ્થાવર મિલકત *n* realty
સ્થિતિ *n* position, state
સ્થિતિ *adj* located
સ્થિતિ તપાસવી *v* overhaul
સ્થિતિસૂચક નિશાની *n* marker
સ્થિતિસ્થાપક *adj* elastic
સ્થિર *adj* motionless, stationary
સ્થિર કરવું *v* fix
સ્થિર થવું *v* settle down
સ્થિર રહેવું *adj* stable
સ્થિરતા *n* balance, constancy, stability
સ્થૂળ *adj* obese

સ્નાતક *n* bachelor
સ્નાતક અભ્યાસક્રમ *n* graduation
સ્નાન *n* bath
સ્નાનકક્ષ *n* bathroom
સ્નાયુ *n* muscle
સ્નાયુ હલાવવો *v* flex
સ્નેહાકર્ષણ *n* cohesion
સ્પર્ધાત્મક *adj* competitive
સ્પર્શ *n* touch
સ્પર્શ કરવો *v* touch
સ્પર્શ કરીને જાણવું *v* feel
સ્પર્શ રેખા *n* tangent
સ્પર્શી શકાય તેવું *adj* palpable
સ્પષ્ટ *adj* clear, clear-cut, obvious, undeniable
સ્પષ્ટ અભિવ્યક્તિ *n* articulation
સ્પષ્ટ દંભીપણું *adj* patent
સ્પષ્ટ નિર્દેષ કરવો *v* pinpoint
સ્પષ્ટતા *n* clarity
સ્પષ્ટતા કરવી *v* clarify
સ્પષ્ટપણું *n* clearness
સ્પષ્ટપણે *adv* clearly, expressly, obviously
સ્પષ્ટપણે જાણવું *v* realize
સ્પષ્ટપણે જોવું *v* discern
સ્પષ્ટપણે સમજવું *v* confiscate, expropriate, seize
સ્પેઇનનો સફેદ દારૂ *n* sherry
સ્પેન દેશ *n* Spain
સ્પેન દેશનું વતની *n* Spaniard
સ્પેનનું વતની *adj* Hispanic
સ્પેનને લગતું *adj* Spanish
સ્પોન્જ *n* sponge
સ્ફટિક *n* crystal
સ્ફુર્તિકારક દવા *n* tonic
સ્ફોટક *adj* explosive
સ્ફોટક સાધનો *n* ammunition
સ્મરણ *n* recollection
સ્મરણપત્ર *n* memo
સ્મરણશક્તિ *n* memory
સ્મશાન *n* crematorium
સ્મારક *n* monument
સ્મારક સંબંધી *adj* monumental
સ્મૃતિ *n* recollection
સ્મૃતિચિહ્નો *n* relic
સ્મૃતિપત્ર *n* reminder
સ્મૃતિભ્રંશ *n* amnesia
સ્વગત ભાષણ *n* monologue
સ્વચ્છ *adj* clean
સ્વચ્છ કરનાર *n* cleanser
સ્વચ્છ કરવું *v* cleanse
સ્વચ્છતા *n* cleanliness
સ્વતંત્ર *adj* free, independent
સ્વતંત્ર લેખ *n* article
સ્વતંત્રતા *n* freedom, independence
સ્વદેશ પાછું મોકલવું *v* repatriate
સ્વપ્ન *n* dream
સ્વપ્ન જોવા *v* dream
સ્વભાવ *n* nature
સ્વમાન *n* self-respect
સ્વયંસંચાલિત *adj* automatic
સ્વયંસિદ્ધ *adj* self-evident

સ્વયંસેવક *n* volunteer
સ્વયંસ્ફૂર્ત *adj* spontaneous
સ્વયંસ્ફૂર્તતા *n* spontaneity
સ્વર *n* vowel
સ્વરાજસંસ્થા *n* council
સ્વરૂપ *n* form, format
સ્વર્ગ *n* heaven, paradise
સ્વર્ગસુખ *n* bliss
સ્વર્ગીય *adj* celestial, heavenly
સ્વસચેત *adj* self-conscious
સ્વસ્તિવાચન *n* benediction
સ્વસ્થ *adj* steady
સ્વસ્થતા *n* coolness
સ્વાગત *n* welcome
સ્વાગત કરવું *v* greet, welcome
સ્વાગતી *n* receptionist
સ્વાતંત્ર્ય *n* liberty
સ્વાદ *n* gust, taste
સ્વાદ માણવો *v* savor
સ્વાદિષ્ટ *adj* delicious, tasteful
સ્વાદુપિંડ *n* pancreas
સ્વાભાવિક રીતે *adv* naturally
સ્વામી *n* lord
સ્વાયત્ત *adj* autonomous
સ્વાયત્તતા *n* autonomy
સ્વાર્થવૃત્તિ *n* self-interest
સ્વાર્થી *adj* selfish
સ્વાર્થીપણું *n* egoism, selfishness
સ્વિટ્ઝરલેન્ડ દેશ *n* Switzerland
સ્વિટ્ઝર્લેન્ડનું વતની *adj* Swiss
સ્વિડનનું *adj* Swedish
સ્વીકાર કરવો *v* accept

સ્વીકાર કરેલું *adj* avowed
સ્વીકારવા યોગ્ય *adj* acceptable
સ્વીકારવું *v* concede
સ્વીકૃતિ *n* acceptance
સ્વીડન દેશ *n* Sweden
સ્વૈરાચાર *n* abandonment
સ્વોર્ડ ફિશ *n* swordfish

હ

હક *v* right
હક છોડી દેવો *v* disown
હકદાર હોવું *v* deserve
હકની સનદ મેળવવી *v* patent
હકારાત્મક *adj* affirmative
હકાલપટ્ટી *n* expulsion
હકીકત *n* fact
હકીકત તારવવી *v* deduce
હચમચી ગયેલું *adj* shaken
હજામ *n* barber, hairdresser
હજામત કરવી *v* shave
હજાર કિલો *n* ton
હજાર વર્ષ *n* millennium
હજુ સુધી *c* yet
હઠીલું *adj* stubborn
હડકવા *n* rabies
હડતાળ *n* strike, walkout
હડપચી *n* chin

હડસેલો *n* shove
હતાશ *adj* downcast
હતોત્સાહ કરવું *v* demoralize
હત્યા *n* killing
હથિયાર *n* weapon
હથેળી *n* palm
હથેળીમાં સંતાડવું *v* palm
હથોડાનો ફટકો *v* hammer
હથોડો *n* hammer
હદ *n* boundary
હદ વટાવી જનારું *adj* extreme
હદની ધાર કાઢવી *v* edge
હપ્તો *n* installment
હમણાં *adv* now
હમણાં જ *adj* just
હરણ *n* buck, deer
હરણનું માંસ *n* venison
હરામખોર *n* scoundrel
હરાયાં ઢોર *n* pound
હરાવવું *v* defeat
હરીફ *n* adversary, competitor, rival
હરીફાઇ *n* rivalry, contest
હરીફાઇ કરનાર *n* contestant
હરીફાઈ *n* competition, tournament
હરીફાઈ કરવી *v* compete
હરીફોનો વર્ગ *n* league
હર્ષનાદ *n* cheers
હલકી જાતનું *adj* shoddy
હલકું *adj* inferior
હલકું પાડવું *v* depreciate, humiliate
હલકું લેખવું *v* look down
હલનચલન રોકવું *v* immobilize
હલાવવું *v* shake, stir
હલેસું *n* oar
હવા *n* air
હવાઇ મથક *v* check in
હવાઈ અસ્ત્ર *n* rocket
હવાઈ છત્રી *n* chute, parachute
હવાઈક્ષેત્ર *n* airfield
હવાઈમથક *n* airport
હવાઉજાશ *n* ventilation
હવાઉજાસ વિનાનું *adj* stuffy
હવાની ઉષ્ણતા *n* thaw
હવાબંધ *adj* airtight
હવામાન *n* weather
હવામાં *n* midair
હવામાં એક ઠેકાણે અદ્ધર રહેવું *v* hover
હવાલે કરવું *v* commit, hand over
હવાલો *n* custody
હસવું *v* laugh, smile
હસી કાઢવું *v* deride
હસ્તકલા *n* craft
હસ્તધૂનન *n* handshake
હસ્તલિખિત પ્રત *n* manuscript
હસ્તલિપિ *n* script
હસ્તાક્ષર *n* handwriting
હળની કોશ *n* share
હળવા થવું *v* chill out
હળવી થપાટ *n* pat
હળવું *adj* light, mild

હળવું કરવું *v* alleviate, ease, facilitate
હળવેણી *v* toss
હળવેથી *adv* lightly, softly
હંકારી જવું *v* drive away
હંફાવવું *v* overpower
હંમેશનું *adj* habitual
હંમેશનું કામ બરાબર ન કરી શકનાર *n* malfunction
હંમેશાં *adv* always, ever, forever
હંસ *n* geese, goose
હંસની માદા *n* geese
હા *adv* yes
હા ના કરનારું *adj* hesitant
હા ના કરવી *v* hesitate
હાઇ-વેમાં ઘૂસવાનો રૅમ્પ *n* ramp
હાઈડ્રોજન વાયુ *n* hydrogen
હાજર *adj* present
હાજર થવું *v* appear
હાજર રહેવાનો હુકમ *v* whip
હાજરી *n* attendance, presence
હાજરીનો સમય *n* waiting
હાડકાની અંદરની ચરબી *n* marrow
હાડકું *n* bone
હાડપિંજર *n* carcass, skeleton
હાથ *n* arm; hand; limb
હાથ થેલી *n* handbag
હાથ બંદૂક *n* handgun
હાથ વડે મારવાનું પેડલ *v* paddle
હાથ વતી કરેલું *adj* manual
હાથ હલાવવો તે *v* waver
હાથકડી પહેરાવવી *v* handcuff
હાથકડીઓ *n* cuff, handcuffs
હાથથી પકડવું *v* handle
હાથની બનાવટનું *adj* handmade
હાથનું કાંડું *n* wrist
હાથનો ઇશારો *n* wave
હાથમાં માય તેટલું *n* handful
હાથમોજું *n* glove
હાથરૂમાલ *n* handkerchief
હાથવગુ *adj* handy
હાથા વગરની બેઠક *n* stool
હાથાવાળી ખુરશી *n* armchair
હાથી *n* elephant
હાથીદાંત *n* ivory
હાથીની સૂંઢ *n* trunk
હાથો *n* handle, knob
હાનિકારક *adj* damaging, harmful, injurious, noxious
હાર સ્વીકારવી *v* back down
હારી જવું *v* go under, succumb
હાર્દ *n* core
હાલમાં *adv* currently
હાલમાં ચાલી રહેલું *adj* ongoing
હાસ્ય *n* laugh, laughter, smile
હાસ્ય કલાકાર *n* comedian
હાસ્યાસ્પદ *adj* comical, laughable, ludicrous, ridiculous
હાંફવું *v* gasp
હાંસડીનું હાડકું *n* collarbone
હાંસિયો *n* margin
હિજરત *n* exodus

હિત *n* interest
હિતકારી *adj* benevolent
હિતકારીવૃત્તિ *n* benevolence
હિમ *n* frost
હિમડંખ *n* frostbite
હિમનદી *n* glacier
હિમપ્રપાત *n* avalanche
હિમવર્ષા સાથે સખત વાવાઝોડું *n* blizzard
હિમવાળું *adj* frosty
હિમશીલા *n* iceberg
હિલચાલ કરવી *v* motion
હિસાબ કરવો *v* reckon
હિસાબ તપાસવો *v* audit
હિસાબની ખાતાવહી *n* ledger
હિસાબનીસ *n* accountant, bookkeeper
હિસ્ટીરિઆનું દરદી *adj* hysterical
હિંમત *n* boldness, courage
હિંમત આપવી *v* hearten
હિંમત કરવી *v* dare
હિંમત ખોવી તે *v* dismay
હિંમતપૂર્વકની શ્રેણીબધ્ધ ચાલ *n* maneuver
હિંમતવાળું *adj* bold, hardy
હિંસક *adj* fierce, violent
હિંસા *n* violence
હીરાનો પાસો *n* facet
હીરો *n* diamond
હુકમ *n* call, commission
હુકમ આપવો *v* order
હુકમ કરવો *v* boss around, command
હુકમ ન માનવો *v* disobey
હુકમનામું *n* decree
હુમલાખોર *n* aggressor, assailant, attacker
હુમલો *n* assault, attack
હુમલો કરવો *v* assail, assault, attack, take apart, zap
હુલ્લડ *n* riot
હુલ્લડ મચાવવું *v* riot
હું *pro* I
હૂફાળું *adj* genial
હૂંડી *n* check
હૂંફવાળું *adj* warm
હૂંફાળું *adj* cozy
હૂંફાળું બહિર્વસ્ત્ર *n* coat
હૃદય *n* heart
હૃદય સંલગ્ન *n* cardiology
હૃદયના ધબકારા *n* heartbeat
હૃદયને લગતું *adj* cardiac
હૃદયપૂર્વકનું *adj* cordial, wholehearted
હૃદયરોગનો હુમલો *n* cardiac arrest
હૃદયસ્પર્શી *adj* touching
હૃષ્ટપુષ્ટ *adj* chubby
હેઠળ *pre* beneath
હેડકી *n* hiccup
હેતુ *n* motive, purpose
હેતુ હોવો *v* mean
હેતુપૂર્વક પ્રવાસ *n* expedition
હેબતાઇ ગયેલું *adj* aghast

હેમરેજ *n* hemorrhage
હેરાન કરવું *v* bother
હેલિકોપ્ટર *n* helicopter, chopper
હેલ્લો *e* hello
હેવાલ *n* report
હેવાલ આપવો *v* report
હૉર્ન મારવો *v* honk
હૉલેન્ડ દેશ *n* Holland
હૉસ્પિટલનો ઓરડો *n* ward
હોઈયાં કરવું *v* devour
હોકાયંત્ર *n* compass
હોઠ *n* lip
હોઠ બચકારવા *v* smack
હોડમાં મૂકેલી વસ્તુ *n* stake
હોડી *n* boat, bark
હોડી ચલાવવી *v* row
હોદ્દાના પ્રતીક તરીકેની લાકડી *n* staff
હોદ્દાની દ્યોતક પટ્ટી *n* stripe
હોદ્દાની રૂએ તપાસવું *n* inspection
હોદ્દાનો દંડૂકો *n* baton
હોદ્દો *n* rank
હોનારત *n* cataclysm, disaster
હોય તેથી પણ વધુ *c* even more
હોલાવવું *v* extinguish
હોવું *v* be
હોશિયાર *adj* clever, intelligent, precocious, sharp
હોસ્પિટલ *n* infirmary
હોળી *n* campfire
હોળીનું નાળિયેર *n* scapegoat
હોંશિયાર *adj* cute, smart, bright

૧૦૦૦ ગ્રામનું માપ *n* kilogram
૧૦૦૦ મીટરનું માપ *n* kilometer
૧૦૦૦ વોટનું માપ *n* kilowatt
૧૨ ઇંચનું માપ *n* foot
૧૨ ડઝન *adj* gross
૨.૫૪ સેન્ટિમિટર *n* inch
૩૬૬ દિવસોવાળું વર્ષ *n* leap year
૪૦૪૬ ચોરસમીટર *n* acre

હ

Word to Word® Bilingual Dictionary Series

**Language - Item Code - Pages
ISBN #**

Albanian - 500X - 306 pgs
ISBN - 978-0-933146-49-5

Amharic - 820X - 362 pgs
ISBN - 978-0-933146-59-4

Arabic - 650X - 378 pgs
ISBN - 978-0-933146-41-9

Bengali - 700X - 372 pgs
ISBN - 978-0-933146-30-3

Burmese - 705X - 310 pgs
ISBN - 978-0-933146-50-1

Cambodian - 710X - 348 pgs
ISBN - 978-0-933146-40-2

Chinese - 715X - 340 pgs
ISBN - 978-0-933146-22-8

Farsi - 660X - 328 pgs
ISBN - 978-0-933146-33-4

French - 530X - 320 pgs
ISBN - 978-0-933146-36-5

German - 535X - 352 pgs
ISBN - 978-0-933146-93-8

Gujarati - 720X - 334 pgs
ISBN - 978-0-933146-98-3

Haitian-Creole - 545X - 322 pgs
ISBN - 978-0-933146-23-5

Hebrew - 665X - 316 pgs
ISBN - 978-0-933146-58-7

Hindi - 725X - 320 pgs
ISBN - 978-0-933146-31-0

Hmong - 728X - 294 pgs
ISBN - 978-0-933146-31-0

Italian - 555X - 362 pgs
ISBN - 978-0-933146-51-8

Japanese - 730X - 346 pgs
ISBN - 978-0-933146-42-6

Korean - 735X - 374 pgs
ISBN - 978-0-933146-97-6

Lao - 740X - 319 pgs
ISBN - 978-0-933146-54-9

Pashto - 760X - 348 pgs
ISBN - 978-0-933146-34-1

Polish - 575X - 358 pgs
ISBN - 978-0-933146-64-8

Portuguese - 580X - 362 pgs
ISBN - 978-0-933146-94-5

Punjabi - 765X - 358 pgs
ISBN - 978-0-933146-32-7

Romanian - 585X - 354 pgs
ISBN - 978-0-933146-91-4

Russian - 590X - 298 pgs
ISBN - 978-0-933146-92-1

Somali - 830X - 320 pgs
ISBN - 978-0-933146-52-5

Spanish - 600X - 346 pgs
ISBN - 978-0-933146-99-0

Swahili - 835X - 274 pgs
ISBN - 978-0-933146-55-6

Tagalog - 770X - 294 pgs
ISBN - 978-0-933146-37-2

Thai - 780X - 354 pgs
ISBN - 978-0-933146-35-8

Turkish - 615X - 348 pgs
ISBN - 978-0-933146-95-2

Ukrainian - 620X - 337 pgs
ISBN - 978-0-933146-25-9

Urdu - 790X - 322 pgs
ISBN - 978-0-933146-39-6

Vietnamese - 795X - 324 pgs
ISBN - 978-0-933146-96-9

All languages are two-way:
English-Language / Language-English.
More languages in planning and production.

Order Information

To order our Word to Word® Bilingual Dictionaries or any other products from Bilingual Dictionaries, Inc., please contact us at (951) 296-2445 or visit us at **www.BilingualDictionaries.com**. Visit our website to download our current Catalog/Order Form, view our products, and find information regarding Bilingual Dictionaries, Inc.

 **Bilingual Dictionaries, Inc.**

PO Box 1154 • Murrieta, CA 92562 • Tel: (951) 296-2445 • Fax: (951) 461-3092
www.BilingualDictionaries.com

Special Dedication & Thanks

Bilingual Dicitonaries, Inc. would like to thank all the teachers from various districts accross the country for their useful input and great suggestions in creating a Word to Word® standard. We encourage all students and teachers using our bilingual learning materials to give us feedback. Please send your questions or comments via email to support@bilingualdictionaries.com.